पानं उलटायला भागच पाडणारी कादंबरी... कमालीच्या धिटाईचा, हृदय बंद पाडणारा शेवट!

— संडे टेलिग्राफ

एक अतिसुंदर कादंबरी

— ऑब्झर्व्हर

एका देशाच्या कथेबरोबरच एका कुटुंबाच्या कहाणीचा साधला गेलेला उत्तम तोल

— गार्डियन

आत्मविश्वासानं लिहिलेलं, मन हलवून टाकणारं एक पुस्तक.

—द टाइम्स

'अ गोल्डन एज'मध्ये हाडं फोडणारं दुःख एका शैलीदार डौलानं रेखाटण्यात यश मिळालं आहे.

— अनिता सेठी- इंडिपेण्डण्ट

वाचकाला बुडवून टाकणारी, हृदय पिळवटून टाकणारी कहाणी.

— पब्लिशर्स वीकली- तारांकित परिचय

गुणवान पहिली कादंबरी. आपल्या मुलांना वाढवण्यासाठी अमाप कष्ट करणाऱ्या एका हिंमतवान आईची उल्लेखनीय कथा अनम सांगत आहेत.

— फिनान्शियल रिव्ह्यू

'अ गोल्डन एज'मध्ये वैयक्तिक आणि ऐतिहासिक अशा दोन्ही सूत्रांचा गोफ परंपरेनं आलेल्या शहाणपणानं विणलेला दिसतो.

– लिटररी रिव्ह्यू

कौटुंबिक नुकसानीची कथा देशांतर्गत युद्धाच्या कथेमध्ये कशी गुंफली जाते आहे हे बघण्यासाठी आपण थांबलेले असतो, तेव्हाचा जबरदस्त ताण आणि तशी ती गुंफली गेल्यानंतरचा शेवट हृदय विदीर्ण करणारा आहे.

– कमिला शामसी- गार्डियन

मला 'अ गोल्डन एज' हे पुस्तक खाली ठेवताच आलं नाही. अनमच्या साध्या आणि सुंदर लेखनामधून सच्चेपणा झळकत राहतो.

– मार्था कअर्नी- हार्पर्स बझार

अनमनं तिच्या देशाची एक मोठी सेवाच केली आहे. दुसऱ्या कोणत्याही लेखकानं या विषयाची इतक्या स्पष्टपणे मांडणी केलेली नाही.

– टाइम्स लिटररी सप्लिमेंट

'अ गोल्डन एज' ही एक विलक्षण पहिली कादंबरी आहे. छळ, क्रौर्य, निर्वासित आणि कडेलोटाच्या स्थितीविषयी अनम लिहिते, पण त्याचबरोबर प्रेम, आनंद, खाणंपिणं आणि गाणं यांविषयीही लिहिते. : ऑब्झर्व्हर माझ्या डोळ्यात पाणी उभं राहिलं.

– वूमन्स ओन

'अ गोल्डन एज' ही एक ताकदवान आणि महत्त्वाकांक्षी पहिली कादंबरी आहे.

– न्यू स्टेट्समन

एका लताकुंजासाठी, स्वत:च्या मायभूमीसाठी जे कुणी लढले त्यांना संवेदनशील आणि नियंत्रित भावनेनं वाहिलेली ही एक आदरांजली आहे.

– क्रिस्टियन हाऊस- इण्डीपेंडण्ड ऑन सण्डे

राजकीय अस्थिरतेशी खंबीरपणे सामना करणाऱ्या एका कुटुंबाची पोलादी कहाणी- मन हेलावून टाकणारी... उत्तम लेखन!

– वुमन

एक प्रभावी पहिली कादंबरी, नावाप्रमाणेच चमकती : ईझी लिव्हिंग हे पुस्तक प्रेम, समर्पण आणि आशा या भावनांना स्पर्श करतं.

– हेफिझिबाह अँडरसन- व्होग

अनम ही एक बुद्धिमान, जागवणारी आणि संयत लेखिका आहे. एका स्त्रीच्या दृष्टिकोनातून मांडलेली ही युद्धकथा कलात्मक आणि मन हेलावणारी आहे.

– द एज

लक्षणीय! **– द कॅनबेरा टाइम्स**

एक महत्त्वाकांक्षी आणि ताकदवान पदार्पण!

– ऑस्ट्रेलियन फिनान्शियल रिव्ह्यू

एका बोलक्या सहजतेनं लिहिलेली ही कादंबरी अधिकाधिक ताकदवान होत जाते. उत्तम पदार्पण —मोठा वाचकवर्ग मिळण्याच्या योग्यतेची.

– गुड रीडिंग मॅगझिन

हृदय थांबवणारा शेवट. ही एक ताकदवान नवी लेखिका आहे.

– संडे टास्मानियन

तिच्याप्रमाणेच या युद्धानंतर जन्मलेल्या सर्व बांगलादेशींना स्वातंत्र्य म्हणजे काय, भ्रष्टाचारानं देश कुरतडून टाकण्याआधी त्यांच्या आईवडिलांच्या काय आशा-अपेक्षा होत्या, यांची अनम आठवणच करून देते आहे.

– साउथ चायना मॉर्निंग पोस्ट

१९७१ची एक नि:संदिग्ध कथा.

—खादेमुल इस्लाम- द डेली स्टार

मस्त सांगितलेली एक भन्नाट गोष्ट. अनमचा जन्म १९७१नंतरचा आहे यावर विश्वासच बसत नाही. ती स्वत: तिथे असावी अशी लिहिते.

– रूपा गालेब. डेली न्यूज अँड अनालिसिस इंडिया.

लक्ष खिळवून ठेवणारी कथा-बांगलादेशानं ते करुण वर्ष कसं घालवलं हे प्रथमच आंतरराष्ट्रीय वाचकवर्गासमोर ठेवणारी!

— तेहलका

बांगलादेशच्या नजीकच्या इतिहासाची कथा सांगणारी पहिलीच महत्त्वाची कादंबरी.

— एशिया वॉल स्ट्रीट जर्नल

पाकिस्तानी व्यक्तींनी वाचायलाच हवं असं पुस्तक-त्यांच्या दुःखाला उजाळा देणारं-एकाच वेळी तुमच्या डोळ्यात पाणी आणि ओठांवर हसू आणणारी कथा.

— डॉन

इतिहासाच्या संदर्भामध्ये भव्य, नाट्यमयतेमध्ये अतिशय वैयक्तिक-एक उत्कृष्ट, करुण आणि तरी आनंदी कहाणी.

— किरकस- तारांकित परिचय

'अ गोल्डन एज' या इंग्रजी पुस्तकाचा मराठी अनुवाद

तेच दिन सोनेरी...

लेखक
तहमिमा अनम

अनुवाद
भारती पांडे

मेहता पब्लिशिंग हाऊस

Please contact us at **Mehta Publishing House,** Pune 411030.
✆ +91 020-24476924 / 24460313 / Mob. No. 9545000513
Email : production@mehtapublishinghouse.com
Website : www.mehtapublishinghouse.com

- *या पुस्तकातील लेखकाची मते, घटना, वर्णने ही त्या लेखकाची असून त्याच्याशी प्रकाशक सहमत असतीलच असे नाही.*

A GOLDEN AGE by TAHMIMA ANAM

Translated into Marathi Language by Bharati Pande

तेच दिन सोनेरी... / अनुवादित कादंबरी

अनुवाद : भारती पांडे

Email : author@mehtapublishinghouse.com

मराठी अनुवादाचे व प्रकाशनाचे हक्क : मेहता पब्लिशिंग हाऊस, पुणे.

प्रकाशक : सुनील अनिल मेहता, मेहता पब्लिशिंग हाऊस,
१९४१, सदाशिव पेठ, माडीवाले कॉलनी, पुणे - ४११०३०.

मुद्रक : ट्रिनिटी ॲकॅडमी फॉर कॉर्पोरेट ट्रेनिंग लिमिटेड,
नऱ्हे इंडस्ट्रिअल एरिया, झील कॉलेज रोड, नऱ्हे, पुणे - ४१.

मुखपृष्ठ : फाल्गुन ग्राफिक्स

प्रथमावृत्ती : मार्च, २०१६

किंमत : ₹ २९५

P Book ISBN 9788184989908

शाहीन आणि महफुझ अनम
या माझ्या आईवडिलांस,
ज्यांनी माझ्या हृदयात आशेचं रोपटं लावलं!

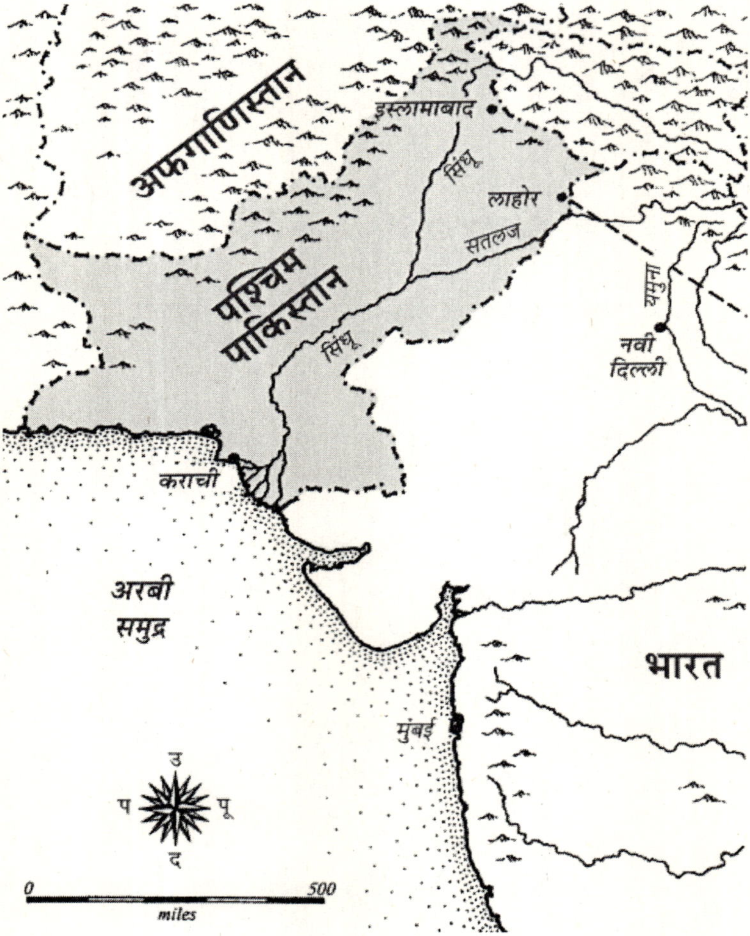
अफगाणिस्तान
इस्लामाबाद
सिंधू
लाहोर
सतलज
पश्चिम पाकिस्तान
सिंधू
यमुना
नवी दिल्ली
कराची
अरबी समुद्र
भारत
मुंबई
उ
प
पू
द
0
500
miles

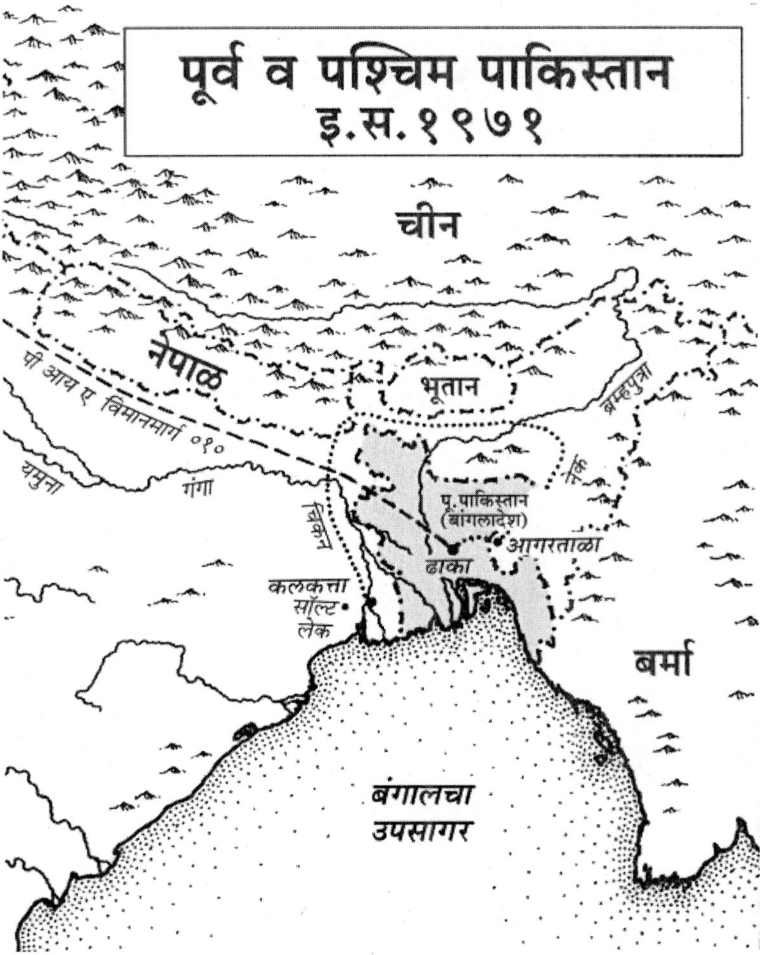
पूर्व व पश्चिम पाकिस्तान
इ.स.१९७१
चीन
नेपाळ
भूतान
पी आय ए विमानमार्ग
यमुना
गंगा
ब्रम्हपुत्रा
पू.पाकिस्तान
(बांगलादेश)
ढाका
आगरताळा
कलकत्ता
सॉल्ट
लेक
बर्मा
बंगालचा
उपसागर

स्वातंत्र्या–
तू बागेतला एक लतामंडप आहेस.
कोकिळेचं गीत आहेस–
वटवृक्षावरची चमकती पानं आहेस.
माझ्या कवितेची वही आहेस – मनात येईल ते खरडण्यासाठी...

शम्सुर रहमान, शाधिनोता तुमि

मार्च, १९५९

उपोद्घात

माझ्या पतीस,
आज मी आपली मुलं गमावली.

न्यायालयाच्या बाहेर रेहानानं 'खान ब्रदर्स स्टोअर्स अँड कन्फेक्शनर्स' मधून दोन पतंग विकत घेतले- एक लाल आणि एक निळा. दुकानातल्या माणसानं ते पतंग खाकी कागदात गुंडाळून सुतळीने बांधले. रेहानानं ते पुडकं काखोटीला मारलं आणि एक रिक्षा थांबवली. रिक्षात बसत असतानाच तिचा वकील तिच्याकडे धावत येताना तिला दिसला.

"मिसेस हक मला माफ करा," आवाजावरून तरी तो सच्चा वाटत होता.

काही झालं तरी रेहानाला यावर 'ठिक आहे' असं म्हणणं शक्य नव्हतं.

"तुम्हाला थोड्या पैशांची सोय करायला हवी. तेवढा एकच मार्ग आहे. पैशाची व्यवस्था करा, मग आपण पुन्हा एकदा प्रयत्न करू. हे हरामी लोक हात ओले केल्याशिवाय हलतच नाहीत."

पैसे? रेहाना रिक्षात बसली आणि तिनं रिक्षाचं छत डोक्यावर ओढून घेतलं. 'धनमाँडी' तिच्या स्वरात बारीकसा कंप होता. 'रोड नंबर ५'

घरी पोहोचली तेव्हा मुलं सोफ्यावर शेजारी शेजारी गुडघे जुळवून घेऊन बसली होती. मायाचे पाय जमिनीपासून वर तरंगत होते. सोहैल स्वतःच्या तळहातांकडे बघत त्यावरच्या बारीक रेषा मोजत होता. रेहानाकडे पाहून तो हसला, पण जागेवरून उठला नाही किंवा मायासारखी त्याने हाकही मारली नाही. माया म्हणत होती, "अम्मू, तुला इतका उशीर का झाला?"

मुलांसमोर रडणं योग्य होणार नाही असं रेहानानं आधीच ठरवलं होतं आणि

सगळं रडणं रिक्षातच उरकून घेतलं होतं... मोठी किंकाळी फोडताना होतो तसा तोंडाचा मोठा 'ओ' करून हुंदके देत रिक्षाच्या सीटच्या अरूंद कडांना घट्ट धरून ठवत तिनं रडून घेलं होतं. खरोखरच तिची काळजी वाटत असल्यासारखं रिक्षावाल्यानं मागे वळून तिला 'पाणीबिणी काही पिण्यासाठी कुठे थांबायचंय का' असं विचारलं होतं. आजवर रेहानानं कधीच रस्त्याकडेचं पाणी चाखलं नव्हतं. तिनं मानेनेच नकार दिला होता. 'याला मुलं असतील का?' असा विचारही तिच्या मनात आला. या विचाराने थकून जाऊन तिनं रिक्षाच्या छताच्या कडेला डोकं टेकवलं आणि रस्त्याच्या खड्ड्यांच्या तालावर डोकं आपटत उरलेला प्रवास केला. आता ती दोघं सामोरी आल्यानंतर तिनं स्वत:च्या घशात निर्माण झालेला एक चिमटा आणि तोंडात उमळून आलेली एक जळजळती चव दडपून टाकण्याचा प्रयत्न केला. चुरचुरायला लागलेले डोळे आणि दाटून येणारा घसा हेही दडपलं आणि मुलांना हातातली त्रिकोणी पुडकी दिली.

"थँक्यू यू, अम्मू जान." हातातलं पुडकं फाडून उघडत माया म्हणाली. सोहैलनं मात्र आपलं पुडकं उघडलं नाही, ते स्वत:च्या मांडीवर ठेवत त्यावर हात फिरवत राहिला.

"तुम्ही फैझ काकांकडे राहणार आहात." "रेहाना संयत स्वरात म्हणाली, "लाहोरमध्ये."

"लाहोर?" माया उद्गारली.

"आय ॲम सो सॉरी." रेहाना आपल्या मुलाला म्हणाली.

"आम्ही परत केव्हा यायचं?"

लवकरच .. मी वचन देते, देवाची प्रार्थना करत राहा..., तिला म्हणावसं वाटलं. "ते तुम्हाला घ्यायला गुरुवारी येणार आहेत."

"मला नाही जायचं."

रेहानानानं जीभ चावली. "तुम्हाला जावंच लागणार आहे." ती म्हणाली. "जा आणि शहाण्यासारखं वागा. तुला तुझा पतंग उडवता येईल बेटा, ...आणि तो दिसेल थेट इथे... लाहोरपासून इथपर्यंत. तो खास पतंग आहे. तुला चांगलं वागावं लागेल, चांगलं आणि शूर वीरासारखं.. शूर मुलांनाच चांगले वारे मिळतात आणि मग एक दिवस इतका जोराचा वारा सुटेल की तुम्ही त्या वाऱ्यावर स्वार होऊन इथे माझ्याजवळ उडत येऊ शकाल, खरं नाही वाटतेय तुम्हाला?.. बघाल मग."

प्रिय पतीस,

आपली मुलं आता आपली मुलं नाही राहिली.

त्याला सांगायला सुरुवात तरी कशी करायची?

ती मुलांना घेऊन पुन्हा रिक्षात चढली. "अझीमपूर कबरस्तान." तिनं रिक्षावाल्याला सांगितलं.

संध्याकाळी कबरींना नमस्कार करायला आलेले काही लोक कबरस्तानात होते. आपल्या प्रिय जनांच्या कबरींवरच्या ओल्या गवतावर ते गुलाबाच्या पाकळ्या उधळत होते. पुढच्याच रांगेत पांढरी टोपी घातलेला एक माणूस तळहातांमध्ये तोंड लपवून रडत होता. त्याच्या शेजारी एक वयस्कर स्त्री हातात बकुळीचा गजरा घेऊन बसली होती. रेहानानं आपल्या मुलांचे गुबगुबीत, गोंडस हात हातात घेतले.

"आपल्या बाबांचा निरोप घ्या." इक्बालच्या कबरीकडे हात करत ती म्हणाली.

सोहैलनं चेहऱ्यावर बोटं टेकवून म्हणायला सुरुवात केली, "ला-इल्लाहा इल्लल्लाहा...."

"माया, तूसुद्धा."

माझी मुलं आता माझी मुलं नाही राहिली.

'स्वतःच्या पतीच्या मृत्यूनंतर रेहाना नीटपणी सावरली नाहीये; स्वतःच्या जबाबदारीवर मुलांची काळजी घ्यायला ती अजून लहान आहे, तिनं त्यांना अजून स्वर्ग आणि मृत्यूनंतरचं जीवन याबद्दल नीटसं शिकवलेलंही नाही' न्यायाधीशाचं म्हणणं होतं.

माया एका फुलपाखराच्या मागे धावत शेजारच्या रांगेत निघाली. तिचं कोपर पकडत रेहाना म्हणाली, "तुझ्या वडिलांचा निरोप घे बरं."

फुलपाखरांच्या मागे धावणाऱ्या नजरेला बाजूला न वळवता माया म्हणाली, "गुडबाय, अब्बू."

"मिसेस हक," न्यायाधीशांनी विचारलं होतं, "तुमच्या पतीला काय करावसं वाटलं असतं?"

"ती सुरक्षित राहावी असं वाटलं असतं." असं उत्तर रेहानानं दिलं होतं. होय, ती दोघं सुरक्षित राहावी असंच त्याला वाटलं असतं.

फैझ म्हणाला होता, "इथे ती मुलं सुरक्षित नाहीयेत. मिलॉर्ड, लष्करी राजवट, संप, रस्त्यावर उतरलेले लोक... सुरक्षित नाहीतच, म्हणूनच माझी पत्नी आणि मी, आम्हाला दोघांनाही या मुलांना लाहोरला घेऊन जायचं आहे."

लाहोर बगीचांचं, नव्या रस्त्यांचं आणि सुबक इमारतींचं शहर. भारताच्या पलीकडे पार दुसऱ्या टोकाला एक हजार मैलांवरचं शहर. फैझ तिच्या नवऱ्याचा थोरला भाऊ. तो बॅरिस्टर होता आणि खूप श्रीमंतही होता. त्याची बायको उंच, फुगीर ओठांची आणि वांझ होती. मुलांकडे ती हावऱ्या नजरेने बघत होती.

फैझला रेहाना कधीच आवडली नव्हती, त्याचं मुख्य कारण इक्बालचं तिच्यावरचं कमालीचं प्रेम हेच असावं. ती स्नानाला गेली की स्नानगृहाबाहेर तिच्या सपाता आणून ठेवणं, ऑलिव्ह तेल लावून तिचे पाय चेपून देणं, तिच्याशी नेहमीच अगदी कोवळ्या आवाजात बोलणं. 'सगळ्यांच्या लक्षात येतंय,' फैझ म्हणायचा, 'भाई, तू तुझ्या बायकोला बिघडवतोयस.' आणि धनमाँडीमध्ये राहणारी मिसेस चौधरी तर उसासा टाकत मान्य करायची, 'तुझा नवरा संत आहे.'

फैझनं न्यायाधीशांना 'क्लिओपात्रा'बद्दलही सांगितलं. इतक्या लहान मुलांना दाखवण्यासारखा हा चित्रपट आहे? न्यायाधीशांच्या डोळ्यासमोर एलिझाबेथ टेलरची छाती उभी राहिली हे तिला स्वच्छ जाणवलं. मग फैझनं नाण्याची हकीकतही सांगितली. आठ वर्षांपूवी इक्बालला कलकत्त्याची एक रेहाना अली नावाची मुलगी सांगून आली होती. रेहाना खानदानी कुटुंबातली होती. चुकीचा सल्ला आणि दुर्दैव यांमुळे रेहानाच्या वडिलांचा फार मोठा तोटा झालेला होता. इक्बाल तेव्हा छत्तीस वर्षांचा झालेला होता, त्याचा विम्याचा व्यवसाय उत्तम चालत होता, मग आता लग्न का करू नये? खरंच का करू नये? त्याने एक नाणं उडवलं होतं, त्याचा काय निर्णय झाला ते पाहून तो झोपायला निघून गेला होता. दुसऱ्या दिवशी सकाळी त्याने मुलगी पसंत असल्याचा निरोप पाठवून दिला होता. रेहानाला ही हकीकत कधीच खरी वाटली नव्हती, कारण इक्बाल हा असा जुगार खेळणारा माणूस नव्हता. तो विमा व्यवसायात होता. सुरक्षितता हा त्याचा व्यवसायच होता. अपघात टाळणे, दुष्परिणामांपासून दूर राहणे, कदाचित लग्नाआधी तो वेगळा असेल, कदाचित म्हणूनच फैझ एवढा अस्वस्थ झाला असेल. त्याचा भाऊ आता त्याचा भाऊ राहिला नव्हता.

तिनं त्याची मिरच्यांनी दृष्ट काढून टाकायला हवी होती, काही नाही तर निदान एखादा बकरा तरी बळी द्यायला हवा होता, पण तिनं यांपैकी काहीच केलं नव्हतं आणि तो मरून गेला होता. जानेवारीतल्या एका सकाळी, घरासमोरच गुडघ्यांवर कोसळत, जाकिटातल्या घड्याळाकडे हात नेत... जणू काही तिला सोडून जात असल्याची निश्चित वेळ त्याला टिपून ठेवायची होती. त्याची काठी घरंगळत गटारात जाऊन पडली होती. तिच्याकडे पाहात तो पुटपुटला होता, ''मला माफ कर.''

आणि आता ती एक विधवा होती, दुसरा कोणताच गुण नसलेली, जवळचे कुणी नातेवाईक नसलेली - एक विधवा. तिचे आई-वडील वारलेले होते, तिच्या तिघी बहिणी कराचीमध्ये राहात होत्या; तेव्हाच फैझ आणि परवीनने मुलांना घेऊन जाण्याचा विषय काढला होता. सुट्टीमध्ये रेहाना त्यांना भेटू शकणार होती. थोड्या वर्षांसाठीच फक्त. परवीन म्हणाली होती, ''तुला थोडा सावरायला वेळ मिळेल.''

जणू काही हा काहीतरी आजारच होता, बरं होण्यासारखं काहीतरी, देशाच्या बाबतीत घडत होतं तसंच काहीसं...! रेहानाने नकार दिल्यानंतर फैझ आणि परवीनने न्यायालयामध्ये धाव घेतली होती.

''मिलॉर्ड'' फैझ म्हणाला होता, ''मिसेस हक दुःखाने बावरून गेल्या आहेत. त्यांना विश्रांतीची गरज आहे. आम्ही केवळ मुलांच्या भल्याचाच विचार करतोय,''

तिने अशा माणसाशी लग्न केलं होतं ज्याच्यावर प्रेम करण्याची तिने अपेक्षाच केली नव्हती. तिने ज्याच्यावर प्रेम केलं होतं तो तिला सोडून जाईल अशीही तिने कल्पना केली नव्हती. एक संयमी जीवन ती जगली होती, ज्यामध्ये फारसे धक्के नव्हते असं जीवन. फारशी महत्त्वाकांक्षा नसलेला, फार कुठेतरी जाऊन पोहोचणार नसलेला असा नवरा शोधायला तिने आपल्या वडिलांना सांगितलं होतं.

अंधार पडायला लागला होता. कबरीवरच्या अंधारलाटा त्यांच्या पावलाशी येऊन ठेपल्या होत्या.

''अम्मू, मला भूक लागलीये.'' माया म्हणाली.

रेहानाने ग्लुकोज बिस्किटांचा एक पुडा घेतला होताच बरोबर. त्याचं गुलाबी वेष्टण फाडत ती म्हणाली, ''हे घे.''

पुतळ्यासारखा उभा राहून सोहैल आपल्या वडिलांच्या कबरीकडे पाहात होता.

''चल, आपण घरी जाऊया.'' तो म्हणाला.

''थोडा वेळ,'' इक्बालला अजून सगळं सांगून झालं नव्हतं. ''हे पतंग उडताहेत ना ते बघा बरं जरा वेळ.'' मुलं कबरस्तानाच्या कडेला असलेल्या एका मोकळ्या जागी गेली. फिरक्यांना गुंडाळलेला दोरा सोडवायला लागली. रेहानाने पुन्हा सुरुवात केली.

प्रिय पतीस,

तू मला दिलेली एकुलती एक गोष्ट मी आज हरवली आहे. मला न्यायाधीशांनी जेव्हा विचारलं, की 'मुलांची काळजी घ्यायला तुम्ही समर्थ आहात अशी तुम्हाला खात्री आहे का?' तेव्हा मी 'हो' म्हणू शकले नाही. मी गप्प राहिले आणि त्या माझ्या मौनात त्यांना माझं अडखळणं जाणवलं, म्हणूनच त्यांनी मुलांना देऊन टाकलं. हा माझा एकटीचा– फक्त माझा गुन्हा आहे, दुसऱ्या कोणाचाही नाही. तुझ्या भावाला ती हवीशी वाटताहेत याबद्दल मी त्याला दोष देणार नाही. ती मुलं कोणाला हवीशी वाटणार नाहीत? तुझीच हुबेहूब प्रतिकृती आहेत ती.

त्या गरम खोलीत गरगरणाऱ्या पंख्यांवर धुळीची लव जडली होती. तिथल्या बाकांवरची मखमली आवरणं जुनी होऊन चमकायला लागली होती. न्यायाधीशांचा काळा-पांढरा टोप फाटायला आलेला होता. अशा त्या खोलीत हा निकाल ऐकल्यावर ती गुडघ्यांवर कोसळलीच होती. ती गरीब होती, या शहरामध्ये तिला जवळचं कुणीही नव्हतं आणि वारस म्हणून तिला फक्त एका लहानसा जमिनीचा तुकडा मिळालेला होता... त्यातली भातशेती इतकी नुकती बंद करण्यात आली होती की रोज पहाटेच्या प्रार्थनेसाठी ती उठायची तेव्हा तिच्या लहानशा बंगल्यावर चाल करून आलेले अनेक लहान-मोठे कीटक तिला आधी मारावे लागायचे. हे असं जरी सगळं असलं तरी ती आपल्या मुलांची आई होऊ शकली असती हे काही तिला कुणाला पटवून देता आलं नव्हतं. त्यांचे वडील नक्की कोठे गेले आहेत हे तिने मुलांना नीट समजावून सांगितलं नव्हतं, शाळा बुडवून घरी राहण्याची परवानगी तिनं मुलांना दिली होती. तिनं त्यांना 'क्लिओपात्रा' बघायलाही नेलं होतं, पण तरीही ती त्यांची आई होतीच ना...! स्वतःचं दुःख, स्वतःची गरिबी, स्वतःचं तारुण्य हे सारं मनामागे टाकण्याचा ती प्रयत्न करणार होती, एकटीनंच त्यांच्यावर प्रेम करण्याचाही ती प्रयत्न करणार होती, पण कोणीही तिच्यावर विश्वास ठेवला नाही. आता काही आठवड्यांतच तिची मुलं एक मोठा खंड ओलांडून पलीकडे जाणार होती - आणि ती परत कधी तिच्या दृष्टीला पडतील हे तिला माहीत नव्हतं...!

काही दिवसांनंतर फैझ आणि परवीन मुलांना घेऊन पाकिस्तान इंटरनॅशनल एअरलाईन्सच्या ०१० या क्रमांकाच्या विमानाने कराचीला निघून गेले. विमानतळाच्या एका खिडकीतून... केसांच्या तेलाचे आणि निरोपाच्या हाताबोटांचे तेलकट ठसे उमटलेल्या त्या काचेतून रेहाना त्यांना जाताना बघत उभी होती. ही जगबुडी कधी संपणार याचा विचार करत तिनं हलकासा हात हलवला. आपआपले पतंग काखोटीला मारून माया आणि सोहैलने खुर्चीच्या पट्ट्या बांधल्या आणि पाण्याने भरलेल्या भातशेतांवरून मोठ्या डौलाने ती दोघं आकाशात तरंगत निघून गेली.

ती सगळीजणं सुखरूप पोहोचल्याचं कळवण्यासाठी परवीनने दुसऱ्या दिवशी फोन केला, पण इतक्या दूरवरून आलेल्या त्या फोनवर इतर खरखरच अधिक होती. तिला फक्त परवीनचं सौम्य आणि सुसंस्कृत बनवलेलं हसणं ऐकू येत होतं... त्यामध्ये जेवढा आत्मविश्वास होता, तेवढाच एक खजील असा पश्चात्तापही होता.

पुढचे काही दिवस लोक तिला भेटायला येत होते... इक्बालचे व्यावसायिक परिचित, तिच्या वडिलांचे स्नेही असल्याचा दावा करणारे म्हातारे लोक, फडफडणाऱ्या जिभांनी 'आम्हाला फार दुःख झालं.' असं म्हणत राहणारे दूरचे नातलग, ढाका

जिमखाना क्लबमध्ये तिच्याबरोबर पत्ते खेळणाऱ्या तिच्या मैत्रिणी... अगदी तिचा वकीलसुद्धा. दु:खाचं पर्यटन करणारे लोक... रेहानाच्या मनात आलं आणि मग तिनं खडखडणाऱ्या दाराकडे लक्ष देणं बंदच केलं.

मिसेस चौधरी सोडून... त्या एका दु:खी, रडणाऱ्या मुलीला फरफटत बरोबर घेऊनच आल्या. त्यांनी आपल्या मांसल, थुलथुलीत दंडांच्या मिठीत रेहानाला घेतलं आणि त्याच वेळी आपल्या रुसलेल्या मुलीला खडसावलं.

''सिल्वी, ही काही जगबुडी झालेली नाहीये... ते येणारेत परत.'' आणि मग त्या रेहानाकडे वळल्या, ''तुला थोडी वर्षं तरी सुख मिळालं गं, मी त्याला मुलगा देऊ शकले नाही म्हणून माझा हरामी नवरा मला सोडून गेला. हिच्याकडे एक नजर टाकली आणि जो गेला तो आजवर माझ्या दृष्टीला पडलेला नाही.''

बागेकडे टक लावून पाहात रेहाना निश्चल बसली होती. अखेरीस मिसेस चौधरी म्हणाल्या, ''आपण तिला बिचारीला विश्रांती घेऊ दिली पाहिजे.''

सिल्वी स्वयंपाकघराच्या दारामागे खुडबुडत होती. ''नऊ वर्षांची...'' मिसेस चौधरी मोठ्याने म्हणाल्या, ''रुसावं तर मोठी झालीये आणि प्रेमभंग झालाय म्हणावं तर अजून फार लहान आहे. तुला काय वाटतं, दुसरा कोणी मुलगा तुला लग्नाबद्दल विचारणारच नाही?''

''थांबू दे तिला इथे.'' रेहाना म्हणाली. ''आम्ही जेवू बरोबर.'' या पोरीला काय खायला द्यावं याचा ती विचार करायला लागली. ती बाजारात गेलीच नव्हती. घरात फक्त थोडी पाणचट आमटी आणि कडू भोपळा होता.

''तू म्हणाली होतीस, आपण 'रोमन हॉलिडे'ला जाऊ म्हणून.''

''पुन्हा कधीतरी जाऊ हं, सिल्वी!''

''ते आलेच परत कधी तर... ठीक आहे.''

ती गेली. रेहाना तिला दरवाजापर्यंत सोडायलाही गेली नाही.

दिवस जाताना रेहाना बघत राहिली. तिनं सोहैल आणि मायाला पत्रं लिहायला सुरुवात केली.

'या वर्षी आंबे फार छान येणार आहेत. अगदी योग्य वेळेलाच उकडत होतं आणि पाऊस पडत होता. मला तर त्या झाडाचा वासही यायला लागलाय.'

तिनं ते पत्र फेकून दिलं.

'माझ्या लाडक्या मुलांनो, मला तुमची किती आठवण येते म्हणून सांगू?' अशी सुरुवात असलेलं पत्रही तिनं फाडून फेकून दिलं.

ती खूप आनंदी, खूप बातम्या देणारी पत्रं लिहायची. मुलांना गोंधळून गेल्यासारखं वाटायला नको. त्यांना सर्व महत्त्वाच्या गोष्टी माहीत असायला हव्यात.

ती लवकरच त्यांना परत मिळवणार होती.

अजूनही जग मैत्रीपूर्णच होतं...!

सिल्वी त्यांना विसरली नव्हती.

शेजारपाजार त्यांच्या आठवणीतल्यासारखाच होता.

मुलांविषयीच्या तिच्या आठवणी पुसट-फिकट व्हायला लागल्या. ती जेवढी त्यांना पकडून ठेवण्याचा प्रयत्न करायची तेवढ्या त्या दूर पळायच्या. मग तिनं फक्त वास्तवाला धरून ठेवण्याचा प्रयत्न करायला सुरुवात केली. मायाला निळा रंग आवडतो, सोहैलचा आवडता रंग लाल आहे, सोहैलच्या हनुवटीवर थोडं खाली एक व्रण आहे. त्याला चिडवताना ती म्हणाली होती, "हा व्रण फक्त तुझी बायकोच बघू शकेल, कारण ती तुझ्याजवळ उभी राहील आणि तुझ्याकडे वर बघेल." तेव्हा तो अगदी गंभीरपणे म्हणला होता, "आणि ती खूप उंच असली तर?" तिच्या मुलाकडे विनोदबुद्धी होती. नाही... त्याला विनोद अजिबात कळत नसे. तो हसायचाही अगदी क्वचित. यातलं खरं काय होतं?

आपल्या दोन मुलांमधला फरक आठवण्यात ती रमून जायची. एक मूल हट्टी-आरडाओरडा करणारं होतं, दुसरं शांत- सगळं निरखून बघणारं होतं. आपलं गाणं ऐकून पक्षी उलट गातात का हे बघणारं एक मूल होतं. माती खायला आवडायचं म्हणून एकाची नखं तिला तपासावी लागायची. उकाडा असो की थंडी, एकाला नेहमी सर्दी व्हायची. अबोलीच्या चिमुकल्या फुलातला लाल रस एक चोखायचं, एक बोलकं तर दुसरं अगदी गप्प. एकाला क्लार्क गेबल आवडणार तर दुसऱ्याला दिलीपकुमार. भटकी कुत्री, बागेच्या दरवाजावर नखांचा कर्कश्श आवाज करत उतरणारे कावळे, दूधभात आणि आईस्क्रीम...!

इक्बाल त्यांची सतत काळजी करत राहायचा, थंडी नसली तरी त्यांना स्वेटर घालायला लावायचा, दर महिन्याला डॉक्टरला घरी बोलावून त्यांच्या चिमुकल्या छात्या तपासायला लावायचा, गर्दीच्या रस्त्यांवर त्यांचे हात धरायचाच, पण रिकाम्या रस्त्यांवरही हात धरून ठेवायचा... 'असू दे, उगाच नको, आली गाडी एखादी तर...' असं म्हणत... अशा क्षणांच्या आठवणींमधून तर ती बाहेरच पडू शकत नव्हती आणि तो त्यांचा आगगाडीचा प्रवास... न होता होता झालेला.

मायाचा चौथा वाढदिवस होता. इक्बालची नवी वॉक्झॉल गाडी नुकतीच इंग्लंडहून येऊन पोहोचली होती. १९५७मध्ये लंडनच्या वॉड्सवर्थमधल्या वॉक्झॉलच्या कारखान्यामधून निघालेल्या पन्नास मोटारींच्या खास ताफ्यातून ती गाडी ढाक्याला येऊन पोहोचली होती. इक्बालनं या नव्या गाडीची, तिच्या नव्यानं बनवलेल्या रेडिएटरची आणि खिडकीच्या काचा खालीवर करणाऱ्या हँडल्सची जाहिरात बघितली होती; त्यात एक छायाचित्रही होतं. तो त्या गाडीच्या प्रेमातच पडला होता - तिची

गोलाई, बाहेर आलेले आरसे... रुंद लालबुंद फितीने सजवलेली ती गाडी चालवत मोठ्याने हॉर्न वाजवत तो स्वत:च्या गराजमध्ये आणत असल्याची स्वप्नं त्याला पडायला लागली, पण जेव्हा ती गाडी खरोखरच येऊन पोहोचली तेव्हा मात्र ती चालवायला तो कचरायला लागला, मग त्याने एक ड्रायव्हर नेमून टाकला– तोसुद्धा ब्रिटिश कॉन्सल- जनरल साहेबांची रोल्स रॉइस चालवणारा ड्रायव्हर. मोटार चालवण्यात अगदी वाकबगार. त्याचं नाव होतं कमाल. ज्या दिवशी मायाने तिच्या वडिलांकडे बघत तेजगाव -फुलबारिया आगगाडीच्या डब्याच्या खिडकीतून हात हलवला तेव्हाही कमालच ती वॉक्झॉल चालवत होता.

मायाच्या वाढदिवसाची खास भेट म्हणून त्यांनी आगगाडीतून सफर करायचं ठरवलं होतं. शहराच्या सीमाभागावरच्या एका नव्या स्थानकापासून फुलबारिया सेंट्रलपर्यंतची सफर- हा रेल्वेमार्ग नुकताच सुरू झाला होता. आशावादी सरकारने बांधलेल्या नव्या चकचकीत, रंगीबेरंगी स्थानकातून ब्रिटिश राजमध्ये बांधण्यात आलेल्या– आता मोडकळीला आलेल्या स्थानकापर्यंत, एक लहानशी सफर. हा त्यांचा आगगाडीचा पहिलावहिला प्रवास होता. ठरलेल्या दिवशी रेहानाने कबाब रोल बनवले, इक्बाल आकाशातले ढग मोजत एखादं वादळ होण्याची चिन्हं दिसली तर हा सगळाच कार्यक्रम रद्द करता येईल का ते पाहात होता, पण ऑक्टोबरची एक छानशी झुळूक आणि आकाशात जाळीदार नक्षीचे ढग याखेरीज त्याला काहीच सापडलं नाही. कमालनं मोटार सुरू केली आणि त्या सर्वांसाठी दरवाजे उघडून धरले. इक्बालने सर्वांना मागच्या सीटवर बसायला लावलं. सर्वांत आधी माया आत शिरली. रेहानानं तिच्यासाठी नवा, फिकट निळ्या रंगाचा, सॅटिनचा फ्रॉक शिवला होता, तो तिनं घातला होता. फ्रॉकच्या आत जाळीचा पेटिकोट होता, त्यामुळे तो फ्रॉक अगदी ताठपणे आणि थोड्या विचित्रपणेही मायाच्या चारी बाजूंना पसरला होता. तिच्या केसांमध्ये निळया रिबनी होत्या, शिवाय तिनं आज रेहानाला मनवून स्वत:च्या ओठांवर अगदी फिकट गुलाबी रंगाचं लिपस्टिकही फिरवून घेतलं होतं आणि आता ओठांचा चंबू करून तो रंग ती सांभाळत होती. मांडीवर खाण्याच्या पदार्थांचं बास्केट सांभाळत रेहाना मोटारीत बसली आणि तिनं इक्बाल आणि सोहैलला लवकर चलण्याची खूण केली, पण ते दोघे मोटारीबाहेर उभं राहून कोणत्या तरी वादात अडकलेले दिसत होते.

"अब्बू, मागच्या सीटवर जागाच नाहीये."

"तू पुढच्या सीटवर बसायचं नाहीस, ते धोक्याचं आहे."

"उफ, अब्बू, मी काय लहान आहे का आता?" जमिनीवर पाय आपटत सोहैलनं निषेध नोंदवला.

"अपघात घडतात ना तेव्हा तू लहान आहेस की मोठा आहेस ते बघून घडत नाहीत."

रेहानानं खिडकची काच खाली केली. "सौहैल, तुझे अब्बू सांगताहेत तसं कर."

अखेरीस सोहैल नाराजीनंच मोटारीत घुसला, त्याच्यापाठोपाठ इक्बालही.

तिथं सगळीजणं- चौघंजण मागच्या सीटवर बसली तेव्हा थोडी गर्दीच झाली होती. एखाद्या लहानशा निळ्या भरतीच्या लाटेसारखा मायाचा फ्रॉक तिच्यासमोर तरंगत होता. इक्बालचा पांढरा शार्कस्किनचा सूट चुरगळायला लागला होता. 'खरोखर, इक्बालनं त्या बिचाऱ्या पोराला पुढे ड्रायव्हरजवळ बसायची परवानगी दिली असती तर बरं झालं असतं.' रेहानाच्या मनात आलं. खूप उकडत होतं. तिनं हट्टानं खिडकीची काच खाली केली आणि दुसऱ्या बाजूचीही काच खाली करायला सोहैलला सांगितलं. आत येणाऱ्या बारीकशा झुळकीने मायाच्या निळ्या रिबनी डुलत होत्या. तेजगावला पोहोचेपर्यंत इक्बालनं पुन्हा त्यांच्या प्रवासाविषयी काळजी करायला सुरुवात केली होती. ते सगळे जर आगगाडीत अडकून पडले तर ते इतरांना कसं कळणार? स्टेशनवर पोहोचायला कमालला उशीर झाला तर काय? हे असं घडण्याच्या शक्यतांचा हिशेब त्यानं मनातल्यामनात करायला सुरुवात केली. तेजगाव स्थानकापर्यंत पोहोचता पोहोचता त्याच्या मनात एक कल्पना आली.

"रेहाना, तू मुलांना घेऊन जा, मी मागे थांबायचं ठरवलंय."

"काय? काय म्हणालास?"

"मी कमालबरोबर मोटारीतून येतो. आम्ही आगगाडीच्या बरोबर येऊ म्हणजे काही झालं तर तुम्ही सरळ गाडीतून उतरून मोटारीत येऊ शकाल. वा! काय कल्पना!"

अखेरीस त्यांनी तसंच केलं, तिला अगदी स्वच्छ आठवत होतं. माणूस मोटारीत, त्याचं कुटुंब आगगाडीत, आगगाडीचा डबा त्या नव्या कोऱ्या रुळांवर आणि शेजारच्या रस्त्यावरून चाललेली ती नवी परदेशी मोटार, कबाब रोल्स आणि लिंबू सरबताची जिभेवर रेंगाळणारी चव आणि तिचा नवरा- आपण लढवलेल्या युक्तीने आता आपल्या कुटुंबाला काहीही होणं शक्यच नाही या खात्रीनं फुललेला त्याचा चेहरा!

❖

मार्च, १९७१

उन्हाला पाठ देऊन बसलेली शोना

दर वर्षी रेहाना रोड नं. ५वर एक मेजवानी करत असे. मुलांना घेऊन ढाक्याला परत आल्याच्या दिवसाचा समारंभ साजरा करण्यासाठीची ती मेजवानी असायची. तिला रेशनवर मिळणारं मांस ती साठवून ठेवायची आणि बिर्याणी बनवायची. ती खुर्च्या भाड्याने आणवायची आणि ताज्या-ताज्या, गरम-गरम जिलब्या तळण्यासाठी जिलेबीवाल्यालाही बोलावून घ्यायची... पाऊस आला तर पंचाईत होऊ नये म्हणून एक लाल-पिवळा मांडवही उभारला जायचा. उकाडा व्हायला लागला तर असावं म्हणून लिंबू सरबत तयार असायचं. काकडीची कोशिंबीर आणि मसाल्याचं दही... पाहुणे नेहमीचेच असायचे. तिची शेजारीण मिसेस चौधरी आणि तिची मुलगी सिल्वी, तिचे भाडेकरू श्री. व सौ. सेनगुप्ता आणि त्यांचा मुलगा मिथुन आणि जिन रमी खेळणाऱ्या बाईसाहेब म्हणून ओळखल्या जाणाऱ्या मिसेस रहमान आणि मिसेस अक्रम.

अशा रीतीने गेल्या दहा वर्षांमध्ये मार्चच्या पहिल्या दिवशी रेहाना उठत आली होती तशीच या मार्चच्या पहिल्या दिवशीही ती पहाट होण्याच्या आधीच उठली आणि हलकेच बागेत गेली. हिरवळीवरून पलीकडे जाताना तिला किंचित थंडी वाजली आणि तिनं स्वत:ची कोपरं चोळल्यासारखं केलं.

पानांपानांवर- खाडीवरून तिच्या बंगल्यावर ओथंबून आलेल्या धुक्याच्या तुकड्यांवर अजून हिवाळा रेंगाळत होता. दवानं ओलंचिंब झालेल्या गुलाबाच्या झुडपामध्ये तिनं हात घातला आणि एक फूल तोडलं. भिंतींना चिकटून भाज्यांच्या वाफ्यांमध्ये आता अगदी शेवटचे कॉलीफ्लॉवरचे गड्डे होते. आंब्याच्या झाडाला, लिंबाच्या झाडाला आणि विलक्षण अशा हिरव्या रंगाच्या केळीला वळसा घालत ती फिरत राहिली. दिवस वर चढत जाईल तशी तिच्या लहानशा

बंगल्यावर- 'शोना'वर आपली सावली पसरत जाण्याऱ्या शेजारीच उभ्या असलेल्या इमारतीकडे तिनं मान उंचावून पाहिलं. तिच्या या भूखंडावर मागच्या बाजूला एक नवी इमारत बांधण्याचा सल्ला देणाऱ्या मिसेस चौधरीचे शब्द अजूनही तिच्या कानात घुमत होते. खिडकतून बाहेर बघत ती म्हणायची, "केवढा मोठा प्लॉट आहे हा. त्याची सीमारेषासुद्धा दिसत नाही इथून इतकी दूर आहे ती... तुला एवढ्या मोठ्या जागेची काहीच गरज नाहीये."

"विकून टाकू का मग?"

जिभेने 'चक्' असा आवाज करत मिसेस चौधरी म्हणाली होती, "आणखी एक इमारत बांध."

"आणखी एका बंगल्याचं मी काय करू?"

"भाड्याने दे. मुली, भाड्याने दे."

आता इथे दोन फाटकं होती. मोटारीसाठीचे दोन रस्ते होते, दोन बंगले होते. नवा मोटारीचा अरुंद रस्ता रेहानाच्या बंगल्याच्या सीमेच्या मागून जात होता. तिने त्या भागावर एक नवा बंगला बांधला होता, तो आपल्या मुलांना वाचवण्यासाठी. तो नवा बंगला तिच्या बंगलीपेक्षा पुष्कळच मोठा होता. त्याचे पांढऱ्या रंगाचे दोन वरचे मजले त्या लहानशा बंगल्याकडे वाकून पाहात राहायचे. तिच्या बंगलीसारखाच हा बंगलाही सूर्याला पाठ देऊनच बांधण्यात आलेला होता. खरं तर आता तो नवा राहिला नव्हता. चांगले दहा पावसाळे त्याच्यावरून वाहिले होते आणि त्यामुळे त्याचा रंगही थोडा फिकटला होता. त्याचे कंगोरे-कोपरे घासले गेले होते आणि हव्या तशा वळत फिरणाऱ्या आठ्याही वयानुसार त्याच्यावर उमटल्या होत्या, पण अजूनही रोज पहाटे अझानच्या प्रार्थनेसाठी उठल्यावर किंवा बागेत कपडे वाळत घालायला गेल्यावर किंवा न्हायल्यावर आपले लांबसडक केस वाळवत मागच्या व्हरांड्यातल्या वेताच्या खुर्चीत बसल्या बसल्या रेहानाची नजर त्या बंगल्याकडे जायची– ती थोड्या अभिमानाने आणि किंचितशा दुःखानेही. तिनं काय गमावलं आणि काय कमावलं आणि या विजयाची काय किंमत तिला मोजावी लागली होती याची आठवण करून देत ती इमारत उभी होती, म्हणूनच तर तिनं त्या इमारतीचं नाव ठेवल होतं,' शोना'... सोनं. हे नाव काही केवळ ही इमारत बांधताना तिला काय काय करावं लागलं होतं त्याचीच आठवण करून देणारं नव्हतं, तर आता यापुढे तिला जे गमवायचं नव्हतं, त्याचीही आठवण करून देणारं होतं.

रेहाना मागे वळून आपल्या बंगल्याकडे गेली, बैठकीच्या खोलीत शिरली. मखमलीच्या सोफ्याच्या मऊशार लवेवरून, जेवणाच्या टेबलाच्या खळीदार लाकडावरून

तिनं हलका हात फिरवला. व्हरांड्याच्या खराटे पडलेल्या, रंग उडालेल्या अतिशय प्रिय अशा भिंतीवरूनही हात फिरवला.

तिचा प्रार्थनेचा लहानसा गालिचा तिनं सर्रकन उघडला. पश्चिमेकडे तोंड करून तो अंथरला आणि ती गुडघ्यावर बसली.

हे तिचं नित्यकर्म होतं. ...सूर्य उगवण्याआधी उठायचं, घरातल्या अंधारातच कामं आटपायची, प्रार्थना करायची, मुलांना उठवायचं.

आता ती लहान मुलं राहिली नव्हती या गोष्टीची तिला सतत स्वत:ला आठवण करून द्यावी लागायची, एकोणीस आणि सतरा म्हणजे ती दोघंही आता मोठीच म्हणायला हवीत. 'म्हणायला हवीत' या शब्दाला ती हावरटासारखी घट्ट चिकटून राहू पाहात होती, खरी, पण हे फार दिवस चालणार नाही हेही तिला चांगलंच ठाऊक होतं. हे असं तारुण्याच्या उंबरठ्यावरचं घोटाळणं, त्याकडे असोशीची नजर टाकणं... आत्ताच ती दोघं वेगळी व्हायला लागली होती, आई हवीच अशी भूक, ती हवीच असं वाटणारी निकड हे सारं कमी होण्याच्या मार्गाला लागलं होतं.

रेहानानं मच्छरदाणी दूर केली आणि मायाचा खांदा हलवत म्हटलं, ''उठा आता, लाडूबाई, आज आपला वाढदिवस आहे.''

मग सोहैलच्या खोलीच्या दरवाजावर 'टकटक' करणार तर सोहैल उठलेला होता. हातातला गुलाब पुढे करत ती म्हणाली. ''तुझ्यासाठी.''

मुलं स्नान आटपत होती तोवर रेहानानं त्यांच्या नव्या कपड्यांना इस्त्री केली. या वर्षी तिनं स्वत:साठी एक फिकट अस्मानी रंगाची साडी निवडली होती आणि मायासाठी पिवळे ठिपके असलेलं निळं जॉर्जेट. सोहैलसाठी तपकिरी रंगाचा कुडता पायजमा होता. कुडत्याच्या कॉलरवर तिनं स्वत: जांभळी फुलं विणली होती.

''अम्मू'' माया कुरकुरत म्हणाली, ''पार्टी झाल्यावर मला कँपसमध्ये जायचंय... मी नाही नेसू शकत ही साडी.''

''एक दिवस तू पांढरे कपडे घातले नाहीस तर चळवळीतली तुझी मित्रमंडळी काही म्हणणार नाहीत हं...''

''तुला नाही कळायचं ते'' आईला असं उत्तर दिलं तरी मायानं जाताजाता साडी काखोटीला मारलीच.

स्नानं आटोपून मुलांनी नवे कपडे घातले आणि दोघंही येऊन रेहानाच्या पाया पडली. ''देव तुमचं कल्याण करो.'' दोघांनाही घट्ट मिठीत घेत रेहाना म्हणाली. त्या दोघांचे उन्हानं रापलेले बळकट बाहू तिच्याभोवती कधी असतील ही जवळ जवळ तिच्या कल्पनेपलीकडचीच गोष्ट होती.

ती दोघंही तिच्यापेक्षा उंच होती. माया रेहानापेक्षा दोनतीन इंचच उंच झाली होती. सोहैलच्या मात्र खांद्याशी जेमतेम त्या पोहोचत होत्या.

रेहानाला नेहमी तिची आणि इक्बालची विवाहमंडपामध्येच झालेली पहिली भेट स्मरायची. बोहल्यावर किंचित वाकून बसलेला इक्बाल एखाद्या पावसाच्या ढगासारखा तिच्याहून कितीतरी वर असावा असं तिला भासलं होतं. खरंतर सोहैलचं रेहानाशीच अधिक साम्य होतं. तो रंगानं उजळ होता आणि तिचं लहानसं नाक आणि वेडेवाकडे दात त्यानं बरोबर उचलले होते. त्यानं केसांचा कोंबडा करायला सुरुवात केली होती. तो कोंबडा कोणत्याही क्षणी त्याच्या चेहऱ्यावर कोसळेल असा असायचा. मधून मधून... आजच्यासारखा तो कुडता पायजमा घालायचा, पण बहुतेक वेळा तो नव्या पद्धतीप्रमाणे लांब कॉलरचे घट्ट शर्टस् आणि त्याहूनही घट्ट अशा बुटांवर टेकणाऱ्या धुळीत फराटे ओढत जाणाऱ्या पँट्स घालायचा.

माया तिच्या वडिलांसारखी जास्त दिसायची. इक्बालचा सावळा वर्ण आणि खोल डोळे तिनं घेतले होते. ती काही गमतीचं बोलण्याचा, सांगण्याचा प्रयत्न करत असली – तसं क्वचितच घडायचं म्हणा - तरी त्या डोळ्यांमुळे ती गंभीरच वाटायची, त्यामुळे पुष्कळवेळा तिची मित्रमंडळी 'हसावं की नाही' अशा प्रश्नात पडलेली रेहानानं पाहिली होती.

दोन रिक्षा करून ती तिघं निघाली. माया आणि सोहैल पहिल्या रिक्षात बसली आणि त्यांच्या मागोमाग रेहाना निघाली. त्या दोघांच्या मागून जायला तिला आवडायचं. रस्त्याच्या धक्क्यांनी त्यांचे खांदे एकमेकांवर आपटायचे ते रिक्षाच्या मागच्या गुंडाळून वर टाकलेल्या टपाच्या खिडकीतून बघायला तिला मजा वाटायची.

स्वत:च्या सख्ख्या बहिणींना ती कितीतरी वर्षांत भेटली नव्हती. मुलं परतल्यानंतर काही वर्षांनी मार्झिया ढाक्याला येऊन गेली होती. तिनं तिच्या मुलांची छायाचित्रं बरोबर आणली होती – दोन जुळे मुलगे– गुटगुटीत शरीरांचे आणि वाऱ्यानं विसकटलेल्या केसांचे. ती सतत कराचीच्या रस्त्यांवर रेंगाळणाऱ्या खारट वासाविषयी आणि क्लिफ्टन स्ट्रीटवरच्या किंचित जळक्या कबाबांच्या चवीविषयीच बोलत राहिली होती. रेहानानं बनवलेल्या दिमेर हलव्यावर ताव मारला होता आणि ढाक्याची स्वच्छ, गोड हवा नाक भरून घेतली होती, तरी ती रेहानाला सतत विचारत राहिली होती.

"तुझा नवरा वारल्यानंतर तू कराचीला का येऊन राहिली नाहीस?" तिचं म्हणणं होतं, "सगळे जण तिथेच तर आहेत – तुझं सगळं कुटुंब–"

विमानतळावर तिला सोडल्यावर रेहानाला खूप रिकामं रिकामं वाटलं होतं. मार्झियानं आणखी काही दिवस इथे राहावं असं तिला वाटलं होतं. आपण रडून

भेकून 'आपल्यालाही बरोबर घेऊन चल' अशी तिला गळ घालावी असंही तिला वाटलं होतं, पण अखेरीस मार्झिया गेली तेव्हा तिला थोडं सुटल्यासारखंही वाटलं होतं. रेहानानं जणू त्या साऱ्यांचा विश्वासघात केला असावा असं मार्झियाचं वागणं होतं. 'तुझं उर्दू पूर्वीसारखं चांगलं नाही राहिलेलं – हा सगळा बंगाली बोलण्याचा परिणाम -' हे तिचं ठरलेलं वाक्य झालं होतं. तिनं 'बांगला' या शब्दाचा उच्चार 'बंगाली' असा केला होता. शिवाय स्वत:च्या नोकरांविषयी बोलतानाही ती म्हणाली होती, 'हो तर. आम्ही अगदी भाग्यवानच आहोत, दोन 'बंगाली' नोकर आहेत बघ आमच्याकडे, रोकेयोकडे एकच आहे आणि तुला माहीतच आहे, एक पुरेसा होत नाही गं - तिकडची घरं केवढाली मोठाली असतात नाही का?'

तरीही त्यांची आठवण आल्याखेरीज रेहानाचा एक दिवससुद्धा जायचा नाही. त्या प्रचंड पसरलेल्या त्यांच्या देशातल्या त्या शुष्क, रुक्ष भागामध्ये राहणारे तिचे लोक. तिनं त्या साऱ्यांना स्वत:शी एका सैलसर धाग्यानं जोडून ठेवलं होतं - अगदी संपूर्ण गुंतलेला नाही आणि संपूर्णपणे तुटलेला नाही असा एक धागा! ती त्यांना पत्र लिहायची - 'माझ्या प्रिय बहिणींनो' अशी सुरुवात असलेली पत्रं. तिनं एकही पत्र पूर्ण लिहिलं नाही, एकही पत्र पाठवलं नाही. तिच्या बिछान्याखालच्या हिवाळी पांघरुणांचे गठ्ठे आणि सुकलेल्या भातगोळ्यांशेजारी एका बिस्किटाच्या डब्यामध्ये तिनं ती सारी पत्रं ठेवून दिली होती.

दोन्ही रिक्षा ५ नंबरचा रस्ता ओलांडून नव्यानं डांबरीकरण केलेल्या निळ्या-काळ्या मिरपूर रोडवरून जायला लागल्या. रस्त्याला चिकटून असलेली दुकानं आता उघडू लागली होती. त्या दुकानांची लोखंडी शटर्स खणखणत वर जायला लागली होती आणि त्यांचे मालक रस्त्याच्या कडेला उभे राहून नाकं साफ करत होते.

कबरस्तानाच्या दरवाजावरच एक पाटी होती, 'स्त्रियांना आत येण्याची मनाई आहे.' त्या शेजारीच कबरस्तानची देखभाल करणारा माणूस नव्याने रंगवण्यात आलेल्या, पण मातीच्या डागांनी खराबही झालेल्या एका पिवळट रंगाच्या लाकडी कुंपणाला रेलून उभा होता. रेहानाला सलाम करता तो म्हणाला, "आज उकडतंय." मान डोलावत तिनं त्याच्या हातावर पाच आणे ठेवले. कबरींवर पुरलेल्या शिळांमधून वाट काढत पुढे जाताना रेहानाला जुन्या ओळखीची अनेक नावं दिसली, तशीच काही नवी नावंही दिसली.

गेली त्रेचाळीस वर्षं दररोज आपल्या पत्नीच्या कबरीला भेट देणारा माणूसही तिथे होता. बाळंतपणातच तिचा मृत्यू झाला होता, असं म्हणायचे. आता तो माणूस खूपच म्हातारा झाला होता, तरीही आपल्या लटपटत्या पावलांनी तो आपल्या पत्नीच्या कबरीशी यायचा, एक लहानसा सतरंजीचा तुकडा तिथे अंथरायचा आणि

पत्नीच्या कबरीकडे पाहात तासन्तास तिथे बसून राहायचा, म्हणून तर रेहाना स्वत:ला त्या कबरस्तानात येणारी दुसऱ्या क्रमांकाची दु:खी व्यक्त समजत असे. ती त्या माणसाला कधीच भेटली नव्हती, पण एकदा तो निघून गेल्यावर ती त्याच्या पत्नीच्या कबरीजवळ गेली होती. त्या कबरीच्या शिरोभागी असलेल्या शिळेवर कोरलं होतं- 'बेगम हकीम उल्लाह होसैन- पत्नी आणि माता.'

इतक्या वर्षांमध्ये रेहानाने इक्बालच्या कबरीची खूप निगा राखून ती त्या कबरस्तानामधली सर्वांत उत्तम सांभाळलेली कबर बनवली होती. सुरुवात तिनं इतरांसारखीच केली होती - त्याच्या कबरीवर गुलाबाची फुलं वाहण्याने! पण पुढच्या वेळी ती इथे आली की त्याच्या कबरीवरची ती सुकलेली-कुजलेली फुलं तिला बघवायची नाहीत, म्हणून मग तिनं कबरीच्या चारही बाजूंना काही फुलझाडं लावली; काही आठवड्यांनंतर तिथे जाईची चिमुकली फुलं निग्रहानं माना वर करून पाहायला लागली. मार्ग दाखवत असावीत तशी वर वर जायला लागली. आपलं लहानसं खुरपं आणि झारी घेऊन रेहाना नियमितपणे यायची आणि पांढऱ्या फुलांची ती किनार नीट वाढते आहे यावर लक्ष ठेवायची.

आता ती इक्बालच्या कबरीच्या पायगती उभं राहून कबरीच्या शिरोभागाशी बसवलेली शिळा बघत होती. त्या शिळेवर काळ्याभोर अक्षरांमध्ये कोरलं होतं- 'मुहम्मद इक्बाल हक.' तिच्या डाव्या हाताला सोहैल आणि उजव्या हाताला माया उभी होती. हातांच्या ओंजळी उंचावून ती सगळीजणं उभी राहिली. या क्षणी नेहमीच तिचा घसा दाटून यायचा. 'माझ्या प्रिय पतीस,' तिनं सुरुवात केली, 'ही तुझी दोन्ही मुलं उभी आहेत – आता मोठी झालीयेत. माशाल्ला - त्यांना परत येऊन आता दहा वर्षं झालीयेत.'

'तुझा मुलगा आता एकोणीस वर्षांचा आहे. तुझी मुलगी सतरा वर्षांची आहे. त्या दोघांच्याही तब्येती उत्तम आहेत आणि ती दोघं आज्ञाधारकही आहेत.'

'मागच्या वेळी मी इथे आले तेव्हा तुला निवडणुकांबद्दल सांगितलं होतं. आता आम्ही 'मुजीब पंतप्रधान म्हणून निवडले गेले आहेत' या घोषणेची वाट बघतो आहोत; यामध्ये खूपच अडथळे आले होते. तुझी मुलं सरकार बदलण्याची वाट बघताहेत. इन्शाल्लाह, एकदा का ते झालं की मग ती परत आपल्या अभ्यासाकडे वळू शकतील.' ती थांबली. एक दीर्घ श्वास घेऊन तिनं स्वत:ला सावरलं.

कितीतरी गोष्टी अजून सांगायच्या होत्या. मला रोजच तुझी खूप आठवण येते. मला एकटीला सोडून तू का निघून गेलास – का?

पण ती यातलं काहीच बोलली नाही. तो ऐकत असेल तर त्याला हे सगळं कळेलच.

तिनं तळहात चेहऱ्यावर दाबले. 'प्रिय पती, निरोप घेते.'

वर पाहिलं तेव्हा सोहैलनं डोळ्यातलं पाणी पुसलेलं तिला दिसलं. माया कबरीवरच्या शिळेवरून हात फिरवत होती. मग तिनं खाली वाकून शिळेच्या सर्वांत उंच भागाचं चुंबन घेतलं.

पाहुण्यांच्या स्वागताची तयारी करण्यासाठी ती तिघंजणं घरी परतली. मायानं दिवाणखान्यातल्या फर्निचरची साफसफाई केली. सोहैल मांडव उभारण्यासाठी आलेल्या लोकांबरोबर बाहेर हिरवळीवर काम करत होता. रेहानाने आदल्या रात्रीच बिर्याणी तयार केली होती. सगळे थर नीटपणे पसरून पातेल्याचं झाकण घट्ट भिजवलेल्या कणकेनं पक्कं बंद केलं होतं. बिर्याणी शिजायला चांगले सहा सात तास लागले होते. आता तिनं कणकेची पट्टी सोलून काढली, तिनं चिकटवलेलं झाकण उघडलं आणि मांस, भात आणि बटाट्याचे थर नीटपणे मिसळले.

तिनं थाळ्या मोजून काढल्या. एकूण साधारण वीस माणसं असणार होती. या मेजवानीच्या आधी ती नेहमीच अस्वस्थ असायची. जिमखाना क्लबमध्ये जाणं तिनं बंद केल्यापासून वर्षातून अशा काही वेळाच तिला तिच्या मैत्रिणी भेटायच्या.

इक्बालच्या मृत्यूनंतर तिनं क्लबमध्ये जाणं बंद केलं होतं, ते त्यांनी समजून घेतलं होतं, उलट त्याच तिला भेटायला तिच्या घरी यायला लागल्या होत्या. मिसेस रेहमान तर नेहमी एखादा केक घेऊन यायची - रेहानाला चांगलीच आठवण होती. - दगडासारखा कठीण, खाण्यालायक नसलेला असा तो केक जेवणाच्या टेबलावर एखाद्या विटेसारखा पडलेला असायचा- त्याच्यावर धूळ, माशा बसत राहायच्या. मिसेस चौधरी सिल्वीला घेऊन यायची आणि त्यांच्यात सर्वांत तरुण असलेली मिसेस अक्रम कुचंबून तिच्याभोवती घिरट्या घालत राहायची, हातातल्या पंख्यानं घरातली वाईट नशिबाची दुर्गंधी दूर करण्याचा प्रयत्न करत राहायची.

'मुलं परत आल्यानंतर आता तुला असं एकाकी राहाण्याची जरुरी नाहीये' असं या जिन-रमी मैत्रिणी म्हणायला लागल्या, तेव्हा लाहोरहून परत आल्यानंतर काही महिन्यांनी तिनं मैत्रिणींचा हा गट पुन्हा एकदा सुरू करण्याचा प्रयत्न केलाही होता.

त्या दिवशी मिसेस चौधरी विशेषच खुषीत होती. तिचे डोळे हसत, चमकत होते. ''तुझ्यासाठी एक सरप्राईज आहे.'' ती रेहानाला म्हणाली होती, रेहानानं तिच्याकडे दुर्लक्षच केलं होतं. तिनं नव्यानं शोधून काढलेलं एखादं मिठाईचं दुकान असेल -शहरातले सर्वांत उत्तम लाडू मिळण्याचं ठिकाण – तिचे शब्द रेहानाला ऐकूच आल्यासारखे झाले. तिला थोडंसं कुचंबल्यासारखं, थोडं उदास वाटलं. आत खूपच गरम होत होतं. छतावरून गरागरा फिरणारे पंखे फारसं काहीच करू शकत नव्हते. त्याआधीही ती खूप वेळा क्लबमध्ये आली होती, पण तिला अचानक

सगळंच अतिशय वेगळं, अनोळखी असं वाटायला लागलं. मिसेस चौधरीच्या उत्साहानं बोलण्याचाही तिला रागच आला. पत्ते खेळायचं चौकोनी टेबल फुलांच्या नक्षीदार टाईल्सनी मढवलेलं होतं. त्या फुलांच्या खाली त्यांची नावं वळसे वेलांट्यादार बायकी अक्षरात लिहिलेली होती. बोगनवेल, इंग्लिश रोझ, डॅफोडिल --

रेहानासमोर पिवळ्या ट्युलिप फुलांची रांग होती. तिच्यासमोर मिसेस चौधरी ॲस्टर्स आणि लायलॅक्सच्या मध्ये विराजमान झालेली होती. मिसेस रेहमान डेलियांच्यावर पत्ते पिसत होती. चौथी खेळाडू होती मिसेस अक्रम - ती एका चिमुकल्या आरशात बघून स्वत:चं लिपस्टिक नीट रेखत होती.

''ठीक आहे.'' मिसेस रहमान रेहानासमोर पिसलेले पत्ते धरत म्हणाली, ''काट.''

रेहानाने पत्त्याचे दोन भाग केले. मिसेस रहमाननं पुन्हा एकदा हात खूप वर उचलत आणि थपकन पत्ते एकमेकांवर आपटत पत्ते पिसले.

''चित्रांचे दहा, लहान एक्का – नेहमीसारखंच'' टेबलाच्या चारही कोपऱ्यांमध्ये पत्ते फेकत ती म्हणाली. दरवाजावर टकटक झाली. कधीकाळी पांढरा असलेला कोट घातलेला एक वेटर चहाचा ट्रे आणि बिस्किटांची एक बशी घेऊन आत आला.

''आला एकदाचा '' - खुसूखुसू हसत मिसेस चौधरी उद्गारली. ''ठेव इथे तो - ओतायची काही गरज नाही – जा जा तू.'' शेजारीच जमिनीवर ठेवलेली तिची बॅग तिनं उचलली, त्यातून एक चांदीचा फ्लास्क बाहेर काढला. त्याचं टोपण उघडून तिनं त्यातलं चहाच्या रंगाचं द्रावण चारही कपांमध्ये ओतलं, मग सर्व कपांमध्ये वरपर्यंत खरा चहा ओतला. एखाद्या तज्ज्ञ रसायनकारासारखं वर थोडं दूधही घातलं. ''हं घ्या आता चहा.''

हातातल्या आरशाकडचं लक्ष वळवून मिसेस अक्रमनं विचारलं, ''हे काय आहे?''

''व्हिस्की - बावळट.'' मिसेस रहमान उत्तरली.

''काय झालंय तरी काय तुला – आपल्याला गरजच आहे याची– देवच साक्षी गं बाई.''

मिसेस रहमान आपल्या नजरेला नजर भिडवू पाहते आहे हे रेहानाच्या लक्षात आलं. कोणीच काही हालचाल केली नाही. एक नि:श्वास टाकत मिसेस चौधरींनी ट्रेमधला एक कप उचलला, ''ठीक आहे मग– जशी तुमची इच्छा -'' छतावरच्या जळमटांकडे बघत ती म्हणाली. ''मला आपलं वाटलं, रेहानाला थोड्या गमतीजमतीची गरज असेल. आता काही तिचं लग्न व्हायचं नाहीये.''

या अखेरच्या वाक्याने मिसेस अक्रमला हसू फुटलं. तोंडावर हात दाबत तिनं थोडं शिंकल्यासारखं, थोडं खोकल्यासारखं ते हसू बाहेर पडू दिलं.

चहाच्या कपांमधून व्हिस्कीचा गोडसर वास दरवळत असलेला रेहानाला जाणवला. ''ठीक आहे.'' ती म्हणाली, ''मीही घेते.''

"खरंच?'' मिसेस चौधरीनं आनंदानं जवळजवळ किंचाळीच फोडली.

"हो, खरंच, मी आधीही घेतलीय.'' इक्बालनं तिला एकदा एक घोट दिला होता. त्यानं ग्लास तिच्या ओठांशी धरला होता आणि तिच्या ओठांनी त्या पेयाचा स्पर्श होताक्षणी तो ग्लास दूरही केला होता. आसुसून घेतलेल्या चुंबनासारखं होतं ते. तिनं आता एक कप उचलला आणि एक हलकासा घोट घेतला. इतरांनी तिला हे असं करताना पाहिलं आणि मग त्यांनीही बारीकसं हसत आपापले कप उचलले. मिसेस चौधरीनं आपला चहा गटकन गिळला आणि टाळ्या पिटल्या.

त्यांनी खेळाला सुरुवात केली. चार एक्के आणि बदामाची भारी पानं घेऊन रेहानानं पहिला डाव जिंकला. मिसेस रहमान दुसरा डाव जिंकली आणि तिसऱ्या डावाच्या अखेरीस मिसेस चौधरीनं मोठ्यानं पुकारलं, ''रमी'' पण तिच्या हातात एक पान कमी होतं. ''काही हरकत नाही.'' ती म्हणाली, ''मी व्हिस्की आणली होती ना त्याची किंमत मिळाली पाहिजे की मला.'' मिसेस अक्रमला तिचे पत्ते धरायला दोन्ही हात वापरावे लागायचे. ती म्हणाली, ''पण आपली रेहाना दुसरा नवरा का शोधत नाहीये हे एक रहस्यच आहे की नाही?''

या शेवटच्या वाक्यानं मिसेस अक्रमला हसू फुटलं, पण तिनं तोंडावर हात धरत, खुदखुदण्याचं रूपांतर घसा साफ केल्यासारखा आवाज करत ते दाबलं.

मिसेस चौधरी आपल्या पाठीशी उभी राहील असं रेहानाला वाटत होतं, पण ती म्हणाली, ''खरं आहे, रेहाना, आम्हाला तुझी खूप काळजी वाटते, का असं करतेयस तू?''

साऱ्याजणींचे चेहरे तिच्याकडेच वळलेले आहेत आणि अधाशी नजर तिच्यावर रोखलेली आहे असं रेहानाला जाणवलं. हसून काहीतरी उत्तर देऊन हा प्रश्न उडवून लावावा आणि पूर्वीसारखं आनंदी असल्याचं सोंग करावं, ओठ चावत लाजल्यासारखं करावं एवढी ताकद आपल्यामध्ये उरलेली नाही हे जाणवलं, त्याच क्षणी व्हिस्की तिच्या पोटात पोहोचली! खरं सागायचं तर दुसरं लग्न करण्याची तिची अजिबात इच्छा नव्हती. शोना बांधण्याच्या आधी तिनं एकदा तो विचार केला होता, पण मुलं परत आल्यापासून त्या प्रकारच्या प्रेमाची ओढच तिच्या मनातून पार पुसली गेली होती. ते फारच धोकादायक होतं. काहीही चुकू शकलं असतं आणि एखादा माणूस तिच्या मुलांचा दुष्टावा करू शकेल या नुसत्या कल्पनेनंही तिच्या अंगावर काटा उभा राहात होता.

यापैकी काहीच तिनं पत्ते खेळणाऱ्या मैत्रिणींसमोर बोलून दाखवलं नाही, तिनं फक्त पत्ते खेळायला जाणं थांबवलं. एकदा तिचं डोकं फार दुखत होतं, त्यानंतर मायाला गोवर झाला, म्हणजे मग सोहैललाही होणारच होता आणि मग लवकरच त्यांनी रेहानाला बोलावणंच बंद केलं. तोवर मिसेस सेनगुप्तानं तिची जागा घेतली

सुद्धा होती. तिचं एकूणच दूर राहणं आणि दुसरं लग्न करायला नकार देणं याबद्दल त्या पत्ते पिसता पिसता, ते टेबलाच्या मध्यभागी फेकता फेकता आणि व्हिस्की घातलेल्या चहाचे घोट घेता घेता नक्की काहीबाही बोलत असणार याची खात्री असतानाही रेहाना त्याकडे दुर्लक्ष करण्याचा आटोकाट प्रयत्न करत होती. त्यांच्या दृष्टीनं तिचं हे वागणं अगदी चमत्कारिक आणि आगळंवेगळं होतं हेही तिला चांगलंच माहीत होतं. कुठे काय बिनसलं आहे याचं कोडं त्यांना पडलं असणार हेही तिला ठाऊक होतं, पण त्यांना हे समजावून सांगण्याचा तिनं कितीही प्रयत्न केला तरी ते त्यांना समजणार नाही याचीही तिला खात्री होती, कारण सोपं होतं – हे असं आजवर कोणाच्याही बाबतीत घडलेलंच नव्हतं.

मिसेस चौधरी पहिल्यांदाच पोहोचली. स्वयंपाकघरातून रेहानाला तिनं बागेच्या दाराची खिटी पिळलेली ऐकू आली. ''माया, बियाणीवर जरा लक्ष ठेव गं,'' असं म्हणत ती घाईघाईनं पुढच्या दाराशी आली.

लाडवांचा एक डबा पुढे करत ''तोंड गोड कर, रेहाना.'' असं म्हणत मिसेस चौधरी दरवाजातून कशीबशी आत घुसली. ''एक चांगली बातमी घेऊन आलेय.'' सैनिक गणवेषातला एक उंचापुरा माणूस तिच्या मागोमाग आत आला. त्याच्या पाठीमागे मिसेस चौधरींची मुलगी सिल्वी होती. नेहमीप्रमाणेच प्रसंगाला न शोभणारे कपडे आणि जाडजूड अनेक पदरी सोन्याचा हार आणि माणकांचे डूल असे दागिने घातलेली.

त्या सैनिक गणवेषातल्या माणसाकडे हात करत खुदखुदत मिसेस चौधरी म्हणाली, ''माझे जावई.'' तिच्या हसण्यामुळे तिच्या मानेवर एक लाट उमटली आणि ती तिच्या हनुवटीवरून तिच्या खालच्या ओठापर्यंत येऊन पोहोचली. तिनं लाडवाचा एक तुकडा रेहानाच्या तोंडात खुपसला.

''अरे – अरे –ओ,'' तो चिकट लाडूचा तुकडा कसाबसा रेहानाच्या घशाखाली उतरत गेला. ''मागण्या येताहेत असं तुम्ही मला बोलला होतात, पण इतक्या लवकर सगळं ठरेल असं नव्हतं वाटलं'' – लाडवाचा घास गिळत चेहऱ्यावर हसू आणत रेहाना म्हणाली, ''अभिनंदन.''

''म्हणजे – तसा साखरपुडा नाही झालेला अजून – पण तू सर्वांत आधी त्यांना भेटावंस अशी माझी इच्छा होती.'' गणवेषातल्या माणसानं तिला अभिवादन केलं. ''अस्सलाम आलेकुम.'' त्याचं तोंड रबर बँडसारखं ताणलेलं होतं. किंचित वर फाटका ओठ शिवण्याच्या शस्त्रक्रियेची नीटनेटकी खूण होती.

''वालेकुम अस्सलाम.'' रेहाना उत्तरली. ''या या — आत या ना बसा.'' आता पुढे काय बोलावं ते तिला कळेनासंच झालं, म्हणून मग तिनं सरळ साध्या विषयाला हात घातला. ''फार आनंद वाटला तुम्ही आल्यानं.'' ''सिल्वी, तू इथे बस.'' मिसेस

चौधरीनं सूचना द्यायला सुरूवात केली. "आणि जावईबापू तुम्ही तिच्या शेजारी बसा." सिल्वी आणि गणवेषधारी सांगितल्याप्रमाणे बसली. "मुलगा मागच्या आठवड्यातच भेटायला आला." मिसेस चौधरी कुजबुजत म्हणाली. "बरोबर त्याची आई आणि मावशी होत्या. अगदी रुबाबदार आहे, नाही? फारसा बोलत नाही, पण मला वाटतं माझ्या लाजाळू सिल्वीसाठी योग्यच आहे जोडी. शोभेलशी आहेत दोघं आणि वर तो लेफ्टनंट आहे म्हणजे बघ." ती पुन्हा खुदखुदली आणि मघासारख्या लाटा तिच्या गळ्या-मानवेर, हनुवटीवर पसरत गेल्या.

ही बातमी सोहैलला कशी सांगायची याच्या विचारात रेहाना बुडली होती, तेवढ्यात सेनगुप्ता मंडळी बाग ओलांडून आली आणि दिवाणखान्याच्या काचेवर टकटक करायला लागली. त्यांचा मुलगा मिथुन पाय ओढत त्यांच्या मागून येत होता.

"हल्लो, आम्ही आहोत गं –"

"या या — आत या ना" थोडं लक्ष दुसरीकडे वळल्यानं रेहानाला थोडं सुटल्यासारखं झालं.

मिसेस सेनगुप्ता एक मोरपिशी रंगाची साडी नेसली होती. तिच्या बिनबाह्यांच्या पोलक्यातून तिचे काळेभोर चमकदार दंड दिसत होते. तिच्या नवऱ्यापेक्षा ती किमान तीन इंच तरी उंच होती आणि उंच टाचेच्या चपला घालून ती आपली ही उंची अधिकच नजरेत भरेल असं करत असे. शिवाय तिचे केसही तिच्या मानेच्या वळ्या उघड्या पडतील इतके लहान कापलेले असायचे. त्या वळ्या सोन्याच्या जाडजूड मंगळसूत्रानं सजलेल्या असायच्या. या दागिन्यामुळे दोन-तीन बाबी एकदम साध्य व्हायच्या – एक तिचं लग्न झालेलं आहे, दुसरं ती हिंदू आणि तिसरं म्हणजे ती श्रीमंतही आहे, या उलट तिचा नवरा एक स्थूल माणूस होता आणि तो सतत स्वत:चे लहानसे पंजे एकमेकांवर चोळत राहायचा.

"मिथुन, थोडं लिंबू सरबत पिणार का?" त्यांच्या मुलाकडे लक्ष वळवत रेहानाने विचारलं.

मिथुननं आपला उष्ण पंजा रेहानाच्या मनगटावर ठेवत म्हटलं, "मला चहा द्या, प्लीज, माझं डोकं दुखतंय."

"बेटा, तुला चहा प्यायची परवानगी आहे, असं मला वाटत नाही."

"नाहीये – बरोबर आहे." त्याची आई म्हणाली, "तुला झालंय तरी काय?"

"आज 'खास दिवस' आहे असं तूच म्हणाली होतीस."

"खरंय." रेहाना म्हणाली, "आज खास दिवस आहेच. ऑरेंज कोला देऊ का?" मिसेस चौधरी आपली खास बातमी मिसेस सेनगुप्ताला द्यायला लागली तशी रेहाना सरबत आणायला आत वळली.

स्वयंपाकघरात सोहैल आणि माया काकडी चिरत होती.

सोहैलला घराबाहेर कसं काढावं एवढाच विचार रेहानाच्या मनात होता, त्यापलीकडे तिला दुसरं काहीही सुचतच नव्हतं! अर्थात त्याला कधीतरी परत यावंच लागणार होतं म्हणा -पण ही बातमी त्याला हळुवारपणे सांगण्याचा, त्याला बसणारा धक्का थोडा तरी सौम्य करण्याचा एखादा मार्ग तोवर तिला सापडला असता. ''सोहैल,'' ती म्हणाली, ''अल्लाउद्दिनकडून थोडी मिठाई आणायची आहे रे.''

''पण आपण जिलबी वाढणार आहोत ना? ''

घसा साफ करत तिनं थोड्या हुकमी स्वरात म्हटलं, ''तेवढं पुरेसं होईल असं मला वाटत नाही.– तुला ठाऊक आहे ना - बिर्याणीनंतर लोक मिठाई किती आवडीनं खातात ते?''

''अगं, पण ते दुकान पार दुसऱ्या टोकाला आहे – एक तास लागेल मला जाऊन यायला –''

''काही हरकत नाही - लोक दुपारभर असतातच की. तू येशील वेळेवर परत.'' तिनं त्याच्या हातात काही नोटा दिल्या आणि म्हटलं, ''रिक्षा करून जा.'' तो थोडासा चिडूनच दिवाणखान्याकडे वळला, पण त्याला संशय मात्र कसलाच आला नव्हता. ''नको -मागच्याच दारानं जा. एकदा मिसेस चौधरीनं तुला पकडलं तर तासभर सोडणार नाही.'' खांदे उडवत तो स्वयंपाकघराच्या दारानं बाहेर निघून गेला. रेहाना अपराधी नजरेनं त्याच्याकडे बघत होती. मायाला फसवणं सोपं नव्हतं. ''काय चाललंय अम्मू?'' ठिपक्याठिपक्यांच्या तिच्या साडीचा घोळ पावलांभोवती आवरून घेऊन ती विळीवर काकडी चिरत बसली होती. सोहैल दूर गेला आहे याची खात्री करून घेण्यासाठी रेहानानं स्वयंपाकघराच्या खिडकीतून बाहेर डोकावून पाहिलं. ''सिल्वीचं लग्न ठरलंय.''

''काय?''

''हो ना गं ! अचानकच ठरलं म्हणे. मिसेस चौधरी मुलं बघतेय हे मला माहीत होतं – पण ती दोघं जेमतेम भेटलीयत गं!''

''आणि सिल्वी 'हो ' म्हणाली?'' मायाच्या हातातली काकडी आता जोरातच चिरली जायला लागली.

रेहानानं मान डोलावली.

''देवा ! माझा बिच्चारा भाऊ. आता आपण काय करायचं?''

''मला नाही माहीत - तो परत आला की त्यांची भेट होणार नाही इकडे जरा लक्ष ठेव.''

दिवाणखान्यामध्ये परतते तो रेहानाला मिसेस रहमान आणि मिसेस अक्रम दोघीही आलेल्या दिसल्या. त्या दोघी नेहमी एकमेकींच्या बरोबरच सगळीकडे जायच्या. शिवाय

दोघींचेही नवरे किंवा मुलं कधीच त्यांच्याबरोबर नसायची. दोघींच्याही चेहऱ्यावर सुटकेचे भाव असायचे आणि 'घरातून कसं बाहेर पडायला मिळत नाही' असे सुस्कारे त्या सोडत असायच्या. खोली भरायला लागलेली पाहून रेहानाला बरं वाटलं, त्यामुळेच तर सिल्वी आणि तिचा नियोजित नवरा यांच्याकडे टक लावून पाहणं तिला टाळता येत होतं, आणि आता सर्वांचेच लक्ष वेधून घ्यायला जेवण तयार होतं.

"जेवण तयार आहे," बिर्याणीचा जड ट्रे मधल्या टेबलावर ठेवत तिनं मोठ्यानं जाहीर केलं. बशा भरून द्यायला तिनं सुरुवात केली तसे सर्व पाहुणे टेबलाजवळ यायला लागले.

"आपल्या शेजारचं लग्न –" मिसेस अक्रम म्हणाली, "तूच पहिली असणार-काय मज्जा, नाही?"

रेहाना बशांमध्ये भरपूर बिर्याणी वाढत होती. "तुमची बशी इकडे द्या, मिस्टर सेनगुप्ता, आणखी थोडी बिर्याणी घ्यायलाच हवी." सेनगुप्ता कुटुंबासाठी रेहानानं खास शाकाहारी बिर्याणी बनवली होती.

"पुरे पुरे! तुमचे भाडेकरू तुम्हाला भिकेला लावतील हं अशानं" आपल्या बशीवर हात आडवा धरत सेनगुप्ता म्हणाले. "झाली की दहा वर्षं आता" रेहाना म्हणाली, "आता तरी तुम्ही स्वत:ला भाडेकरू म्हणणं बंद करायला हवं." आणखी बिर्याणी आणायला स्वयंपाकघराकडे जाता जाता रेहाना म्हणाली.

सिल्वी वाटेत रेंगाळत उभी होती. "यावर्षी फारच छान झालीये हं बिर्याणी, खालामोनी." ती नेहमी रेहानाला 'खालामोनी' असंच म्हणायची. - जणू काही मिसेस चौधरी आणि रेहाना सख्ख्या बहिणी असाव्यात तशी. सिल्वीचा वर्ण अजूनही अगदी फिकट असा होता, अर्थात तो वर्ण तिला शोभूनच दिसायचा, कारण तिचा वर्ण तसा पांढुरका नसता तर तिचे फिकटसर रंगाचे डोळे उठून दिसले नसते, पण त्या गोऱ्या पांढऱ्या वर्णामुळे तिच्या डोळ्यांमध्ये सूर्यप्रकाशाचं प्रतिबिंब पडलं की ते पांढऱ्या शुभ्र ठिपक्यांसारखे चमकायचे.

"थँक यू, खरं म्हणजे आज माझी थोडी घाईच झाली होती बिर्याणी बनवताना." रेहानाची नजर सिल्वीवर खिळली होती. तिला जो प्रश्न विचारता येत नव्हता त्याचं उत्तर जणू ती सिल्वीच्या नजरेत शोधत होती.

"मला नसतं ओळखता आलं – फारच स्वादिष्ट झालीये. सगळ्या ढाक्यामध्ये तुझीच बिर्याणी सर्वांत मस्त असते." सिल्वीची स्तुती स्वीकारत रेहानानं मान डोलावली. सिल्वीनं एकदा खाली स्वत:कडे बघितलं आणि गळ्यातला हार सरळ केला.

शांतता फारच लांबली. "मग? लग्न होणार तर आता तुझं." अखेरीस आवाजात प्रसन्नता आणण्याचा प्रयत्न करत रेहाना म्हणाली.

"हो – मी –- " सिल्वी चाचरत उत्तरली, "म्हणजे - माझ्या आईला खूप

काळजी वाटत होती. ती चिंता करत बसलेली मला पाहवत नाही. तिला हाय ब्लडप्रेशर आहे - तुला माहीतच आहे.''

''हो, ती चांगली आनंदात दिसतेय खरी.'' रेहाना म्हणाली, तिनं हातांची ओंजळ सिल्वीच्या चेहऱ्याभोवती धरत म्हटलं, ''तुझ्यामुळे ती आनंदात आहे गं!''

सोहैल मिठाई घेऊन परतला, तोपर्यंत सगळे पाहुणे मांडवामध्ये सावलीत पसरले होते. दरवाजाशीच रेहानानं त्याला थांबवण्याचा प्रयत्न केला, पण तिच्या हातात बशांची चळत होती आणि मिसेस चौधरी आधी त्याच्याजवळ पोहोचल्या.

''सोहैल!'' सोहैलचा दंड पकडत मिसेस चौधरी म्हणाल्या. ''होतास तरी कुठे तू? तुला एक बातमी द्यायचीय – सिल्वीचं लग्न ठरलं.''

सोहैलनं बोटांनी कपाळावरचे केस मागे केलेले रेहानानं बघितलं. मिठाईचा डबा धरलेला त्याचा दुसरा हात पुढे मागे हेलकावत होता.

''चल चल, त्याची ओळख करून देते – साबी, हा मिसेस हकचा मुलगा, सोहैल. सिल्वीचा बालपणीचा मित्र. लहानपणी कायम एकमेकांबरोबरच असायची दोघं -सोहैलबाबा, हे लेफ्टनंट साबीर मुस्तफा.''

''आमच्या कुटुंबामध्ये तुमचं स्वागत आहे.'' सोहैल म्हणाला.

''आभारी आहे.'' उभं राहून आपला गणवेश नीटनेटका करत साबीर उत्तरला.

''सोहैल, जान, मला जरा या बशा आत न्यायला मदत करतोस?'' रेहानानं त्याच्या हातात बशांची चळत देण्याचा प्रयत्न केला.

तिच्याकडे दुर्लक्ष करत तो म्हणाला, ''मला आत्ताच उद्याच्या क्रिकेटच्या मॅचची तिकिटं मिळालीयेत - पाकिस्तान विरुद्ध इंग्लंड एम. सी. सी.'' त्यानं खिशातली तिकिटं बाहेर काढून हवेत फलकावत म्हटलं, ''कुणाला यायचंय?''

''लेफ्टनंट, तुम्ही येणार का आमच्या बरोबर?''

''नाही हो, मला नाही जमणार - मी ड्युटीवर आहे उद्या.'' साबीरनं सांगितलं.

''सिल्वी? तू येणारेस?'' तिच्याकडे तिकिटं वळवत सोहैलनं विचारलं.

मध्ये घुसत मिसेस चौधरी म्हणाली, ''मला नाही वाटत तिला जमेलसं – अजून खूप तयारी करायचीये आम्हाला –''

''मी येते.'' मिसेस सेनगुप्ता खुषीत म्हणाली.''तुझी आईही येईल की; येशील ना रेहाना?''

''मी पण येणारेय. म्हणजे तसं पाहिलं तर तुला जागा नाहीचेय. सिल्वी.'' माया टोचून म्हणाली. ''पुन्हा केव्हा तरी–'' माया आणि रेहाना बाकीच्या सर्व बशा उचलत होत्या तेव्हा कमालीची शांतता पसरली होती. कोणीतरी काहीतरी बोलायला सुरुवात करेल, विषय बदलेल असं रेहानाला खूप वाटत होतं, पण कुणीच काही

बोलत नव्हतं. मिसेस रहमान आणि मिसेस अक्रमनं मिठाईचा डबा सर्वांमध्ये फिरवायला सुरुवात केली. शेवटी मिस्टर सेनगुप्तानं सर्वांचाच प्रिय विषय काढला - निवडणुका.

"विद्यार्थ्यांच्या आघाडीवर काय बातमी आहे, सोहैल?" त्यांनी विचारलं.

"काही सांगता येत नाही, काका," सोहैल म्हणाला. त्याची नजर बागभर भिरभिरत होती. "मुजीब निवडणूक जिंकले त्याला आता दोन महिने होत आलेत. आत्तापर्यंत नॅशनल असेंब्लीची बैठक व्हायला हवी होती आणि मुजीबना पंतप्रधान म्हणून घोषित करायला हवं होतं, पण ते टाळाटाळ करताहेत. काही विद्यार्थी मुजीबना आग्रह करताहेत अधिक कडक कृती करण्याचा." तो एकदम खूप थकलेला दिसायला लागला. त्याच्या शर्टाच्या बाह्या चुरगळलेल्या होत्या -जणू काही कोणीतरी त्याचे दंड धरून त्याला घट्ट मिठी मारली असावी.

"कडक कृती?"

"त्यांनी आपण स्वतंत्र असल्याचं घोषित करावं."

"पण आता ते निवडणूक जिंकलेयत –" मि. सेनगुप्ता म्हणाले, "आता त्यांच्या मागण्या पूर्ण होतीलच ना – "

"हो," सोहैल म्हणाला, "पण ते असेंब्लीची बैठक फार वेळा पुढे ढकलताहेत."

आता अगदी भाषण देण्याच्या तयारीत असल्यासारखा त्याचा चेहरा झाला. रेहानाला आपला चेहरा लालवटतोय असं वाटायला लागलं.

"मुजीब फार धूर्त राजकारणी आहे." मिसेस रहमान मध्येच उद्गारली. "आपल्याला ठाऊक नाही असं त्याला काहीतरी ठाऊक असणार."

"कदाचित अजूनही काही समजुतीच्या संवादाला जागा असेल." मि. सेनगुप्ता म्हणाले.

"समजूतदारपणा? काका माफ करा मला – पण भुट्टो आणि याह्याला समजुतीनं बोलणी करायचीयेत असं वाटतंय तुम्हाला?"

हे संभाषण इथेच संपवून सोहैल दुसरीकडे वळणार असं वाटत होतं, तेवढ्यात साबीरनं हात उंचावत म्हटलं, "तुम्हाला असं वाटतंय की हा आपण आपला देश बनवू शकू?" त्यानं टाकलेल्या गळाला सोहैल अडकणार असं रेहानाला वाटायला लागलं.

अडकलाच आणि तो... "तुम्हाला या देशाबद्दल काहीही माहिती असती तर तुम्हाला कळून आलं असतं की पश्चिम पाकिस्तान आपल्याला पिळून काढतोय. बहुतेक सगळा परदेशी पैसा आपण कमावतो.

आपण भात पिकवतो, आपण ताग बनवतो आणि तरीही आपल्या हाती काहीच पडत नाही. - ना शाळा - ना रुग्णालयं, ना सैन्य - आपण साली आपली भाषाही बोलू शकत नाही मोकळेपणानं."

याला साबीर काहीतरी आग्रही आणि स्पष्ट उत्तर देईल असं रेहानाला वाटलं.

त्याच्या सैनिक शिक्षणाने त्याला हे शिकवलंच असणार, पण आपल्या गणवेषावरच्या बटणांशी खेळत तो बाजूला वळला.

"वादळ -सायक्लोन – तरुण पोरा..." शांतता पसरवण्याचा प्रयत्न करत मि. सेनगुप्ता म्हणाले. "निसर्ग. आपण एका खोलगट भागामध्ये राहतोय. शिवाय दुर्दैव आहेच."

"उपासमारी काही देवानं निर्माण केलेली नाही. ती बेजबाबदार शासनकर्त्यांमुळे निर्माण होते." बोलताना सोहैल आपल्या कुडत्याचे हात दुमडत होता आणि पुन्हा उघडत होता. आता तो देशाचं भविष्य, ज्यूटचा पैसा आणि सायक्लोनबद्दल बोलायला सुरुवात करणार अशी रेहानाला भीती वाटायला लगली. पण श्वास संपला असावा असा तो दिसत होता. "हे जे शासन आहे आपल्याकडे ती आणीबाणी आहे." दमलेल्या आवाजात तो म्हणाला. "आता सर्वसंमती होणं अशक्यच आहे. मुजीबनी आपण स्वतंत्र झालो असं घोषित करायला हवं होतं."

रेहानानं ऑरेंज कोलाचे दोन क्रेट्स मागवले होते– त्यातल्या बाटल्या तिनं घाईघाईनं सर्वांना द्यायला सुरुवात केली; ही मेजवानी पुन्हा सुरळीत मार्गावर यायला हवी होती. सगळ्या पाहुण्यांनी सुटकेचा नि:श्वास टाकत सरबताचे घुटके घ्यायला सुरुवात केली. त्या लहानशा काचेच्या बाटल्यांची किणकिण व्हायला लागली. पाहुणेमंडळी स्ट्रॉनं सरबत पिता पिता किंचितसं हास्यही चेहऱ्यावर आणायला लागली. मार्च महिन्यातल्या गोडशा झुळकीने साड्या आणि कुडते फडफडायला लागले. मोठ्या वादळापूर्वी जशी सुन्न शांतता असते तशी ती संध्याकाळ पुन्हा आपल्या शांततेमध्ये परतली.

पत्तेमैत्रिणींनी बिर्याणी उचलून ठेवायला मदत करण्याची तयारी दाखवली. तिला खरं तर त्यांचा सहवास नकोच होता, पण त्यांनी हट्टच धरला आणि त्यांना विरोध करण्याएवढं बळ तिच्यापाशी नव्हतं. ती खूपच दमली होती.

"तुम्ही काही अन्न संपवलं नाहीत हं." उरलेल्या बिर्याणीच्या पातेल्याकडे बघत रेहानानं तक्रारीच्या सुरात म्हटलं.

"आता मला हे सगळं मशिदीत पाठवावं लागेल."

"माझ्यासाठी एक डबा भर ना!" मिसेस चौधरीनं म्हटलं, "तुला माहीत आहे - दुसऱ्या दिवशी कालची बिर्याणी मला किती आवडते ते!"

"मी आधीच तुमच्यासाठी वेगळी काढून ठेवलीये." तिच्यासमोर एक पुठ्ठ्याचा डबा धरत रेहाना म्हणाली. नजरेनंच त्या डब्याचा आकार मोजत यात आपली किती जेवणं होतील याचा अदमास मिसेस चौधरी घेतेय हे तिला कळलं. "आणि तरीही कितीतरी बिर्याणी उरलीये." ती म्हणाली. 'कदाचित यावर्षी माझी बिर्याणी फारशी चांगली झाली नसावी.' तिच्या मनात आलं.

“सोहैलच्या काही मित्रांना रात्री जेवायला बोलाव.” मिसेस रहमान म्हणाली. “सगळी बिर्याणी संपवायला त्यांना काहीच त्रास पडणार नाही.”

“तो विद्यार्थी चळवळीमध्ये एवढा गुंतलेला आहे याची मला कल्पना नव्हती हं.” रिकाम्या बाटल्या आणि ग्लासेस आवरता आवरता मिसेस अक्रम म्हणाली.

“नाहीचेय तो गुंतलेला.” काचेच्या बशांची एक भलीमोठी चळत कशीबशी वॉशबेसिनमध्ये ठेवत रेहाना उत्तरली.

“उलट तो त्याच्यापासून बाहेर राहाण्याचा प्रयत्न करतोय.” सर्वांत वरची बशी उचलून ती घासायला सुरुवात करत ती पुढे म्हणाली.

“चांगला रागावलेला वाटला पण मला हं तो.” मिसेस रहमान उद्‌गारली.

“काय आहे, तो तरुण आहे आणि डोक्यात अनेक कल्पना भरल्यायत.” रेहानाला उगाचच त्याचा बचाव करत असल्यासारखं वाटलं. या बायकांना सगळंच अनाकलनीय होतं. मिसेस अक्रमची मुलं अजून शाळेत होती, मिसेस रहमानच्या तीनही मुलांची लग्नं होऊन ती सुखासमाधानानं संसाराला लागली होती आणि सिल्वी आईच्या मुठीतून बाहेर पडणं शक्यच नव्हतं. या सर्व मुलांच्या तुलनेनं तिची स्वत:ची मुलं थोडी भडक माथ्याची वाटायची हे तर खरंच. “हा सगळा ना वातावरणाचा दोष आहे, असेंब्ली पुढे ढकलली जातेय ही चर्चा, – विद्यार्थी अस्वस्थ व्हायला लागलेत ना त्यामुळे, निवडणुका झाल्या असल्या तरी त्यांचे निकाल मान्य करण्यात येतील की नाही याची शंका वाटतेय त्यांना.”

“मला तरी तो चांगलाच गुंतलेला वाटला -” मिसेस रहमान आग्रहानं म्हणाली, “आणि तुझी माया देखील ‘छात्रा लीग’मध्ये आहे, हो ना?”

मिसेस चौधरी रेहानाच्या मदतीला धावली, “तिचं म्हणणं असं आहे – तो पोरगा मुलींच्या मागे मागे करण्यात वेळ का घालवत नाही हे करण्यापेक्षा?”

स्वयंपाकघरात एकदम शांतता पसरली.

मागे वळत रेहानानं मिसेस चौधरीच्या डोळ्यात डोळा भिडवला, “काय?” तिनं विचारलं, “काय?”

कुणीच उत्तर दिलं नाही. तिनं काहीतरी बोलावं म्हणून सगळ्या गप्प होत्या. हे रेहानाला जाणवलं. तिनं काहीतरी बोलण्याचा प्रयत्न केला, पण तिला काय बोलावं तेच सुचेना.

मिसेस रहमाननं त्या अवघडलेल्या शांततेचा भंग करत म्हटलं, “तुला अजून माहीतच नाहीये का?”

“काय?”

अजूनही हे संभाषण थांबवता आलं तर पाहावं असं रेहानाला फार वाटत होतं,

पण खोलीकडे पाठ करून उभं राहून तिचे हात बशांवरून साबणाचा स्पंज फिरवतच राहिले. बोलू दे त्यांना एकदाचं सगळं.

''सोहैलचं तुझ्या मुलीवर प्रेम आहे.'' मिसेस रहमानचे शब्द तिच्या कानावर पडले.

''ओ ओ ओ,'' मिसेस चौधरी हसत म्हणाली, ''ते होय? वेड्यासारखं काहीतरी बोलू नकोस. तो तर एक पोरकटपणाच होता.''

रेहाना हातातला स्पंज गोल गोल फिरवतच राहिली. दुसरं कुणीच काही बोललं नाही. यावर 'आपण काहीतरी बोलू' या अपेक्षेने सर्वांचे श्वास रोखले गेले आहेत आणि ते आपल्याला ऐकू येताहेत असं रेहानाला वाटलं, पण भूत लागल्यासारखे तिचे हात बशीवर गोल गोल फिरतच राहिले. सिंकमधल्या पाण्यावर बिर्याणीचे शेंदरी रंगाचे तांदुळाचे कण पाकळ्यांसारखे तरंगत होते - त्यांच्यावर तिची नजर खिळूनच राहिली.

''ठीक आहे.'' अखेरीस मोठा आवाज करत उभं राहात मिसेस चौधरी म्हणाली, ''मला नव्हतं माहीत. ती मुलगीसुद्धा माझ्याजवळ काही बोलली नाही.''

''तुलासुद्धा काही कल्पना नव्हती?'' मिसेस रहमाननं विचारलं.

''अर्थातच मला काहीही कल्पना नव्हती.''

त्याच वेळी त्यांना स्वयंपाकघराकडे घाईघाईनं धावत येणाऱ्या पावलांचा जोरदार आवाज ऐकू आला.

''अम्मू.''

माया होती.

धावत आल्यामुळे तिचा चेहरा लाल झाला होता आणि धापही लागली होती. मोठे श्वास घेत ती म्हणाली, ''भय्या डोकं हातात धरून बागेत नुसता बसून राहिलाय बघ.''

''सरबत – त्याला लिंबाचं सरबत द्यायला हवं.'' रेहानानं एक स्वच्छ ग्लास तिच्या मुलीच्या हातात देत म्हटलं,

''फ्रिजमधून थोडं सरबत ओतून घे बरं.''

स्वयंपाकघरामध्ये काहीतरी वेगळं घडतं आहे याचा मायाला सुगावा लागला असावा, कारण आईचं सांगणं मुकाट्यानं ऐकून घेऊन ती चपला फटफटावत धावतच निघून गेली.

''रेहाना,'' मिसेस चौधरी म्हणाली, ''माझ्यावर विश्वास ठेव. मला खरोखरच हे माहीत नव्हतं.''

सिंककडे वळत रेहानानं पुढची बशी उचलली.

''तिनं मला काहीही सांगितलं नाही.'' मिसेस अक्रम उद्गारली, आणि तो अजून किती लहान आहे -विद्यार्थी -असा विचार करणंसुद्धा वेडेपणाचंच –

''म्हणजे तुला माहीत होतं तर.'' मिसेस अक्रम उद्गारली.

“नाही -मला माहीत नव्हतं.” मिसेस चौधरी आपल्याजवळ येते आहे हे रेहानाला जाणवलं. “रेहानालही पटलंय ते – हो ना गं बाई – वेडेपणाच होईल हे? तिनं आपल्या मुलाला समजावलं असेल - नक्की - मला खात्री आहे.” रेहानानं आवंढा गिळला. “हो तर, तुमचं बरोबरच आहे.” आता तिच्या हाती होतं तरी काय? तिच्या लेकाला मान खाली घालायला लागण्यापासून वाचवण्याशिवाय?

“बघा -तिलाही पटलंय ते.”

मिसेस रहमाननं मान हलवत बिर्याणी शिजवलेल्या भल्या मोठ्या पातेल्यामधून उरलेली बिर्याणी बाहेर काढायला सुरुवात केली. स्वयंपाकघरात बिर्याणीचा घमघमाट कोंदला. खोली एकदम लहान झाली, दुपारची गरमी, भुणभुण करणारा बल्ब आणि मिसेस चौधरीचे मोठे मोठे नि:श्वास यांनी भरून गेली.

“हा एवढा सगळा गोंधळ कशासाठी चाललाय तेच मला कळत नाहीये– ती दोघं प्रेमात – छे छे! ती या बाबतीत सीरीयस असणं शक्यच नाहीये...”

हातातली बशी धुवून बाजूला ठेवून रेहानानं दुसरी बशी घासायला घेतली. ही बशी जगातली सर्वांत स्वच्छ बशी असणार –तिच्या मनात आलं. मिसेस अक्रमनं बशी उचलली आणि साडीच्या पदरानं ती पुसली.

“तो राजकारणात फारच गुंतला आहे, तो नाही चांगला नवरा बनू शकणार – आणि शिवाय तो तिच्यापेक्षा लहानही आहे.”

रेहानाला आता हे संभाषण सहन होईनासं झालं. “प्लीज, मिसेस चौधरी तुम्ही काही काळजी करू नका - एक साधा गैरसमज होता तो –”

“हो हो तसंच होतं ते..” मिसेस चौधरी समाधानानं म्हणाली. “सिल्वीवर कुणीही जबरदस्ती केलेली नाहीये.” एकदम मागे वळत ती म्हणाली. “मी थकलेय खूप; जाते गं – गुडनाईट एव्हरीवन – खुदा हाफिझ.” ती घाईघाईनं खोलीबाहेर पडली. जाता जाता लोणच्याच्या रिकाम्या बाटल्यांना एक जोरदार धक्काही लागला तिचा.

मिसेस रहमान कोपरापर्यंत पातेल्यात बुडली होती.. ‘रेहाना, सॉरी गं..’ तिनं बोलायला सुरुवात केली.

“आपण या विषयावर नकोच बोलूया आता.”

रेहाना हेच बोलेल याची खात्री असल्यासारखं मिसेस अक्रम आणि मिसेस रहमाननी एकमेकींकडे पाहिलं.

“तू बोलू नकोस याबद्दल, पण हे चांगलं नाही झालं.”

“प्लीज” ओठ चावत रेहाना उद्गारली. साबणानं तिची बोटं निसरडी झाली होती. तिनं हातातली बशी आणखीनच घट्ट धरली. “मी आता आवरीन उरलेलं, मुलं मदत करतील – तुम्हाला आता आणखी नाही थांबवत मी; उशीर बराच झालाय!” गालावर खाज उठत होती तिथं तिनं पालथा हात घासला.

“चल निघूया.” मिसेस अक्रम म्हणाली. मिसेस अक्रमचा हात बिर्याणीच्या बशीतून बाहेर ओढत ती म्हणाली, “चल.”

नंतर –मुलं झोपी गेल्यावर रेहाना मच्छरदाणीत शिरली आणि तिनं पांघरूण गळ्यापर्यंत ओढून घेतलं. थोडा वेळ ती सिल्वी प्रकरणावर घुटमळली. यामध्ये ‘आपल्याला काही करता आलं असतं का’ हा विचार तिच्या मनातून जात नव्हता. सबंध संध्याकाळभर सोहैलनं तिला टाळलं होतं आणि आत्ताही चहा न पिताच तो झोपायला निघून गेला होता. ‘गुड नाईट’ म्हणतानाही त्याच्या चेहऱ्यावर तिच्यावर आरोप करणारी मुरड होती असं तिला वाटलं होतं.

‘तो नाही चांगला नवरा बनू शकणार. राजकारणामध्ये फारच गुंतलेला आहे तो.’ मिसेस चौधरीचे शब्द तिच्या कानात घुमत होते. हा शेरा तिला बोचला होता, कारण बहुतेक तो खरा होता. अलीकडे मुलांना या चळवळीखेरीज दुसरं काही सुचतच नव्हतं. सोहैलनं विद्यापीठामध्ये प्रवेश घेतला तेव्हापासूनच हे सुरू झालं होतं. १९४८ पासून पाकिस्तानी सरकारनं आपल्या देशाचा पूर्व भाग हा आपली एखादी वसाहत असावी तसा वापरला होता. प्रथम त्यांनी सर्वांना बंगाली भाषेऐवजी उर्दूमध्ये बोलण्याची सक्ती करण्याचा प्रयत्न केला होता. बंगालमध्ये उत्पन्न होणारा ज्यूटचा पैसा त्यांनी कराची आणि इस्लामाबादच्या कारखान्यांसाठी उचलून नेला होता. एकापाठोपाठ एक जनरल नुसती वचनं देत होते – जी पाळण्याची त्यांची मुळातच इच्छा नव्हती. अगदी प्रारंभापासूनच ढाका विद्यापीठातले सर्व विद्यार्थी या चळवळीशी जोडले गेलेले होते, त्यामुळे सोहैल आणि मायादेखील त्यात ओढले गेले, यात काहीच नवल नव्हतं. रेहानाला सुद्धा त्यामागचं तर्कशास्त्र समजत होतं. भारताच्या दोन बाजूंना शिंगासारखे दोन भाग असलेला देश एकत्रित ठेवण्यात काय अर्थ होता?

परंतु १९७०मध्ये जेव्हा चक्र वादळ आलं तेव्हा साऱ्याच गोष्टी एकदम स्वच्छ झाल्या. सोहैल आणि माया मदतकार्यावरून परत आली तो दिवस रेहानाला चांगला आठवत होता - अन्नाचे ट्रक्स येण्याची वाटत बघत कसं थांबावं लागलं -पाणी चढत असताना, प्रेतं किनाऱ्यावर वाहून येत असताना कसं असाहाय्यतेनं बघत राहावं लागलं होतं आणि मग ते ट्रक्स येणारच नाहीत, कारण ते पाठवले गेलेलेच नाहीत, हे भयंकर सत्य जाणवल्यावर वाटलेली भयानक भीती हे सर्व सांगताना त्यांचे लाल झालेले डोळे – रेहानाला सगळं आठवत होतं.

दुसऱ्याच दिवशी माया विद्यार्थ्यांच्या कम्युनिस्ट पक्षामध्ये सभासद झाली होती. चक्री वादळाच्या बळींसाठी तिनं स्वत:चे सर्व कपडे दान करून टाकले आणि फक्त पांढऱ्या साड्या नेसायला सुरुवात केली होती. लेकीच्या अंगावर त्या पांढऱ्या

साड्या बघणं रेहानाला अगदी आवडत नव्हतं, पण ते मायाच्या लक्षातही आलं नव्हतं. पक्षश्रेष्ठींनी मांडलेली प्रत्येक कल्पना ती साखर गिळावी तशी आनंदानं गिळत होती. तिनं स्वत: एखादी प्राचीन भाषा शोधून काढली असावी अशा थाटात ती 'उठाव' 'क्रांती' असे शब्द जिभेवर खेळवत असे.

सोहैलबद्दल बोलायचं तर तो एक चांगला प्रभावशाली नेता बनू शकला असता, पण त्याने कोणत्याही चळवळीत सामील होण्याचं नाकारलं होतं. त्याचं म्हणणं होतं, की तो एका पक्षाकडे किंवा दुसऱ्याकडे असा झुकू शकत नाही... निरनिराळ्या कम्युनिस्ट पक्षांमधील मतभेदांचा त्याच्यावर काहीही परिणाम होत नव्हता. पेकिंगच्या बाजूला झुकलेले किंवा मॉस्कोकडे वळलेले, माओचे अनुयायी किंवा माओला शिव्या देणारे, मार्क्सिस्ट्स लेनिनिस्ट्स किंवा स्टालिनिस्ट्स, बोल्शेविस्ट्स – कुणाचाच त्याच्यावर परिणाम होत नसे. ही कदाचित एक समस्या बनली असती, पण सोहैल मित्र मिळवायचा आणि कुणालाही लागेलसं बोलायचा नाही. अगदी लोकप्रिय होता तो – सर्वांचं त्याच्यावर प्रेम होतं. मुल्ला आणि वाईट वागणारे, कम्युनिस्ट्स आणि गुंड लोक आणि वाया गेलेले, कला शाखेचे प्राध्यापक आणि शास्त्र शाखेचे प्राध्यापक, शास्त्रज्ञ, अभियंते, चित्रकार, पुराणवस्तु संशोधक, मुलगे आणि मुली – विशेषत: सोहैलचं बैठकांना गैरहजर राहणं कदाचित त्याच्या विद्यार्थीमित्रांना एक वेळ द्रोहाचं वाटलं असतं, पणं त्याला ओळखणाऱ्या कोणालाही या मागण्यांबद्दलच्या त्याच्या प्रामाणिकपणाविषयी संशय येणं शक्य नव्हतं. सोहैलचं बंगालवर प्रेम होतं. कदाचित त्याच्या आईकडून त्याला उर्दू काव्याचं वेड वारशानं मिळालं असेलही, पण सर्वच बंगाली गोष्टींबद्दल त्याला असलेलं प्रेम हे काही वेगळंच होतं. नदीच्या मुखाजवळची ती सरकती फिरती दलदल, त्याच नदीमध्ये मिळणारे स्वच्छ लुकडे मासे, भाताच्या शेतांची चमकदार हिरवाई आणि सपाट प्रदेशावर अथांग पसरलेल्या आभाळाची दुखरी निळाई...!

तो देखणा आहे म्हणून एवढा लोकप्रिय आहे असं काही लोक म्हणत असत, पण रेहानाला मात्र खात्री होती की त्याचा सौम्य कुजबुजता आवाज आणि त्याची बोलण्याची पद्धत हीच त्याच्या लोकप्रियतेची कारणं आहेत. शिवाय तो नेहमीच आपले हात पाठीशी बांधून नम्रतेनं उभा असायचा. त्याची नजर तो ज्या व्यक्तिशी बोलत असायचा तिच्या नजरेवर खिळलेली असायची आणि या साऱ्याचा परिणाम समोरच्याला मंत्रमुग्ध करून त्याच्या गारुडामध्ये फसवून ठेवण्यात व्हायचा. रोज दुपारी तो मधूच्या कँटीनमधल्या प्रचंड अशा वडाच्या झाडाखाली आपल्या मित्रांना भेटायला जायचा, तेव्हा थेट कर्झन हॉलपासून ते मधूच्या कँटीनपर्यंत त्याच्या मागे मुलींचा तांडा असायचा. त्या वृक्षाखाली ढाक्यातल्या प्रत्येक महत्त्वाच्या विद्यार्थी चळवळीचा जन्म झालेला होता.

पण सोहैलचं सिल्वीवर प्रेम होतं. त्याचे वडील वारले त्या उन्हाळ्यात 'क्लिओपात्रा' बघायला सिल्वीही त्यांच्याबरोबर होती आणि तेव्हापासूनच तो तिच्यावर प्रेम करत होता. लाहोरहून तो परत आला आणि त्यानी 'रोमन हॉलिडे'मध्ये ऑड्री हेप्बर्नला बघितलं, तेव्हाही तो तिच्यावर प्रेम करतच होता. ती शाळेत जात होती, तिचा गणवेश राखाडी आणि निळा होता आणि हजेरीचा क्रमांक ३३ होता. शाळेच्या गणवेषाच्या दुपट्ट्याला पुढे ढकलत तिची छाती उंचावायला लागली, तेव्हाही तो तिच्यावर प्रेम करत होता; मग त्याला काव्याचा शोध लागला आणि ती त्याला निळ्या शाईने काढलेल्या ओठांच्या ठशांनी बंद केलेल्या पाकिटांमधून पत्रं पाठवायला लागली. विद्यापीठामधून एकत्र रिक्षामध्ये बसून ती दोघं परत यायला लागली, तेव्हा रस्त्यातल्या खड्ड्यांमुळे त्यांचे गुडघे एकमेकांवर आपटायचे, तेव्हाही तो तिच्यावर प्रेम करत होताच, तिनं कुराण वाचायला सुरुवात केली, तेव्हाही तो तिच्यावर प्रेम करतच होता. आपल्या आईच्या इच्छेनुसार लग्न करायला तिनं होकार दिला आणि त्यानं पेन्सिलच्या मागच्या रबरी टोकानं तिच्या खोलीच्या खिडकीवर हलकेच टकटक केलं आणि तिनं खिडक उघडायला नकार दिला तेव्हाही तो तिच्यावर प्रेम करतच होता.

होय, बहुतेक हे खरंच होतं. तो अजून एक विद्यार्थी होता आणि लहानही होता. या पहिल्यावहिल्या प्रेमभंगामधून सावरेल तो लवकरच. पुरुष सावरतातच. असो! तरीही आजची पार्टी फारशी यशस्वी झाली असं काही म्हणता येणार नाही, रेहानाच्या मनात आलं. मुलं परत येण्याच्या दिवसाचा तो उत्सव असायला हवा होता. दहा वर्षापूर्वी ती त्यांना घेऊन परत आली त्या दिवसाचा उत्सव.

अंधारात बिछान्यावर पडल्या पडल्या तिच्या डोळ्यांसमोरून एखाद्या जुन्या चित्रपटाच्या गंजलेल्या रिळासारखी दृश्यं फिरायला लागली. कटकट आवाज होत होत, पण सर्व प्रतिमा अगदी स्वच्छ आणि पूर्वीइतक्याच प्रभावी होत्या. आजच्या सर्व दिवसाच्या कर्मकांडाचा हा अखेरचा भाग होता – भूतकाळाची संपूर्ण आठवण – सारा लेखाजोखा मांडण्याचा एक प्रयत्न....

पहिल्याप्रथम रेहानानं इक्बालची लाडकी वॉक्झॉल विकून टाकली होती. मिसेस अक्रमनं ती गाडी विकत घेण्यासाठी आपल्या नवऱ्याचं मन वळवलं होतं. ''ती कार आम्हाला वीक.'' ती म्हणाली होती.

''अगदी नव्यासारखीच तर आहे. माझा नवरा तिच्याकडे बघत असतो हे मी पाह्यलंय. तुला एक हजार द्यायला त्याला भाग पाडू शकते मी.'' सुरुवातीला रेहानानं 'नाही'च म्हटलं होतं, पण वकिलाची फी दिल्यानंतर तिच्याकडे बरोबर २५० रुपये शिल्लक राहिले होते. तिनं होकार दिला होता. ''उद्या सकाळी मी

बाजारात जाईन तेव्हा गाडी घेऊन जायला तुझ्या नवऱ्याला सांग.'' तिनं मिसेस अक्रमला सांगितलं होतं., ''मला ती नेताना बघायचं नाहीये.'' दुपारी ती परतली तेव्हा गाडी गेलेली होती. ती उभी असायची त्या जागी फक्त एक तेलाचा डाग शिल्लक होता, आणि तिच्या चाकांच्या स्वच्छ खुणा.

वॉक्झॉल विकून तिच्याजवळ एक हजार रुपये आले. मुलांना परत आणण्यासाठी, त्यांचे कपडेलत्ते, गणवेष, रिबनी यांना तेवढे पुरेसे नव्हतेच. तिनं आपले सगळे दागिने गहाण टाकले. - सूर्याच्या आकाराचं पदक आणि तशीच कर्णभूषणं, माणकाची अंगठी आणि काही सोनसाखळ्या. तिनं बेरीज केली –२,६५२ रुपये –हेही पुरेसे नाहीत; मग तिनं तिच्या ड्रेसिंग टेबलावरची मोठ्या आरशाची कोरीवकाम केलेली चौकट विकली. तिच्या वडिलांनी तिच्या लग्नात वेलिंग्टन हाऊसमधली ही वस्तू एका बैलगाडीवर घालून पाठवली होती. सोबत त्यांची एक चिठ्ठीही होती, 'हे एवढंच मी वाचवू शकलो आहे, मला माफ कर.' त्या आरशाकडं पाहिलं की तिला नेहमी तिच्या वडिलांच्या अखेरच्या दिवसांची आठवण व्हायची. कलकत्त्यामधल्या त्या भल्या थोरल्या हवेलीमध्ये रिकाम्या खोल्यांमध्ये फिरत राहिलेले - त्यांच्या पराभवाची नोंदच जणू करत असलेले... आवाज करणारी त्यांची पावलं, गाड्या भरभरून त्यांच्या धनकोंकडे नेल्या जाणाऱ्या त्यांच्या हवेलीतल्या वस्तू - सोनं किंवा जमिनी.

मग मिसेस चौधरीला ती कल्पना सुचली.

रेहानाने एक वास्तुविशारद नेमला. न्यायालयाचा निकाल लागून दोन महिने उलटले होते. मे महिना उजाडला होता. रेहानाची विनंती एवढीच होती की जेवढं मोठं बांधता येईल तेवढं मोठं घर बांधा. प्रशस्त बांधा. कामगार जुलैमध्ये आले आणि त्यांनी पाया खोदायला सुरुवात केली. उन्हाळ्याच्या त्या भयानक गरमीमध्ये त्यांच्या काळ्याभोर पाठी मोत्यांसारख्या दिसायच्या. त्या खड्ड्यामधे त्यांनी सिमेंट ओतलं. इमारतीला आधार हवा म्हणून पोलादी खांब उभारले. भिंती बांधण्यासाठी लाकडी पराती बांधल्या, पण ऑगस्ट उजाडेतो पैसे संपून गेलेले होते.

ती कर्ज मागण्यासाठी एका बँकेकडे गेली. प्रथम तिने हबीब बँकेकडे प्रयत्न केला, त्यानंतर युनायटेड आणि नॅशनल बँक. तिला कोणी जामीनदार नव्हता. तिची जमीन ती गहाण ठेवू शकेल, त्यांनी सुचवलं. तिला जमीन गहाण ठेवायची नव्हती, मग एक गोल, तेलकट चेहऱ्याचा माणूस 'हो' म्हणाला. एका इमारतीच्या पाठीमागच्या बाजूला असलेल्या त्याच्या कचेरीत रेहानाला घेऊन गेला. त्यानं जेव्हा स्वत:चा हात तिच्या कोपरावर एखाद्या प्रश्नचिन्हासारखा ठेवला - ती कदाचित त्याला 'हो' म्हणालीही असती, पण तो जवळ आला तेव्हा त्याचा आमटीच्या वासानं दाटलेला श्वास तिच्या नाकात शिरला आणि सिगरेट ओढल्याने त्याच्या

दातांवर पडलेले तपकिरी खड्डे तिला दिसले तेव्हा ती धावतच त्या खोलीतून बाहेर पडली. कागदपत्रांवर सही करण्यासाठी आणलेलं हिरवं धातूचं पेन तिच्या हातात तसंच घट्ट पकडलेलं होतं. - त्या पेनच्या मागच्या बाजूला लोखंडी लेटर ओपनर होतं... अनेक महिने गेले. सिमेंटच्या पायाच्या बांधकामावर खुरटं शेवाळ धरलं, सप्टेंबर -ऑक्टोबर. पावसाळ्यानं सगळं धुवून काढलं. विटांची वाळू करून टाकली. सिमेंटच्या पोत्यांच्या विटा झाल्या. त्या इमारतीची नक्षीदार जमीन जिथे असणार होती तिथे एक कुबट, तुंबलेलं तळं निर्माण झालं. त्या डबक्याच्या काठाशी उभं राहून रेहाना त्यात शाईच्या रेघांसारखी पोहणारी बेडकांची पिल्लं, गंजलेल्या लोखंडी कांब्यांना गुंडाळून घेऊन हवेतले डास खात राहिलेले बागेतले लुकडे साप बघत राहायची.

आणि मग तिला पैसा सापडला. नक्की कसा ते मात्र तिनं इतक वर्षं जपलेलं एक गुपित होतं, कारण तिनं काय केलं, मुलांना परत आणण्यासाठी ती कोणत्या थराला जाऊ शकली होती, हे तिला कायम लक्षात ठेवायचं होतं आणि शिवाय या कृत्याचं ओझं तिचं एकटीचंच असणं योग्य होतं हेही तिला चांगलंच ठाऊक होतं. त्यानंतर मात्र ती इमारत आपल्या आपणच वाढत गेल्यासारखी वाढली. वर्ष संपता संपता भिंती उभ्या राहिल्या. दोन महिन्यांनंतर त्यांचा गिलावा तुळतुळीत झालेला होता. मार्चअखेरीस कडक उन्हाळ्यानं निळा राखाडी रंग नीट सुकवला. मोठ्या दरवाजाच्या बांधकामाच्या वेळी रेहानानं एक शिसवी फळी जपून ठेवली होती. तिचा सुतार अब्दुल त्यावर अक्षरं कोरत होता ते बघत रेहाना उभी होती. 'शोना' ती म्हणाली. त्यानं विचारलं, "तुमच्या आईचं नाव का?" "नाही! फक्त या घराचं नाव." तिनं उत्तर दिलं. जे काही तिनं आजवर गमावलं होतं आणि पुन्हा ते गमावण्याची तिची अजिबात इच्छा नव्हती. ते सारं 'शोना.'

रेहानानं पाकिस्तान ऑब्झर्व्हरमध्ये दिलेल्या जाहिरातीला मिस्टर आणि मिसेस सेनगुप्तांनी उत्तर दिलं होते. 'नवा कोरा करकरीत बंगला-धनमंडीमध्ये चार बेडरूम्स, दिवाणखाना, जेवणघर, स्वयंपाकघर, मोठी हिरवळ, सहा महिन्यांचे भाडे आगाऊ देणे आवश्यक.'

मि. सेनगुप्तांचे सिल्हेटमध्ये चहाचे मळे होते. ते आठवडेच्या आठवडे बाहेरगावी असत. रेहानाने त्यांच्या तरुण पत्नीकडे लक्ष दिले तर ते तिचे ऋणी राहणार होते. त्यांचं लग्न होऊन काही महिनेच झाले होते. त्यांच्या पत्नीला चांगले शेजारी मिळतील, चांगल्या मैत्रिणी मिळतील. अशाच एखाद्या घराच्या शोधात ती दोघं होती.

सुप्रिया सेनगुप्ताकडे फारसं लक्ष देण्याची गरज दिसत नव्हती. ती एक कादंबरी लिहितेय असं तिनं रेहानाला सांगितलं. तिला अगदी रोयेया सखावत होसैनसारखं व्हायचं होतं. रेहानानं 'सुलतानाज ड्रीम' वाचलंय का? असंही तिनं विचारलं.

रेहानानं 'सुलतानाज ड्रीम' वाचलेलं नव्हतं, तरी तिनं मान डोलावली आणि सहा महिन्यांचं भाडं आगाऊ देण्याच्या अटीची आठवण करून दिली. मि. सेनगुप्तानी एक तपकिरी रंगाच्या लिफाफ्यात घालून पैसे रेहानाच्या हातात ठेवले. तिनं त्यांच्या हातात किल्ल्यांचा एक जुडगा ठेवला. दुसऱ्याच दिवशी तिनं न्यायाधीशांची भेट घेतली. न्यायालयाचा आदेश हातात घट्ट धरूनच तिनं स्वत:ची बॅग भरली, दुसऱ्या दिवशी पहाटे पी.आय.ए.च्या विमानाने ती मुलांची सुटका करण्यासाठी निघाली.

मुलांची झालेली भेट तिला जशीच्या तशी आठवत होती. ती दोघं हिरवळीवर हुला हुप खेळत होती. त्यांचे वर्ण काळवंडले होते आणि पाय लांब झाले होते. त्यांना बघताक्षणी तिचं हृदय थांबलंच होतं. आता तब्बल दहा वर्षांनंतरही एखाद्या क्षणी ती त्या क्षणार्धामध्ये गोठून जात असे. मुलं दिसणं, त्यांना परत मिळवण्यात यशस्वी होणं, त्यांना घरी परत आणणं आणि पुन्हा एकदा त्यांची आई होणं या सर्वांबद्दल वाटणारा अविश्वास जागा होत असे.

हे सगळं असंच घडलं होतं. रेहानानं स्वत:लाच ही कहाणी सांगून पूर्ण केली आणि गालांवरचे अश्रू वाळण्याची वाट बघत ती पडून राहिली.

*

ते आघाडीवर होते हे एक आश्चर्यच होतं.

स्वत:चं पहिलं अर्धशतक पूर्ण करण्यासाठी स्टंप्स ओलांडून पुढे जाताना अझमत राणाचे गुडघे खूप उंच जात होते आणि त्याच्या पावलांभोवती धूळ उडत होती. त्याचं ते अर्धशतक पूर्ण झालं आणि प्रेक्षकांमध्ये गदारोळ उठला. लोक उठून उभे राहून किंचाळू लागले, पाय आपटू लागले, बरोबर आणलेले साधेसुधे डफ वाजवू लागले. हे सारं करत असतानाच त्यांच्या तोंडून 'जॉय बांग्ला' 'जॉय बांग्ला' 'जॉय बांग्ला' चा घोष चालूच होता. त्याचं दुसरं अर्धशतक पुरं झालं, तेव्हा तर आवाज इतका वाढला की समालोचकाचा आवाज पार बुडूनच गेला. हवेत एक विलक्षण चैतन्य आणि विजयाचा आनंद भरून गेला होता. बरोबर खाण्यापिण्याचं सामान घेऊन आलेल्या कुटुंबांनी तो लांबटगोल स्टेडियम खचाखच भरून गेला होता. हातामध्ये खमंग चिवड्याचे शंकू घेऊन आलेली ही माणसं टाळ्या वाजवण्यासाठी, सूर्याच्या तापानं माथी तापवून घेण्यासाठी आणि चमचमत्या उन्हामध्ये डोळे बारीक करकरून त्यांची दैवतं खेळताना बघण्यासाठी आलेली होती.

रेहानानं चिकन सँडविचेस बनवली होती. तिनं तो कागदी पुडा उघडला आणि पुढच्या रांगेत आपला मित्र आरेफ आणि आरेफचा भाऊ जॉय यांच्याबरोबर बसलेल्या सोहैलच्या हातात दिला. एक घास घेत सोहैल उद्गारला, "मस्त आहेत."

तिच्याकडे बघत त्यानं एक किंचितसं स्मित केलं आणि तो पुडा मित्रांकडे सुपूर्द केला. रेहाना, माया आणि मिसेस सेनगुप्ता एकत्र बसल्या होत्या. ''लग्नाची तारीख ठरवलीये का त्यांनी?'' मिसेस सेनगुप्तांनी विचारलं.

''नाही.'' रेहाना पुटपुटली.

''ती किती लहान आहे!'' डोळ्यावरचा काळा चष्मा वर केसांवर सरकवत मिसेस सेनगुप्ता म्हणाली. ''घाई काय आहे?''

खरं म्हणजे रेहानालाही ही गोष्ट मान्य होती, पण मिसेस सेनगुप्ताचं कोपर दाबत ती म्हणाली ''काहीतरी प्यायला घेऊ.''

सोहैलनं सरबत विकणाऱ्या मुलाला हात केला. ''लेमोनेड कुणाला हवंय आणि ऑरेन्ज कुणाला?''

त्यानं वर झालेले हात मोजले आणि स्वत:च्या खिशात हात घातला.

''नाही, नाही प्लीज, माझा आग्रहच आहे.'' हात पुढे करत मिसेस सेनगुप्ता म्हणाली.

''ओ - ठीक आहे.'' सोहैल म्हणाला आणि खाली बसला. आता सगळे प्रेक्षक हातबीत उंचावून आरडाओरडा करायला लागले होते. रेहानाला नीट दिसत नव्हतं. अझमत खेळपट्टीवर असेपर्यंत रेहानाला त्याच्याकडे नीट बघून घ्यायचं होतं, म्हणून मग ती बाकावर चढून उभी राहिली आणि डोळ्यांवर आडवा हात धरून समोर पसरलेल्या काळ्याभोर डोक्यांच्यावरून समोर पाहायला लागली. सगळीकडे नुसता हैदोस उठला होता. तिच्या अगदी खोल पावलांमध्ये हास्याची एक लकेर उठली आणि तिच्या पायांवरून वर वर चढत आली. तोंड उघडं टाकत तिनं हसायला सुरुवात केली. डोकं मागे फेकत तिनं डोळे बारीक करत सूर्याकडे बघितलं - तापलेला, अतिशय तेजस्वी भर दुपारच्या उन्हानं अदृश्यच झालेला सूर्य! हाच माझ्या आयुष्यातला सर्वांत आनंदाचा दिवस असू शकेल कदाचित - तिच्या मनात आलं. सिल्वीबद्दल सगळा घोळ जाऊ दे - सोहैल जाईल विसरून सगळं थोड्या दिवसात! बघ तरी आत्ता त्याच्याकडे! मित्रांच्या हातात हात घालून जोरजोरानं क्रिकेटवीरांना प्रोत्साहन देणारा सोहैल... रेहानानं दुपारबरोबरच स्वत:च्याही तापू लागलेल्या चेहऱ्यावर रुमालानं एक झुळूक घेतली.

शेजारी वळून पाहते तर मायाला तिची आई बाकावरून खाली उतरताना दिसली ''अम्मू अगं हे काय करतेयस तू?'' ''मी तुला आधीच सांगितलं होतं – मला अझमत राणा खूप आवडतो. किती देखणा आहे, त्याला बघितलं ना की मला तुझ्या वडिलांचीच आठवण होते. आज जिंकणारच बघ आपण - घे आणखी थोडं लेमोनेड घे, माया.'' मायाकडे लेमोनेडची एक बाटली सरकवत ती म्हणाली. नेहमीच आपण अगदी गंभीरपणे वागत असतो. असं थोडं काही केलं तर काय बिघडलं? तेवढंच बरं वाटतं.

लाकडाच्या काठीसारखा हात अंगासरशी घट्ट आवळून धरून नायजेल गिफर्ड अझमत राणावर चालून जाण्याच्या तयारीत होता. हातांची घडी छातीवर धरून मागे टेकून बसत मायानं समोरच्या खेळावर नजर रोखली. पुढच्या ओळीत सोहैल त्याच्या मित्रांशी चर्चा करत होता. सैनिक - औद्योगिक संकुलाविषयी काहीतरी बोलणं चाललं होतं त्यांचं. सोहैलचं म्हणणं होतं - ते पाकिस्तानचा एक भाग असले किंवा नसले - त्यानं काही फरक पडत नाही - जोपर्यंत आपली अर्थव्यवस्था बदलत नाही, अधिक सुसंघटित होत नाही तोपर्यंत गरिबांवर होणारे अन्याय तसेच चालू राहतील. रेहाना त्यांचं भाषण तोंडपाठ म्हणू शकली असती. आरेफचं मत होतं, की लवकरात लवकर विधानसभा निर्माण व्हायला हवी आणि पंतप्रधान म्हणून मुजीबचं नाव जाहीर व्हायला हवं. तसं होईपर्यंत ही निवडणूक म्हणजे एक नुसती फसवणूकच राहील आणि मग पुढे काय होईल हे कोणी सांगावं?

नायजेलनं उजवा हात उचलला आणि बोटांच्या टोकांपासून तो जुना झालेला लाल चेंडू बंदुकीच्या गोळीसारखा हवेमधून सणसणत थेट अझमत राणाकडे फेकण्याची तयारी केली. भर दुपारच्या चकाकत्या उन्हात, गुडघे वाकवून हातातली बॅट नीट पकडून अझमत तयारच होता. त्याचवेळी सगळा प्रेक्षकवर्ग त्याच ताणामध्ये किंचित सरसावून बसला. गच्च भरलेल्या त्या स्टेडियममधल्या उघड्या जवळिकीमध्ये सर्वांनाच तो एकत्रितपणे जाणवत होता, अचानकपणे लोक उठून उभं राहात वळलेल्या मुळी आकाशाकडे फेकायला लागले. स्टेडियममध्ये एकच डरकाळी उठली आणि वर वर चढत गेली. ते समोरच्या खेळाडूंना उत्तेजन देत नव्हतेच. पिचवरचे खेळाडू खेळ थांबवून प्रेक्षकांकडे पाहू लागले. आश्चर्याने त्यांचे खांदे उंचवले गेले होते. रेहानानं आजूबाजूला नजर टाकली. एका क्षणापूर्वी खेळाडूंना उत्तेजन देणारी गर्दी आता बावचळलेली दिसत होती, त्यांचे डोळे रागाने पांढऱ्या फटींसारखे दिसत होते. ते क्रिकेटला पार विसरून गेले होते. - त्या चिवड्याच्या सुरळ्या, ती पिकनिक्स, ते ढोलताशे – जणू काही सगळं कळण्याच्या आधीच सर्वांना सगळं कळलं होतं – काय त्याची फारशी फिकर नव्हती – त्यांचा अमर्याद आनंद कुठेतरी बाहेर पडायला हवा होता.

कोणीतरी एक वीट ग्राऊंडमध्ये फेकली. आणखी कुणीतरी एक मोडकी लाकडी काठी फेकली. त्यांच्यावरच्या रांगांमधून वर्तमानपत्राचे लहान लहान कपटे तरंगत खाली येऊ लागले.

"काय होतंय तरी काय?" सोहैलनं विचारलेला प्रश्न रेहानाच्या कानावर पडला. रांगांमधल्या वाटेवर माणसांची दाटी व्हायला सुरुवातही झाली होती. सोहैलनं त्या गर्दीला अडवत विचारलं.

"आम्हाला माहीत नाही." त्यांच्यापैकी एक उत्तरला "रेडियोवर काहीतरी..."

रेहाना बरोबर आणलेली सँडविचेस आवरायला लागली. "चल आपण जाऊया

अम्मू'' सोहैल म्हणाला, ''राहू देत सगळं.'' लोक आता खुर्च्यांच्या रांगांवरून उड्या मारून बाहेर पडण्याचा प्रयत्न करत होते.

बाहेर पडण्याचे सगळे रस्ते माणसांनी गुदमरून गेले. सोहैल, जॉय आणि आरेफनं कसाबसा एक लहानसा रस्ता मोकळा केला.

क्रिकेटचा खेळ थांबला होता. खेळाडू त्यांचे हातमोजे आणि टोप्या काढत क्रीडांगणाच्या टोकाशी जाऊन उभे राहिले होते. ढगांच्या आवरणाला फाडून बाहेर येऊन अझमत राणावर तळपत असलेल्या सूर्याकडे कोणाचंच लक्ष नव्हतं. ते सारे समोरच्या रम्ना रेसकोर्सकडे टक लावून पाहात होते. तिथेच तर अगदी थोड्या दिवसांपूर्वी त्यांनी शेख मुजीबच्या विजयाचा उत्सव साजरा केला होता. क्रीडांगणावरचा उद्‌घोषक त्यांना शांत राहायला आणि बसून घ्यायला सांगत होता, ते त्यांना ऐकूच येत नव्हतं.

एकमेकांना धक्के मारत, ढकलत गर्दी बाहेर पडण्याच्या दरवाजांकडे सरकत होती. मायाचं घामेजलेलं कोपर घट्ट पकडून रेहाना पुढे जात होती. तिला मिसेस सेनगुप्ता दिसतच नव्हती. सोहैलच्या डोक्यावर त्याच्या डोक्यावरच्या दाट केसांच्या झुपक्यावर लक्ष ठेवण्याचा ती प्रयत्न करत होती. घामाचा आणि शिळ्या श्वासांच्या वासानं तिला वेढून टाकलं होतं. भेदरून जाऊन पुन्हा आत पळत जाण्याचा मोह तिनं कष्टानं आवरला. काखा आणि कोपरं एकमेकांवर आदळत होती. चेहरे पुढच्या पाठींवर धडकत होते आणि कडेखांद्यावर घेतलेल्या पोराबाळांचे लटकते पाय सर्वांनाच लागत होते. मायाचा दंड घट्ट पकडत रेहानानं त्या लहानशा खिंडीमधून लोकांना ढकलत कशीबशी वाट काढली. पायऱ्या उतरून खाली येते तोवर वाहनतळावरून सोहैल हात हलवून त्यांना एकत्र बोलावताना तिला दिसला. ''माझ्या मागोमाग या. मला माहीत आहे मोटार कुठे ठेवलीये ते.'' काहीतरी शोधणाऱ्या गर्दीच्या आवाजापुढे त्याचा आवाज अगदी सपाट, खुरटाकिरटा वाटत होता.

मिसेस सेनगुप्ताच्या १९५९ सालच्या स्कोडा ऑक्टेवियाचं व्हील सोहैलनं ताब्यात घेतलं. जॉय आणि आरेफ पुढच्या सीटवर गर्दी करून बसले. मागच्या सीटवर रेहाना, माया आणि मिसेस सेनगुप्ता घुसून बसल्या. माया खिडकी खाली करण्याच्या प्रयत्नात असलेली बघताच रेहाना म्हणाली, ''खिडकी वरच राहू दे.''

स्टेडियमच्या बाहेर पडून ते पल्टन रोडला लागले. ''मला बघायचंय काय चाललंय ते.'' माया म्हणाली.

''इथूनच बघ'' मोटारीमध्ये अगदी गुदमरायला होत होतं, पण निदान ते सुरक्षित तरी होते. रस्त्यावर गर्दी बघण्याची रेहानाला सवय होती. निवडणुकीच्या आधीच्या काळात रोजच इतक्या मिरवणुका निघत होत्या – पण आज काहीतरी वेगळंच घडत होतं. हवेत काहीतरी भयंकर घडल्याची सूचना जाणवत होती. समोरच्या आरशामध्ये सोहैलची नजर पकडण्याचा तिनं प्रयत्न केला, पण त्याचं सारं लक्ष रस्त्यावर केंद्रित झालं होतं, त्याचे हात स्टिअरिंग व्हीलवर घट्ट बसले होते.

ते विद्यापीठाच्या प्रांगणात शिरले. कर्झन हॉल, रोकेया हॉल, इक्बाल हॉल या सर्वांवरून त्यांची गाडी वेगाने पुढे गेली. टीचर -स्टुडंट हॉलच्या समोर त्यांना पांढरे कपडे घातलेली आणि काळ्या पट्ट्या दंडावर लावलेली गर्दी दिसली. त्यांच्या हातात फलक होते आणि हवेत मुठी उंचावत एका तालावर ती गर्दी काहीतरी घोषणा देत होती. खिडकीच्या काचेवर हाताची पोकळ मूठ टेकवत माया ओरडली, ''जॉय बांगला, जॉय शेख मुजीब.'' ती मिरवणूक त्यांच्याच दिशेने सरकत होती. खांद्यावर मागे बघत सोहैलने मागे जाण्याचा प्रयत्न केला, पण त्यांच्या मागे मोटारींची मोठी रांग लागली होती. घोषणा वाढल्या, लोकांचं बोलणं स्पष्ट ऐकू यायला लागलं. माया मिरवणुकीमध्ये कोणी ओळखीचं दिसतं आहे का ते शोधत होती. ''हे कोण लोक आहेत? छात्र लीग?''

''मला नाही कळत आहे.'' सोहैल म्हणाला, ''आपण बाहेर पडायचं का?''

रेहानानं मान हलवली. ''आपण गाडीमध्येच सुरक्षित आहोत. आतच बसू.'' मिसेस सेनगुप्तानीही मान डोलावली. स्वत:ची सीट आणि मागची खिडकी यामध्ये मायाची सारखी चुळबुळ करीत होती. 'ही चुळबुळ थांबव' असं या मुलीला सांगण्यात काहीही अर्थ नाही, हे रेहानाला चांगलंच माहीत होतं. ती दार फोडून बाहेर जात नाहीये यातच रेहाना स्वत:चं सुदैव मानत होती.

काही मिनिटांतच त्यांच्याभोवतीची गर्दी वाढायला लागली. इंचाइंचानं ते पुढे जात राहिले. गर्दीतले लोक पुढ जाता जाता त्यांच्या मोटारीच्या बॉनेटवर, टपावर, खिडकीवर मुठी आपटत होते. दात विचकत त्यांच्या मोटारीच्या काचांना आपले चेहरे चिकटवत होते. ''जॉय बांग्ला'' ते ओरडत होते, ''पाकिस्तान मुर्दाबाद. हुकूमशाही मुर्दाबाद.'' त्यांच्या श्वासांनी मोटारीच्या काचा वाफाळून जात होत्या.

कोणीतरी सोहैलला ओळखलं. काचेवर टकटक करत तो म्हणाला, ''दोस्ता.''

मायानं खिडकीवर थाप मारत म्हटलं, ''झिनू.''

त्या मुलानं दोन्ही हातांची दुर्बीण करून मोटारीत पाहिलं आणि ओरडून विचारलं, ''तुम्ही गाडीत काय करताहात?'

सोहैलनं आपल्या बाजूची काच थोडीशी उघडली. त्या फटीतून झिनूनं बोटं आत सरकवली. ''मी माझ्या आईला आणि बहिणीला घरी घेऊन चाललोय,'' सोहैल म्हणाला, ''काय चाललंय काय?''

''तुला कळलं नाही? संसद अनिश्चित काळपर्यंत स्थगित करण्यात आलीय.''

''काय?''

''साला, त्या हरामी भुट्टोनं याह्याला पटवलं की एक बंगाली पाकिस्तानवर राज्य नाही करू शकत.''

''म्हणजे?'' मायानं विचारलं, ''निवडणुका रद्द?''

आरेफ आणि जॉयनंही झिनूवर प्रश्नांचा भडिमार करायला सुरुवात केली. 'आता मुजीब काय करणार आहे' असा त्यांच्या प्रश्नांचा रोख होता. 'आम्हाला माहीत होतं– आम्हाला माहीतच होतं हे असं होणार म्हणून' हे वाक्य तर ते सगळेच पुन्हा पुन्हा म्हणत होते, हे सारं काही क्षणच चाललं, काही थोडीशीच वाक्यं बोलली गेली, पण रेहानाला मात्र जाणवत होतं की ही मुलं काहीतरी महत्त्वाचा निर्णय घेत होती. 'अजून या साऱ्याचं मी नियंत्रण करू शकते, माझ्या परवानगीखेरीज काहीही घडणार नाही.' असं ती स्वत:ला पुन्हा पुन्हा बजावत होती. ती सीटवर पुढे सरकून बसली.

"सोहैल बेटा, गर्दी कमी व्हायला लागलीये, जायचं का आपण?"

सोहैल स्टिअरिंग व्हीलवर बोटं आपटत विचार करत होता, जॉयशी काहीतरी कुजबुजत होता. मागे वळत तो म्हणाला, "ठीक आहे अम्मू जाऊया."

छान. तो इथे परत येणार नाही याचा काहीतरी मार्ग शोधायला हवा.

खिडकीतल्या मुलाला त्यानं सांगितलं, "आम्ही येतोच परत. हे जातो आणि लगेच येतो."

"लवकर या. आम्ही टी.एस.सी.मध्ये असू नंतर."

"तुम्ही मुलं जात का नाही?" मिसेस सेनगुप्ता म्हणाली, "मी चालवते गाडी."

"ना, सुप्रिया, मुलांनाच नेऊ दे आपल्याला घरी." रेहाना म्हणाली.

"नॉन्सेन्स." मिसेस सेनगुप्तानं आग्रहच धरला "त्यांना इतक्या दूर परत यावं लागेल. गाडी बाजूला घे, सोहैल!" मिस्टर सेनगुप्तानी आपल्या बायकोला गाडी चालवायला शिकवलं त्या दिवसाला रेहानानं मनोमन शिव्यांची लाखोली वाहिली. तिला तिची सगळी माणसं घरी असायला हवी होती. "अगं पण -" ती म्हणाली, "आपणच जाणं सुरक्षित आहे असं वाटतं का तुला?"

"अर्थातच सुरक्षित आहे. आपण मोटारीत असू, काय होणार आहे?"

"अम्मू, तू ठीक आहेस ना?" सोहैलनं थोड्या उतावीळपणे म्हटलं.

"हो." रेहाना उत्तरली. तिचा आवाज फारसा ठाम नव्हता, पण सोहैलला तेवढं पुरेसं होतं.

सगळी मिरवणूक पुढे जाईपर्यंत ते थांबले. सोहैलनं मोटार रोकेयो हॉलसमोर उभी केली. इंजिन चालूच ठेवत त्यानं पुन्हा एकदा विचारलं, "तुम्हाला खात्री आहे ना?"

"हो, तू काळजी करू नकोस." मिसेस सेनगुप्ता म्हणाली. "मी त्यांना नीट घरी पोहोचवते. तू जा तुझ्या मित्रांबरोबर, जाओ."

"ओ.के अम्मू, – मी फक्त काय झालंय ते शोधून काढतो आणि सरळ घरी येतो." मनात उठणारी भीतीची लाट थोपवत रेहाना म्हणाली, "काळजी घे, बेटा."

"डोंट वरी. बाय."

"खुदा हाफझ."

मिसेस सेनगुप्ता एव्हाना मोटारीच्या पुढच्या सीटवर पोहोचलीसुद्धा होती. तिनं मोठया डौलदार रीतीनं रेहानासाठी शेजारचं दार उघडून धरलं. "इतकी काळजी नको करत जाऊस."

एकदम एक लुंगी नेसलेला लुकडासा मुलगा शेजारून धावत गेला. मिसेस सेनगुप्ताचा पदर खाली घसरला. तिचं ब्लाऊज आणि पोट उघडं पडलं. पदर सारखा करायला ती पुढे वाकली आणि तिचा तोल गेला. हात पुढे करून स्वत:ला सावरण्याच्या आतच ती कोसळली आणि तिचं डोकं व्हीलवर आपटलं.

रेहाना तिच्याजवळ धावली. तिला वर उचलायचा प्रयत्न करत तिनं विचारलं, "लागलं का तुला?" मिसेस सेनगुप्ताला ड्रायव्हरच्या जागेवर बसवत गाडीची दारं धाडकन लावून घेत तिनं पुन्हा विचारलं, "लागलं का तुला?"

"नाही नाही, विशेष काही नाही, थोडी घाण लागली फक्त." मिसेस सेनगुप्ता उत्तरली.

"हं – माझा हातरुमाल घे."

"काही नाही गं – काळजी करण्यासारखं काही नाहीये." तिनं रेहानाचा हातरुमाल घेतला आणि तळहातांना लागलेली माती पुसून काढली.

"सुप्रिया, तुझी टिकली पडून गेलीये."

"ओ," मिसेस सेनगुप्तानं स्वत:चं कपाळ चाचपलं आणि मग स्वत:च्या साडीच्या घोळात निरखून पाहिलं. "माझ्या लक्षातच नाही आलं." तिनं स्वत:च्या बाजूच्या खिडकीची काच खाली केली आणि हलकेच डोळ्यातले दोनचार चुकार अश्रु पसले. "दचकलेच मी" जास्त ओशाळल्यागत हसत ती उद्गारली; मग सीट नीट करत एकदा आरशात बघून तिनं पंजा गियरवर दाबला.

माया काय करते आहे ते बघायला रेहाना मागे वळली. मघाची मिरवणूक आता विद्यापीठ चौरस्ता ओलांडून निलखेतकडे निघाली होती आणि तिच्याकडे टक लावून बघण्यात तिची मुलगी संपूर्णपणे गुंगली होती.

बंगल्याच्या दाराबाहेर त्यांची वाट बघत शार्मीन उभी होती. शार्मीन – उंचीपुरी तरुण स्त्री - रुंद खांदे आणि करारी, वय न दाखवणारा चेहरा. शार्मीन कलाशाखेची विद्यार्थिनी होती. विद्यापीठाच्या आवारात तिच्या राजकीय पोस्टर्समुळे ती प्रसिद्ध होती. मायाची सख्खी मैत्रीण किंवा कॉम्रेड – कॉम्रेड म्हटलेलं तिला जास्त आवडायचं.

"तुम्ही गेला होता तरी कुठे?" मोटारीतून त्या गडबडीनं बाहेर पडत असतानाच शार्मीननं विचारलं. हातात कागदाचा एक प्रचंड गुंडाळा कसाबसा सावरत ती उभी होती. मिसेस सेनगुप्तानी केसांवरून हात फिरवला. रस्त्यापलीकडून मिसेस चौधरींची

दोन कॉकर स्पॅनिएल जातीची कुत्री -रोमियो आणि ज्युलियेट भुंकायला लागली.

मायानं शार्मीनला मिठी घातली. ''आम्ही क्रिकेट मॅचहून परत येत होतो, पण पल्टनमध्ये अडकलो.''

''मला कळल्याबरोबर मी तुला शोधत आले. मदत करतेस मला या कामात?''

''तुला परत जाता येईल असं नाही मला वाटत.'' कागदाच्या गुंडाळ्याचं एक टोक पकडत माया म्हणाली.

''काही काळजी करू नकोस.'' बंगल्याच्या दाराचं कुलूप काढत रेहाना म्हणाली, ''तू इथे राहा की.'' हे आमंत्रण देण्याची खरं तर काहीच गरज नव्हती, शार्मीन नेहमीच त्यांच्याकडे राहायची. रेहानाच्या पलंगाखाली असलेल्या जास्तीच्या गादीवर फारशी धूळ कधी चढायचीच नाही. तिचा टूथब्रशसुद्धा त्यांच्या बाथरूममधल्या आरशामागच्या काचेच्या कपाटात ठेवलेला होता.

विकारुन्निसा नून शाळेमधला मायाचा पहिला दिवस - त्या दिवसापासून त्या दोघींची घट्ट मैत्री जुळलेली होती. मुलं नुकतीच लाहोरहून परत आलेली होती आणि 'आता त्यांना बंगाली यायला हवं' असा निर्णय रेहानानं घेतला होता. म्हणजे हलवायाच्या दुकानात बोललं जातं किंवा खेळाच्या मैदानावर बोललं जातं तसलं मोडकं तोडकं बंगाली नाही. अगदी नीट पद्धतशीर शाळेत जाऊन बंगाली भाषा शिकायला हवी असं रेहानाचं मत होतं, म्हणून मायाला विकारुन्निसामध्ये पाठवण्यात आलं होतं. या शाळेतल्या नन्स शिक्षिका वयस्कर होत्या आणि विद्यार्थिनी घट्ट वेण्या आणि गुडघ्यापर्यंतचे पांढरे शुभ्र पायमोजे घालत होत्या. पहिल्याच दिवशी स्वत:च्या डेस्कच्या मागे उभं राहून मायानं जाहीर केलं होतं, माझं नाव शेहेरझादे हक माया. एका प्रसिद्ध कथाकारावरून माझं नाव ठेवलं गेलं आहे. माझे वडील वारलेले आहेत. मी लाहोरहून परत आले आहे. आमचं एक मोठं थोरलं घर आहे, त्याचं नाव आहे 'शोना'. प्रत्युत्तरादाखल होती वर्गातल्या मुलींची चुळबुळ, तिचे विचित्र उच्चारातलं बंगाली बोलणं समजावून घेण्याची चाललेली धडपड, आणि मग 'बिहारी बिहारी' म्हणू तिचा झालेला पाठलाग. ती हॉकीच्या मैदानाच्या एका दूरच्या कोपऱ्यात जाण्यासाठी सुसाट धावली होती. तिचा गणवेष तिच्या गुडघ्यांभोवती फुगला होता. तिथे पोहोचून एक कैरीची फोड चोखत माया स्वत:च्या हुला हूपच्या रिंगणात बसलेल्या शार्मीनला भेटली होती.

''मला देतेस थोडी?''

''मी सगळी उष्टी केलीये पण.''

''चालेल'' शार्मीननं दोन बोटांनी कैरीचं ओलं साल तोडून तोंडात टाकलं होते. ''हं – तुझे वडील वारले का? माझे पण.''

''तुझे कशानं वारले?''

"टायफॉइड. तुझे?"

"हार्ट अटॅक."

आणि त्यांची मैत्री पक्की होऊन गेली होती.

मायाला शार्मीनविषयी नेहमी आदरच वाटत आला होता, जणू काही मायापेक्षा अधिक कठोर तरुण मुली चळवळीत असतानाही तिनं आपल्याला कसं निवडलं हे तिला कधीच उमगलं नसावं तसं काहीसं, पण शार्मीनची स्वत:चं कौतुक करून घेण्याची गरज मायाला कधीच कळली नाही. शार्मीन आपल्या स्वत:च्या कुटुंबासह, स्वत:च्या घरी सुट्टया घालवण्याऐवजी धनमाँडीमधल्या बंगल्यावर इतक्या वेळा ती कशी राहते हे रेहानानं खूप वेळा विचारलं असलं तरी मायानं मात्र कधीच विचारलं नव्हतं. त्या मुलीला जायला ठिकाणच नसावं असं दिसत होतं. रेहानाला ती फारशी आवडत नसली तरी तिचं आपल्या घरी राहणं रेहानानं स्वीकारलं होतं. आपण अशा भटक्यांना घर देणाऱ्या व्यक्तींपैकी आहोत असं समजताना तिला बरं वाटायचं.

दिवाणखान्यामध्ये शार्मीन आणि माया दोघी हातात हात बांधून ते पोस्टर बघत होत्या.

"उत्तम आहे." माया म्हणाली.

आपला ब्रश एका ठिकाणी रोखत शार्मीन म्हणाली, "इथे थोडा आणखी रंग हवा असं मला वाटतं." तिचे पंजे पाण्यात आणि जमिनीवरही राहणाऱ्या प्राण्यासारखे झाले होते, बोटं हिरवीगार आणि रंगामुळे एकमेकांना चिकटलेली होती. "तसं असेल - पण कदाचित त्याचा अर्थ - शक्यता दर्शवणारी जागा असाही करता येईल – भविष्य" माया म्हणाली.

"ते फारच ॲब्स्ट्रॅक्ट होईल, असं नाही तुला वाटत?"

"शक्य आहे." तिनं खांदे उडवत म्हटलं. ज्या लोकांना रिकाम्या जागांचा अर्थ कळत नाही त्यांची या पोस्टरचा अर्थ समजण्याची लायकीच नाही एवढा सगळा अर्थ त्या खांदे उडवण्यामध्ये होता.

रेहाना मागच्या मागे स्वत:च्या खोलीकडे गेली. तिचं डोकं ठणकत होतं, मिसेस सेनगुप्ताचा पडलेला पदर आणि त्या धक्क्यानं उघडलं गेलेलं तोंड तिच्या नजरेसमोरून हलतच नव्हतं आणि स्टिअरिंग व्हीलवर बोटं आपटत बसलेला सोहैल. तो आत्ता काय करत असेल? समजूत घालत असेल बहुतेक - तिनं स्वत:ला सांगितलं. नेहमी हेच तर करायचा तो. लोकांचं मन वळवणं त्याला फार चांगलं जमतं. त्या मुलांना दंगाच करायचा असेल तर तो त्यांना पटवेल की त्यांचा मुद्दा जोरदारपणे मांडताना त्यांनी स्वत:चेच वर्ग मोडून तोडून टाकू नयेत. अगदी सावकाशपणे तो त्यांची भाषा बदलेल, मग ते बदल्याची भाषा न करता 'समजतात कोण ते स्वत:ला?' असं म्हणायला लागतील. डोक्यावर फिरणाऱ्या पंख्याच्या तालावर रेहानानं स्वत:चं कपाळ

चोळायला सुरुवात केली. एक मिनिटभर मी डोळे मिटून पडते - तिनं स्वत:ला सांगितलं - मग जागी होते आणि पुन्हा काळजी करायला लागते.

काही तासांनंतर जेव्हा ती आपल्या खोलीतून बाहेर आली तेव्हा बाहेर अंधार पडला होता. एका लहानशा वादळाची पूर्वसूचना देणारा वारा बागेतल्या पानांशी खेळत होता, बरेच आवाज ऐकून ती त्या दिशेने गेली. दिवाणखाना सोहैलच्या मित्रांनी गच्च भरून गेला होता.

"सलाम आलेकुम, आंटी." वेगवेगळ्या स्वरांतल्या कोरसमध्ये त्यांनी रेहानाचं स्वागत केलं. सिगरेट ओढत कुणीही नव्हतं, पण सिगरेटचा दर्प मात्र हवेवर चिकटलेला होता. माया आणि शार्मीन एका कागदावर ओणवल्या होत्या. आरेफ त्याचं गिटार बाहेर काढत होता.

"अम्मू," साऱ्या गोंधळावर आवाज चढवत सोहैल म्हणाला, "मुजीबनी सात तारखेला मीटिंग बोलवलीये, तू पण चल."

"मी? कशाला?"

"कारण इतिहास लिहिला जाणार आहे."

"हो आंटी," गिटारची एक खुंटी पिळत आरेफ म्हणाला. "तुम्ही असायलाच हवं तिथं. मागच्या वेळेपेक्षाही ही मीटिंग मोठी असणारेय."

किंचितशा चिंतेने रेहाना म्हणाली, "तुम्ही जा आणि मग मला सांगा काय काय झालं ते." 'फक्त पुरुषांच्या' अशा जिमखान्यातल्या सभेमध्ये चुकून जावं तसं काहीसं तिला ओशाळवाणं वाटलं.

"नाही मा खरंच." माया मध्येच बोलली, "ती चुकवून चालणार नाही - मुजीब कदाचित स्वातंत्र्य जाहीर करतील."

"मला नाही माहीत – कळेलच आपल्याला ओ के? तुम्हाला सर्वांना काही हवंय का? भुका लागल्यायत का?"

"आमची काळजी करू नकोस तू अम्मू," सोहैल उद्गारला, "आम्ही क्रांतीवरच जगतो."

स्वयंपाकघराकडे वळता वळता रेहानाच्या मनात आलं - आपणही या मीटिंगला जायला हवं का? ही मुलं नेहमीच तिला त्यांच्या बैठकांना आणि मिरवणुकांना बोलवत असायची, पण तिच्याजवळ एखाद्या पक्क्या नॅशनॅलिस्टचे कोणतेही गुण नव्हते ना - ना ती तरुण होती, ना विद्यार्थी चळवळीचा हिस्सा होती, ना ती नॅशनॅलिस्ट पार्टीच्या सभांना गेली होती, ना स्टुडंट युनियनच्या निवडणुकांना हजर राहिली होती, शिवाय सोहैल आणि मायासारखा तिनं कम्युनिस्ट मॅनिफेस्टोही वाचलेला नव्हता की पिंपळाच्या झाडाखाली बसून तासंतास क्रांतीच्या मुद्द्यांवर

चर्चा केली नव्हती. तिच्याकडे तारुण्य नव्हतं. तिचं दिसणंही तसं नव्हतं आणि तिच्याकडे एवढे सारे शब्दही नव्हते – आता खूप ओळखीचे झालेले असले तरी कॉम्रेड, प्योरेलिटेरियट, रिवोल्युशन असे सगळे 'योग्य' शब्द तिच्या जिभेवरून सहज घरंगळू शकतच नव्हते; ते कठीण होते, अचूक होते, रेहानाच्या मनात तिनं स्वीकारलेल्या देशाविषयी असलेल्या संमिश्र भावना ते पकडू शकत नव्हते; ती शत्रूची भाषा उर्दू अतिशय उत्तम रीतीने, अस्खलितपणे बोलू शकत होती, इतर अनेक लोकांसारखं ती आपली संमिश्र भाषा बदलून शुद्ध बंगाली बोलण्याचं सोंगही करू शकत नव्हती; म्हणजे मुस्लीम रीतीप्रमाणे 'अस -सलाम आलैकुम' ऐवजी निधर्मी 'आदाब' किंवा सरळ हिंदू रीतीनं 'नोमोश्कार' म्हणायचं. या असल्या बदलांचा स्वीकार करायला रेहानाची जीभ वळतच नव्हती. तिला आपलं उर्दूचं प्रेम, त्या भाषेची लयबद्धता, तिचे द्व्यर्थी शब्द आणि तिची वळणं सोडवत नव्हती.

नाही, रेहानापाशी कट्ट्या क्रांतिकारकाची अचूकता नव्हती, पण एक गोष्ट मात्र तिच्या कधीच ध्यानात येऊन चुकली होती आणि ती म्हणजे तिच्या आयुष्याच्या केंद्रस्थानी तिची मुलं असली आणि ती तशीच राहणारही असली तरी त्यांच्या आयुष्यामधून मात्र ती हळूहळू बाजूला टाकली जाणार होती, पण या मधल्या काळात जितके दिवस जमेल तेवढे दिवस ती त्यांना घट्ट पकडून ठेवणार होती आणि आता त्यांची स्वप्नं एकदम आणि अचानकच एवढी विस्तारली होती, तेव्हा तर अधिकच. या भुकेल्या स्वप्नाळूंना काय खायला घालावं याचा विचार करतच ती स्वयंपाकघराकडे वळली.

"अम्मू, आम्ही तुझ्यासाठी एक प्रेझेंट आणलंय," सर्वांचं खाणं आटोपल्यावर सोहैल म्हणाला. रेहानानं चटकन बनणारी आणि वेगळ्या आमटीची गरज भासू न देणारी खिचडी बनवली होती, शिवाय मिरची आणि कांदा घालून ऑम्लेट्सही केली होती. काही क्षणांतच साऱ्याचा फन्ना उडाला.

"काय?" रेहानानं विचारलं.

सोहैलनं खुर्चीखालून एक मोठी पिशवी बाहेर ओढली, त्यातलं पुडकं उघडून त्यानं एक चौकोनी कापड बाहेर काढलं. पाणथळींमधल्या झाडांची अगदी खालची पानं असतात तसा त्या कापडाचा छान हिरवट काळसर रंग होता. त्या कापडाच्या मध्यभागी एक किंचितसं वाकडं असं लाल वर्तुळ शिवलेलं होतं. त्या वर्तुळाच्या मध्यभागी पूर्व पाकिस्तानचा पिवळा नकाशा काढलेला होता.

"हा आपला झेंडा आहे, अम्मू." दोन्ही हात पसरून त्यानं झेंडा पूर्ण उघडून धरला. आरेफनं झेंड्याची दुसरी बाजू धरली आणि त्या दोघांनी तो झेंडा खोलीभर पसरला. काही लोकांनी टाळ्या वाजवल्या. "जॉय बांगला" कोणीतरी ओरडलं.

‘राष्ट्र नसलेला झेंडा’, रेहानाच्या मनात आलं, पण ती काही बोलली नाही. आनंदानं ललकाऱ्या देत मायानं तो झेंडा खांद्याभोवती वेढून घेतला आणि तो छपरावर उभारण्यासाठी बांबूची काठी शोधत ती धावतच बाहेर गेली.

क्रिकेट मॅचनंतरचे बरेच दिवस संप, मिरवणुका, मोडलेले कर्फ्यू आणि भसाड्या आवाजात कर्ण्यांमधून दिलेल्या घोषणा यांनी भरून गेलेले होते.. सोहैल आणि माया जवळजवळ संबंध दिवस विद्यापीठातच असत, रात्री उशिरा घरी परतल्यावरही दोघांचं उत्साहाचं बोलणं वातावरणातल्या बदलाविषयीच असायचं, पण धनमाँडी विभाग शांत होता. सगळं काही पूर्वीसारखंच चालू होतं. मधून मधून मिसेस चौधरी सिल्वीच्या लग्नासाठी खरेदी केलेल्या वस्तू दाखवण्यासाठी बरीचशी खाकी रंगाची पुडकी घेऊन यायची. एकामागून एक साड्या विकत घेतल्या जायच्या, मग त्यावर जुळणाऱ्या रंगाची पोलकी, परकर, पोलक्यांच्या बाह्यांना लावायला निरनिराळ्या नक्षीच्या लेसेस आणि केसांच्या क्लिप्स. एक दिवस मात्र मिसेस चौधरी आली तेव्हा तिच्या हातात फक्त तिची पर्स होती. रेहानाला लगेच कळलं की ती आज सोनाराकडे जाऊन आलेली आहे. तिनं पर्समधून लाल मखमलीनं मढवलेले दोन डबे काढले आणि त्यांचे खटके दाबून ते उघडले; आतमध्ये चमकणारी कुंडलं आणि पदक बघत रेहानाला ‘अरे वा, किती छान’ वगैरे म्हणावं लागलं.

सुरुवातीला तिला नकोसं वाटलं असलं तरी ७ मार्चला रेहाना रेसकोर्सवर पोहोचलीच. लवकरच आली होती तरीही पटांगण संपूर्णपणे भरलेलं होतं. सारा देशच तिथे हजर झाला असावा असं वाटत होतं. सारीकडे माणसंच माणसं होती. रेहानाला तर लांबपर्यंत फक्त काळीशार चमकती डोकी तेवढी दिसत होती - सूर्यप्रकाशात चमकणारं, कसल्यातरी अस्वस्थतेनं चुळबुळ करणारं काळंभोर क्षितिज.

दूरवर शेख मुजीब यांची लहानशी शुभ्र पांढरी आकृती दिसत होती. चळवळीचं नेतृत्व स्वीकारल्यापासूनच्या काही वर्षांमध्ये त्यांचा आखूड काळा कोट, त्यांचा काहीसा कर्कश्श अवाज आणि आकाशाकडे रोखलेली त्यांची तर्जनी हे ओळखीचं दृश्य झालेलं होतं, तरीही त्यांना प्रत्यक्ष बघताना काहीसं उत्सुक, उत्कंठावर्धक असं वाटतच होतं. ते व्यासपीठावर चढून जात असताना श्रोत्यांमध्ये हालचाल होतच होती. त्यांनी दोन्ही हात उंचावून श्रोत्यांना शांत राहायला सांगितलं. त्यांच्या त्या खुणेने त्यांच्या लोकांना आश्वस्त केलं, ‘त्यांच्या!’ आता हे सगळे लोक त्यांचे होते. त्या सगळ्यांची जबाबदारी आता मुजीब यांची होती. ही त्यांची मुलं होती. ती त्यांना ‘बाबा’ म्हणत होती. अनाथ मुलांनी आपल्या आई-वडिलांची स्वप्नं पाहावीत आणि त्या आई-वडिलांवर प्रेम करावं तसं या सर्वांचं मुजीबवर प्रेम होतं. कसलंही वचन नाही – केवळ आशा. घसा खाकरून त्यांनी बोलायला सुरुवात केली.

जमावाच्या आरोळ्या, किंकाळ्या, शिट्ट्या आणि घोषणा यांच्या कोलाहलामध्ये रेहानाला मुजीब काय बोलताहेत ते कळेनासंच झालं. रेसकोर्सच्या पटांगणामध्ये झुलणारे झेंडे, त्यांच्यावर ऊन ओतणारा भर दुपारचा सूर्य त्यांचे शब्द झुलवत, वाकवत, थरथरवत होते. 'प्रत्येक घर म्हणजे एक किल्ला बनवा.' रेहानाच्या कानांवर त्यांचे शब्द कसेबसे पडत होते.

रेहानाच्या दृष्टीसमोर एखाद्या सुंदर अशा काळ्यापांढऱ्या चित्रासारखं ते दृश्य उभं ठाकलं होते. – मुजीबच्या कुर्तापायजम्याचा पांढरा शुभ्र रंग, त्यांचा आखूड काळा कोट – तिला आत्ता या क्षणाला दिसत नसली तरी पक्की माहीत असलेली त्यांच्या चश्म्याची काळीभोर फ्रेम, व्यासपीठावर उभारलेली पांढरी शुभ्र कनात – काही वेळानंतर ती स्वत:ही सगळ्या गर्दीच्या बरोबरीनं 'जॉय बांगला जॉय बांगला' अशा घोषणा देते आहे असं तिच्या लक्षात आलं. तिच्या घोषणांची लय तिच्या हृदयांच्या ठोक्यांमध्ये सामावून गेली होती. एकदम तिला या घोषणा देण्यामधला प्रक्षोभक थरार जाणवला. मायानं आईकडं एक नजर टाकली आणि एक मोठं थोरलं उत्तेजनपर हसू तिच्याकडे फेकलं. अचानक आपण तरुण झालो आहोत आणि एका अमर्याद शक्यता असलेल्या जगाच्या उंबरठ्याशी उभ्या आहोत असं रेहानाला वाटायला लागलं.

अडतिसाव्या वर्षी अखेरीस रेहानाचं शरीर स्वत:च्या इतिहासाशी येऊन पोहोचलं होतं. आजवर तिला न ओळखणाऱ्या लोकांना तीही एक विद्यार्थिनी असावी असं वाटायचं किंवा ती अविवाहित असावी असं तरी वाटायचं, कारण ती लग्न झाल्याची अंगठीही घालत नसे किंवा एखादा सोन्याचा दागिनाही कधी तिच्या अंगावर नसे, पण आता ती परिस्थिती राहिली नव्हती. तिचं थोडं वजन वाढलं होतं स्वत:च्या शरीरामध्ये कधी कधी जाणवणारा जडपणा तिला आवडायला लागला होता – थोडं सुटलेलं हट्टी पोट, एकदम जाणवणारा लागलेला दम, दुखणारे हातपाय, तिचा हा नवा आरामशीर आकार तिच्या या नव्या कमतरतांमधून तयार झालेला होता. नाकापासून निघून ओठांपर्यंत जाणारी तिरपी रेषा, ओठांवरची फिकट लव, रुंदावलेली कंबर आणि घोटे हे सगळं रेहानाला चांगलं वाटत होतं, कारण यावरूनच तरी मुलांना वाढवताना अनेक वर्षं लढा देत असलेल्या, दमलेल्या, भागलेल्या स्त्रीचं स्वरूप स्पष्ट होत होतं.

बाजूला वाकून मायानं आपल्या आईचा हात धरला – नेहमीसारखा आधार देणारा नव्हे तर एक दर्शवणारा स्पर्श... आणि एकदम रेहानाला जाणवलं – सगळं ठीक होणार आहे. शेख मुजीब पंतप्रधान होणार आहेत. हा तिचा देश तिचं घर बनणार आहे. तिची मुलं तिची मुलंच राहणार आहेत. क्षणार्धात सारं जग आपल्या स्वत:च्या आसावर येईल आणि ती सगळी माणसं आपापली सामान्य, साधीसुधी आयुष्यं जगत राहातील.

❖

२५ मार्च, १९७१

ऑपरेशन सर्चलाईट

सर्वजण दोष देत होते ते अचानक निर्माण झालेल्या सार्वत्रिक बहिरेपणाला! नाहीतर विमानतळावर उतरलेली विमानं, 'आम्ही जग वाचवायला आलो आहोत' असं सागणारे सैनिक यांचा काय अर्थ लावता आला असता? हे सारं न समजणं, न ऐकणं याचा काय अर्थ लावता आला असता? आणि नंतर ते म्हणणारच होते की झाडापेडातून बाहेर पडून पूर्वेकडे उडत गेलेले पक्षी आम्हाला ऐकू यायला हवे होते, वटवाघळं पंख मिटून लटकत राहिलेली, घरातल्या सपातांच्या खाली हिरवेगार नाकतोडे लपून बसलेले आम्हाला कळायला हवे होते.

पण त्यांना नाहीच हे काही ऐकू आलं आणि घडलं ते हे – असं.

२५ तारखेला मिसेस चौधरींनी त्या सगळ्यांना रात्री जेवायला बोलावलं होतं. हा खाना लेफ्टनंट साबीरच्या सन्मानार्थ देण्यात आलेला होता. दिवसभर शहरात विलक्षण अशा अफवा पसरत हात्या. मुजीब निवडणुकांविषयीच्या चर्चेमध्ये गुंतले होते. या चर्चेमधून काही निष्पन्न होणार आहे का, याविषयी कोणीही काहीही बोलत नव्हतं. सातमस्जिद रोडच्या टोकाला, पूर्व पाकिस्तान रायफल कंपाउंडमध्ये - ज्या जागेला आजवर पीलखाना म्हणून ओळखलं जायचं तिथे अशी अफवा होती की सैनिकी हल्ला होणार आहे. विद्यापीठातले काही विद्यार्थी विटा, दंडुके आणि वसतिगृहातल्या मोडक्या खुर्च्या घेऊन बाहेर पडले होते, तात्पुरते अडथळे उभारण्याचा त्यांचा विचार होता.

मेजवानी करण्यासाठी ही रात्र वाईटच होती, पण मिसेस चौधरींचा आग्रहच पडला, ही सगळी गडबड सुरू असल्यामुळे नीटपणे साखरपुडा झालेला नाहीये, म्हणून फार काही नाही एक लहानसा समारंभ - फारतर एखादी लहानशी अंगठी - सिल्वीसाठी. तिनं एक आख्खं कोकरू भाजलं होतं. त्याच्या तोंडात एक टोमॅटो

खुपसलेला होता आणि ते टेबलावर नीट मांडून ठेवलेलं होतं. रेहानाला काही 'नाही' म्हणवलं नव्हतं. सोहैलनंही यायचं कबूल केलं होतं. कदाचित त्याला स्वत:चीच परीक्षा पाहायची असेल. - रेहानाला वाटलं. सिल्वी आणि साबीरकडे पाहण्याचं टाळत त्यानं स्वत:ची नजर त्या कोकरावरच खिळवून ठेवली होती. मायाचा मूड तर अगदीच वाईट होता. तिला शार्मीनला रोकेया हॉलमध्ये सोडून यावं लागलं होतं. तिथे जिन्याच्या टोकाशी बाउल लोकांचा एक गट गाणी म्हणत होता आणि खिडक्यांमधून रंगीत कागदाचे तुकडे उधळण्यात येत होते. तिच्या भागातल्या शांततेविषयी तिची तक्रारच होती.- जणू काही धनमाँडीमधल्या लोकांना ही क्रांती घडते आहे, याची कल्पना तरी नसावी किंवा त्यांना त्याचं काही महत्त्व वाटत नसावं. तिला रस्त्यारस्त्यावर छापील हस्तपत्रिका वाटत आणि 'हम होंगे कामयाब' हे गाणं म्हणत फिरायचं होतं.

सर्व शेजारी टेबलाभोवती जमले. सिल्वीनं एक भरजरी मोरपंखी सलवार कुर्ता घातला होता. लेफ्टनंट साबीर नेहमीप्रमाणे गणवेषात होता. मिस्टर आणि मिसेस सेनगुप्तांनी सिल्वीच्या खोलीत मिथुनला झोपवलं आणि स्वयंपाकघरातून येणाऱ्या सुगंधी लाटांकडे लक्ष केंद्रित केलं.

सगळेजण कशाची तरी वाट पाहात होते, पण कोणालाच काही ऐकू आलं नाही; अगदी मार्चमध्ये पेरूच्या झाडावरून पेरू खाली पडतात त्यांचा आवाजसुद्धा नाही.

''चला, मग आपण आपले ग्लास उंचावून माझी लाडकी मुलगी सिल्वी आणि जावई यांना शुभेच्छा देऊया. देव त्यांना आशीर्वाद देवो.''

सर्वांनी आपापले दुधाच्या सरबताचे ग्लास उंचावले. रेहाना सोहैलच्या शेजारी बसली होती. तिनं त्याला धीर देण्यासाठी त्याचं मनगट पकडण्याचा प्रयत्न केला, पण त्याचे दोन्ही हात टेबलावर होते. तो म्हणाला, ''आपल्या देशासाठी – या साऱ्या संकटांमधून आपला देश अधिक बलवान बनून बाहेर निघो.''

''हिअर, हिअर'' मागे रेलून पोटावरून हात फिरवत मिस्टर सेनगुप्ता उद्गारले.

''आणि कामगारांसाठी – आणि क्रांतीसाठी.'' उभं राहून घाईघाईनं आपला ग्लास रिकामा करत माया म्हणाली. ''ठीक आहे, ठीक आहे. चला, आता जेवूया.'' मिसेस चौधरी म्हणाली.

मिसेस चौधरी हातातली सुरी कोकराच्या चमकदार पाठीत खुपसत होती तेव्हा जीप्स आणि रणगाड्यांची एक मिरवणूक सावकाशपणे शहरातून निघाली होती. ती मिरवणूक सावकाशपणे कँटोंमेंटमधून बाहेर पडली, रेल्वेचे रूळ ओलांडून बोमिनीमध्ये शिरली. तिथे तिचे दोन भाग पडले - एक भाग एलेफण्ट रोडवरून जिन्ना अव्हेन्यू ओलांडून विद्यापीठाच्या आवारात शिरला.

दुसरा भाग पीलखान्याकडे गेला. हिरव्या जीप्समधून आलेले हिरवे सैनिक मोठ्या हास्याच्या आकाराचा विळा मध्यभागी फडकवणारा हिरवा झेंडा हलवत मिरवणुकीने जात होते.

या कशाचीच कल्पना नसलेल्या त्या मेजवानीच्या पाहुण्यांनी जिभल्या चाटत, हाडं चोखत ते सबंध कोकरू फस्त केलं; नंतर ते त्यांच्या या भयानक भुकेवर काही टीका टिप्पणी करणारच होते. जेवण झाल्यावर मिसेस चौधरींनी सिल्वी आणि साबीरला दुहेरी सोफ्यावर शेजारी शेजारी बसण्याची सूचना केली. सिल्वीच्या हातात तिनं एक मोगऱ्याचा हार दिला आणि तो साबीरच्या गळ्यात घालायला सांगितलं. साबीरनं मान लववली, सिल्वीनं तो हार त्याच्या गळ्यात घातला. सर्वांनी टाळ्या वाजवल्या. माया तेवढी वर आढ्याकडे बघत स्वत:शीच गुणगुणत राहिली.

"आमार शोनार बांगला" - टाळ्या न वाजवता.

दहा वाजता रणगाड्यांनी गोळ्या झाडायला सुरुवात केली.

नव्या वर्षीच्या स्वागतासाठी वाजतात तशा हजार फटाक्यांचा आवाज यावा - लोखंडी पाईप्स दगडी रस्त्यावरून ओढत नेले जात असावेत किंवा तापलेल्या तव्यावर मिरच्या तडतडाव्या तसा तो आवाज होता.

"या अल्ला," मिसेस चौधरी किंचाळली, "काय होतंय तरी काय?"

"सर्वांनी जिथे आहात तिथेच बसून राहायचं आहे." साबीर म्हणाला.

"मला घरी जायचंय" मिसेस सेनगुप्ता विव्हळली, "चला, आपण मिथुनला घेऊ या आणि घरी जाऊ या." मिथुनला अचलून घेत ती दाराकडे वळली.

"अम्मू हा आवाज दोन नंबरच्या रस्त्यावरून येतोय."

एक खूप मोठा स्फोटासारखा आवाज आला. 'हाय अल्ला - हाय अल्ला –' मिसेस चौधरी भेदरून म्हणाली, 'संपलं आता सगळं – संपलंच म्हणायचं.'

त्यानंतर गोळीबाराच्या आवाजापुढे त्यांना एकमेकांचं बोलणं ऐकूच येईनासं झालं. मिथुन जागा होऊन बारीक आवाजात रडायला लागला. त्याच्या आईनं त्याला छातीशी धरलं आणि त्याच्या कपाळावर ओठ टेकवून कुजबुजत ती त्याला काहीतरी सांगायला लागली. बाहेर या आवाजावर भुंकून भुंकून रोमियो आणि ज्युलियेटचे घसे बसले.

"सर्वांनी शांत रहा." साबीर म्हणाला, "शांत रहा आणि जिथे आहात तिथेच बसून रहा. मी आणि सोहैल वर छतावर जाऊन काय चाललंय ते बघून येतो."

"मला घरी जायचंय" मिसेस सेनगुप्ता परत म्हणाली, साबीर घाईनं जिन्याकडे धावला तेव्हा त्याची खुर्ची मोठा आवाज करत मागे कलंडली हे रेहानाला दिसलं. ते दोघे छताकडे धावत गेले तेव्हा त्याचे बूट आणि सोहैलच्या चप्पल यांचा एकत्रित आवाज जिन्यावर यायला लागला. "नका जाऊ वर" मिसेस चौधरी ओरडून सांगतेय तोवर ते छतावर पोहोचलेही होते.

खिडकीमधून बाहेरच्या उजेडाचे पटकार खिडकीतून आत येऊन खोलीला उजळून टाकत होते. मिसेस चौधरीच्या कोकराचा आता फक्त सांगाडा उरला होता. त्याच्या तोंडातला टामॅटो केव्हाच गेला होता, पण त्याचं तोंड मात्र अजून उघडं होतं. मिसेस चौधरी जेवणाच्या टेबलाखाली घुसणार असं वाटत असतानाच ती छातीवर हात आवळून तिच्या खुर्चीत आणखी खाली घसरून बसली. तोंडानं 'अल्ला अल्ला अल्ला'चा जप चालूच होता.

'काय घडतंय काय घडतंय' ते सगळे पुन्हा पुन्हा एकमेकांना विचारत होते.

पीलखानामधला गोळीबार रेहानाच्या छातीचे ठोके वाढवण्याएवढा जवळ होता. तिला आरडाओरडाही ऐकू आला. धोक्याची सूचना देत गिरक्या घेत घेत जाणारा आवाजही तिला ऐकू आला. दूर क्षितिजावर आगीचे लोळ उठल्यासारखे दिसले. दूरवरून ढगांचं गडगडणं ऐकू यावं तसा एक मोठा आवाजही हवेत घुमत घुमत राहिला, मग थोडा धूर आणि मग सगळं संपलं असावं तशी शांतता! पण काहीच संपलं नव्हतं. काही क्षणातच पुन्हा सगळे आवाज सुरू झाले. रेहानाला आपल्या मुलांना छातीशी कवटाळून घ्यायचं होतं. त्यांचे कान आपल्या हातांनी झाकायचे होते, पण माया खिडकीशी चिकटून बसली होती आणि सोहैल साबीरबरोबर छतावर गेलेला होता. छतावरून त्या दोघांचे पावलांचे आवाज तिला ऐकू येत होते.

मायाने टेलिफोन उचलला. ''फोन डेड आहे.'' ती उद्गारली, मग तिने ट्रान्झिस्टर लावण्याचा प्रयत्न केला, पण त्यातून एक खोल असा गुणगुणण्यासारखा आवाज तेवढा येत होता.

मिसेस चौधरीच्या छतावर सोहैल आणि लेफ्टनंट साबीर पेटलेलं शहर बघत होते. एकदम त्यांना सगळंच ऐकू यायला लागलं– लहान मुलांना ठार मारणं, ढगांचं सावकाश जाणं, स्त्रियांना ठार मारणं, उडून जाणाऱ्या पक्ष्यांनी सोडलेले उसासे, रस्त्यावरून वाहणारे रक्ताचे लोट.

सोहैल आधी बोलला, ''कर्फ्यू उठेपर्यंत थांबावं लागेल आपल्याला.''

साबीरनं स्वत:च्या गणवेषाकडे पाहिलं. त्या गणवेषाचा हिरवा रंग अगदी गडद होता... जवळजवळ अदृश्यच होता पण त्याच्या छातीवरचा विळा - ते हास्य मात्र शुभ्रपणे चमकत होतं. – तांबड्याभडक आकाशाच्या पार्श्वभूमीवर –

''मी पाकिस्तानी सैन्यातला एक अधिकारी आहे. '' अखेरीस तो उद्‌गारला.

''काय करशील तू आता?''

''नक्की नाही.'' त्याच्या ओठावरचा वण मुडपला गेला.

''सैन्यातून पळून जाणं याला मृत्यूची शिक्षा आहे.''

''मला त्याची पर्वा नाही. गोष्टी या थराला पोहोचतील असं मला कधी वाटलंच नाही.''

हे खरं तर साबीरला कळायला हवं होतं, पण सोहैल काहीच बोलला नाही.

ते दोघे पार्टीमध्ये परतले. मिसेस चौधरी अजून खुर्चीवर आडवीच होती. मिसेस सेनगुप्ता मिथुनच्या छातीवर हात ठेवून बसली होती. माया रेडियो घेऊन स्वयंपाकघरात गेली. तिथे काही ऐकू येतंय का ते ती पहात होती. रेहानाही तिच्याबरोबर होती. घाबरलेल्या सिल्वीसाठी एका ग्लासमध्ये बर्फ घालत होती. करण्यासारखं काहीच नव्हतं. ती सर्व माणसं तशीच बसून राहिली. माया हट्टीपणानं रेडियोसमोर बसून होती. साबीर दिवाणखान्यात फेऱ्या मारत होता. फेऱ्या मारता मारता पडदे उघडत होता, बंद करत होता, खिडक्या उघडत होता, बंद करत होता. सिल्वी सोफ्यावर तळवे टेकून पुढेमागे झुलत बसली होती. मिस्टर सेनगुप्तानी एक सडसडीत तपकिरी सिगारेलो पेटवला.

अखेरीस मिसेस चौधरी अचानक साक्षात्कार व्हावा तशी उठून उभी राहिली.

"गडबड होणारे – खूपच गडबड होणारेय" ती साबीरला म्हणाली. तिच्या स्वरावरूनच रेहानाला कळून चुकलं की ती आता काहीतरी घोषणा करणार आहे. "तुला माहीत आहे ते. माझ्या लेकीला काहीही होणार नाही याची काळजी घ्यायची आहे तुला."

"तुमची मुलगी अगदी सुरक्षित आहे."

"इतक खात्री कशी देतोयस तू?"

"अर्थात मला खात्री आहेच, म्हणून." त्यानं वळून सिल्वीकडे बघितलं. सिल्वीनं खालमानेनंच मान डोलावली.

"पण तुला काही झालं तर? ते तिला घेऊन जायला आले तर?"

"ते कोण?"

"कुणास ठाऊस – लोक - आर्मी." आणि ती पुन्हा खुर्चीत कोसळली.

"मा" साबीर म्हणाला, "सिल्वीला काहीही होणार नाही."

"याची खात्री करायला एकच मार्ग आहे. तू आजच रात्री तिच्याशी लग्न करायला हवं."

"लग्न?"

"तुला कळत नाही. लहान आहेस तू अजून, पण मी या अशा परिस्थितीतून गेलेय. सगळ्या अविवाहित मुलींना सुरक्षित ठेवावं लागतं. तुला काय वाटतं - हे गेट त्या मवाल्यांना बाहेर थोपवायला पुरेसं आहे? " मिसेस चौधरीचा आवाज चढत चढत थरथरत आता कर्कश्श व्हायला लागला होता.

लेफ्टनंटशी काहीतरी हळू आवाजात बोलताना ती रेहानाला दिसली. तिनं सिल्वीकडे बोट दाखवलं, मान खाली घातली, मग पुन्हा वर केली, एक बोट उचललं आणि डोळ्याला रुमाल लावला. साबीरनं किंचित मान डोलावली आणि तिच्या खांद्यावर थोपटल्यासारखं केलं.

मध्यरात्रीच्या सुमारास गोळीबार अधून मधून दूरवरून आवाज येण्याइतका कमी झाला होता.

मिसेस चौधरीनं रेहाना आणि सोहैलला स्वयंपाकघरात बोलावून नेलं. "सोहैल, मला तुझी मदत हवीये." ती म्हणाली, "सिल्वीचं लग्न आत्ताच्या आत्ता व्हायलाच हवं. तू एक साक्षीदार म्हणून काम कर. दोन पुरुष असायला हवेत ना – मिस्टर सेनगुप्ता दुसरा साक्षीदार होतील. हे काही बरोबर नाहीये, पण तेच चालवून घ्यायला हवं आपल्याला."

"मिसेस चौधरी," रेहाना उद्‌गारली, "ही वेळ आहे का याची?" या मूर्खपणानं तिचं डोकं गरगरायला लागलं होतं.

"अर्थात - हीच वेळ आहे. याहून दुसरी वेळ कुठली असणारेय? कदाचित दुसरी वेळ मिळणारच नाही. वेळ आहे कुठे आता? लेफ्टनंट महिनेन्‌महिने परतच आला नाही तर? तो मरूनच गेला तर? " थोड्या वेळानं ती म्हणाली, "रेहाना, तू काही ओळी निवड बरं – किती छान वाचतेस तू –"

सिल्वीला चांगले कपडे घालून आणण्यासाठी मिसेस चौधरी जाताच माया पुटपुटली, "हे काय चाललंय काय - मूर्खासारखं? सिल्वीला तरी थोडी अक्कल असेल असं वाटलं होतं."

सिल्वी पवित्र ग्रंथ कुठे ठेवायची हे रेहानाला माहीत होतं. त्या फळीकडे जात ती म्हणाली. "मला जरा हा ग्रंथ खाली काढायला मदत कर रे सोहैल."

"माझं तिच्यावर आता अजिबात प्रेम नाहीये." तिनं त्याला एखादा प्रश्न विचारला असावा आणि तो उत्तर देत असावा अशा स्वरात सोहैल म्हणाला, "ज्या क्षणी मला या अधिकाऱ्याबद्दल कळलं ना त्याच क्षणी माझं प्रेम संपून गेलं."

रेहानानं यावर काहीच उत्तर दिलं नाही, पण मायानं मात्र ओठांना एक आडमुठी घडी घालत त्याच्याकडे आव्हानाची नजर फेकली.

"माझा हिंसेवर विश्वास नाही." समोरच्या दोघी स्त्रिया त्याला प्रथमच भेटत असाव्यात अशा थाटात सोहैलनं घोषणा केली. "मी कोणत्याही प्रकारच्या हिंसेला मान्यता देऊ शकत नाही, शिवाय हा तिचा स्वतःचा निर्णय आहे. स्त्रियांना स्वतःचा निर्णय घेण्याचा अधिकार मिळालाच पाहिजे."

"मूर्खासारखं बोलू नकोस." माया म्हणाली, "ती दबावाला बळी पडलीये हे तुला चांगलंच माहीत आहे. खरंच ती मुलगी फारच शामळू आहे."

"गप्प बस," सोहैल ओरडला.

खांदे उडवत माया पुन्हा रेडियोकडे वळली. "तुम्ही जा. या तमाशाशी माझं काही घेणं देणं नाही."

रेहानानं पवित्र ग्रंथ उघडला.

साबीर आणि सिल्वीला पुन्हा एकदा मोठ्या सोफ्यावर शेजारी शेजारी बसवण्यात आलं. पुन्हा सिल्वी मांडीवर गुंफलेल्या आपल्या हातांकडेच बघत होती. रेहानाला तिचे ओठ थरथरताना दिसत होते. रेहानाला वाटलं, धावत जाऊन तिला कुशीत घ्यावं आणि विचारावं, 'तुला खरोखरच लेफ्टनंटशी लग्न करायचं आहे ना – पक्क खात्री आहे ना तुझी?' ती सिल्वीकडे जायला निघणार, तेवढ्यातच आपला नेहमीचा गंभीरपणा सोडून सिल्वीनं एक लांबरुंद हास्य केलं. ते हास्य तिच्या आईसाठी होतं हे रेहानाला माहीत होतं, पण त्या हास्यानं त्या खोलीत सगळीकडे घुमत असलेल्या शंका दूर झाल्या हे मात्र खरं!

"सोहैल," जरुरीपेक्षा थोड्या अधिकच मोठ्या आवाजात सिल्वीनं हाक मारली, "तू एक फोटो काढ ना."

"तुझ्याकडं कॅमेरा आहे का?" सोहैलनं विचारलं.

"तुझा कॅमेरा माझ्याजवळच आहे ना अजून." सोफ्याशेजारचा एक खण उघडत सिल्वी म्हणाली. "तू मला वापरायला दिला होतास ना - आठवतंय? मला रोमियो आणि ज्युलियेटचा फोटो काढायचा होता तेव्हा –" त्याची सर्वांत किमती वस्तू होती तो कॅमेरा म्हणजे – त्याच्या अठराव्या वाढदिवसाची भेट म्हणून रेहानानं त्याला हा याशिका इलेक्ट्रो३५जी हा महाग कॅमेरा घेऊन दिला होता.

"हो तर." सोहैल म्हणाला. कॅमेरा केसमधून बाहेर काढत त्यानं स्वत:चा चेहरा कॅमेऱ्याच्या आड लपवला. त्याला काय दिसत असेल? तिच्या ओठांवरचं दु:ख, तिनं नीट मांडून ठेवलेल्या हातांमधली अगतिकता, तिच्या गालांवरची चमक, तिचा जोरात चाललेला श्वास – काय दिसत असेल त्याला – रेहानाच्या मनात आलं... आणि सिल्वीचं काय? त्या दोघांमध्ये जे अनेक क्षण संभाषणाविना जायचे त्यांची आठवण येत राहील का तिला? आणि खिडकीच्या शटर्समधून टाकलेली एकमेकांना लिहिलेली लहानशी प्रेमपत्रं?

सोहैलनं सोफ्यावर बसलेल्या जोडप्याकडे कॅमेरा रोखला.

"स्माईल" आणि कॅमेऱ्याचा सटकन आवाज आला.

रेहाना पवित्र ग्रंथ उघडणार तेवढ्यात दिवे विझले. लग्नविधीचे मंत्र तिला स्मरणानेच म्हणावे लागले. *"तुम्ही त्यांच्यासमवेत शांतपणे राहू शकाल यासाठी त्याने (परमेश्वराने) तुमच्यासाठी सहचर तुमच्यामध्येच निर्माण केले आहेत आणि त्याने तुमच्या हृदयांमध्ये प्रेम आणि दया ठेवली आहे."*

सिल्वी आणि साबीरनी एकमेकांना अंगठ्या घातल्या, मग मिसेस चौधरी म्हणाली.,"एखादी कविता ऐकव रे, सोहैल."

"नको, खाला-मोनी, नाही जमणार मला आत्ता! खरोखरच नाही जमणार."

"ऐकव रे चल ऐकव – मग जुन्या मैत्रीचा काय फायदा?"

''किंवा आपण थोडं संगीत लावू या, तेच ठीक होईल.'' आपल्या लेकाला वाचवण्याचा प्रयत्न करत रेहाना उद्गारली.

''तुम्ही मायाला एखादी गझल म्हणायला का सांगत नाही?''

पण मायाची पाठ फिरलेलीच राहिली. आपल्याला काहीच ऐकू आलं नाही असं ती दर्शवत होती.

बुरख्याआड सिल्वीचे खांदे जोराजोरात थरथरत होते.

''लाडूबाई, घाबरू नका.'' मिसेस सेनगुप्ता तिला थोपटत म्हणाली. दुसऱ्या कोणत्याही नवऱ्या मुलीपेक्षा सिल्वी काही जास्त किंवा कमी घाबरलेली दिसत नव्हती.

''चल, आपण सगळे एकाच कुटुंबातले आहोत ना - एक कविता ऐकवच तू.'' मिसेस चौधरीनी आग्रहच धरला. सोहैल त्या जोडप्याकडे तोंड करून उभा राहिला. डोळे मिटून त्यानं गायला सुरुवात केली.

'तू मला गायला सांगतेस तेव्हा
माझा ऊर अभिमानानं भरून येतो
मी तुझ्या चेहऱ्याकडे पाहतो
आणि माझ्या अश्रुंचा खारट ओलावा माझ्या चेहऱ्यावर मला जाणवतो
सागरावरून पलीकडे जाण्यासाठी भरारी घेणाऱ्या आनंदी पक्ष्यासारखं
माझं प्रेमही आपले पंख पसरतं
केवळ यात - केवळ माझ्या स्वरात उमटतं - मी तुझा साक्षीदार असतो
आनंद, गायनाचा निर्भेळ आनंद पिऊन धुंद होताना
मी स्वत:लाच विसरून जातो आणि तुला हाकारतो –
माझ्या मित्रा – माझ्या स्वामी -
तू मला अनंत बनवलं आहेस - हे तुझं वरदान आहे.'

बस - एवढंच. बाहेरच्या मशीनगन्सचे रट- रट- टट असे आवाज ऐकत ती सर्व मंडळी मिसेस चौधरीच्या दिवाणखान्यामध्ये थोडा वेळ रेंगाळली. सारी रात्र जणू एखाद्या स्वप्नासारखी गेली - कोणी काही बोलत नव्हतं की काही हालचालही करत नव्हतं.

पहाटे बंदुकींचा आवाज थोडा मंदावला. आकाशात गुलाबी आणि शेंदरी रंगाच्या धूसर पट्ट्या आखत सूर्य सावकाशपणे पूर्वेकडून वर येत होता. झाडांवर, घरांच्या छतांवर धूळ हळूहळू बसत होती. सर्वांनी आपआपल्या घरी जायचं ठरवलं.

मिसेस चौधरी हनुवटीखाली हात घेऊन तिच्या खुर्चीवर गाढ झोपली होती. त्यांनी घराचं पुढचं दार उघडलं, समोरच ज्युलियेट आडव्या पडलेल्या रोमियोभोवती चकरा मारत होती. तिचं डोकं खाली घातलेलं होतं आणि त्याच्याभोवती चकरा मारताना तिचे कान त्याच्या तोंडाला स्पर्शून जात होते. तिच्या ओल्या नाकपुड्या विस्तारलेल्या होत्या आणि ती अगदी हळू उसासे सोडत होती. रोमियो अजिबात हालचाल करत नव्हता. त्याच्या पोटावर हात ठेवत सोहैल म्हणाला, ''हा तर मेलाय – त्याला बहुतेक हार्ट अटॅक आला असणार.''

घरी पोहोचल्यावर रेहानानं मुलांना थोडी झोप घ्यायला सांगितलं, पण दिवाणखान्यातून कोणीच हललं नाही. दुपारी घरासमोर एक ट्रक इंजिनचा मोठा आवाज करत येऊन उभा राहिला. त्या शांत रस्त्यावर कसलाही आवाज मोठाच वाटायचा. एका मेगाफोनमधून आवाज येऊ लागला.

'बंगाली लोकांनो, तुमचे झेंडे खाली उतरवा. तुमचे झेंडे ताबडतोब खाली उतरवा. झेंडे उभारणे हे बेकायदेशीर आहे. तुम्हाला अटक होऊ शकते. तुमचे झेंडे ताबडतोब खाली उतरवा.' हे बोलणारा आवाज अगदी पातळ आणि नाकातून येणारा होता आणि मग नवीन काहीतरी सुचल्यासारखा तो आवाज पुढे म्हणाला, 'तुमचे झेंडे ताबडतोब खाली उतरवा - हरामी देशद्रोह्यांनो–'

''माया - झेंडा.''

माया अनवाणीच छतावर धावली.

काही मिनिटांनंतर झेंडा अंगाभोवती गुंडाळून घेऊन ती जमिनीवर आडवी झालेली होती. छताकडे बोट करून ती डास मोजायला लागली. मिसेस चौधरींच्या बंगल्याच्या दारातून ज्युलियेट भुंकत असलेली त्यांना ऐकू येत होती. ती सर्व जण बसून राहिली. काहीतरी घडण्याची वाट पाहात होती ती. सोहैल व्हरांडा- बाग- छत अशा फेऱ्या मारत होत. झेंडा गुंडाळलेल्या स्थितीतच मायाला झोप लागली. फ्रिजमधल्या वस्तू तपासून हे सगळं किती दिवस पुरेल याचा विचार रेहाना करत होती. तिनं चिकन मोजली. तांदूळ किती शिल्लक आहे ते पाहिलं. तीन दिवस - ती मनाशीच बोलली. हे सगळं मी तीन दिवस पुरवू शकेन. परत जाऊन तिनं पुन्हा एकदा सगळं मोजलं. कांदे, भोपळा, हाडांचा रस- पाच दिवस - हे सगळं पाच दिवस पुरेल.

ट्रक परत आला. 'उद्या दुपारी दोन वाजल्यापासून चार तासांसाठी कर्फ्यू उठवण्यात येईल. कर्फ्यू सहा वाजता पुन्हा लागू होईल. दिसताक्षणी गोळ्या घालण्याचे आदेश अधिकाऱ्यांना देण्यात आले आहेत. पुन्हा एकदा ऐका - दिसताक्षणी गोळ्या घालण्यात येतील. दोन ते सहा कर्फ्यू उठवण्यात येईल.'

ट्रक रोड नं ५ वरून मागे जात असताना ज्युलियेट जीव तोडून भुंकत होती.

कर्फ्यू उठल्याबरोबर लगेच सोहैल आणि माया विद्यापीठाकडे निघालीच. लेफ्टनंट साबीर सिल्वीबरोबर गेटमधून बाहेर पडला आणि त्यानं तिचा झटकन निरोप घेतला. हे सगळं रेहाना खिडकीतून बघत होती. रेहाना बंगल्यातच थांबली. आपण झोप घेतली त्याला किती तास झाले असतील? आपण दमलो आहोत का याचा ती विचार करत होती, तेवढ्यात कुणीतरी दरवाजातून आत घुसलं. मिसेस सेनगुप्ता होती.

''आम्ही त्यांना हाकलू शकलो नाही.''

''कोण?''

''तुला माहीत नाही? व्हरांड्यात जाऊन बघ.''

कुंपणाच्या भिंतीवरून रेहानानं शोना बंगल्याच्या बागेमध्ये डोकावून पाहिलं. काहीतरी हलत होतं, गवतात खसफस होत होतं. ''काय आहे ते?''

''लोक आहेत, रेहाना -शरणार्थी आहेत.''

''कितीजण आहेत?'''

''वीस-तीस, मला नक्की माहीत नाही. ते नुसते यायलाच लागले. राहू दे का त्यांना?''

''हो तर – अर्थात राहू दे त्यांना–''

''माझ्या कोणीच ओळखीचं नाहीये, पण या रस्त्यावर फक्त आपणच हिंदू आहोत.''

''मुलं आहेत का त्यांच्यात?''

''आहेत थोडीशी -बहुतेक सगळी कुटुंबंच आहेत - थोडे कोणी एकेकटे आहेत. कुणी बोलतच नाहीये.''

''मी थोडं खाणंपिणं घेऊन येते.''

रेहानानं तिची चिकन फ्रिजमधून बाहेर काढली. त्यापैकी दोनांचा टोमॅटो वगैरे घालून तिनं छानसा रस्सा बनवला आणि मुलांसाठी तिसऱ्याचा कोर्मा बनवला. दही शिल्लक नव्हतं म्हणून तिनं दूधच वापरलं. कोबी-बटाटा भाजी बनवली, कांदा-भेंडी परतली. पालक आणि भोपळ्याची रस्सा भाजी बनवली. एक क्षणभर तिला सगळी बेगमी वापरून टाकण्याची भीती वाटली खरी, पण तिनं लगेच ती भीती बाजूला सारली. या लोकांना काय भोगावं लागलं असेल कुणास ठाऊक? काय घडलं असेल म्हणून त्यांना असं इकडे यावं लागलं असेल? तिचं काम उरकल्यावर तयार अन्नाची ताटं घेऊन जुनी, फाटक्यातुटक्या ब्लँकेट्समधून वाट काढत ती शोन्यांकडे गेली. तिला वाटलं होतं तशी त्या लोकांमध्ये लहान मुलं होती, बायका होत्या आणि सुरकुत्यांनी भरलेले चेहऱ्यांचे म्हातारे पुरूषही होते.

ती सगळी माणसं तिच्याकडे पाहात कृतज्ञतेनं हसण्याचा प्रयत्न करत होती,

पण बोलत मात्र कुणीही नव्हतं. अगदी एकमेकांशीही नाही. अगदी मूकपणे सारी बसून होती. आपापल्या सैलसर गाठोड्यांमध्ये उचकापाचक करत आपण काय काय वाचवू शकलो आहोत याचा हिशेब मांडत होती.

त्यांच्याकडे बघताना रेहानाला आणखी काही जाणून घ्यायची इच्छा झाली. काल रात्री काय काय घडलं, ती बॉंबिग्ज, मिसेस चौधरीचा घायकुतेपणा या साऱ्याचा आत्ता कुठे आपल्याला थोडा थोडा अर्थ लागायला लागला आहे असं तिला वाटायला लागलं. या सर्व लोकांनी रात्र कुठे आणि कशी घालवली, ती इथे कशी येऊन पोहोचली हे सारं तिला जाणून घ्यायचं होतं. एक विलक्षण अस्वस्थता तिच्या मनात दाटून आली. जे काही तिथे बाहेर होतं ते तिला पाहायचंच होतं. आपली घरं सोडून इथे तिच्या दाराशी पळून येण्यासारखं कोणतं दुःख लोकांच्या वाट्याला आलं होतं ते तिला समजून घ्यायचं होतं.

*

''युनिवर्सिटी'' एवढंच ती म्हणाली.

''नको जायला तिथे. आपा.'' रिक्षावाला म्हणाला.

''युनिवर्सिटी'' रिक्षात बसून रिक्षाचा टप मागे सारत ती पुन्हा एकदा म्हणाली.

मान हलवत त्यानं रिक्षा चालवायला सुरुवात केली आणि मिरपूर रोडवरचं वळण घेतलं. रस्त्यावर फारशी रहादारी नव्हती. ज्या काही थोडया मोटारी रस्त्यावर होत्या त्यांची इंजिनं अगदी सभ्यपणे कुजबुजता आवाज करत होती. कुणीही हॉर्न वाजवत नव्हतं. रिक्षानं निलखेतवर आडवं वळण घेतलं, तेव्हाही त्यांनी नुसता हात हलवून रिक्षाला जाऊ दिलं.

सगळं कसं अगदी पूर्वीसारखंच दिसतंय. रेहानाच्या मनात आलं. न्यू मार्केटचे दरवाजे बंद होते आणि दरवाजाजवळची लहानसहान दुकानं फळ्या ठोकून बंद केलेली होती. फणसाचे गरे आणि आमरा विकणारे ठेलेवाले कुठेच दिसत नव्हते, आणि तरीही ही शुक्रवारची दुपार असावी असंच वाटत होतं. दर शुक्रवारी जुम्मा प्रार्थनेसाठी असंच तर सगळं बंद असतं किंवा मग एखादा संप वगैरे... आजकाल कितीवेळा संप व्हायचे!

विद्यापीठामध्ये आत शिरण्याआधीच्या वर्तुळाला फेरा घालून रिक्षावाला विद्यापीठामध्ये शिरला आणि इथे वातावरण बदलायला सुरुवात झाली. रस्त्याच्या कडेच्या पदपथांवर एक जडसर धुकं चिकटलेलं होतं – नाही हे धुकं नव्हतं - हा धूर होता. रस्त्यारस्त्यावरून कुजबुजत निघाला होता, तोंडामध्ये एक राखेची, आंबट चव ठेवत पुढे जात होता. वसतिगृहांच्या जवळजवळ जशी रिक्षा जायला लागली

तसतसा हा धूर अधिकाधिक गडद होत गेला. रिक्षावाला थांबला, डोक्यावरचा गमछा सोडून त्यानं तो तोंडाभोवती गुंडाळत रेहानानेही आपल्या पदराने तसंच करावं अशी तिला त्यानं खूण केली. रेहानाने पदर नाकावर धरला आणि दुसऱ्या हाताने रिक्षाची चौकट घट्ट पकडली, कारण इथे रस्ता खडबडीत होता. रस्त्यावर पाहाते तर सगळीकडे कचराच कचरा दिसत होता. आपल्याला एक प्रार्थनेच्या वेळी घालायची टोपी आणि एक न फुटलेला चष्मा दिसला असं तिला भासलं. पळता पळता लोकांनी या अशा गोष्टी टाकून दिल्या असाव्यात. तो चष्मा उचलून सगळीकडे दाखवावा म्हणजे कोणी तो शोधत असेल तर त्याला तो देता येईल असंही तिला वाटलं, पण आत्तापर्यंत रिक्षा पुष्कळ पुढे आली होती, आता रस्त्यावर एक बारीकशी लाल रेषा दिसायला लागली. ते काय आहे ते तिला कळेना. तिनं बाहेर वाकून बघितलं. ती चमकती रेषा ओली होती. रिक्षा पुढे जात होती, रस्त्यावरचा कचरा वाढत होता. आता रस्त्यावरची गर्दी वाढते आहे हे रेहानाला जाणवलं. तो खडबडीत रस्ता आणि रिक्षाच्या भोवती वाढणारी गर्दी यामधून मार्ग काढण्याचा आटोकाट प्रयत्न रिक्षावाला करत होता. आता रस्त्यावर विटांचे तुकडे, प्लास्टरचे तुकडे आणि भरपूर धूळ होती, त्यामुळे रस्ता पांढरा राखाडी झाला होता.

ती कर्झन हॉलच्या समोर आली होती. ती ओली रेषा इथवर त्यांच्याबरोबरच आली होती आणि इथे ती सरळ एका गटारातच जाऊन पडत होती. ते गटारही लालभडक झालेलं होतं, गटाराशेजारी दोन पंजे होते, प्रार्थना करताना किंवा विनवणी करताना गुंफावे तसे गुंफलेले - त्या हातांशेजारी एक डोकं होतं. लहानशी गुलाबीसर जिवणी, एखाद्या जखमेची नुकती सुरुवात असावी तशी –

ती एक लहान मुलगी होती, तिच्या विस्कटलेल्या केसांनी तिचा अर्धा चेहरा झाकला गेला होता, त्या जटांमधून रेहानाला एक घट्ट मिटलेला डोळाही दिसत होता.

तिनं जबरदस्तीनं स्वत:ला त्या दृश्यापासून दूर खेचलं. एखादं मिनिटभरच तिनं ते पाहिलं असेल पण आपण कितीतरी वेळ त्या मुलीकडे पाहतो आहोत, तिचा श्वास आपल्याला जाणवतो आहे, तिच्या त्या इवल्याश्या जिवणीतून निघालेला उसासा आपल्याला ऐकू येतो आहे असं तिला वाटायला लागलं.

''चल, चल, पुढे,'' ती रिक्षावाल्याला म्हणाली. त्यानंतर तिनं काहीच पाहिलं नाही. नंतर ती म्हणाली की मी खूप काही पाहिलं –विक्रीसाठी काचेच्या खिडक्यांमध्ये मांडलेल्या केक्ससारखी पदपथांवर रचलेली प्रेतं, रिक्षांच्या पेडल्सवर पाय ठेवलेल्या अवस्थेतच मरून पडलेले रिक्षावाले, रोकेय हॉल आणि जगन्नाथ हॉल आणि मोहसिन हॉल या वसतिगृहांना पडलेली रणगाड्यांच्या आकाराची खिंडारं – पण त्या कुंपणामधून धडधडत आत जात असताना तिच्या उद्‌ध्वस्त शहराचं दृश्य बघायला नको म्हणून तिचे डोळे घट्ट मिटलेले होते.

सोहैल आणि माया परतली तेव्हा ती दोघं अगदी गप्प होती. चेहरे राखेनं माखलेले होते. आदल्या रात्रीची कहाणी हळूहळू उलगडत गेली. प्रथम मुजीबना अटक करून विमानाने पश्चिम पाकिस्तानला नेण्यात आलं होतं. लष्कराने हल्ला सुरू केला होता तो विद्यापीठापासून. वसतिगृहं आणि मधु कँटिन जमीनदोस्त केलं होतं. जुन्या शहराकडे जाता जाता रणगाड्यांनी फुलबारिया रेल्वे रस्त्याच्या दोन्ही बाजूनं खेटून वसलेल्या झोपटपट्ट्या उद्ध्वस्त केल्या होत्या – पलीकडे शहरात जाण्यासाठी त्यांना रेल्वे रस्ता मोकळा लागणार होता, म्हणून त्यांनी त्यांच्या बंदुका गोंद आणि चित्रपटांच्या जाहिरातींना एकत्र बांधलेल्या त्या तकलादू पत्र्यांच्या आणि पुठ्ठ्यांच्या झोपड्यांवर रोखल्या होत्या.

त्यानंतर ते जीप्समधून हिंदूंच्या वस्त्यांमध्ये शिरले होते, कारण तिथले रस्ते रणगाडे जाण्याइतके रुंद नव्हते. जीप्समध्ये बसून त्यांनी दाराखिडक्यांवर, कुडत्यांवर आणि हृदयांवर गोळीबार केला होता. संध्याकाळी रेहाना आणि मुलांनी रेडियोवरची घोषणा ऐकली.

‘मी मेजर झिया, बांगलादेश लिबरेशन आर्मीचा अंतरिम प्रमुख अधिकारी आपले थोर नेते शेख मुजीबुर रहमान यांच्या वतीने बांगलादेश स्वतंत्र झाला आहे असे जाहीर करत आहे. शेख मुजीबुर रहमान यांच्या नेतृत्वाखाली आम्ही एक कायदेशीर व सार्वभौम सरकार स्थापन केले आहे, असेही मी जाहीर करत आहे. बांगलादेशमध्ये घडलेल्या भीषण मानवी संहाराचा निषेध करण्यासाठी सर्व देशांनी आपल्या जनतेला उद्युक्त करावे, अशी मी त्यांना विनंती करत आहे.’

हे असं होतं तर! युद्ध त्यांना शोधत आलं होतं. जे काही घडणार होतं ते घडून गेलं होतं. आता त्यांना त्याच्या सावलीतच जगावं लागणार होतं. रेहानानं आपले हात स्वत:भोवती घट्ट आवळून घेतले. तेच जुने धैर्य, जुनी शक्ती पुन्हा जागी करण्यासाठी ती आपली इच्छाशक्ती पणाला लावू पाहात होती.

❖

एप्रिल

स्वतंत्र बांगलादेश रेडियो

शहर अगदी सावकाशपणे लष्करव्याप्त आयुष्याला सरावू लागलं. रस्तोरस्ती गस्त घालणारे ताठ कण्याचे सैनिक, त्यांचे कडक गणवेष, त्यांचे फिकट ताठर चेहरे यांना सरावलं. रस्त्यांच्या मध्यभागी पसरून बसलेले रणगाडे, रस्त्यांवर उभारली गेलेली नाकी, मोटारींच्या खिडक्यांमधून आत डोकावून पाहात खेकसणारे सैनिक, त्यांच्याकडे पाहात हात उंचावून मान हलवत आपलं निरपराधित्व सिद्ध करणारे चालक यांनाही सरावलं आणि शांततेलाही सरावलं, कारण आता कुठेही भाषणं होत नव्हती, मिरवणुका निघत नव्हत्या, मोर्चे निघत नव्हते - होती ती फक्त एक भीतिदायक, स्तब्ध शांतता - दिवसातून दोन वेळा कर्फ्यूच्या भोंग्यानं मोडली जाणारी शांतता. बाकी सगळीकडे स्मशानशांतता - झाडापेडांची -पानांची सळसळ, एप्रिल महिन्यातला सूर्याचा झळझळीत ताप या दोनच गोष्टी दिवस आणि रात्र यांच्यातला फरक दाखवणाऱ्या...

अगदी गपचुपपणे शहरामध्ये काही अफवा फिरत होत्या. सर्व प्रेतं लपवण्यासाठी लष्कराने एकच मोठी कबर खणली होती. शहराच्या सीमेबाहेर एक कोठार होतं तिथे ते कैद्यांचे हाल करत असत. मिरपूर प्राणिसंग्रहालयामधली सर्व जनावरं - अगदी बंगाली टायगरदेखील - भीतीनं मरून गेली होती, तरीही कुणालाही काहीही निश्चित असं माहीत असलेलं दिसत नव्हतं. वृत्तपत्रं घोषणा करत होती, 'याह्याने पाकिस्तानला वाचवले.' आणि आजवर सर्व बाबतींमध्ये केंद्रस्थानी असलेलं ढाका शहर आता आपल्या जवळची माहिती गुपित ठेवत लष्करानं पादाक्रांत केलेलं रिकामं शहर बनून गेलं होतं.

जे लोक या शहराचे खरेखुरे नागरिक नव्हतेच त्यांनी आपल्या पुसटशा खाणाखुणा पुसून टाकत आपापल्या खेड्यांचा रस्ता धरला. खाटीक, शिंपी, दूधवाले, रिक्षावाले, रिक्षांच्या मागच्या पट्ट्यांवर नट्यांची चित्रं रंगवणारी पोरं,

अगदी रस्त्याच्या कडेला गंजक्या किटल्यांमध्ये चहा बनवून विकणारी लहान लहान मुलंदेखील – सारे सारे अगदी मूकपणे शहर सोडून निघून गेले - पाठीवर लहानगी बोचकी आणि त्याहून लहान बाळं बांधून घेऊन, नीट रांगा करून निघून गेले.

असं शहर रिकामं होत असताना पाहून रेहानानं स्वत:च्या सुदैवाची पाहणो केली...

मुलं सुरक्षित होती.

मिसेस चौधरी आणि सिल्वी

पत्ते खेळणाऱ्या बायकांच्या ग्रुपमधली मिसेस अक्रम त्या रात्री दारं-खिडक्या घट्ट लावून घेऊन कानांवर हात दाबून रात्रभर बसून राहिली होती. नंतर तिच्या नवऱ्यानं सांगितलं होतं, की ती फारच घाबरली होती, 'कयामत आलीये' 'जगबुडी आलीये' असं किंचाळत होती. अखेरीस त्यांना तिला पलंगाला बांधून घालावं लागलं होतं. आणि तिच्या तोंडावर हात दाबावा लागला होता. तिला यातलं काहीही आठवत नव्हतं. कर्फ्यू उठल्यानंतर दोन दिवसांनी ती रेहानाला भेटायला आली तेव्हा तिनं मनगटावरच्या त्या खुणा लपविण्यासाठी आरसे जडवलेल्या रुंद बांगड्या घातल्या होत्या. पण ती जिवंत होती...

रोमियो मेला होता. मिसेस चौधरीनं तिच्या बागेतल्या सर्वांत उंच नारळाच्या झाडाखाली त्याला पुरायला लावलं होतं. मिसेस रहमान मात्र एवढी नशीबवान नव्हती. तिनं एका जुन्या शाळामैत्रिणीकडे जेवायला जाण्याचं आमंत्रण स्वीकारलेलं होतं. त्या मैत्रिणीच्या नवऱ्याचं जुन्या शहरामध्ये नवाबपूर रोडवर एक कपडे शिवण्याचं दुकान होतं आणि ती त्या दुकानाच्या वरच राहात होती. अगदी शेवटच्या क्षणाला मिसेस रहमाननं डोकेदुखीचं कारण सांगून आमंत्रण नाकारलं होतं. खरं म्हणजे नवाबपूरला जाताना तिला ज्या गर्दीतून जावं लागणार होतं त्याच्या विचारानंच तिच्या अंगावर काटा उभा राहिला होता, शिवाय गेल्या वेळी जेवणात असलेला हाडांचा रस्सा आणि मैत्रिणीच्या घरातलं जुनंपुराणं फर्निचर यांची आठवणही तिच्या मनात ताजीच होती. तिला थोडं अपराधी वाटलं होतं, पण मग उद्या मैत्रिणीला एखादी भेट पाठवून देऊ - एखादी साडी किंवा एखादा कुडीजोड असा विचार करून तिनं स्वत:च्या मनाची समजूत घातली होती.

शकिरापोट्टी या हिंदू वसाहतीकडे जाताना लष्कराला नवाबपुरामधूनच जावं लागलं होतं. कदाचित ते चुकीच्या वळणाला वळले असतील किंवा त्यांनी त्यांचे नकाशे उलटे धरले असतील किंवा तिथे पोहोचायला खूपच वेळ लागत असल्याने ते अधीर झाले असतील, त्यांचं रक्त उसळायला लागलं असेल. त्यांनी आपल्या मशीनगन्स चौफेर उडवायला सुरुवात केली आणि त्यापैकी एका गोळीनं नवाबपूरमधल्या त्या घराचा ठाव घेतला होता. मिसेस रहमानच्या मैत्रिणीच्या गालावर थोडं खरचटलं, पण जेवणाच्या टेबलाखाली लपलेला तिचा नवरा मात्र इतका सुदैवी नव्हता.

रेहानाची मुलं सुरक्षित होती ही सर्वांत महत्त्वाची गोष्ट होती. त्या रात्री मिसेस चौधरीनं सिल्वीच्या साखरपुड्याची मेजवानी ठेवल्याबद्दल तिला मनातून तिचे आभारच मानावेसे वाटत होते. त्या मेजवानीमुळे तर तिची मुलं घरामध्ये होती, नाहीतर ती असती विद्यापीठाच्या एखाद्या वसतिगृहामध्ये.

सोहैल आणि मायानं त्यांच्या मित्रमंडळीचा आढावा घेतला. शहरावर हल्ला होणार असल्याची अफवा ऐकणाऱ्या विद्यार्थ्यांमध्ये आरिफ आणि जॉय होते. त्यांच्या वसतिगृहाच्या उपाहारगृहाच्या काचा फोडून त्यांनी सगळ्या खुर्च्या बाहेर काढल्या होत्या आणि त्या निलखेत रोडच्या तोंडाशीच रचून ठेवल्या होत्या. त्यांनी काचेच्या बाटल्या पेटवून त्या रस्त्यांवर भिरकावल्या होत्या, पण जेव्हा या सर्व अडथळ्यांवर चढून रणगाडे पुढे यायला लागले तेव्हा मात्र इमारतींच्या मधून वाटा काढत त्यांनी तिथून पळ काढला होता आणि ते सर्व कर्झन हॉलमध्ये जाऊन लपले होते. गोळ्या त्यांच्यापर्यंत पोहोचल्या नव्हत्या, पण शार्मीन..? शार्मीनचा काहीच ठावठिकाणा कळत नव्हता...!

सुरुवातीला आपलं हे सगळं हुकलं म्हणून मायाची थोडी चिडचिड झाली होती. तिच्या सर्व मित्रमंडळींकडे त्या रात्रीच्या अनेक कथा होत्या. 'बरं झालं मी त्या रात्री कँपसवर नव्हते' असं जरी ती वारंवार म्हणत होती तरी आपण या सर्वांतून वगळलं गेल्याची थोडी निराशा तिच्या स्वरात जाणवतच होती. हे जे काही घडलं ते तिच्याही आयुष्यात घडलं याची काहीतरी खूण, काहीतरी चिन्ह तिला हवं होतं. गालावर एखादा ओरखडा, ब्लाऊजला गेलेला फराटा, शार्मीन दरवाजाशी येईल आणि आपल्याला यातलं काहीतरी देईल म्हणून ती वाट पाहात होती.

पण तिसऱ्या दिवशीही तिचा काहीच पत्ता नव्हता.

''अगं, ठीक आहे ना.'' रेहानाला कशी समजूत घालावी ते कळतच नव्हतं, ''काहीतरी कारण असेल ती न येण्याचं.'' तिला शार्मीनची जी काही माहिती होती त्यावरून तरी तिला शार्मीनची अजिबात काळजी वाटत नव्हती. ती अशी सहजासहजी नाहीशी होण्यासारखी मुलगीच नव्हती. मायालाही असंच वाटत असणार, कारण तीही शार्मीनची काळजी करत नव्हती.

चौथ्या दिवशी सेनगुप्तानी निघून जायचं ठरवलं. शोनाच्या दिवाणखान्यामध्ये मिसेस सेनगुप्ताच्या गुलाबी गुलाबपाकळ्यांची नक्षी असलेल्या गालिचावर त्यांचं सगळं सामान अस्ताव्यस्त पसरलेलं रेहानाला दिसलं.

''आम्हाला जाणं भाग आहे.'' मिसेस सेनगुप्तानं सुरुवात केली. तिनंच तिच्या नवऱ्याला हा निर्णय घ्यायला भाग पाडलं होतं, हे उघड होतं. ती अस्वस्थच होती. पुन्हा पुन्हा पदर सावरत होती आणि निऱ्या नीट करत होती.

रेहानानं काहीही न बोलता फक्त मान डोलावली.

"आता हे शहर हिंदूसाठी सुरक्षित नाही राहिलं." मिस्टर सेनगुप्तांनी स्पष्टीकरण दिलं. "तुम्हाला ठाऊकच आहे." तिथे आलेले निर्वासित एकदोन दिवस तिथेच राहिले होते. स्वतःच्या घरांच्या दरवाजांच्या लाकडांच्या लाठ्या आणि कंदिलांच्या उजेडात गस्त देत राहिले होते. त्यानंतर ते सगळेही निघून गेले होते. – दूरदूरच्या आपल्या खेड्यांमध्ये किंवा मग सीमा ओलांडून भारतामध्ये! जाताना त्यांनी रेहानाच्या चांगुलपणाबद्दल तिचे आभार मानले होते आणि मग आपली गाठोडी घेऊन जाताना आपल्यामागे बागेच्या दरवाजाला कडी घालून ते निघून गेले होते.

"तुम्ही भारतात जाणार?" रेहानानं विचारलं.

मिस्टर सेनगुप्तानी आश्चर्यचकित झाल्यासारखं दाखवत म्हटलं, "का? नाही, आम्ही भारतात का जाऊ?आम्ही आमच्या खेड्यात पाबनला चाललोय. खूप दिवसात आम्ही तिकडे गेलोच नाहीयेत. मिथुनला त्याचं वाडवडिलांचं घर पाहायला मिळेल. त्याची भावंडं भेटतील." मिथुन बागेत एका कावळ्याच्या मागे धावत होता. खिडकीवरचा जाळीचा पडदा दूर सारत मिस्टर सेनगुप्तानी त्याच्याकडे पाहून घेतलं.

"अर्थात" रेहाना म्हणाली. "काय चांगलं आहे ते तुम्हालाच जास्त कळणार, पण बातम्या तर वाईटच येताहेत. खेडी जाळली जाताहेत, हिंदूंना लक्ष्य केलं जातंय अशा."

"ती नुसती अफवा आहे. हे शहर जास्त धोकादायक आहे आणि ते इतके आत जाणार नाहीत." ते म्हणाले, "तिथे पोहोचायला दोन दिवस लागतात - खराब मातीचे रस्ते आहेत – बांधलेले नाहीयेत. ते इतका त्रास कशाला घेतील?" आणि त्यांनी एक हसल्यासारखा आणि कुत्सितपणाचाही हुंकार टाकला.

"तुमच्या खेड्यातली माणसं?" रेहानानं तरी त्यांचा पिच्छा सोडला नाहीच. 'तुमच्या विश्वासाची आहेत ना ती?"

"माझ्या खेड्यातली माणसं? हो तर माझं कुटुंब त्या खेड्यात पिढ्यान्‌पिढ्या राहतं आहे... मिसेस हक, सगळ्या हिंदूंनी भारतात पळून जावं असं वाटतंय का तुम्हाला?"

आपल्या प्रश्नांनी त्यांचा अपमान झालाय हे रेहानाला कळून आलं. त्यांच्या आवाजात आता एक स्पष्ट आव्हान होतं, ती कोणत्या पक्षाची आहे हे बघण्यासाठी केलेली एक चाचपणीही होती. ते एकदा एका पायावर दुसरा पाय ठेवत होते तर थोड्याच वेळात पाय बदलत होते. मिसेस सेनगुप्ता अस्वस्थतेनं आपल्या साडीची किनार दुमडत बसली होती. तिच्याकडे बघता बघता रेहानाला स्वतःच्या लहानपणाची आठवण झाली. ते तरुण, अधिक आत्मविश्वास असलेलं वय, हवं असेल तेव्हा मागे सरत दुसऱ्याला निर्णय घेऊ देता येण्याचं, लक्ष्मणरेषा ओढण्याचं देता येणारं स्वातंत्र्य.

पुढे वाकत मिसेस सेनगुप्तानं रेहानाचा हात हातात घेतला. "तुला एकटीला इथे सोडून जाताना आमच्या फार जिवावर आलंय गं, तू सांभाळून राहशील ना?"

"हो तर?" रेहाना उत्तरली, त्याच क्षणी तिला जाणवलं होतं की सेनगुप्ता परत येईपर्यंत तिला पैसे मिळणार नव्हते. मिसेस सेनगुप्ता ज्या रीतीनं तिच्याकडे बघत होती त्यावरूनच तिच्या या वाईट वाटण्याचं खरं कारण स्पष्ट होत होतं. तिच्या मैत्रिणीनं एक लिफाफा काढून तिच्या दोन्ही हातांमध्ये धरला.

"नाही नाही सुप्रिया, हे असं काहीतरी करू नकोस गं!"

"हे असं केलं तरच आम्ही इथून जाण्याचा विचार करू शकू." ती नवऱ्याकडे वळली. आता तो शांत झाल्यासारखा दिसत होता. त्यानंही जोराजोरात मान हलवली. "हे फार नाहीयेत, पण आम्ही असे तुला रिकाम्या हातानं सोडून जाऊ शकत नाही."

"नाही नाही, शक्यच नाही, मी ते घेणारच नाही!" रेहाना आग्रहानं म्हणाली, पण मनातल्या मनात आपण किती वेळ हे – आपल्याला पैसे नको असल्याचं सोंग चालू ठेवू शकू याचाही ती विचार करतच होती. आणखी थोडा वेळ तिनं असं पुटपुटणं चालू ठेवलं, पण अखेरीस तो लिफाफा घेतला. "तुम्ही खूप दिवस गावी राहिलात तर मला दुसरे भाडेकरू शोधावे लागतील हं." असा दम भरायलाही ती विसरली नाही. या काळात कोणीही नव्यानं ढाक्यात राहायला येण्याच्या नुसत्या कल्पनेनंही सर्वांना हसू फुटलं.

"आम्ही फारच पसारा केलाय – माफ कर हं." खोलीभर हात फिरवत मिसेस सेनगुप्ता म्हणाली.

"काही काळजी करू नकोस. मी आणि माया आवरून टाकू सगळं."

"खरंच आवराल?"

"हो तर. तुम्हाला जेवढं लागणार आहे तेवढंच न्या. तुम्ही यालच लवकर परत– मला माहीत आहे."

"मिथून." बाहेर बागेत बघत मिसेस सेनगुप्तानी हाक मारली, "आत ये आणि मावशीचा निरोप घे बरं."

अगदी स्वाभाविक वागण्याचा प्रयत्न करताना देखील रेहानानं जेव्हा मिसेस सेनगुप्ताला मिठी मारली तेव्हा तिचे डोळे चुरचुरलेच. "देव तुमचा सांभाळ करो." मैत्रिणीचा खांदा दाबत ती म्हणाली. "मी तुझी वाट बघेन."

⁕

एप्रिलच्या मध्यावर त्यांना कळून चुकलं की ढाक्यावरचा तो हल्ला म्हणजे नुसती सुरुवात होती. लष्करानं देश ओलांडत हळू हळू पुढे यायला सुरुवात केली होती. जळत्या खेड्यांच्या रांगा मागे ठेवत एकामागोमाग एक प्रांत ताब्यात घेतले जात होते. रात्री अपरात्री बूट खिशात घालून घर सोडून, सीमा ओलांडून, आकाशवाणीवर

स्वातंत्र्याची घोषणा करणाऱ्या मेजर झियाला सामील व्हायला घरातून पळून जाणाऱ्या मुलांच्या अनेक गोष्टी कानावर येत होत्या.

एके दिवशी आरिफ आणि जॉय एका ट्रकमधून बंगल्यावर आले. ट्रकमध्ये वेगवेगळ्या आकारांचे अनेक खोकी होते. ते त्या दोघांनी खाली उतरवून दरवाज्याशी रचून ठेवायला सुरुवात केली.

''हे काय आहे?'' रेहानानं विचारलं.

''मावशी, आम्हाला तुमची मदत हवीय.'' जॉय म्हणाला, ''तुमच्या घरात काही वस्तू ठेवायच्या आहेत.''

सोहैल त्याच्या खोलीतून बाहेर आलाच होता, ''हे तुम्हाला कुठे मिळालं?''

''हे काय चाललंय काय?'' रेहानानं विचारलं. हे सगळं अगदी नेहमीचं असावं तसेच ते वागत होते, जणू काही कोणी ट्रकमधून काही रहस्यमय गोष्टी घेऊन तुमच्या घरी येणं ही एक नित्याचीच बाब असावी तसं काहीसं.

''अम्मू'' सोहैल म्हणाला, ''सीमेपलीकडे निर्वासितांचे तळ पडलेयत. त्यांना औषधं हवी आहेत असं आम्हाला कळलंय.''

''ही तुम्हाला कुठे मिळाली?''

जॉयनं उत्तर द्यावं म्हणून सोहैल थांबला. आरेफ ट्रकमध्ये उरलेली खोकी मोजत होता. ''पीजी हॉस्पिटल.'' कमरेवर हात ठेवत तो उत्तरला. आता 'पीजी हॉस्पिटलमधल्या डॉक्टरांनी एक ट्रकभर औषधं तुम्हाला कशी काय दिली?' हा प्रश्न रेहाना विचारेल म्हणून ती मुलं तिच्याकडे पाहात राहिली.

तिनं काहीच विचारायचं नाही असं ठरवलं. तिनं विचारलं तर त्यांना ही औषधं आपण चोरून आणली आहेत हे कबूल करावं लागलं असतं. ''चांगली कल्पना आहे.'' ती अखेरीस म्हणाली. ''आणा ती सगळी खोकी आत. तुम्ही मुलं जेवणार आहात का इथे?''

आरेफ रेहानाकडे बघत मनापासून हसला. ''तुम्ही समजून घ्याल, हे आम्हाला माहीतच होतं.'' असं म्हणत त्यानं तिच्याकडे एक चुंबन फेकलं.

दुसऱ्या दिवशी ते पुन्हा आले. दुधाच्या पावडरीचे आठ खोके. कापसाची तीन बंडलं, तांदुळाची चार पिंपं, सोळा पिशव्या भरून डाळ, बादल्या, फावडी असं बरंच काही त्यांनी सोबत आणलं होतं. रेहानाने सगळी धान्यसामग्री तिची झोपण्याची खोली आणि स्वयंपाकघर यांच्या मधल्या जागेत ठेवून घेतली. आता स्वयंपाकघरात जाताना त्यांना अंग चोरून तिरपं होऊनच जावं लागत होतं. जेवणाच्या टेबलाखाली औषधांची सगळी खोक ठेवण्यात आली, त्यामुळे खुर्च्या टेबलावर रचण्यात आल्या, मग स्वत:च्या मांडीवर ताटं घेऊन जेवायला त्यांनी सुरुवात केली.

घरातल्या गर्दीमुळे माया थोडी शांत झाली. कापसाच्या बंडलांवर गाल टेकवत, औषधांच्या खोक्यांवरून हात फिरवत ती मन शांत करत होती.

जवळ जवळ दोन आठवडे उलटून गेले होते तरी शार्मीनचा पत्ता लागत नव्हता. त्या पोरीचं काय झालं हे कुणालाच माहीत नव्हतं, पण ती सगळी माणसं मनातल्या मनात हाच विचार करत राहिली होती की तिच्यावर काय प्रसंग ओढवला असेल कुणास ठाऊक! आणि तिचं अस्तित्व सर्वांनाच जाणवत राहात होतं. माया अजूनही त्याबद्दल काहीही बोलायला तयार नव्हती. धुळीचा एखादा लहानसा ढग असावा तशी ती घरभर फिरत राहायची. रेहानानं तिच्याशी या विषयावर बोलण्याचा प्रयत्नही केला, पण प्रत्येक वेळी मायाजवळ गेली की आपण काहीतरी अतिक्रमण करतो आहोत असं वाटून ती परत फिरत होती.

अखेरीस रेहानानं विचारलं, "तिची आई कुठे असते?"

"ती मैमनसिंगला राहते."

"मग शार्मीन कदाचित तिला भेटायला गेली असेल."

"मी केली होती चौकशी - तिथे नाहीये ती."

"तिला भाऊ आहेत का?"

"म्हणावेत तसे नाहीत."

शर्मीनच्या आईनं पुनर्विवाह केला होता हे रेहानाला आठवलं. काही सावत्र भावंडं आणि सावत्र वडील ! म्हणून तर शार्मीन वसतिगृहात राहात होती आणि ईदच्या दिवशी बंगल्यावरच येत होती, म्हणूनच तर तिचे कपडे मायाच्या कपाटात, मायाच्या कपड्यांमध्ये मिसळलेले असायचे. तिचा टूथब्रश स्नानगृहातल्या कपाटात ठेवलेला असायचा. त्यांच्या घरावर तिचाही थोडाफार हक्कच बनून गेला होता. रेहानाला हे सगळं माहीत होतं, पण आता शार्मीनचं सगळं आयुष्यच सामोरं उभं राहिल्यावर कधी कधी ती बंगल्यावर आलेली न आवडणं तिला टोचत राहिलं. ती शार्मीनशी याहून अधिक चांगली वागू शकली असती. कदाचित तिला वाचवता आलं नसतं, पण तिच्यावर प्रेम करणं तर जमलं असतं ना!

मायाशी कसं वागायचं हे तिला अजूनही उलगडत नव्हतं. "तुला भूक लागलीये का?"

"नाही."

यानंतर काय बोलावं ते रेहानाला कळेनासंच झालं. माया शार्मीनबद्दल काही बोललीच नाही तर रेहाना तिचं सांत्वन तरी कसं करणार होती? तिच्या लेकीनं आपल्या गडद दु:खाची चादर स्वत:भोवती घट्ट आवळून घेतली होती, त्यातून ती तिला बाहेर कशी काढणार होती?

'आपण आपल्याच एका मुलावर जास्त प्रेम करू शकतो का' असा प्रश्न रेहानाला

नेहमीच पडायचा. तिच्या लेकीविषयी तिच्या मनात एक सडेतोड, थकलेलं असं प्रेम होतं, त्यासाठी खूप कष्ट घ्यावे लागत होते. सोहैल हे तिचं पहिलं अपत्य होतं - किती मऊ होता तो आणि माया अगदी कठोर. रस्त्यांवर काढलेल्या मोर्च्यांच्या घोषणा देऊन देऊन तिच्यामधलं सारं मार्दव, सारी सहानुभूती वाहूनच गेली होती जणू. तिच्या तोंडातून खूपच कठोर शब्द बाहेर पडलेले होते. सगळ्या कल्पना जणू काही एखाद्या रोगासारख्या तिला चिकटल्या होत्या. त्यांनी तिच्यावर इतका परिपूर्ण कब्जा केला होता की तिचं शारीरिक रूपही बदलून गेलं होतं. अचानकच तिच्या चेहऱ्याची गोलाई जाऊन तिथे करकरीत असे कोपरे-कंगोरे उमटले होते. आता ती तरुणही राहिली नव्हती आणि सुंदरही! शिवाय ती एखाद्या विधवेसारखी फक्त पांढऱ्या साड्याच नेसायची आणि रेहानाला तो आपला स्वत:चा अपमान आहे असं भासायचं.

आधीच्या तिच्या गोड स्वरूपाचे फक्त दोन अंश आता मायाच्या स्वभावामध्ये बाकी होते. एक म्हणजे काळ्याभोर नदीसारखी तिच्या पाठीवरून धावणारी तिची जाड वेणी आणि तिचा गोड गळा. दोन्ही गोष्टी तिच्या त्यागापासून वाचल्या होत्या. पुष्कळ वेळा नियतकालिकांच्या मुखपृष्ठांवरून डोकावणारी, केस कापलेल्या स्त्रियांची छायाचित्रं दाखवून ती आईला धमकावायची किंवा पार्लरमध्ये गेल्यावर मोठ्या हिमतीनं 'बॉय कट' मागणाऱ्या आपल्या मैत्रिणींची उदाहरणं द्यायची, पण तरी तिनं आपले केस मात्र कधी कापले नव्हते. ते केस म्हणजे रेहानाची मुलगी असल्याची एक खणखणीत खूणच होती. तिचे केस अगदी सरळ, लांबलचक, चमकदार आणि दाट होते आणि त्यांचा काळा रंग तर गडद निळा वाटावा इतका काळाभोर होता. स्वत:च्या केसांची नीट निगा राखताना, ते स्वच्छ विंचरताना, खोबरेल तेल लावून डोक्याला मालिश करताना रेहानानं मायाला कितीतरी वेळा पकडलंही होतं, पण तिनं कधी हे सगळं करायला मदत करते म्हटलं तर मात्र तिला एक रागाचा कटाक्ष तेवढा मिळायचा आणि 'काही नको' असं तुटक उत्तरही.

आणि जेव्हा ती गायची तेव्हा मायाला स्वत:च्या चेहऱ्यावर हिवाळ्यातल्या नाजूक धुक्यासारखा पसरणारा गोडवाही थांबवता यायचा नाही. तिच्या आवाजात काहीही कर्कश्श नव्हतं, उलट काहीसा लहान मुलीसारखाच आवाज होता तिचा. तिच्या कठोर बोलण्याचं कारण असलेल्या तिच्या सगळ्या शिक्षणाला आव्हान देणारा तो बालिश आवाज. तिनं तोंड उघडलं की तिच्या ओठांगळ्यातून, अपरिपक्व, एक गोड, मोहून टाकणारं गाणं उमटायचं. तिच्या आईच्या गझला ती शिकली होती, पण तिच्या राजकीय विचारांमुळे ती टागोरांच्या बंदी असलेल्या गीतांकडे वळली होती आणि ती गीतच तिला अधिक शोभून दिसायची, कारण त्या गीतांमध्ये विफल प्रेमाचं वर्णन करणारं, तक्रार करणारं, दु:खी असं काही नव्हतं, उलट त्या गीतांमध्ये टागोरांच्या मनातलं देवाविषयीचं, पृथ्वीविषयीचं स्वच्छ, निर्मळ प्रेम ओत:प्रोत भरलेलं असायचं.

बाजाच्या पेटीवर फिरणारे तिचे हात नाजूक, चौकोनी बोटांचे होते, सर्व गोष्टी गांभीर्यानं घेतल्याने अगदी टोकापर्यंत कुरतडलेली नखं आणि कपाळावरची आठी त्या गीतामध्ये पार बुडून गेलेली असायची आणि सरतेशेवटी ते गाणं तेवढं तिला बांधून ठेवणारं उरायचं. एखाद्या देवतेच्या समोर एखाद्या नास्तिकानंही नतमस्तक व्हावं तसं काहीसं ती गाताना व्हायचं.

रेहानाला ही तिची सर्वांत मोठी हार वाटायची – हेच की तिच्या लेकीला तिच्या हृदयात जाण्याची वाट अजून सापडलेली नसावी.

ज्या दिवशी आरेफ आणि जॉय ट्रक न घेता आले त्या दिवशी त्यांच्याबरोबर आणखी एक मुलगा होता.

एक हिंदू मुलगा -पार्थो नावाचा. त्याचं कुटुंब शहर सोडून पळून गेलं होतं.

''त्यांना आत घेऊ नकोस.'' सोहैल रेहानाला सांगतोय तेवढ्यात ते तिघे दारावर चढून आत आलेही होते. आरेफ एका पायावरून दुसऱ्या पायावर स्वत:चा भार टाकत एका बोटानं त्याचा गोल चष्मा नाकावर सारत उभा होता. पार्थो आणि जॉय यांच्यामध्ये एक काळी बॅग होती.

सोहैलनं आपल्या मित्रांबद्दल असं का म्हणावं हे रेहानाला कळतच नव्हतं.

जॉयनं तोंडाभोवती हाताची ओंजळ धरून सोहैलला हाक मारली, ''सोहैल, दोस्त बाहेर ये ना.''

सोहैलनं काही उत्तर दिलं नाही, तेव्हा रेहानाच पुढे झाली. व्हरांड्याच्या बाहेर जात तिनं त्यांना 'काय हवंय' असं विचारलं. ते तिघेही घाणेरडे दिसत होते- स्नान न केल्यासारखे- बरेच दिवसात कपडे बदलले नसावे तसे. जॉयचे केस त्याच्या कपाळावर एखाद्या स्वल्पविरामासारखे आले होते आणि आरेफचे त्याच्या दोन्ही कानांमागे निष्प्राणसे लोंबत होते. पार्थो रेहानाच्या पाठीमागून सोहैल बाहेर येतोय का ते बघत होता.

''अस्सलाम आलैकुम आंटी.'' आरेफ म्हणाला, ''सोहैल आच्छे?''

हे त्याचे मित्र होते. त्यांना आत बोलवावं तर त्याला नक्कीच राग येणार नव्हता. ''तुम्हाला आत यायचंय का?''

जॉय आरेफनं त्या काळ्या बॅगेकडे बघितलं. जॉय म्हणाला, ''नाही, आम्ही इथे राहणार आहोत.''

आरेफ हातातल्या काडेपेटीशी खेळत होता. त्यानं पार्थोसमोर एक सिगरेटचं पाकीट धरलं. पार्थोनं मानेनंच 'नाही' म्हटलं. आरेफनं एक सिगारेट पेटवली. ''तो आहे का इथे?'' त्यानं विचारलं.

खोटं बोलावं असा विचार रेहानाच्या मनात येऊन गेला, पण तिनं तो रद्द केला. ''मला वाटतं तो रागावलाय.'' सोहैलचं असं अचानक मत का बदललं ते

आपल्याला माहीत नसावं या विचारामुळे तिची चिडचिड झाली होती. एका क्षणी तो मित्रांना चिकटलेला असतो आणि दुसऱ्या क्षणी तो त्यांना भेटायलाही तयार नाही?

"आम्हाला फक्त बोलायचंय त्याच्याशी थोडं – तो खिडकीशी तरी येईल का?"

"मला माहीत नाही - पण मी बघते." ती परत घरात गेली. सोहैल दिवाणखान्यात फेऱ्या घालत होता. त्याचा नाडीचा सैल पायजमा त्याच्या गुडघ्यांमध्ये फडफडत होता. लोंबणारी नाडी खोचत तो म्हणाला, "त्यांना जायला सांग."

"किती लांबून आलेयत ते!"

"मला काय त्याचं?"

काहीशी वैतागून रेहाना क्षणभर थांबली आणि मग म्हणाली, "ठीक आहे. मला काय करायचयं – मी 'शोना'मध्ये जातेय. तुझ्या मित्रांचं काय करायचं ते तुझं तूच ठरव."

रेहाना आणि माया दोघीही 'शोना'मध्ये मिसेस सेनगुप्ताचं उरलंसुरलं सामान आवरत होत्या तेव्हा सोहैल तिथे आला. जेवणघराच्या दाराशी ओठंगून उभं राहून रेहाना मिसेस सेनगुप्तांच्या काचेच्या बशा वर्तमानपत्रामध्ये गुंडाळत होती, ते बघत राहिला. ते वृत्तपत्र अगदी कोरं होतं. टिबेट सोपच्या आणि ब्रिलक्रीमच्या भल्या मोठ्या जाहिरातींनी त्या कोऱ्या जागेला वेष्टण घातलं होतं.

रेहानानं गुंडाळलेल्या बशा माया एका खोक्यात ठेवत होती, पण सोहैलला पाहताक्षणी तिनं काम थांबवलं आणि विचारलं, "काय चाललंय?"

"काही नाही. आपण ठीक आहोत ना ते बघायला जॉय आणि आरेफ आले होते. पुढे कसं कसं काय होतंय ते बघायचं ठरवलंय आम्ही."

"वाट कसली बघताय तुम्ही?"

"इंटरकाँटिनेंटल हॉटेलमध्ये उतरलेल्या परदेशी पत्रकारांनी सगळं बघितलंय. या हराम्यांची किती हिंमत होती बघितलंस? त्यांनी पुरावे नष्ट करण्याची सुद्धा काळजी घेतली नाही. आता हे सगळं आंतरराष्ट्रीय वृत्तपत्रांमध्ये येईल."

"तुझे मित्र. त्यांना काय हवं होतं?"

"आपल्याला यू.एन.चा पाठिंबा मिळायला हवा."

"विषय बदलू नकोस" माया त्याला डिवचत म्हणाली, "तुम्ही काहीतरी बेत करताय."

"काही सुद्धा नाही – आम्ही कसले बेत करणार?"

"त्यांच्या हातात कसलंतरी पुडकं होतं - अम्मूनं सांगितलं मला - काहीतरी लपवून ठेवायला सांगत होते का ते तुला?" तिनं खोदून विचारलं. त्याला खोटं बोलायला आवडत नाही हे रेहानाला माहीत होतं.

त्यानं मायाकडे रोखून बघितलं. जणू काही तो तिला 'पुन्हा विचार बघू' असं दरडावत असावा.

"तू जातोयस, हो ना?"

'जातोय? कुठे? थांबा थांबा' - रेहानाला म्हणायचं होतं – 'मला वाटलं, तुम्ही काहीतरी साध्या गोष्टीबद्दल बोलताय. काहीतरी अगदी सटरफटर. कुठे जाण्याबद्दल नाही. मला जर हे आधी कळलं असतं की हे काहीतरी कुठे तरी जाण्याबद्दल आहे तर मी तिथेच दारातच उभी राहिले असते आणि त्यांना आतच येऊ दिलं नसतं.' सोहैलनं डोळ्यावरचे केस मागे सारले. भीतीची एक लहर आपल्या हातांवर चढत चाललीये असं रेहानाला वाटायला लागलं.

"मला नुसतं सांग, भैय्या, प्लीज, मला कळायला हवं." माया म्हणाली आणि तिनं बशांच्या खोक्यांकडे नजर वळवली - *'जणू काही हा माझा हक्कच आहे'* असं ती त्याला बजावत असावी.

"अम्मू." दुसऱ्या दिवशी सोहैल म्हणाला, "मला तुला काहीतरी सांगितलंच पाहिजे." पौर्णिमेचा चंद्र डोक्यावर डोलत होता. बंगल्याच्या खिडक्यांमधून त्याचा प्रकाश आत येत होता. सोहैलच्या हनुवटीवरची खुरटी दाढीही त्या प्रकाशात दिसत होती. घट्ट वळणाऱ्या आणि सुटणाऱ्या त्याच्या मुठीही स्पष्ट दिसत होत्या.

"नको सांगूस मला."

तो फारच ओशाळा दिसत होता. "मला जायलाच हवं."

"जायला हवं? कुठे? कुठे जाणारेस तू?"

"सीमेच्या पलीकडे एक विरोधी गट तयार होतोय असं आमच्या कानावर आलंय. सर्व बंगाली पलटणींनी बंड पुकारलंय. तू ऐकलं नाहीस का झियांचं बोलणं?"

"पण ही सगळी भानगड लष्करामधली आहे, त्याचा तुझ्याशी काय संबंध?"

"त्यांना स्वयंसेवकांची गरज आहे. आरेफ आणि जॉय आणि पार्थो देखील जाताहेत."

"मला वाटलं होतं तू शांततेच्या बाजूचा आहेस, अहिंसक!" ती त्या शब्दाला कवटाळून राहिली. अहिंसक– युद्ध सुरू झालं की त्याकडे धाव न घेणारा माणूस, मागे राहणारा आणि आपल्या आईचं हृदय न दुखवणारा माणूस!

"मी खूप प्रयत्न केला, अम्मू पण माझ्यासमोर काही पर्यायच नाही हे मला कळून चुकलंय."

"अर्थात तुझ्याकडे दुसरे पर्याय आहेत. तुझ्याकडे नेहमीच पर्याय असतात." रेहाना डोकं धरून बसली होती, पण आपलं घायकुतीला येणं आवाजात उमटू नये याची काळजीही घेत होती. "आणि तुला काही झालं म्हणजे?" तिचा घसा दाटून

आला. त्याच्या शर्टाचं एक बटन लागलंच नव्हतं. तो त्याचा आवडता शर्ट होता- लाल-निळ्या चौकटीचा - ते चुकार बटण लावण्यासाठी ती पुढे वाकली तेव्हा तिला आशीर्वाद देत असल्यासारखा त्यानं तिच्या डोक्यावर हात ठेवला. "मला वाटत होतं की तुला युद्धाचा तिरस्कार वाटतो." ती अशक्त आवाजात म्हणाली.

"हे युद्ध नाहीये. हा नरसंहार आहे."

"सिल्वीमुळे का?"

"नाही गं, अर्थातच नाही." तो क्षणभर थांबला - त्यानं श्वास रोखला असावासं वाटत होतं, "मी हातावर हात ठेवून स्वस्थ बसून राहू शकत नाही. माँ सगळे लढताहेत. अगदी ज्यांना खात्री वाटत नव्हती ते सुद्धा - ज्यांना पाकिस्तानबरोबर राहायचं होतं तेही,"

"कसा जाशील तू?"

"आरेफचा चुलत भाऊ आहे ना- राजू- त्याची गाडी आहे. तो आम्हाला सीमेपर्यंत नेऊन सोडेल."

कधी ते मात्र बोलला नाही. तिनं कदाचित त्याला उशीर केला तर हे सगळंच टळू शकेल. हे सगळं तिच्यावर अवलंबून असावं असं तिला फार वाटत होतं. "मी आता काहीच सांगू शकत नाही, नंतर सांगितलं तर चालेल ना? उद्या सांगू? आपण कबरस्तानातही जाऊन येऊ."

"इतक्या लगेच जायचं नाहीये." तो म्हणाला, "आत्ता झोपूया, चल."

रेहानानं मान डोलावली, पण मग अचानक तिच्या मनात आलं हा रात्रीच्या रात्री निघून गेला तर? इतर मुलांसारखा - तिला न सांगताच? तेच बरं होईल. नाही, नाही ते चांगलं नाहीच होणार.

"मला सांगितल्याशिवाय जाऊ नकोस."

"नाही जाणार."

"वचन दे."

"मी वचन देतो."

"माझी शपथ घे."

"तुझी शपथ घेऊन सांगतो, अम्मू."

दुसऱ्या दिवशी रेहाना आणि सोहैल रिक्षाने कबरस्तानात गेली. सगळी वाटभर रेहाना गप्प गप्पच होती, पण तिच्या डोक्यात मात्र एकच किंकाळी घुमत होती - '- जाऊ नकोस – जाऊ नकोस रे प्लीज ...!'

रस्त्यावर त्यांना शाळकरी मुलांचा एक गट दिसला. सोहैलसारखेच त्यांच्या डोक्यातही युद्धाचेच विचार असतील का? रेहानाच्या मनात आलं – तेही युद्धाचे

विचार एखाद्या पेपरमिंटच्या गोळीसारखे तोंडात खेळवत असतील का? तेही आपल्या आईला ही गोष्ट सांगून नाहीसं होण्यासाठी योग्य वेळेची वाट पाहात असतील का?

कबरस्तान अगदी स्वच्छ होतं. वर निळंभोर आकाश.

"हा तुझा मुलगा -" ती इक्बालला म्हणाली. "हे असं व्हावं हे तुलाही नक्कीच नको असणार. तुझ्या मुलाला त्याच्या देशासाठी लढायचं आहे. दुसरा काही पर्यायच नाही असं तो म्हणतोय. खरं म्हणजे मला त्याच्यावर रागवायचंय, पण मला ते जमतच नाहीये, म्हणून आता मी हे सगळं तुझ्यावरच सोपवतेय."

तिथली शांतता तिच्या कानात घुमत होती, कबरस्तानातल्या वाळक्या गवताची सळसळ, रस्त्यावरून जाणाऱ्या रिक्षाची किणकिण, राखणदाराने त्याच्या उघड्या कंदिलाच्या ज्योतीवर पेटवलेल्या त्याच्या बिडीचं जळतं टोक.

ते सगळे आवाज घोंगावत होते, किंचाळत होते – 'तू जाऊ नकोस, तू जाऊ नकोस.'

अखेरीस ती मोठ्यानं म्हणालीच, "नको जाऊस. तू मदत करू शकशील असा आणखी एखादा मार्ग असेलच ना."

सोहैलनं तिच्याकडे रोखून पाहिलं; जणू काही तो म्हणत होता - अब्बूच्या समोर नको हे बोलायला, पण इक्बालच्या उपस्थितीमुळं रेहानाला धीर आला होता. त्या दोघांपैकी अधिक जोरात आक्षेप त्यानंच घेतला असता. मी मनाई करतो आहे. तिनं तो शब्द उच्चारण्याचा प्रयत्न करायला हवा - किती जोर आहे त्या शब्दामध्ये!

पण अर्थातच ती कशालाच मनाई करू शकत नव्हती. ती एकदम कमालीची थकूनच गेली. "तू तुझं मत बदलशील अशा आशेवरच टिकून आहे मी."

अजून त्यानं तो लाल-निळ्या चौकटीचा शर्टच घातलेला होता. त्याची कॉलर खाली बुटांकडे झुकलेली होती. सर्वांत अधिक थोर गोष्ट काय आहे, सर्वांत अधिक त्याग कशामध्ये आहे, याबद्दल त्याचा स्वत:शीच वाद चालू होता हे तिला कळत होतं. जाण्याच्या त्याच्या इच्छेशी त्याला वाटणारी अपराधाची भावना तो तोलून बघत होता. फक्त मायाच तेवढी एकुलती एक –मूक सोबत घेऊन ती एकटी घरात आहे, हे चित्र त्याच्या डोळ्यापुढे स्पष्ट दिसत होतं आणि मग तो स्वत: एका लष्करी गणवेषात– जास्त वाईट काय? त्याला ही निवड करायलाच हवी.

आपल्यालाही ही गणितं मांडायला लागणार आहेत हे रेहानाच्या लक्षात आलं. तीही अशीच सर्वांत मोठा त्याग कोणता आहे हे शोधत पुढे गेली असती. अचानक तिला जाणवलं, आपण दोघं किती एकमेकांसारखी आहोत. या जाणिवेसरशी एक खिडकी उघडली गेली.

सोहैलची लढाई अजून चालूच होती. त्याचा हात त्याच्या शर्टाच्या खिशाशी घुटमळत होता. इक्बालची कबर एखाद्या नावेच्या काठासारखी चमकत होती.

''ठीक आहे, बाबा,'' एवढंच तिला बोलायला सुचलं, ''चल तुझ्या बाबांचा निरोप घे बरं.''

सोहैलनं हाताची ओंजळ केली आणि ती कपाळाशी नेली.

'मी त्याला थांबवू शकत नाही. तू इथे असतास तर कदाचित त्याला थांबवू शकला असतास, पण मी नाही हे करू शकत. हे फार मोठं काम आहे.'

दुपारी तो त्याची बॅग भरत असताना रेहाना त्याच्याकडे बघत होती. त्याला मदत करायला तिचे हात शिवशिवत होते, म्हणून ती दुसऱ्या कशावर तरी लक्ष केंद्रित करण्याचा प्रयत्न करत होती. त्याच्या खोलीतल्या फळीवरची पुस्तकं, भिंतीवरची पोस्टर्स, माओ त्से तुंग, चे गेव्हारा, कार्ल मार्क्स. तो कधी जाणार आहे, शहरातून बाहेर कसा पडणार आहे यातलं काहीच तो तिला सांगणार नव्हता.

''ते काही तुला माहीत नसणंच चांगलं आहे.'' तो म्हणाला होता.

तिनं एक चिडचिडं, भांडगं असं स्वत:चंच रूप उकरून काढलं, ''का? मला माहीत नसणं का चांगलं आहे?''

''कारण जर कुणी तुला विचारलंच तर तू सांगू शकशील ना की तुला माहीत नाही.''

ती खूप थकली होती. तिला हट्टीपणा करायचाच होता. त्याच्या जाग्याच्या सर्व बाबी आपल्या हातात असाव्या यानं तिला खूप सुरक्षित वाटत होतं. ''नाही, तू जेव्हा जाशील तेव्हा मी इथे असायलाच हवं. आरेफ आणि जॉयला तुला इथूनच घ्यायला सांग. एवढं गुपित ठेवायची काही गरज नाहीये.'' ती म्हणाली, ''फक्त त्यांना इथे यायला सांग. ज्या क्षणी तू घराच्या दारातून बाहेर पाऊल टाकशील, बागेच्या गेटमधून बाहेर पडशील तो क्षण मला कळायला हवा. मला आयतुल कुर्सी आणि सुरा याहसीन म्हणायचीये.''

''ठीक आहे.'' शर्टांच्या घड्या घालता घालता तो एक नि:श्वास टाकत म्हणाला.

एवढा सगळा वेळ माया दरवाजाच्या चौकटीमध्ये उंबरठ्यावर एक पाऊल ठेवून उभी होती. ''मी तुझ्यासाठी काहीतरी आणलंय.'' ती म्हणाली. तिच्या हातात नाजूक लाल कागदात गुंडाळलेली एक मऊ दिसणारी वस्तू होती.

''काय आहे ते?'' रेहानानं विचारलं.

''नंतर उघड.'' माया म्हणाली.

रेहानालाही एक भाऊ हवा होता. तो कुठे निघाला की अशाच भेटी द्यायला - काहीही काळजी न करता ज्याच्यावर प्रेम करता येईल असा.

रेहाना मिसेस चौधरीला भेटायला गेली. तिला वाटत होतं मिसेस चौधरीला या सगळ्या बातम्या द्याव्या – सोहैलबद्दलची, चोरून आणून तिच्या घरात जमवून

ठेवलेल्या सामानाची, शार्मीनच्या हरवण्याची. पूर्वीसारखीच आजही मिसेस चौधरी तिचे हात हातात घेईल आणि 'सगळं काही ठीक होईल हं' असं म्हणेल असं तिला वाटत होतं. मिसेस चौधरी तिच्या व्हरांड्यात बसली होती. तिच्या बागेतल्या नारळाच्या झाडांकडे बघत. रेहाना तिच्या गालाचा मुका घ्यायला खाली वाकली तेव्हा मिसेस चौधरीच्या केसांना मेंदी फासलेली आहे हे तिला दिसलं.

"सेनगुप्ता मंडळींचं काही कळलं?" तिच्या श्वासाला अंड्याचा वास येत होता.

"काही नाही. मला वाटलं होतं ते पत्र लिहितील. सिल्वी कुठंय?" त्या रात्रीनंतर तिला सिल्वी दिसलीच नव्हती.

"तिच्या खोलीत आहे. प्रार्थना करतेय बहुतेक. आजकाल दिवसभर तेच तर करत असते." स्वयंपाक्यानं समोर धरलेली पपईच्या फोडींची बशी हातानंच नाकारत मिसेस चौधरी म्हणाली. "हे काय आणलंयस? मला समोसे आण."

"तुम्हाला तळलेलं खायचं नाहीये, खालाम्मा. सिल्वीताईंनी बजावलंय."

"ते काही मला माहीत नाही. मला खावेसे वाटले तर मी समोसे खाणार म्हणजे खाणारच, जा." पिढ्यान्‌पिढ्या चालत येऊन तिच्याजवळ पोहोचलेल्या सोन्याच्या अंगठ्यांनी जड झालेल्या हातानं तिनं एक टिचकी वाजवली.

रेहाना मिसेस चौधरीकडे बघत कौतुकानं हसली. शहराच्या काही भागांमध्ये तरी जीवन अगदी पूर्वीसारखंच चालू आहे हे तिला जाणवलं. बायका समोशासाठी भांडत होत्या, लोक हातात ब्रीफकेसेस घेऊन कामावर जात होते आणि त्यांच्या टाईपरायटर्सकडे बघत कपाळावर आठ्याही घालत होते.

रेहानाच्या गप्प राहण्याचा अर्थ मिसेस चौधरीला काहीतरी वेगळाच वाटला. "काळजी करू नकोस, पोरी, सेनगुप्ता येतील लवकरच परत."

"दिवस वाईट आहेत, मिसेस चौधरी."

"काहीतरीच काय? सगळं कसं पूर्वीसारखंच होईल बघ आता लवकरच, अगदी थोड्या दिवसांतच."

हे शब्द उच्चारले गेले खरे, पण रेहानाला त्यातून काहीच सांत्वना मिळाली नाही. एवढी कत्तल झाली तेव्हापासून मिसेस चौधरी घराबाहेर तरी पडली असेल का - साऱ्या शहरावर मरणकळा पसरली आहे हे तिला दिसलं असेल का? तिचा कुत्रा मेला यापलीकडे तिच्या आयुष्यात फारसा बदल झालेला दिसत नव्हता. आपल्या अंगावर गरम-गार अशा लाटा फुटताहेत असा रेहानाला भास झाला. तिला गरगरल्यासारखं झालं. तिन खुर्ची घट्ट पकडली.

"अरे देवा, तुला तर चक्कर येतेय." मिसेस चौधरीनं टाळ्या वाजवत हाक मारली, "अगं ए ए बिनकामाचे, चटकन थोडं बर्फाचं पाणी आण बघू, लवकर लवकर."

रेहानानं डोळे मिटले. बर्फाच्या पाण्याचा ग्लास तिच्या ओठांशी धरण्यात

आला. तिनं एक घोट घेतला. खुर्चीच्या पाठीवर तिनं डोकं दाबून धरलं. 'मी अशीच बसून राहते काही मिनिटं.'

''उद्या'' सोहैलनं कुजबुजत सांगितलं. ''आम्ही उद्या निघणार आहोत.''

बॅग भरायला त्याला एकट्याला सोडलं असलं तरी आत्ता मात्र ती बॅग उघडून त्यानं बरोबर काय काय घेतलं आहे हे बघण्याचा मोह ती आवरू शकली नाही. काही शर्ट्स, एक लुंगी, त्याच्या टूथब्रशचं प्लास्टिक तिला हाताला लागलं. त्याच्या केसामधून हात फिरवावा तसं काहीसं तिला वाटलं. समाधानानं ती स्वयंपाकघराकडे वळली.

तिनं जेवणाचा मोठाच बेत केला होता, त्यामुळेच तर सबंध दिवस ती इतकी शांत राहू शकली होती. कामच खूप होतं ना!

श्रिंप मलई करी.

पुलाव.

चितॉल मासा – तो तर तिला स्वत:ला काटे काढून गोळे बनवून तयार करावा लागला होता. चिकन रोस्ट, शामी कबाब, डाळ थोडी जास्तच घट्ट अशी.

हे माझं कर्तव्य आहे. तिनं स्वत:लाच बजावलं, 'भरल्या पोटानंच माझ्या मुलाला लढाईवर पाठवणं.'

त्यांची जेवणं झाली.

मायाचे कपडे अचानकपणे तिला खूपच सैल व्हायला लागले हाते, तिच्या अंगावर अगदी मरगळल्यासारखे असायचे. ती चमच्याने भात नुसता इकडून तिकडे ढकलत होती. आपलं आपल्या मुलीकडे खूपच दुर्लक्ष झालंय हे रेहानाला एकदम जाणवलं. तिच्या तोंडातला घास कडू होऊन फिरायला लागला. सोहैल एकटा मन लावून जेवत होता. अगदी बोटं चाटून जेवत होता आणि स्वत:शीच हसतही होता.

पुढे काय वाढून ठेवलं असणार आहे याबद्दल कोणीच बोलत नव्हतं.

शिरा आणि शेवटचं पक्वान्न खाऊन झाल्यावर सोहैलनं हात एकमेकांवर चोळले आणि निघायची तयारी केली.

''ते मला सदरघाटापाशी भेटणार आहेत.''

''तुझ्यासाठी रिक्षा आणू का?''

''नको.''

जाऊ दे मला एकदाचा – तो बोललेलं तिला स्पष्ट ऐकू आलं. तो मायाकडे वळला. तिनं ओठ घट्ट मिटून घेतले होते. त्यानं तिचे खांदे घट्ट धरले. त्याच्या हातांमध्ये ती अगदी केव्हाही मोडून पडेलशी दिसत होती. त्यानं तिला जवळ ओढून घेतलं तेव्हा तर ती मोडूनच गेली.

''मारून टाक त्या हराम्यांना.'' ती पुटपुटली आणि वळून निघून गेली.

दिवे कमी-जास्त झाले.

''तुला जाऊ देणं माझ्या जिवावर आलंय.'' रेहाना म्हणाली, तो तिच्या कपाळावरच्या आठ्यांकडे बघतो आहे हे तिच्या लक्षात आलं. त्या आठ्यांना तिनं नावं दिली होती. १९५९ आणि १९६०. आणि तिला त्याच्या हनुवटीवरचा वणही दिसला - त्यानंही त्या वणाला नाव दिलं होतं 'सिल्वी.'

''जा.'' ती अखेरीस म्हणाली, ''जा, देव तुझं रक्षण करील.''

आणि तो गेलाच निघून. खोली स्वच्छ आवरून, गादीवरची चादर नीट गादीखाली घालून, मांडणीवरची सर्व पुस्तकं नीट लावून ठेवून – खूप वेळा वाचल्यामुळे, हाताळल्यामुळे जीर्णशीर्ण झालेली पुस्तकं - मिर्झा गालिबच्या गझलांचं एक पुस्तक आणि डायलन थॉमसचा कवितासंग्रह यांची जागा तेवढी रिकामी होती. त्याच्या निवडीचं तिला किंचितसं हसू आलं. त्याला त्या साऱ्या कविता केव्हाच तोंडपाठ झालेल्या होत्या...

पण तो त्याच्या सैनिक दोस्तांना त्या कविता निश्चितच वाचून दाखवणार होता आणि अगदी क्रूर दिसणारे, हातात बंदुका घेतलेले ते लोक अगदी लक्ष देऊन त्या ऐकणारही होते.

*

सोहैल गेल्यानंतर रेहानानं तिच्या मुलीला जाब विचारायचं ठरवलं, पण माया मुळी हरवल्यासारखीच झाली होती. ती अगदी समोर बसलेली असली तरीही तिथे नसल्यासारखीच असायची. ती अशी वागत होती की जणू काही एकदा युध्द सुरू झाल्यानंतर वाट बघण्याखेरीज दुसरं काहीही आपल्या हातात नसतं हे तिला कुणी सांगितलंच नसावं. ते सगळं तिला दुरूनच आणि कल्पनेनं बघावं लागेल हेही तिला कुणी सांगितलं नव्हतं. ते सगळे दिवस किती गरम, किती एकटं वाटायला लावणारे आणि किती कंटाळवाणे असतील हेही तिला कुणी सांगितलं नव्हतं. शिवाय तिची मैत्रीण ही नाहीशी होणारी पहिली व्यक्त असेल हेही तिला कुणी सांगितलं नव्हतं.

तिनं सारा वेळ विद्यापीठामध्ये घालवायला सुरुवात केली. सकाळी कर्फ्यू उठला की लगेच ती बाहेर पडायची. रेहानानं पुढे ठेवलेला नाश्ता तसाच राहायचा आणि संध्याकाळी कर्फ्यूचा भोंगा वाजण्याच्या काही मिनिटंच परत यायची. खूप दमलेली आणि कमालीच्या तणावाखाली असलेली अशी. 'तू दिवसभर काय करत असतेस?' असं रेहानानं विचारल्यावर तिला उत्तर मिळालं होतं.

''मला काम असतं.''

खरं सांगायचं तर ती रोज सकाळी घरातून बाहेर पडली की रेहानाला हुश्श व्हायचं. बागेतली झाडं देखील एकदम सुटल्यासारखी दिसायला लागायची. रिकाम्या घरामध्ये आपली कल्पनाशक्ती वाहावत जाऊ नये म्हणून रेहाना खूप काळजी घ्यायची. सारा दिवस ती कसलाही विचार न करता भराभर कामं उरकत राहायची, पुन्हा पुन्हा सामान मोजायची, रेडियो ऐकायची आणि देशामध्ये उसळलेला हिंसेचा डोंब समजून घेत राहायची. ते मृत्यू, त्या अटका, अनाथ मुलं, रिकाम्या झालेल्या कुशी. मागे एखादा कंगवा किंवा एखादी पायताणाची जोडी तेवढी ठेवून नुसती अदृश्य होऊन गेलेली माणसं.

मिसेस अक्रम आणि मिसेस रहमान तिला भेटायला आल्या. ''मिसेस चौधरी म्हणाली, तू खूप अस्वस्थ आहेस म्हणून.'' मिसेस रहमाननं बोलायला सुरुवात केली.

'त्याच्या जाण्याबद्दल काहीही कुणाशीही बोलू नकोस' असं सोहैलनं तिला बजावलं होतं. ''फारच कठीण झालंय सगळं– सगळे गेलेत. सेनगुप्ता मंडळी - आणि तुम्हाला ती मुलगी आठवतेय? शार्मील? मायाची मैत्रीण? ती आम्हाला सापडतच नाहीये कुठे.''

''आपणही सगळ्यांनी जायला पाहिजे.'' मिसेस अक्रम म्हणाली. ''आपली मुलं इथे सुरक्षित नाहीयेत.''

''पण का म्हणून जायचं आपण?'' मिसेस रहमान म्हणाली, ''आपण का चोरासारखं पळायचं? हे आपलं शहर आहे, त्यांना करूदे परेड इथून तिथून आणि करूदे नाटक आपल्याला ताब्यात घेतल्याचं - मी काही कुठे जाणार नाही. इथे येताना मी त्या सैनिकांच्या जागेवरूनच आले - लहान लहान मुलं आहेत ती सगळी - माझ्या मुलांपेक्षाही लहान असतील आणि मी त्यांना घाबरेन असं त्यांना वाटतंय?''

मिसेस रहमानच्या शूरपणामध्ये काहीतरी गमतीशीर होतं, पण रेहानाला हसावंसं वाटलं नाही.

''तू जाणार आहेस का रेहाना?'' मिसेस अक्रमनं विचारलं, ''तुझ्या बहिणी आहेत ना पाकिस्तानात?''

''पाकिस्तान?'' मिसेस रहमान उद्गारली, '' ती का जाईल पाकिस्तानात? तिथे ते आपलं काय करतील, तुला माहितेय ना?''

''नाही.'' पूर्ण विचार केल्यासारखी रेहाना सावकाश म्हणाली, ''मला नाही वाटत, मुलं ऐकणारच नाहीत ते.''

''मी सांगते, आपण सगळ्यांनी इथेच राहून एक निश्चित भूमिका घेतली पाहिजे.''

''आपण काहीतरी करायला पाहिजे, मी इतक्या लवकर हार मानणार नाहीये.''

''मूर्खपणा करू नकोस. साधी गृहिणी आहेस तू. काय करता येणारेय तुला?''

"तू बघच. मी काही फक्त पत्ते खेळणारी नाहीये, बरं का..."

काही दिवस उलटले. रेहानानं ठरवलं की मायाचं चोरटं वागणं आता पुरे झालं. तिनं तिला जाब विचारायचं ठरवूनच टाकलं. सगळा दिवस ही मुलगी विद्यापीठामध्ये करते तरी काय हे तिला कळायलाच हवं होतं. रेहानानं मिसेस चौधरींची मोटार उसनी घेतली आणि ड्रायव्हरला गाडी सरळ विद्यापीठाकडे घ्यायला सांगितलं. मायाला कुठे शोधायचं हेही तिला माहीत नव्हतं. बॉंबवर्षावानं मोडतोड झालेल्या वसतिगृहांमध्ये की कँटीनमध्ये की टीचर-स्टुडंट केंद्रामध्ये – पण तिला खात्री होती की ती मायाला शोधून काढेलच, शिवाय माया काहीतरी चुकीचं करतेय ही एक कल्पना तिच्या मनातून जात नव्हती ते वेगळंच. माया खूपच अस्वस्थ होती. कसल्यातरी अडचणीत सापडली असल्याची शक्यता होती. रेहाना ते शोधून काढणार होती आणि जी काही अडचण असेल ती सोडवणार होती – जी असेल ती. होय, ती काळजीत होतीच. कदाचित काही कारण नसेलही, पण खात्री करून घेतलेली केव्हाही चांगलंच.

आजपर्यंत रेहाना एकदाच विद्यापीठामध्ये आलेली होती, तीसुद्धा सोहैलनं तिच्याशी पैज लावली होती म्हणून. विद्यापीठाच्या कँटीनमधले फुचके धनमाँडीमधल्या होरोलिका स्नॅक्सच्या फुचक्यांपेक्षा चांगले असतात असं त्याचं म्हणणं होतं. रेहाना म्हणत होती, 'हे शक्यच नाही.' तिनं आणि इक्बालनं ढाक्यामधले सर्व फुचके चाखलेले होते आणि होरोलिका स्नॅक्सच्या फुचक्यांना कुणीच हरवू शकलं नव्हतं. सोहैल म्हणाला होता - त्याला आता दहापेक्षा जास्त वर्षं झाली - आता सगळं बदललंय. आता सगळं बदललंय, तिचा नवरा आता या जगात नाही याची आठवण रेहानाला आवडत नसे, पण तरी तिच्या लेकाच्या उत्साहाला ती ही बळी पडली होती आणि इथे येऊन फुचके खाऊन स्वतःच ठरवायचं कबूल करून बसली होती. त्यांनी होरोलिका स्नॅक्समधून एक डझन फुचके विकत घेतले होते. रिक्षाने विद्यापीठाकडे येताना फुचक्यांचे खोके मांडीवर सांभाळत आणले होते.

कँटीनमध्ये सोहैलनं आणखी एक डझन फुचके मागवले होते. त्यानं ते तळलेल्या पिठाचे लहान कप ओळीनं रेहानाच्या समोर मांडले हाते. मग त्यानं थोडं थोडं चिंचेचं पाणी प्रत्येक कपात ओतलं होतं. जिभल्या चाटत टाळी वाजवून तो म्हणाला होता, "होरोलिका विरुद्ध ढाका विद्यापीठ - कोण जिंकणार?" तिथे बसलेले काही विद्यार्थी बोलणं थांबवून त्यांच्याकडे बघायला लागले होते. कँटीनचा मालक गल्ल्याच्या टेबलाशी उभा राहून स्वतःलाच शाबासकी देत होता, मग सोहैलनं रेहानाला सांगितलं होतं की ही स्पर्धा खरीखुरी स्वच्छ व्हायला हवी असेल तर तिनं डोळे मिटून एकानंतर एकाची चव घेतली पाहिजे.

अखेरीस रेहानानं कँटीनचे फुचकेच पसंत केले होते. खरोखरच सगळं बदललं होतं आणि आता त्या कत्तलीच्या रात्री विद्यापीठामधल्या इतर बैठ्या इमारतींबरोबर कँटीनची इमारतही जाळून टाकलेली दिसत होती.

रेहानाला तिच्या लेकीला शोधावं लागलंच नाही. तिची गाडी विद्यापीठाच्या आवारात शिरताक्षणी ती दिसली तिला. मुलींची एक रांग होती आणि माया सर्वांत पुढच्या रांगेत होती. संचलन करताना इतर मुलींपेक्षा तिचे गुडघे अधिक वर उचलले जात होते आणि तिचा आवाजही इतरांपेक्षा अधिक मोठा होता. आपल्या हातात बंदुकीच्या जागी एक लाकडी पट्टी आहे याची तिला अजिबात लाज वाटत नव्हती. 'हट -टू - थ्री - फोर ! हट - टू - थ्री फोर!' ती ओरडत होती.

रेहानानं ड्रायव्हरला गाडी थांबवायला सांगितलं. मुलींची रांग संचलन करत पुढे जाताना ती बघत राहिली. काहीजणींनी थांबून गाडीच्या काचेमधून रेहानाकडे पाहून घेतलं. एकजण किंचितसं हसली. एकीनं हात हलवला. माया सरळ समोर बघत होती. तिला आई दिसलीच नाही. गाडीपासून थोड्या अंतरावर मुली थांबल्या. हातातल्या लाकडी पट्टीवर त्यांनी बंदुकीत गोळ्या भरणे, नेम धरणे, गोळी झाडणे आणि पुन्हा गोळी भरणे या कृती केल्या. या सर्वजणी कडक कांजीच्या, बारीक निळ्या किनारीच्या पांढऱ्या शुभ्र साड्या नेसल्या होत्या. सगळ्या धोबिणी दिसत होत्या. गंभीर चेहरे सर्वांचेच होते, पण मायाइतकं गांभीर्य दुसऱ्या कुणाच्याच चेहऱ्यावर नव्हतं.

आपल्या मुलीचं हे शिक्षण किंवा जे काही चालू होतं ते संपण्याची वाट बघत रेहाना गाडीतच बसून होती. ते एकदाचं संपल्यावर तिनं गाडीचं दार उघडलं आणि मायाकडे बघत हात हलवला. ती एका मुलाशी बोलत होती, तिच्या ते लक्षातच आलं नाही, पण हवेत सिगारेटच्या धुराची वर्तुळं सोडणाऱ्या त्या मुलाच्या ते लक्षात आलं आणि त्यानं कुजबुजत्या स्वरात बोट दाखवत मायाला काहीतरी सांगितलं. कपाळावर आठ्या घालत माया गाडीकडे आली.

"तू काय माझ्यावर नजर ठेवतेयस?" तिनं विचारलं. एवढ्या सगळ्या कवायतीनं ती आक्रमक झाली होती, तिची वेणी सुटायला आली होती आणि मोकळ्या बटा कपाळावर चिकटल्या होत्या.

"नाही - मी फक्त – तू किती वेळ बाहेर असतेस - किती धोक्याचं आहे ते - मला फक्त तू कुठे आहेस ते बघायचं होतं."

"ठीकाय. आता बघितलंस ना, मी काहीतरी करण्याचा प्रयत्न करतेय."

"हे असं करून? लाकडी बंदुका घेऊन, कवायती करून?"

तिच्या स्वभावाप्रमाणे मायाने हल्लाच चढवला, "तू आम्हाला इथे परत का आणलंस?"

"म्हणजे? तुला काय म्हणायचंय काय?"

“लाहोरहून? आम्हाला परत इथे आणण्याचे कष्ट का घेतलेस तू? तुला या देशाबद्दल काहीही वाटत नाही.”

ती काय म्हणत होती? “हे माझं घर आहे. तुझ्या वडिलांचं घर.”

“मग तू मला काही करू का देत नाहीयेस?”

“मला फक्त तुला सुरक्षित ठेवायचंय. आजवर मी जे काही केलं आहे ते केवळ तू आणि तुझ्या भावासाठीच केलंय. आता प्लीज गाडीत बस. कर्फ्यू सुरू व्हायची वेळ झालीये.”

“मी नाही येणार.”

“काय?”

“मी येणार नाही. तू जा घरी. मी इथेच राहणारेय.”

“आत्ताच्या आत्ता माझ्याबरोबर चल. चल, गाडीत बस.” रेहानाला हे सगळं व्यर्थ आहे हे जाणवत होतं, तरीही तिनं मायाचं कोपर धरलं आणि तिला गाडीकडे खेचलं. स्वतःची ताकद बघून तिला आश्चर्यच वाटलं. मायानं स्वतःचा हात हिसडला. रेहानानं तिला आणखीच घट्ट पकडलं आणि ती रागानं म्हणाली, “तमाशा करू नकोस.”

गाडीमध्ये त्या एकमेकीशी एक शब्दही बोलल्या नाहीत. घरी पोहोचताच माया आईकडे वळली आणि ओरडायला लागली, “तुलाही हे सगळं नाहीच करता येतेय. माझ्या भावाला कुठे थांबवू शकलीस? मलाही पकडून ठेवता येणार नाहीये तुला.”

‘पकडून?’ तिचे शब्द म्हणजे विषारी बाणच होते.

“तू काय बोलतेयस तुझं तुलाही समजत नाहीये.”

“तू वेडीच झालीयेस – अगदी –अब्बू वारले तेव्हापासूनच तुला आम्हाला दोघांना घरात डांबून ठेवण्याचं वेड लागलेलं आहे. ठार वेडी आहेस तू – आम्हाला तुरुंगातल्यासारखंच ठेवावं असं वाटतं तुला.”

रेहानानं विषय बदलण्याचा प्रयत्न केला, “शार्मीनबद्दल मला खरंच वाईट वाटतं – मला माहीतेय, तू त्यामुळे अस्वस्थ आहेस.”

“तिच्याबद्दल बोलू नकोस. तुला नाहीच कळणार ते.”

“अर्थात, मला कळतंय.”

“मला आणि सोहैलला काय वाटतं ते तुला नाहीच कळणार असं म्हणतेय मी.”

“तुझ्या भावाला मध्ये आणू नकोस.”

“सोहैल.” माया म्हणाली, “कुठेय आता तो? कदाचित मेलाही असेल – तुझ्या पाक सैनिकांपैकी एखाद्यानं त्याला ठार मारलं असेल.”

ते इतकं अचानक घडलं. खरं तर तिला इतक्या जोराने फटका मारायचा

नव्हता. मायाच्या गालावरचा लाल डाग दिसला तेव्हा कुठे तिला आपण काय केलं ते जाणवलं.

मायानं चेहरा झाकून घेतला. ती आश्चर्यचकित झाली होती. तशीच थोडी सुटल्याची भावनाही तिच्या चेहऱ्यावर होतीच, मग ती म्हणाली, "तू आम्हाला पाकिस्तानातच राहू द्यायला हवं होतंस."

त्या फटक्याबद्दल खरं म्हणजे रेहानाला मायाची माफी मागायची होती. मायानं स्वत:चं म्हणणं मागे घेईपर्यंत तिला गदागदा हलवावं असं तिला वाटत होतं, पण ती गप्पच राहिली. आपल्या लेकीकडे रागानं बघत आणि आपल्या जिवणीची थरथर तिच्या लक्षात येऊ नये अशी प्रार्थना करत.

मायानं बोलणं सोडलं. आता काही गप्पा नव्हत्या, 'गुड मॉर्निंग' नव्हतं, 'मला भूक लागलीये' नव्हतं. सोहैल आणि सेनगुप्ता गेले होते आणि मिसेस चौधरी आणि सिल्वी त्यांच्या बंगल्यात कड्याकुलपांच्या आत बसल्या होत्या, त्यामुळे रेहानाला या उजाड शहराशी आपलं काहीतरी जवळचं नातं आहे असं वाटायला लागलं. माया तिचं जेवणाचं ताट घेऊन एकटीच सोहैलच्या खोलीत जाऊन जेवायला लागली. खूप रात्रीपर्यंत त्या खोलीतला दिवा जळतच असायचा. दाराखालून दिसणाऱ्या फिकटशा उजेडाच्या पट्टीवरून आणि छताच्या पंख्याचं बटण चालू केल्याची क्लिक, बिछान्यावरची चादर काढताना होणारी फडफड, पुस्तकाचं पान उलटल्याचा बारीकसा आवाज या गोष्टींवरूनच फक्त रेहानाला आपल्या लेकीचं अस्तित्व जाणवत राहायचं. हे असंच पुरे दोन आठवडे चालू राहिलं आणि एप्रिल आपली दाट, गुदमरून टाकणारी उष्णता सगळीकडे पसरत राहिला.

मग एका दिवशी मायानं अचानक जाहीर केलं, "सैनिकांना ब्लँकेट्स हवी आहेत. आम्ही जुन्या साड्या जमवतो आहोत."

"तुम्ही काथा शिवताहात?"

"हो, आम्हाला कपडा पाहिजेय, तू फेकूनच देणार असशील असा."

तिच्या स्वत:च्याही लक्षात येण्याआधीच रेहाना एका जुन्या लोखंडी कपाटाकडे पोहोचली होती. ते कपाट तिनं कित्येक वर्षांत उघडलंही नव्हतं. अडचणीच्या वेळचा तांदूळ-डाळीचा साठा ती ज्या कपाटात ठेवायची तिथेच अगदी खालच्या फळीवर तिला ती जुनी जडशीळ किल्ली सापडली. सतत बदलत्या, कमीजास्त होणाऱ्या परिस्थितीनंच तिला शिकवलं होतं की कोणतीही वस्तू पर्णपणे संपू देऊ नये. नेहमीच थोडंतरी तिनं राखून ठेवलेलं असायचंच. आल्याचा लहानसा तुकडा, दालचिनीचा काडी, मूठभर तांदूळ - न जाणो पुढच्या वेळी ती बाजारात गेल्यावर वस्तू नाहीशाच झालेल्या असल्या तर - गरिबीमुळे असो की देशाच्या परिस्थितीने असो –

इतकी वर्षं वापरात नव्हती तरी ती किल्ली अगदी सहज त्या कपाटाच्या कुलपात शिरली. किल्ली फिरवताच रेहानाला धातूवर धातू घासला जाण्याचा ओळखीचा आवाज आला आणि तिनं रेशमी साड्यांच्या आणि डांबरी गोळ्यांच्या वासाला सामोरं जाण्याची तयारी केली. कपाटाचे दरवाजे कुरकूर करतच उघडले. तिनं कपाटातल्या वस्तूंचा आढावा घेतला. आठ वर्षांच्या वैवाहिक जीवनामध्ये इक्बालनं तिला घेतलेल्या सगळ्या साड्या तिथे होत्या. इक्बालच्या मृत्यूनंतर तिनं त्या साऱ्या धुवून, इस्त्री करून त्यानं तिला त्या ज्या क्रमानं दिल्या होत्या त्याच क्रमानं लावून ठेवल्या होत्या.

तिला त्यातला प्रत्येक प्रसंग नीट आठवत होता. लाल पांढऱ्या खोक्यात असलेली ती साडी, तिला येणारा बाजारातल्या अत्तराचा आणि स्वत:च्या लुकड्या कमरेभोवती गुंडाळून साड्या दाखवणाऱ्या पोरसवदा नोकरांच्या सिगरेटींचा वास, बायकांच्या चालण्याची नक्कल करत ती मुलं कंबर लचकवत चालायची, हात लांब करून पदरावरची नक्षी आणि झळाळते रंग दाखवायची.

या साड्या अशा नीट लावून ठेवायला तिला काहीच अडचण आली नव्हती. जसजसा काळ जात होता, इक्बालची श्रीमंती आणि आणि पत्नीबद्दलची त्याच्या मनातली कृतज्ञता वाढत होती, तसतशी त्याची खरेदीही अधिक अधिक महागाची होत गेली होती. साध्या सुती साड्यांची जागा तलम शिफॉन्सनी घेतली होती, छापील साड्यांच्या जागी भरतकाम आलं होते, प्रत्येक नव्या साडीची जर आधीच्या साडीच्या जरीपेक्षा अधिक ठसठशीत असायची, नक्षीकाम अधिक अभिजात व्हायला लागलं, रेशीम आधिक तालेवार व्हायला लागलं. त्याच्या मृत्यूच्या काही आठवडेच आधी इक्बालनं तिच्या या सगळ्या भांडारातल्या सर्वांत सुंदर साडीची भेट तिला दिली होती - एक निळी बनारसी रेशमी साडी.

त्या साड्यांकडे बघत रेहाना त्या साड्यांनी त्या त्या वेळी तिच्या मनात कोणत्या भावना निर्माण केल्या होत्या याची आठवण करत होती. एका बाजूला संपूर्ण गुरफटून गेल्यासारखं आणि दुसऱ्या बाजूला अगदी मोकळं झाल्यासारखं वाटणं, कमरे पायांभोवती गुंडाळल्या गेलेल्या साडीमुळे हालचालींवर आलेली बंधनं, ब्लाऊज आणि पेटिकोट यांच्यामधली उघडी जागा -तिच्यामुळे अचानक जाणवणारी काही संवेदनं, हळूच खाली झुकलेली एखादी चोरटी झुळूक, भलत्याच ठिकाणी जाणवणारा उष्मा, ती उघडी पाठ आणि पोटही, जणू काही रात्र आणि दिवस एकत्र आले असावेत असं काहीसं - सगळं अंग झाकलं तरीही जाणवणारा एक विशिष्ट मोकळेपणा, एका शरीराला - एका स्त्रीला तिच्या लैंगिकतेबद्दल खूप काही शिकवून जाणारा.

एखाद्या छायाचित्रांच्या संग्रहासारख्या त्या साड्या रेहानाकडे टक लावून पाहात होत्या. काही आठवणी करून देणाऱ्या, थोड्या आरोप करणाऱ्या–- त्यांच्यापैकी एकही साडी तिनं अनेक वर्षांत नेसलीही नव्हती. त्या देऊन टाकताना तिला त्या

गेल्याचं दुःख होत नव्हतं, तर त्या नेसण्याचा प्रसंगच आता येणार नाहीये याचं दुःख तिला अधिक होतं. तिनं त्या साऱ्या साड्या उचलून घेतल्या आणि घाईनं दिवाणखान्यात जाऊन त्या तिच्या लेकीसमोर ठेवल्या.

''या घे - तुझ्या स्वतंत्र्यसैनिकांसाठी ब्लँकेट्स. मी मदत करते तुला शिवायला.''

माया तिच्या आईकडे बघतच राहिली. ''मी तुझ्याकडे सुती साड्या मागितल्या.'' ती शांतपणे म्हणाली, ''या महाग साड्यांचं मी काय करू? यांची ब्लँकेट्स टोचतील.''

''त्या आतल्या बाजूला घाल. आत्ता हिवाळा सुरू होईल. रेशमी कपडे त्यांना ऊब देतील.''

त्या साड्या बघून मायाच्या आत काहीतरी हललं.

''नको ना देऊ त्या.'' ती हलकेच म्हणाली.

''का नको देऊ? तू तर पांढऱ्या साडीखेरीज दुसरा कोणताच रंग नेसत नाहीस.'' आपल्या आवाजात एक तक्रारीचा सूर मिसळलाय याची जाणीव रेहानाला झाली. कितीही प्रयत्न केला तरी तिच्या मुलीशी बोलताना तिचा आवाज इतका कठोर का होती?

मायाचा चेहरा मिटून गेला. ''या साड्या देणं मूर्खपणाचं आहे. काही उपयोग नाही त्यांचा. ठेवून दे त्या परत.''

रेहानानं मिसेस रहमान आणि मिसेस अक्रमला बंगल्यावर बोलावलं. ''माझ्या मागून या.'' त्यांना छताकडे घेऊन जाताना ती म्हणाली. तिथे तिनं ज्यूटची एक चटई आणि दोन तीन उशा मांडून ठेवल्या होत्या. सगळ्या साड्या एका मोठ्या करंडीत रचून ठेवलेल्या होत्या. करंडीच्या शेजारीच रेहानाची शिवणकामाची पेटी होती. पेटीमध्ये सुयांचं एक बंडल आणि काळ्या दोऱ्याचं एक जाडजूड बंडल होतं. काही चित्रं आणि अनेक अंगुस्तानं होती. टोमॅटोच्या आकाराचं एक टाचणीघरही होतं.

''हे सगळं काय आहे?'' पायातल्या चपला काढून चटईवर बैठक मारत मिसेस रहमाननं विचारलं. ''शिंप्याचं दुकान उघडायचा विचार आहे की काय तुझा?''

''तुम्हाला माहीत नाही का? आपल्या देशात युद्ध चालू आहे, माझी मुलगी म्हणते, तू काहीतरी करायला हवं – हा माझा देश आहे – मी इथली आहे हे सिद्ध करायला - म्हणून तर मी काहीतरी करतेय.'' आपल्या डोळ्यातून एक आसू बाहेर पडतोय याची जाणीव होताच रेहानानं मान उंचावत तो आसू मागे परतवला. ''करतेय मी काहीतरी - सैनिकांसाठी ब्लँकेट्स बनवतेय.'' आपला ओठ दातांवरून मागे आवळला जातोय हेही तिला जाणवलं,

''काय चाललंय काय? आणि सोहैल कुठेय?'' मिसेस अक्रमनं विचारलं.

त्यांना सगळं सांगावं असं तिला फार वाटलं, ''तो नाहीये इथे - मी त्याला कराचीला पाठवलंय.''

''हो का? मला वाटलं...''

''विद्यापीठातल्या सगळ्या विद्यार्थ्यांचं काय करताहेत ते -ते माहितेय ना तुला? नाहीसंच करून टाकताहेत. मग मी काय करणार होते? गप्प बसून त्यांना त्याला पकडून नेऊ देऊ शकत नाही ना?''

''रेहाना,'' रेशमी साड्यांच्या गठ्ठ्याकडे बोट करत मिसेस रहमान म्हणाली, ''या साड्या वापरायची काही गरज नाहीये. आपण जुन्या सुती साड्या शोधून काढू ना.''

रेहाना हट्टानं म्हणाली, ''का नाही? सर्वांनीच त्याग करायला हवा, मग मी का नाही? हा माझाही देश आहे.''

''हो हो - हा तुझा देश आहेच.'' मिसेस अक्रमनं बोलायला सुरुवात केली.

''माझ्या मुलीला नाही तसं वाटत.''

''ती असं म्हणाली? नाही. तिला तसं म्हणायचं नसेल- अगं मुलं कशी बोलतात तुला माहितीच आहे.''

''मी तिला थोबाडीत मारली.''

''अगं रेहाना...'' मिसेस अक्रमनं रेहानाच्या दंडावर हात ठेवला.

''मला राहावलंच नाही. मी सरळ मारलंच तिला. फारच हाताबाहेर गेली होती ती.''

''रेहाना, थोडा पेशन्स ठेवायचास गं.''

''पेशन्स? मुलांच्या बाबतीत पेशन्सखेरीज दुसरं काही नाहीये. गावभर फिरत असतात- ही क्रांती आणि ती लोकशाही - पेशन्स ठेवण्याशिवाय दुसरं करणार तरी काय?''

''सोहैलसाठी ते ठीक आहे पण..''

''काय बोलतेयस काय तू?

दोघी बायकांनी एकमेकींकडे सावधगिरीच्या नजरा टाकल्या. ''ती फार सरळ वागत नाहीये हे आम्हाला माहीत आहे.'' मिसेस रहमान म्हणाली, ''पण तू मायाच्या बाबतीत - नेहमीच - जरा जास्तच कडक वागतेस.''

'कडक? मी? मी एकटीच असते - सगळं मलाच करावं लागतं - एकट्या माणसाला शक्य तरी आहे का हे?' पण तरी त्यांचंच म्हणणं बरोबर आहे, हे तिला मनोमन पटलेलं होतं. ही जाणीव तिचं मन जाळत गेली. 'तुम्ही म्हणता ते बरोबर आहे. माझं तिच्याशी वागणं वेगळं आहे खरं.' हे सत्य काही तिला ओठांवर आणता आलं नाही.

“तुम्हाला मला मदत करायचीये? मग शिवा.” हे एवढंच ती बोलली.

एप्रिलच्या शेवटच्या दिवशी पाऊस आला. कापसासारखे ढग भुकेल्या-तहानलेल्या धरतीवर कोसळत असताना रेहाना बघत उभी होती. जेस्सोर रोडवर, मैमनसंग रोडवर प्रचंड संख्येनं जाणाऱ्या लोकांच्या तांड्यांवर असाच पाऊस कोसळत असेल, विधवा - गर्भारशी बायका - यांच्या डोळ्यातले आसू धुवून टाकण्याचा प्रयत्न करणारा पाऊस, आभाळ भरून पडणारा, हळूहळू चालत देश सोडून निघून जाणाऱ्यांवर कोसळणारा पाऊस आणि तिचा सोहैल आणि त्याचे मित्र – उंच वाढलेल्या गवतामधून वाट काढणारे, भाताच्या शेतातून, गव्हाच्या फिकट पेंड्यांच्या ढिगाऱ्यांमधून मार्ग काढणारे, दुधाच्या दातांनी हसणारे आणि कवितांच्या हत्यारांनी लढण्यासाठी लढाई शोधत फिरणारे, मृत्यूला आव्हान देणाऱ्या तारुण्याचे धनी असलेले – यांच्यावरही कोसळणारा पाऊस...

❖

मे

टिक्का खान - बंगालचा कसाई!

मिसेस रहमान आणि मिसेस अक्रम जेवढ्या उत्साहाने पत्ते खेळायच्या त्याच उत्साहाने त्यांनी शिवणकामाला सुरुवात केली. दर आठवड्याला आपापले शिवणाचे डब्बे घेऊन त्या बंगल्यायवर यायच्या. आपल्या अनेक नातेवाइकांकडून आणि ओळखीच्या माणसांकडून मिसेस रहमान सतत जुन्या साड्या मिळवत असायची. तिला माहीत असलेल्या प्रत्येकाला तिनं युद्धाला मदत करण्याच्या या कार्यक्रमात सामील करून घेतलं होतं - दूरची भावंडं, सासरची माणसं, तिचा शिंपीसुद्धा, पण ती हे सांगायला मात्र चुकायची नाही की कोणीही आपले सर्वांत उत्तम असे कपडे देत नाही.

मिसेस अक्रम थोडी लाडावलेली आहे असं सर्वसाधारण मत होतं, पण तिनं तर सर्वांनाच आश्चर्यचकित करून टाकलं. ती सर्वांत जलद टाके घालू शकते असं दिसून आलं आणि ही ब्लँकेट्स अधिक मजबूत बनवण्यासाठी दोन साड्यांच्या मध्ये पोत्याचं कापड घालण्याची कल्पनाही तिचीच होती.

''आपण आपल्याला 'शिवणाऱ्या बहिणी' असं नाव घेऊया.'' मिसेस अक्रम म्हणाली, ''किंवा -नको ,नको, मला कळलं, आपण 'छतावरचा प्रकल्प' म्हणूया.''

''अरे वा – आता तुला या कामाला एक नाव द्यावंसं वाटतंय – तूच म्हणत होतीस ना की आपण काय करू शकणारोत असं? आपण फक्त पत्ते खेळू शकतो असंच.''

''मी कधी गं असं म्हटलं?'' मिसेस अक्रमनं दातात धरलेल्या सुईसकट निषेध नोंदवला. ''मी नाही अशा फालतू गोष्टी बोलत.'' हे अगदी खरं आहे, रेहानाच्या मनात आलं, आता ती अशी गोष्टी बोलणं शक्यच नाहीये. दोनच महिन्यांपूर्वी घडलेल्या गोष्टी आता कितीतरी दिवसांपूर्वी घडल्यासारख्या वाटताहेत. हा मे महिना होता. मार्च महिन्यापासून लढाई सुरू होती. जे नवीन आणि आश्चर्यकारक वाटत

होतं ते आता नेहमीचं झालं होतं. जिथे जावं तिथे ते हिरवे गणवेष बघण्याची त्यांना आत सवयच झाली होती. - कर्फ्यूचा भोंगा वाजताक्षणी आज्ञाधारकपणे आपापल्या घरांकडे परतणं, दुकानांना असलेली कुलपं, बंद दरवाजांची रुग्णालयं, फळं विकणाऱ्यांच्या अर्धवटच भरलेल्या टोपल्या – सगळ्यांची त्यांना आता सवयच झाली होती. लढाईचं जग आता ओळखीचं व्हायला लागलं होतं आणि ही माणसं त्या जगामध्ये राहण्याचे मार्गही शोधायला लागली होती.

माया अजूनही रेहानावर रागावलेली होती. दोघींमधली शांतता घर दणाणून सोडत होती. त्या दोघी ती शांतता एकमेकींकडे टोलवत राहायच्या. कधी कधी माया विद्यापीठामधून परत येण्याची वाट पाहात असताना आज तिच्याशी काहीतरी बोलायचंच, तह करायचा असं रेहाना ठरवायची, तिच्या जिभेवर मायेचे शब्दही रेंगाळायला लागायचे - तुला मारलं मी - मला माफ कर, पण ती मुलगी घरात आली की, तिचा चिडका चेहरा रेहानाच्या नजरेला पडला की, तिनं धाडकन दरवाजा बंद करून कडी घातली की तिच्या तोंडून ते शब्द बाहेर फुटायचेच नाहीत. सगळा राग पुन्हा दाटून यायचा. ती हसत का नाहीये? मन विरघळल्याचं काहीतरी चिन्ह का दाखवत नाहीये? पण माया असं करत नव्हती आणि रेहानाही विरघळत नव्हती. सारे प्रेमळ शब्द तिचं हृदय आणि ओठ यांच्यामध्येच कुठेतरी अडकून राहायचे.

जसजसा जास्त वेळ जायला लागला तसतसं हे अधिकाधिक कठीण व्हायला लागलं. रेहाना घर सांभाळत होती, बंगल्यावर मुलांनी मागे ठेवलेल्या सामानाची तिनं नीट व्यवस्था लावली. तिचं ब्लँकेट्स शिवणं तर चालूच होतं. तो काळ फार एकाकी, लांबच लांब असा पसरलेला होता. माया आणि ती एकच गोष्ट एकत्रितपणे करायच्या आणि ती म्हणजे रेडियो ऐकणं. रोज सकाळी त्या 'बी.बी.सी.' ऐकायच्या आणि रोज दुपारी व्हॉईस ऑफ अमेरिका! पण त्या खरी वाट बघत असायच्या ती स्वतंत्र बांगला रेडियोच्या प्रसारणाची. रोज दुपारी साडेचार वाजता स्वतंत्र विभागातल्या एका गुप्त ठिकाणाहून हे प्रसारण केलं जायचं.

पश्चिम बंगालमध्ये लोंढयाने येणाऱ्या निर्वासितांची संख्या आता दहा लक्षाहून अधिक झाली आहे. द इंटरनॅशनल रेड क्रॉसनं असं म्हटलं आहे की भारत आणि बांगलादेशच्या सीमेवरील निर्वासितांच्या छावण्यांमध्ये प्रचंड गर्दी झालेली आहे. तेथे स्वच्छ पाण्याचे दुर्भिक्ष्य आहे, तसेच सांडपाण्याची व्यवस्था नाही आणि औषधेही पुरेशी नाहीत. भारतीय प्रधान मंत्री इंदिरा गांधींनी बांगला देशच्या जनतेला आपला पाठिंबा जाहीर केलेला आहे. स्वातंत्र्यप्रिय बंगाली लोकांचा लवकरच पाकिस्तानी हुकूमशहांच्या फॅसिस्ट राजवटीवर विजय होईल. असेही त्यांनी पुढे म्हटले आहे.

म्हणून सोहैल ढाक्यामध्ये परतला तोपर्यंत शहर एक रोजच्या कार्यक्रमाला सरावलं होतं. तो मध्यंतरी येऊन रेहानाच्या पलंगाच्या पायथ्याशी उभा राहिला. नंतर ती म्हणाली होती, की तो तिथे उभा आहे हे तिला लगेच कळलं होतं, पण तिनं मुद्दामच डोळे घट्ट मिटून घेतले होते. तो परत आल्याची, तो जिवंत परत आल्याची सुटकेची भावना चाखत पडून राहिली होती, पण खरी गोष्ट अशी होती की सगळं होईपर्यंत ती गाढ झोपलेली होती – तो बागेच्या दारातून आत आला, खोलीतल्या फर्निचरला आणि औषधांच्या पेट्यांना वळसे घालून आत आला, त्यानं तिला अतिशय प्रिय असणारा शब्द उच्चारला होता.

''मा''

तिनं त्याच्या गालावर गाल दाबला होता. त्याला पेट्रोल आणि सिगारेटचा वास येत होता. तिच्या हाताला त्याच्या शर्टचा स्पर्श झाला तेव्हा तिला एक विलक्षण बोचऱ्या अशा एकटेपणाची जाणीव झाली.

''तुझं जेवण झालंय का? '' तिनं विचारलं आणि तिला स्वत:चंच हसू आलं, तरीही ती उठली आणि स्वयंपाकघराकडे धावली. तो मायाला उठवायला गेला. त्याच्याकडे नीट बघायला तिला जेमतेम एखादं मिनिट मिळालं असेल. त्यानं राखाडी शर्ट आणि निळी पँट घातली होती. दोन्ही कपडे मळलेले होते आणि खूप ढगळही होते. त्याच्या डोळ्यांभोवती तपकिरी वर्तुळं उमटली होती आणि दाढीही वाढवत असावासं वाटत होतं. आता त्याच्यामध्ये निश्चित काहीतरी अनोळखी असं आलं होतं; जणू काही दुसरे कोणतेतरी हात त्याला घडवत असावेत – तिच्या हातांसारखे प्रेमळ आणि हळुवार नसलेले हात! तो परवीनकडे राहत होता त्या दिवसांची तिला आठवण होणं साहजिकच होतं. माझी मुलं नेहमी 'माझीच मुलं' नव्हतीच. तिची जुनी जखम पुन्हा वाहायला लागली.

काय बनवावं याचा विचार करत ती उभी होती तेव्हा तिला त्याचा आपल्या बहिणीला उठवणारा आवाज ऐकू आला. ''भैय्या'' माया किंचाळली. अनेक महिन्यांमध्ये तिनं उच्चारलेला हा पहिला आनंदाचा शब्द होता. ''सांग बरं मला सगळं.'' तिचा आवाजही रेहानाला ऐकू आला. ''तू आघाडीवर होतास का?''

लवकरच जेवण टेबलावर आलं, -अंड्याची आमटी, वांग्याची भाजी आणि उरलेली डाळ. सोहैलनं घाईनं बाह्या वर केल्या आणि तोंडात घास कोंबत त्यांना स्वातंत्र्यसैन्याच्या सर्व घटनांबद्दल सांगायला सुरुवात केली.

''जॉयनं आम्हाला नदीच्या तीरापर्यंत नेलं. तिथून आम्ही फेरी पकडली. फेरीबोटही निर्वासितांनी भरलेली होती. त्या रात्रीबद्दलच्या फार भयानक गोष्टी आम्ही ऐकल्या. खासकरून हिंदू लोक.''

''सेनगुप्ता परत आलेली नाहीयेत.'' माया म्हणाली.

सोहैलनं मान डोलावली. दुसरा घास घेण्याआधी एक क्षणभर थांबून त्यानं आईकडं कृतज्ञतेनं बघितलं. दरवाजाकडे गेलेली त्याची नजर बघून तिला त्याच्या मनातली शंका कळलीच. "ती अगदी ठीक आहे, पण आता आम्हाला अगदी क्वचितच दिसते ती."

मान डोलावत सोहैलनं स्वत:ची कहाणी पुढे सुरू केली. "कुठे जायचं ते आम्हाला माहीतच नव्हतं. एवढंच माहीत होतं की बंगाली सैन्यानं सीमा पार केलीये आणि छावणी टाकलीये. राजूचे काका लष्करात आहेत. त्यांनाच शोधावं असं आम्ही ठरवलं. तीन दिवसांनंतर आम्हाला ती छावणी सापडली. पूर्वेकडच्या सर्व बंगाली रेजिमेंट्सनी बंड केलं होतं. आम्हाला ते सापडले तेव्हा ते पुन्हा जुळणी करत होते. ती एक तात्पुरती छावणीच होती, मग आम्ही सीमेपासून आणखी पुढे १५ मैलांवरच्या अगरतालाला गेलो. आता ते एक लहानसं शहरच झालंय. तिथे आता रुग्णालयही आहे आणि लष्करी अधिकाऱ्यांसाठी बराकीही बांधल्या गेलेल्या आहेत. आता इतर ठिकाणीही असंच झालंय - चित्तागाँग, सिल्हेट, राजशाही– एकूण सात विभाग झालेत आता."

"आम्ही रेडियो ऐकत होतो ना." माया म्हणाली.

"तू झोपत कुठे होतास?" रेहानानं विचारलं. त्याला महत्त्वाच्या गोष्टींबद्दल बोलायचं होतं हे तिला कळत होतं, पण तिचा इलाजच नव्हता.

"तंबू , अम्मू फार काही आरामशीर नाहीत. मी परत जाईन ना तेव्हा मला थोडी ब्लँकेट्स दे आणि एक थाळी! मी केळीच्या पानावर जेवतोय."

म्हणजे तो परत जाणाराय तर! मनातली निराशा लपवण्याचा रेहानानं खूप प्रयत्न केला. हा तिचा मुलगा किती विलक्षण आयुष्य जगत होता! त्याला एल्विस प्रेस्ली खूप आवडायचा - तिला एकदम आठवलं. पुढे वाकून तिनं त्याच्या ताटात आणखी भरपूर भात वाढला.

"सगळे सामील झालेयेत, सगळे." त्याचे डोळे चमकत होते. "सगळे तरुण खांद्याला खांदा भिडवून लढताहेत. शेजारचा माणूस कोण आहे याची कोणालाही पर्वा नाहीये. सगळे एकत्र आलेयत. शेतकरी, सैनिक, सगळे एकत्र - अगदी आमचं स्वप्न होतं तसं."

त्याचा चेहरा एकदम पालटला. "पण परिस्थिती वाईट आहे, हे मात्र खरं."

"मग तुम्ही काय कराल?" मायानं विचारलं.

एक दीर्घ श्वास घेऊन तो म्हणाला, "मी सध्या शिकतोय - गनिमी काव्यानं लढणं."

"गनिमी कावा?" तिच्या डोळ्यासमोर एक अस्पष्ट अशी एका डाकूची प्रतिमा उभी राहिली, "ते धोकादायक असतं ना?"

"अर्थात ते धोकादायक असतं, अम्मू." माया उद्‌गारली, "लढाई आहे ही, तुला काय वाटलं?"

"लढाई म्हणजे काय ते माहीत आहे मला, माया."

"तुला थोडीशीही एक्साईटमेंट नाही वाटत का? एक सारा देश – एकत्र येतोय."

"एक्सायटेड? मला नाही एक्साईटमेंट वाटत. मला दुखणं आलंय – काळजीनं दुखणं आलंय - हे माझं मूल आहे."

जेवणाच्या टेबलाजवळून उठत "मिठाई आणते" असं काहीतरी पुटपुटत रेहाना स्वयंपाकघराकडे गेली. तिला तिच्या मुलीचं सुस्कारा टाकणं आणि सोहैलचं हलक्या आवाजात तिची समजूत घालणं ऐकू येत होतं.

एकेकाळी सैनिक बनण्याबाबत सोहैलच्या मना ज्या काही शंका होत्या त्या आता संपूर्णपणे संपलेल्या आहेत, हे रेहानाला जाणवायला लागलं. सगळ्याच गोष्टी तो ज्या एका अघोरी निर्धाराने करायचा तशाच निर्धारानं त्यानं ही गोष्टही करायला सुरुवात केली होती. तो आता एक गुरिला होता. देशासाठी लढणारा एक पुरुष! वेळ आली तर मरायलाही तयार असलेला! रेहानाच्या मनात आलं, आपण आता तो नसण्याची सवय करून घ्यायला हवी का- आपल्या मुलाखेरीजच्या आयुष्याची सवय. जो जिथे असायचा तिथे एक कोनाडा तयार करण्याची सवय, तो नसण्याच्या धक्क्याची ओळख करून घेण्याची सवय – हा विचार मनात येताक्षणी तिच्या हेही लक्षात आलं की तिच्यासमोर दुसरा पर्यायच नाहीये. ती त्याला जाऊ देऊ शकतच नव्हती – ना नशिबासाठी ना देशासाठी – आणि त्यानं जर तिला सोडून जायचं ठरवलंच तर त्याच्या नसण्याची सवय करून घेणं अशक्यच आहे.

त्यांचं खाणं संपलं तेव्हा पहाट व्हायला आली होती.

"थोडा आराम कर, सोहैल."

त्यानं सगळीकडे पाहिलं - जणू काही तो बोलावं की नाही ते ठरवत असावा.

"अम्मू, माया मला तुमच्याकडे काहीतरी मागायचंय."

हातानं खूण करत त्यानं त्या दोघींना जवळ बोलावलं. पडदे बंद करून घेत एक खुर्ची जवळ ओढून घेत तो खुर्चीवर बसला. खोलीतले दिवे बंद करून एक कंदील तेवढा जळत ठेवल्यानं त्याच्या हलत्या प्रकाशानं सोहैलच्या चेहऱ्यावर छायाप्रकाशाचा खेळ मांडला.

त्यानं दोन्ही हात जुळवले. "काही गुरिला घटना या इथे - ढाक्यामध्ये घडतील." त्यानं सांगायला सुरूवात केली, "आणि आम्हाला शहरामध्ये एक जागा हवीये. हत्यारं ठेवायला - गुरिला हालचालींच्या आधी आणि नंतरही -" आईकडे बघताना त्याच्या चेहऱ्यावर कसलाही संकोच नव्हता की घुटमळणं नव्हतं. "शहरामधले नेहमीचे व्यवहार विस्कळीत करणं हे आमचं काम आहे. जगाला कळायला हवं इथे

काय घडतं आहे ते. लोक असे दूर राहून शांतपणे बांगलादेशवरचा हा बलात्कार बघत राहणार नाहीत.'' एक दीर्घ श्वास घेऊन त्यानं पुढे बोलायला सुरुवात केली, ''मी इथे आलोय ते असा आसरा शोधायला आणि गुरिला पथकासाठी आणखी तरुण गोळा करायला.''

इथे येण्यासाठी सोहैलला कराव्या लागलेल्या प्रवासाचं चित्र रेहानाच्या नजरेसमोर उभं राहिलं. शहराभोवती उभ्या केल्या गेलेल्या अडथळ्यांच्या भिंतींना चुकवत, नदीच्या तीरावरून सतत फिरत असणारे शक्तिशाली सर्चलाईट्स, हातात बंदुका घेतलेल्या सैनिकांनी भरलेले हिरवे ट्रक्स – या साऱ्यांना चुकवत केलेला तो प्रवास. या सर्वांच्या नेतेपदी कुणीतरी लष्करी माणूस असलाच पाहिजे - तिच्या मनात आलं; त्यानं तिच्या मुलाकडे एक नजर टाकली असणार आणि ठरवलं असणार की हाच ढाक्याला पाठवायला योग्य माणूस आहे. तिला स्वत:च्या मनात अभिमानापेक्षा राग अधिक असायला हवा होता, पण तिला जाणवलं की तिला सोहैलच्या प्रश्नाला 'हो' असं उत्तर द्यायचं. त्याचा विश्वास मिळवण्यासाठीच फक्त नव्हे तर त्याला इतका उत्तम बनवल्याबद्द- उत्तम नेता बनवल्याबद्दल तिच्याखेरीज दुसऱ्या कोणालाही दोष देता येणार नव्हता. तो असाच व्हावा हीच तर तिची इच्छा होती. अर्थात सारं जग किंवा तिचा मुलगा या थराला येऊन पोहोचेल असं तिला स्वप्नातही कधी वाटलं नव्हतं. तो तिच्याकडे काय मागत होता हे तिला नीट कळलं होतं.

''तुला शोनाचा वापर करायचाय.''

''हो.''

पूर्वेकडे पाठ करून उभी असलेली शोना -जिनं तिला तिची मुलं परत मिळवून दिली होती ती शोना. अभिमानी, रिकामी शोना. अनेक स्वप्नं पाहणारी शोना.

''ते घर तुझंच आहे, सोहैल तुझा वारसा आहे तो.''

*

गुरिला चळवळीचं मुख्यालय 'शोना'मध्ये स्थापन करायला सोहैलला फारसा वेळ लागला नाही. तो आल्यानंतर काही दिवसांनी रेहानाला काही तरुण मुलांबरोबर सोहैल गुलाबाच्या रोपांशेजारच्या जंगली गवतामध्ये एक चर खणताना दिसला, त्यामध्ये ते त्यांची शस्त्रं लपवून ठेवणार होते. ते कमी शक्तीचे टॉर्चेस वापरून हे काम रात्रीच्या वेळी करत होते. एकदा उत्सुकता वाढल्यामुळे रेहानानं एका चरामध्ये डोकावून पाहिलं देखील, पण तिला फक्त जंगली लाकडाची खोकी आणि त्यांच्याखालून मे महिन्याच्या तापत्या सूर्यप्रकाशात चमकणारं आणि त्या उन्हातही वाकुल्या

दाखवणारं असं काहीतरी तेवढं दिसलं. शोनामध्ये सोहैल आणि त्याच्या सहकाऱ्यांनी नव्या भरतीसाठी मागच्या बाजूच्या खोल्या तयार केल्या. जेव्हा ती पोरं – तिला ते सगळे लहान मुलंच वाटत होते - इतकी ती मुलं तरुण होती – काहीतरी मागायला बंगल्यापाशी यायची तेव्हा अतिशय सभ्यतेनं बोलायची. हातोडी, प्यायला पाणी, साबण ते जास्त वेळ थांबायचेसुद्धा नाहीत.

शोनामध्ये चाललेल्या या सगळ्या कामामुळे माया आता घरात जास्त वेळ थांबायला लागली होती. वृत्तपत्रांमध्ये देण्याच्या वृत्तांच्या लेखनामध्ये ती या मुलांना मदत करायची. त्यांनी तिच्यासाठी एक जुना टाईपरायटर मिळवला होता, त्यावर वाकून बसून, कपाळावर आठ्या घालून अक्षरांकडे बघत दोन बोटांनी जोराजोरात टाईप करताना ती नेहमी दिसायची.

'मशीनगनसारखा आवाज येतोय.' सोहैल म्हणायचा. 'रात्रीचं जेवण घरीच करायला पाहिजे' या रेहानाच्या नियमामुळे माया तो जड टाईपरायटर उचलून बंगल्यात घेऊन यायची; त्यातली पांढरीशुभ्र पानं उन्हाळ्यातल्या एखाद्या पक्ष्याच्या पांढऱ्या पंखांसारखी फडफडत असायची. सर्वांग गुंडाळून घेऊन शोनामध्ये येणारे आणि जाणारे लोक रेहाना बघत असायची. ते काय बोलत असतील, काय ठरवत असतील, काय गुपितं एकमेकांना सांगत असतील याची कल्पना करत राहायची. शेजारी जी गडबड चालू होती तिच्याशी चाल जुळवून घेण्यासाठी तिनं बंगला नीट आवरून घेतला. सेनगुप्तांनी ठेवलेल्या पैशाचं नीट अंदाजपत्रक ठरवलं आणि कपडे धुणं, भांडी घासणं, बाजारहाट करणं आणि स्वयंपाक करणं या सर्व कामांचं एक अगदी कडक असं वेळापत्रकही करून टाकलं शिवाय औषधांचा साठाही नीट ठेवायला लागत होताच. आता ती सतत कामातच गुंतलेली असायची. शार्मीनचं नाहीसं होणं, मायाचा राग किंवा शेजारीच राहणाऱ्या मिसेस चौधरी आणि सिल्वीचं न बोलणं यांचा विचार करायला तिच्याकडे फुरसतच नव्हती.

प्रश्न होता तो फक्त शिवण्याचा. मिसेस अक्रम आणि मिसेस रहमान जुन्या साडयांचा आणखी एक गठ्ठा घेऊन बंगल्यावर येणार होत्या. त्यांना शोनाविषयी काही सांगणं शक्यच नव्हतं. आपल्या मैत्रिणींपासून एखादं गुपित लपवणं रेहानाला अपराध्यासारखं वाटत होतं, पण सोहैल म्हणाला, "हे त्यांच्याच सुरक्षिततेसाठी आहे. आम्ही इथे नाहीच आहोत असं सोंग करायला हवंस तू." 'तू इथे नाहीयेस?' तिच्या मनात तर दुसरा कोणताही विचार येऊच शकत नव्हता, तरीही तिच्या मैत्रिणींना दूर ठेवण्यासाठी रेहानाला काहीतरी करायलाच हवं होतं.

अखेरीस तिनं ठरवलं – करण्यासारखी एकच गोष्ट आहे. लोणची करूया. झाडावरच्या कैऱ्या लोणच्यासाठी अगदी तयार झाल्या होत्या. हिरव्या गार आणि मिटक्या माराव्या अशा आंबटढाण. तिनं मुलांना कैऱ्या काढून द्यायला सांगितलं. लहान असल्यापासून

हे मुलांचंच काम होतं. झाडावर चढण्यात माया अधिक हुशार होती. तिचं पाऊल फांदीवर वळून घट्ट पकडायचं आणि ती हात उंचावून कैऱ्या तोडून खाली रेहानाकडे टाकायची. रेहाना सगळा वेळ 'हळू - हळू, सांभाळ' असं ओरडत असायची.

ती मग त्या कैऱ्या कापायची आणि मोहरी आणि मिरची घालून सावकाश शिजवायची. एवढं झालं की मग ते बरण्यांमध्ये भरायचं आणि छतावर उन्हात मुरायला ठेवायचं. पाळी चालू असताना या बरण्यांना शिवायचं नाही असा नियम होता. हा नियम तिला कुणी सांगितला होता ते काही तिला आठवत नव्हतं – कदाचित तिच्या आईनं? पण नाही - तिच्या आईनं बहुधा तिच्या लहानशा स्वप्नील आयुष्यात एकही कैरी चिरली नसेल, तिच्या एखाद्या बहिणीनंच असेल - मार्झिया - ती फार चांगला स्वयंपाक करायची. तिचेच नियम असायचे सगळे आणि ते पाळावेही लागायचे, पण रेहानानं फार पूर्वीच ठरवून टाकलं होतं की हा नियम अगदी मूर्खपणाचा आहे. आधीच लोणचं घालायचं म्हणजे वेळ बरोबर सांभाळावी लागायची – कैऱ्या तयार होणं आणि हवाही गरम आणि कोरडी असणं.

मनातल्या मनात ती लोणच्याची कृती म्हणत होती तेव्हा तिच्या मनात आलं, आत्ता या क्षणी तिच्या बहिणींनी तिला बघितलं तर त्यांना काय वाटेल? शोनामध्ये गुरिला. छतावर पांघरुणं शिवणं. तिची मुलगी रायफल चालवण्याचा सराव करतेय. त्यांच्या स्तंभित झालेल्या चेहऱ्यांच्या कल्पनेनंच तिला हसू कोसळलं. त्यांना पत्र लिहायचं तर ती काय लिहील याचाही ती विचार करत होती. ती लिहील, 'प्रिय बहिणींनो, आपले देश लढाई करताहेत. तुमचा आणि माझा –एकमेकांशी – आता आपण एकमेकींच्या विरुद्ध बाजूंना आहोत. लढाईला मदत म्हणून मी लोणचं घालतेय. मी किती इथली होऊन गेलेय – तुमची राहिलेली नाही हे यावरूनच तुम्हाला कळेल.'

मुलांनी सगळं झाड रिकामं केलं आणि कैऱ्यांनी काठोकाठ भरलेल्या तीन टोपल्या तिच्याकडे आणून दिल्या. रेहानानं घरातल्या एकूण एक काचेच्या बाटल्या शोधून काढल्या आणि त्याही संपल्यानंतर तिनं दह्याची चिनीमातीची भांडी घेतली – म्हणजे जेव्हा बाजारात ताजं दही मिळत होतं तेव्हा ती भांडी दह्यासाठी वापरली जात होती.

लोणच्याच्या बरण्यांनी अर्धं छत भरून गेलं – उरलेल्या छतामध्ये घमकन नाकात शिरणारा वास भरून गेला. आता उद्या मिसेस अक्रम आणि मिसेस रहमान आल्या की त्यांना दारातच तो उग्र वास येईल आणि त्या शिवणकाम करायचं नाकारतील.

दुसऱ्याच दिवशी रेहाना छतावर लोणचं नीट मुरतंय ना ते बघत होती, तेवढ्यात तिला बागेच्या दाराशी काहीतरी गडबड ऐकू आली. नक्क मिसेस अक्रम असणार; ती नेहमी लवकर येते. असा चिार करत पदराला हात पुसत ती पुढे झाली.

छताच्या भिंतीवरून वळून ती हात हलवणार तेवढ्यात तिला दिसून आलं की ही तिची मैत्रीण रिक्षातून उतरत नव्हती पण दुसरंच कोणीतरी - अनोळखी बाई मोटारीतून उतरत होती. चुकलेली दिसतेय - रेहाना आणखी थोडी पुढे झाली. ती वरूनच हाक मारणार - विचारणार 'कोणता पत्ता हवाय' तेवढ्यात त्या बाईनं हात वर करून बागेच्या दाराची कडी काढली.

''रेहाना?'' ती बाई उद्गारली.

हा आवाज तर ती कुठेही ओळखेल. एका दमात दोन दोन पायऱ्या उतरत रेहाना खाली आली - तिचं हृदयं धडधडत होतं. रेहाना बागेतून पुढे येतेय तोवर ती बाई दार वाजवत होती. ''परवीन.''

''रेहाना–नशीब चांगलं गं बाई.'' रेहानाचे दोन्ही हात हातात घेत तिच्या चेहऱ्याकडे निरखून पाहात परवीन म्हणाली. ''आम्ही इतके काळजीत होतो.''

''प्लीज'' रेहाना म्हणाली,''आत या ना.'' शांत रहा, ती स्वत:ला बजावत होती. यावेळी ती तुझ्या मुलांना न्यायला आलेली नाहीये. दरवाजातून आत जाऊन एक मोठा उसासा टाकत ती सोफ्यावर आरामात बसेपर्यंत रेहाना परवीनकडे बघत होती, मग परवीननं डोकं मागे टेकलं आणि खोलीभर नजर फिरवली.

'दहा वर्षं झालीयेत' आता रेहानाला आठवलं. दहा वर्षं कशी एका श्वासासारखी उडून गेलीयेत. त्या दहा वर्षांपूर्वी तिनं जेव्हा या चेहऱ्याकडे नजर टाकली होती तेव्हा ती एक थरथर कापणारी मूर्ख विधवा होती. तिनं आपली मुलं देऊन टाकली होती. तिचं तोंड कडूझार होऊन गेलं. ''ढाक्याला कसं काय येणं झालं?'' तिला अगदी थंडपणे हे बोलायचं होतं, रागानं नव्हे.

''अगं, ही लढाई चालू नाहीये का? दुसरं काय असणार?'' परवीन म्हणाली, ''तुझे भाऊ फैझ- त्यांच्यावर एक फार मोठी महत्त्वाची जबाबदारी टाकण्यात आलीये, फारच महत्त्वाची! अर्थात आम्हाला यायची अजिबात इच्छा नव्हती, पण तुला फैझ माहितीच आहेत. अतिशय कर्तव्यनिष्ठ. त्यांच्या देशाची सेवा करायला नेहमीच तयार.''

रेहाना गोंधळून गेली. कसली जबाबदारी? कोणता देश?

''आम्ही गेल्याच आठवड्यात आलो. सामान अजून आलं नाहीये. घरात नुसता पसारा आहे, पण मी विचार केला, माझ्या बहिणीला भेटायला जायलाच हवं. मी आलेली कळलं तर तिला काय वाटेल, ना?''

काय बोलावं ते रेहानाला सुचलंच नाही. ''खूप दिवस झाले, नाही?''

''फारच दिवस झाले.''

मग त्या दोघींमध्ये एक लांबलचक शांतता पसरली. रेहानाला मुलांचा विषय

काढायचाच नव्हता. तिला माहीत करून घ्यायचं असेल तर विचारेल तीच. मुलं परत आली त्यानंतर तिनं एकमेकांपासून दूर काढलेल्या त्या वर्षांबद्दल बोलायचं नाकारलंच होतं. तिला काही कळून घ्यायचंच नव्हतं. तिनं मुलांना फक्त एवढंच विचारलं होतं -त्यांना नीट खायला प्यायला घातलं जात होतं का, त्यांना कधी कुणी मारलं होतं का किंवा कधी काही भयानक असं घडलं होतं का - तिनं त्यांच्या अंगावर कुठे कसल्या खुणा आहेत का हेही तपासून पाहिलं होतं. मनातून तिला अशी एखादी तरी खूण सापडायला हवी होती - असं एखादं तरी प्रत्यक्ष चिन्ह, अगदी उघड उघड दिसणारं वाईट वागणूक मिळाल्याचं चिन्ह, की ज्यामुळे तिच्या मुलांनाही हा मोठा थोरला विरह सोसावा लागला होता हे तिला जाणवेल. कुठे मिळालेलं लहानसं प्रेम, तिच्या गैरहजेरीत गेलेलं त्यांचं आयुष्य याबद्दल तिला काहीसुद्धा ऐकायचं नव्हतं. विशेषत: परवीननं त्यांची आई म्हणून काय काय केलं होतं हे तर तिला मुळीच ऐकायचं नव्हतं. ‘‘हं मग काय?’’ आपल्या गुडघ्यांवर पंजे ठेवत परवीननं विचारलं, ‘‘मुलं कशी काय? देवाच्या दयेनं सगळं ठीक ना?’’

‘‘होय, माशाल्ला - सगळं ठीक आहे.’’

रेहाना परवीनला सांगणारच होती की मुलं आत्ता घरात नाहीयेत. तू भेटली नाहीस याचं त्यांना फार वाईट वाटणार आहे-- वगैरे. तेवढ्यात परवीन तिला थांबवत म्हणाली, ‘‘आणि तू अजून इथेच राहतेयस? मागे आहे ते तू भाड्यानं दिलेलं घर ना?’’

‘‘हो.’’

‘‘भाडेकरू आहेत?’’

‘‘हो. सेनगुप्ता म्हणून आहेत.’’

‘‘हिंदू?’’ परवीन ओठ वाकडा करत म्हणाली. ‘‘तू तुझं घर हिंदूंना दिलंयस?’’

‘‘कितीतरी वर्षं ते माझे भाडेकरू आहेत’’ रेहाना म्हणाली, ‘‘माझ्या घरातल्यासारखेच आहेत ते लोक.’’

‘‘ठीक आहे, तुला योग्य वाटेल तसं कर तू, रेहाना, पण मी नसतं माझं घर या लोकांच्या विश्वासावर सोडलं.’’ परवीनचा चेहरा नासकं दूध प्यायलासारखा झाला.

रेहानानं तिच्या या शेवटच्या वाक्याकडे दुर्लक्ष केलं. परवीन का आलीये ते ओळखण्यात ती गुंतली होती. परवीनचं हे घाणेरडं वागणं, त्या दोघींमध्ये आजवर घडलेल्या साऱ्या वाईट घटना हे सगळं ती विसरून गेली होती. कुटुंबामध्ये असं नेहमीच घडायचं. एकमेकांना नष्ट करण्याचा प्रयत्न सतत करायचा आणि मग काहीच न घडल्यासारखं वागायचं. आपल्या जुन्या पद्धतीनं वागत राहायचं, सहजगत्या केले जाणारे अपमान - परवीन आत्ता जशी करत होती तसे - रेहानाच्या जुन्या फर्निचरकडे रोखून बघणं –

"...त्यांना हाकलतोय आपण ते चांगलंच आहे."

रेहाना पुन्हा परवीनच्या बोलण्याकडे ओढली गेली, "हाकलतोय? कुणाला?" "तू ऐकत नाहीयेस का, रेहाना? आपल्या महान देशामधल्या या घाणीबद्दल बोलतेय मी. हिंदू, कम्युनिस्ट, विघटनवादी म्हणून तर तुझे भाऊ आणि मी इथे आलो. – केवढी मोठी जबाबदारी – आणि केवढा मोठा मान..."

हे काम होतं तर त्यांचं – महत्त्वाचं - जबाबदारीचं – देशप्रेमाचं – रेहानाची नजर चटकन खिडकीकडे– शोनाकडे धावली. गुरिला मुख्यालयापासून परवीन जेमतेम काही फुटांवर होती. शेजारच्या घरात स्पष्ट दिसून येण्यासारखी काही हालचाल सुरू नाहीये हे बघून तिला थोडा धीर आला आणि मग तिला या फसवणुकीची मजाच वाटायला लागली - इथे परवीन अगदी आरामात हातपाय पसरून बसलीये आणि अगदी शेजारीच पोरं बागेत बंदुक पुरून ठेवताहेत. ती परवीनला चहापाणी विचारणार, तेवढ्यात बागेचं दार उघडलं गेल्याचा आवाज आला.

"यो-हो- सॉरी. आम्हाला उशीर झाला ना-" मिसेस अक्रम आणि मिसेस रहमान येऊन पोहोचल्या होत्या. त्या आत येताना त्यांची पावलं तिला ऐकू येत होती. "हा वास कसला येतोय रेहाना? तू छतावर काय लोणच्याचा कारखाना टाकलायस की काय?"

दरवाजाकडे धावत जाऊन तिनं त्यांना आत घेतलं.

"या, या माझ्या भाभीला भेटा ना - या परवीन -" आवाजात सहजता आणण्याचा प्रयत्न करत रेहाना म्हणाली. "भाभी, या माझ्या मैत्रिणी - मिसेस अक्रम आणि मिसेस रहमान."

मिसेस रहमाननं परवीनकडे नीट निरखून पाहिलं. "सलाम आलैकुम" ती अगदी शाळा मास्तरणीच्या आवाजात म्हणाली.

"सलाम आलैकुम" मिसेस अक्रमनं तिची री ओढली.

"आम्ही तुमच्याबद्दल इतकं ऐकलंय," मिसेस रहमान म्हणाली, "इथे ढाक्यामध्ये कशा काय? मला वाटलं तुम्ही लाहोरमध्ये राहता."

मोठ्यानं हसत परवीन म्हणाली, "आम्ही इथे सगळं नीटनेटकं करायला आलोय."

"ते लष्करासाठी काम करायला आलेत." रेहाना म्हणाली, मिसेस रहमाननं स्वत:ची मतं स्वत:जवळच ठेवावी यासाठी मनातल्या मनात ती देवाची प्रार्थना करतच होती.

"असं असं -ठीकाय." मिसेस अक्रम म्हणाली. त्या सगळ्या दरवाजाशीच अवघडून उभ्या होत्या. आत जाऊन बसावं की इथेच उभं रहावं हे त्यांना समजत नव्हतं.

"लोणच्याचं काय? काय भयंकर वास येतोय गं." मिसेस रहमान म्हणाली.

"ओ. हा त्याचा वास आहे होय?" परवीन उद्गारली.

"सॉरी मित्रीणींनो, आपल्याला दुसरी एखादी जागा बघावी लागणारेय." रेहानानं सांगून टाकलं.

"हे सुचलं कसं तुला? रात्रभर जागी राहिली असणार तू –" मिसेस रहमाननं विचारलं.

"नाही, मला वाटलं जेवढं जमेल तेवढं लोणचं घालून टाकावं – माझ्या झाडाचं काय होईल कुणी सांगावं?"

मिसेस अक्रमनं याला मात्र मान डोलावली, "खरंय गं बाई," ती उद्गारली "पुढे काय होईल काय माहीत नाही, पण एवढं सारं लोणचं खाणार तरी कोण?" मिसेस रहमाननं विचारलं. "नुसत्या कल्पनेनंच माझ्या पोटात दुखायला लागलंय."

"कदाचित ते विकूनही टाकू शकशील तू." मिसेस अक्रमनं सुचवलं.

"खरं चांगली कल्पना आहे ही, आपण आणखी दोरा विकत घेऊ शकू."

"बघू" त्या दोघींना घालवण्यासाठी रेहानानं तुटक उत्तर दिलं. सुदैवानं परवीननं दुर्लक्ष केलं होतं. उठून उभं राहून ती आता जेवणाच्या टेबलाकडे निघाली होती. सकाळच्या नास्त्यामधून उरलेले पराठे रेहानानं तिथेच ठेवले होते. मायानं तिच्या पराठ्याला हातही लावला नव्हता. "मग? दुसरी चांगली जागा मिळेपर्यंत एकदोन दिवस थांबूया का?"

पत्ते खेळणाऱ्या बायका गेल्या. जाताजाता रेहानाच्या पाठीवर थोपटत "उद्या सांग हं आम्हाला सगळं" असं हलक्या आवाजात तिला बजावून सांगायला त्या विसरल्या नाहीत. थोड्याच वेळात परवीननंही निघायचं ठरवलं. आपल्या नव्या घरी मुलांना घेऊन येण्याचं निमंत्रणही तिनं रेहानाला दिलं. हे सगळं इतक्या झटपट घडलं की रेहानाचा त्यावर विश्वासच बसत नव्हता. हे सगळं स्वप्नच आहे असं तिला वाटत होतं आणि परवीननं लावलेला सुगंध अजून खोलीच्या भिंतींशी चिकटून राहिलेला नसता, तिचे शब्द अजून रेहानाच्या कानात घुमत राहिले नसते, तिचे चकचकीत अद्ययावत पद्धतीचे केस, तिची तलम साडी हे सारं नाहीसं झालं असतं तर एकवेळ रेहानाला स्वप्न वाटणं खरंही ठरलं असतं, पण अर्थातच तसं काही झालं नाही आणि सगळी उरलेली दुपार रेहाना पुन्हा पुन्हा सगळं आठवत राहिली - परवीन नक्की कशासाठी आली असेल याचा विचार करत राहिली...

⁜

तशाच पद्धतीनं आणखी एक आठवडा गेला. सोहैल आणि त्याचे मित्र शोनामध्ये ये-जा करत होते. रेहाना छतावरचं लोणचं मुरताना बघत होती, मे

महिन्यातला सूर्य रोज सकाळी घराच्या खिडक्यांमधून आत घूसून त्यांना गुदमरवून टाकत होता, मग ऐके दिवशी सोहैल बंगल्यामध्ये आला आणि म्हणाला, "आम्ही तयार आहोत अम्मू."

"कशासाठी तयार आहात?"

"आमची ठरलेली मोहीम पार पाडण्यासाठी. मी एक टीम गोळा केलीये आणि आम्हाला ऑर्डर्सही मिळाल्या आहेत." बाग खणून झाल्यावर आणि घर तयार केल्यानंतर ही मुलं नक्की काय करणार आहेत याचा खरं म्हणजे रेहानानं फारसा विचारच केला नव्हता. तेच त्यांचं काम असावं असं दिसत होतं, पण ते तर फक्त तयार होत होते, यासाठी!

"काय करणार आहात तुम्ही?"

"इंटरकॉन होटेलमध्ये आम्ही एक एक्सप्लोझिव्ह ठेवणार आहोत. आम्ही एक घोषणा करतोय." त्यानं चेहरा चोळत सांगितलं.

"घोषणा? कसली घोषणा? लोक मरतील का त्यात?"

"नाही. काही कॅज्युअल्टीज नसतील अशी आम्हाला आशा आहे."

आता तो मेलेल्या लोकांना कॅज्युअल्टीज म्हणायला लागला होता.

"यात धोका आहे का?"

"मी तुला खोटं सांगायला हवं आहे ना?"

हो हो खरं म्हणजे "अर्थात नाही."

"यात काही धोका नाहीये. मी फक्त लक्ष ठेवण्याचं काम करणारा आहे." त्यानं तिची मनगटं पकडून म्हटलं, "थँक्स अम्मू. कितीतरी दिवस मला हे म्हणायचं होतं."

"तू जवळ आहेस हेच मला पुरेसं आहे." 'काहीही घडणार नाही.' असं त्यानं वचन द्यावं असं तिला फार वाटत होतं. तो सुरक्षित राहील असं. तो मरणार नाही किंवा अपंग होणार नाही असं किंवा असंच काहीतरी स्वार्थी. "हे कधी घडणार आहे?"

"उद्या पहाटे – सूर्योदयाआधी."

"मी प्रार्थना करीन." एवढंच तिला बोलता आलं.

त्याचा हात पुन्हा त्याच्या चेहऱ्यावर गेला. तो कसल्यातरी विचारात होता असं दिसत होतं. "आम्ही निघण्याच्या आधी तू येत का नाहीस? तुझी ओळखही होईल सगळ्यांशी."

"तुझ्या मित्रांना चालेल?"

रेहानाच्या सगळं लक्षात आलं. या सन्मानाबद्दल तिला खूप अभिमान वाटला.

सोहैलचा हात पुन्हा गालावर गेला.

"तुझा दात दुखतोय का?"

तो किंचित हसला, पण लगेच त्याचा चेहरा थोडा आक्रसला. "हो थोडं

दुखतंय. काळजी करण्यासारखं काही नाही.'' *दातदुखीसारख्या गोष्टीची मी काळजी करत बसायची? आता मी तुझे पाय, तुझं हृदय, तुझं आयुष्यं यांची काळजी करतेय.*

दुसऱ्या दिवशी पहाट होण्याआधी रेहाना बाग ओलांडून, दोन्ही बंगल्यांची विभागणी करण्यासाठी तिनं उभारलेल्या लहानशा लोखंडी गेटमधून शोनामध्ये गेली. तिनं पुऱ्या बनवल्या होत्या. अर्ध्या बटाट्याच्या आणि अर्ध्या डाळीच्या आणि शिरा. आजकाल आपल्या स्वयंपाकाच्या कौशल्याबद्दल अभिमान बाळगणं वेड्यासारखं वाटायचं, पण आपल्या पुरीच्या फुगीर डोक्याकडे बघताना, शिऱ्याचा अगदी योग्य तेवढाच गोडवा चाखून बघताना तिला गंमत वाटली होती. गुरिलांनी शोनाचा ताबा घेतल्यानंतर तिथे जाण्याची तिची ही पहिलीच वेळ होती. बाहेरून काहीच वेगळं दिसत नव्हतं. थोडी झाडं खणली गेली होती हे तिला माहीत होतं, पण आता तिथेही थोडी कोमेजलेली आणि निगा न राखली गेलेली झाडं यापेक्षा काही वेगळं जाणवत नव्हतं. 'उद्या सगळ्या झाडांना पाणी घालायला हवं.' तिच्या मनात आलं.

आत पाऊल टाकताक्षणी तिला पहिली गोष्ट जाणवली, ती म्हणजे आतला दाट अंधार. पडदे बंद केले असल्याने बाहेरचा फिकट चंद्रप्रकाश आणि त्याहून फिकट रस्त्यावरच्या दिव्यांचा प्रकाशही आत येऊ शकत नव्हता! जणू काही झोपण्यासाठी डोळे मिटून घ्यावे तसे काहीसं तिला वाटलं. अंधाराला डोळे थोडे सरावल्यानंतर रेहानाला जमिनीवर उकिडवे बसलेले काही आकार दिसायला लागले, मग तिला अंधारात हलणारे काही उजेडाचे ठिपकेही दिसले. वासावरून ते सिगरेटचे असावेत असा तिनं अंदाज बांधला.

''हेलो'' ती अंधारात म्हणाली.

''पार्थो, दिवा लाव.'' कुणीतरी म्हटलं. थोडी खसफस आणि मग काडेपेटीची ज्योत. कंदील पेटवला गेला.

प्रत्येक चेहऱ्यावर कंदिलाचा प्रकाश आळीपाळीने फिरला. प्रत्येक चेहरा शेंदरी रंगानं रंगलेला दिसत होता. एका वेळेला एकच मान डोलवत. एकानं हात कपाळाशी नेऊन सलाम केला. हे सगळे किती खुशीत आहेत – तिच्या मनात आल्याखेरीज राहिलं नाही. आपण मरणाला किंवा त्याहूनही वाईट अशा भविष्याला सामोरे जात आहोत याचा विचारही त्यांच्या मनाला शिवलेला नाही. एखाद्या क्रिकेटच्या मॅचला जायचं असावं आणि थंडशा दुपारी आरामात बसलेलं असावं तसे –बिनधास्त, सहज.

प्रयत्न करूनही ती त्यांना वेगवेगळं ओळखू शकली नाही. ते सगळे म्हणजे सिगारेटच्या धुराच्या पडद्यामागच्या धूसर अशा आकृती होत्या. तरुण, वयस्कर सगळे एकत्रच. जॉयजवळ दिवा आल्यावर तो उठून उभा राहिला आणि रेहानाजवळ

आला. त्याने कंदील वर उचलून धरला तेव्हा तो हसतोय असं रेहानाला दिसलं. ''कसले बदमाश आहोत आम्ही, नाही, आंटी? तुमच्या घरात केवढा पसारा केलाय.''

''वेडा आहेस का तू, बेटा? माझं घर ते तुमचंही घर नाही का? पण तुझा भाऊ दिसत नाहीये कुठे?''

''आरेफ अगरतालामध्ये आहे. त्याच्यावर दुसरी कामगिरी सोपवलेलीये.''

माया आधीच तिथे पोहोचली होती. तिनं पुऱ्यांची बशी सर्वांपुढे करायला सुरुवात केली. गेल्यावेळी असे आपण सर्व एकत्र जमलो होतो, माया गात होती आणि शार्मीन बाजाची पेटी बडवत होती – मला सगळं आठवतय गं – रेहानाला मायाला कुशीत घेऊन म्हणावसं वाटलं.

''कुणीतरी हे खोके घेऊन जायला येईल.'' सोहैल म्हणाला, ''आणि आम्ही देणग्यापण आणत राहू.''

''आम्ही तुमच्या शिवणाच्या ग्रुपबद्दलसुद्धा ऐकलंय.'' जॉय म्हणाला, ''मुक्तीवाल्यांना खूप आवडतील ती पांघरुणं – तुम्ही आमची छावणी बघायला हवी एकदा, आंटी, तिथले बिछाने म्हणजे कडकपणाची कमाल!''

बाजूच्या सावल्यांमधून मुलं हसली.

''अरे बापरे'' एकजण तोंडात पुरी असतानाच म्हणाला, ''आणि जेवण? रोट्या म्हणजे लाकडाचे तुकडे आणि भोकंभोकं–'' सोहैलनं रेहानाचा हात किंचितसा खेचून तिला खोलीच्या एका कोपऱ्याकडे नेत म्हटलं, ''अम्मू, हे आमचे कमांडिंग ऑफिसर -'' मग कुजबुजत्या आवाजात तो म्हणाला, ''ते पाक लष्करात मेजर होते.''

''हॅलो'' तो माणूस म्हणाला. कंदिलाच्या प्रकाशात अगदी समोरच उभा असल्याने तिला तो नीटसा दिसला नाही. फक्त त्याचे रुंद खांदे आणि हस्तांदोलनासाठी त्यानं हात पुढे केला, तेव्हा जाणवलेली त्याच्या हातातली ताकद.

''ओ हॅलो.'' तिनंही आत्मविश्वासानं त्याची पकड परत केली.

''तुमचं घर तुम्ही आम्हाला वापरायला दिलंत हे तुमचे उपकार आहेत, मिसेस हक.'' मेजर म्हणाला.

''हो हो, ठीक आहे.''

तिनं हे सगळं देशाविषयीच्या काहीतरी कर्तव्यभावनेनं केलं असावं असं त्याला वाटत असावं आणि आता त्याच्याकडे पाहात असताना, त्याच्या हाताच्या पकडीच्या झिणझिण्या अजून तिच्या हातावर रेंगाळत असताना खरोखरच आपण हे काम देशासाठीच केलं असायला हवं होतं असं तिला वाटून गेलं, अर्थात ते तिनं मुलावरच्या प्रेमामुळं केलं असलं तरी त्याचं महत्त्व कमी होत नव्हतं, तरीही आता या खोलीत, त्या उंच माणसाच्या समोर उभं असताना मुलांच्यासाठी नव्हे तर

देशासाठी काहीतरी करणं अधिक महान ठरलं असतं असं तिला निश्चित वाटलं. कदाचित ती देशासाठीच हे सगळं करत असेल.

दूरवरून मुअझ्झमचा आवाज कानावर आला आणि तिला वेळाची जाणीव झाली. ''मला माफ करा.'' ती त्या सर्वांना उद्देशून उद्गारली, ''सकाळच्या अझानची वेळ झालीये. मला प्रार्थना करायला हवी आणि आपण अजून शिरा घेतलाच नाहीये.'' ''तू तुझी प्रार्थना आटपून घे, मग आपण खाऊ,'' सोहैलनं सुचवलं.

''ठीक आहे.'' एक विचित्र शांतता पसरली. ''तुमच्यापैकी कुणाला माझ्याबरोबर प्रार्थना करायचीये का?'' तिने खोलीभर नजर फिरवली. काही मुलांनी नजरा जमिनीकडे वळवल्या होत्या. तिला खात्री होती की या कामगिरीवर निघण्याआधी त्यांना काहीतरी आश्वासक, कसलीतरी खात्री नक्की हवी असणार.

''माँ'' सोहैल अखेरीस म्हणाला, ''पार्थो हिंदू आहे.''

''काही हरकत नाही.'' खोलीच्या मागच्या भागातून कोणीतरी म्हटलेलं रेहानाला ऐकू आलं, तरीही कोणीच हललं नाही. रेहाना मिसेस सेनगुप्तांच्या झोपण्याच्या खोलीकडे चालली होती तेवढ्यात मेजर म्हणाला, ''का हरकत आहे? मिसेस हक, तुम्ही पुढे उभ्या रहा.''

''खरंच? तुमची काही हरकत नाही?'' स्त्रियांनी प्रार्थनेचं नेतृत्व करायचं नसतं हे तिला माहीत होतं, तरी तिला बरं वाटलं. पश्चिमेकडे उघडणाऱ्या पडदा लावलेल्या खिडकपाशी जाऊन ती उभी राहिली. सगळी मुलं तिच्यामागे रांगेत उभी राहिली. मायादेखील येऊन सोहैल आणि जॉयच्या मध्ये उभी राहिली. रेहानानं पदरानं माथं झाकून घेतलं आणि पदराचं टोक कानामागे खोचलं.

'ईश्वर महान आहे.
त्याच्याखेरीज दुसरं कोणीही प्रार्थनेस योग्य नाही' याला मी साक्षी आहे.
या प्रार्थनेला या. परमानंद मिळवण्यासाठी या.
हे अल्ला. तुझा जयजयकार असो. तुझं नाम वरद आहे. तुझी माया अफाट आहे.
तुझ्यापाशी मी मोक्ष शोधतो आहे.
तू पवित्र आहेस, महान आहेस.
या प्रार्थनेला या. परमानंद मिळवण्यासाठी या.'

रेहानाला झोप लागत नव्हती. पहाटेनंतर थोड्याच वेळात तिनं सोहैल आणि त्याच्या मित्रांचा निरोप घेतला होता. कंटाळवाण्या उन्हाळ्याच्या दिवसांमध्ये ती करत असे

तशीच आजही तिनं काय काय चुकू शकेल याची यादी मनात घोळवायला सुरुवात केली. ही मुलं फारच तरुण होती, लवकर उत्साहित होणारी होती, धोक्याच्या कल्पनेनं त्यांना अधिकच उत्साह आला होता, पण त्यांना खरोखर काय माहीत होतं? तिनं सगळ्या प्रार्थना म्हणून टाकल्या होत्या – झोहर आणि अस्र आणि माग्रेब. संध्याकाळी 'स्वतंत्र बांगलादेश रेडियो'च्या निवेदकाने घोषणा केली की इंटरकाँटिनेंटल हॉटेलमध्ये एक स्फोट झाला आहे. हे ऐकल्याबरोबर मायाने आनंदाची एक आरोळी ठोकली आणि हातात तिचा लाल आणि हिरवा झेंडा घेऊन धावत सबंध घरामध्ये एक फेरीही मारली.

''अम्मू - ऐक.'' असं म्हणत तिनं रेडियो रेहानाच्या कानापाशी धरला.

''इंटरकाँटिनेंटल होटेलमधील स्फोटामुळे पाकिस्तानी फौजांना असलेला विरोध लक्षात घेऊन परदेशी पत्रकारांनी पाकिस्तानी सरकारकडे या यादवी युद्धाच्या आघाडीवर हजर राहण्याची परवानगी मागितलेली आहे. पाकिस्तानी सरकारने मनुष्य हत्याकांड झाले नसल्याचे सांगितले आहे आणि अध्यक्ष याह्या खान यांनी शेख मुजीब व त्यांचे कलकत्त्यातील सहकारी यांच्यावर पाकिस्तानी सरकारविरुद्ध खोट्या बातम्या पसरवण्याचा आरोप केला आहे.''

म्हणजे कामगिरी फत्ते झाली होती, तरी पण म्हणजे ते सगळे यातून सुखरूप बाहेर पडले होते असं नव्हतं. रेहानानं डोळे मिटले आणि आयतुल कुर्सी म्हटलं. त्या दिवसभरातलं ते हजारावं असेल. झोप लागणं शक्यच नव्हतं. माया शेजारच्या खोलीत आहे आणि म्हणतेय 'मी तुला माफ केलं.' असा तिला भास झाला. ताडकन बिछान्यातून उठून ती मायाच्या खोलीकडे धावली. माया वाकून बसून टाईपरायटरवर लिहीत होती. रेहानाचं हृदय जोरानं धडधडत होतं.

''इथे काय करतेयस तू?'' मान वाकडी करत मायानं विचारलं. ''भूतबीत दिसलं की का काय तुला?''

बागेतल्या रस्त्यावर गडबड ऐकू आली तेव्हाच रेहानाला कळलं की काहीतरी चुकलंय. या गोष्टीची तिला इतक खात्री होती की ते खरंच आहे हे कळल्यावर तिला सुटल्यासारखंच वाटलं. संध्याकाळच्या जेवणाला अजून तासभर तरी अवकाश होता, नुकता कुठं तिनं भात टाकला होता. ती धावतच स्वयंपाकघरातून बाहेर आली. सोहैल आणि जॉय एक हिरवी मोटार बंगल्याकडे ढकलत आणत होते. इंजिन बंद होतं. मोटारीत आणखी काहीजण होते, पण तिला त्यांचे चेहरे दिसले नाहीत. घाबरून जाऊन ती बागेतून लोखंडी गेट ओलांडून बंगल्याकडे धावली. ते मेजरला मोटारीतून बाहेर काढत होते, तेवढ्यात ती तिथे पोहोचलीच. सोहैल आणि

जॉय दोघेही रक्तानं माखले होते. त्यांच्याबरोबर आणखी एक अनोळखी माणूस होता –बारीक चणीचा -पांढरा कोट घातलेला. भयंकर घाबरलेला दिसत होता. मेजर काही हालचाल न करता पडून होता. त्याचा चेहरा पांढरा फटक दिसत होता.

"अरे देवा! हा तर मेला."

सोहैलने त्याचे खांदे धरून त्याला मोटारीच्या बाहेर ओढलं. त्याचं डोकं एका बाजूला लुडकलं. "त्याचे पाय पकड." तो पुटपुटला. सोहैलच्या चेहऱ्यावरून घामाच्या धारा वाहात होत्या आणि गळ्याशी जमत होत्या. जॉयनं मेजरचे पाय धरले आणि त्या दोघांनी त्याला बंगल्याच्या दारातून आत घेतलं.

"गॉड डॅम इट! गॉड डॅम इट!" जॉय सतत म्हणत होता.

गुलाबांच्या फुलांच्या नक्षीच्या गालिचावर त्यांनी त्याला ठेवलं. कुणीतरी त्याच्या पायाभोवती एक फडकं गुंडाळलं होतं. तो शुद्धीत होता, कण्हत होता, कूस पालटत होता. त्याचा चेहरा रेहानाच्या समोर आला तेव्हा त्याच्या गालात घुसलेली लाकडाची त्रिकोणी ढलपी तिला दिसली... जॉयनं डॉक्टरवर बंदूक रोखून धरली आणि सोहैल तयारीत त्याच्या शेजारीच उभा राहिला.

"उपचार कर."

"कसं शक्य आहे?... मला काही सामान लागेल.. औषधं... भुलीचं औषध..."

"तुझ्या बॅगेत जे काही आहे त्यावरच तुला भागवावं लागेल."

डॉक्टर काही त्यांच्यापेक्षा फार मोठा नव्हता. बहुधा नुकताच मेडिकल कॉलेजमधून बाहेर पडलेला असेल - बारीक अंगकाठीचा तेलकट केसांचा एक तरुण मुलगा.

"त्याला हॉस्पिटलमध्ये न्यावं लागेल तुम्हाला." तो म्हणाला.

"वेड लागलंय का तुला? किती लोक आम्हाला शोधताहेत माहितेय का तुला?"

डॉक्टरनं हात हलवत म्हटलं, "मी नाही करू शकत हे..."

अचानक रेहानाला जाणवलं की ती मेजरच्या शेजारी गुडघे टेकून बसलीये. त्या तरुण डॉक्टरकडे नजर रोखून ती म्हणाली, "हे बघा, ही इमर्जन्सी आहे -जेवढं शक्य असेल तेवढं करा." त्यानं होकारार्थी मान डोलावेपर्यंत ती त्याच्याकडे रोखून बघतच राहिली.

"त्याच्या पायामधून ते तुकडे काढायला हवेत आधी." तो फक्त तिच्याकडे बघत म्हणाला. "इतरही काही जखमा आहेत, पण सर्वांत महत्त्वाची गोष्ट म्हणजे त्याचा पाय आणि चेहरा. चेहऱ्याचं काय करायचं ते मात्र मला नाही माहीत."

"नुसती मलमपट्टी कर." जॉय म्हणाला, "उजाडल्यावर आम्ही त्याला आमच्या लष्करी इस्पितळात घेऊन जाऊ."

"त्याला फार दूरचा प्रवास करता नाही येणार."

"मलमपट्टी करा. आम्हाला आजच रात्री इथून हलायला हवं." जॉयनं बंदूक

डॉक्टरच्या कानशिलावर दाबून धरली. ''जॉय, बाबा, हा माणूस आपल्याला मदत करायचा प्रयत्न करतोय.'' रेहाना म्हणाली.

''प्लीज, ही बंदूक दूर करा. मी तुमच्याच बाजूचा आहे.''

''फक्त मलमपट्टी कर.''

''ती बंदूक. ती बंदूक आधी दूर करा.'' डॉक्टर आपल्या डोळ्यातली आसवं कष्टानं थांबवत म्हणाला.

जॉयनं बंदूक खाली केली, पण त्याचं बोट मात्र बंदुकीच्या घोड्यावर तसंच आवळलेलं राहिलं.

डॉक्टरनं बॅगेतून एक सीरिंज काढली आणि त्यात एका लहानशा बाटलीमधलं औषध भरलं, मग त्यानं मेजरच्या पायावर उपचार करायला सुरुवात केली. रेहाना तशीच त्याच्या शेजारी बसून राहिली. मेजरचा फाटलेला पाय, फाटलेलं मांस, त्यातून बाहेर आलेला आणि खोलीच्या अंधारातही चमकणारा हाडाचा पांढरा भाग - या कशाचाच तिच्यावर परिणाम होत नव्हता - तिला कशाचंच भय वाटत नव्हतं - विलक्षणच होतं हे – डॉक्टरनं तिला मेजरची पँट पायावरून वर सरकवायला सांगितलं तेव्हा ती अजिबात बावचळली नाही की बावरली नाही. त्यानं तिच्या हातात एक ट्वीझर दिलं आणि मेजरच्या पायामधून कपचा वेचून बाहेर काढायला सांगितलं तेव्हा तिनं मेजरच्या थरथरत्या शरीराकडे दुर्लक्ष करत शांतपणे कामाला सुरुवात केली.

रेहानाचं ट्वीझरचं काम संपल्यावर डॉक्टरनं टाके घालायला सुरुवात केली.

''थँक यू, मिसेस हक.'' तो फक्त तिनं मेजरवरच्या उपचारांमध्ये केलेल्या मदतीबद्दल तिचे आभार मानत नाहीये हे तिच्या लक्षात आलं.

ती लाकडाची कपची अजूनही मेजरच्या गालात रुतलेलीच होती.

सोहैल जॉयच्या कानात काहीतरी पुटपुटला. जॉयनं बंदूक खाली ठेवली आणि खाली बसत त्यानं डॉक्टरच्या हाताजवळ कंदील धरत म्हटलं, ''आंटी, तुम्ही थोडी विश्रांती घ्या आता.''

रेहाना मिसेस सेनगुप्ताच्या स्वयंपाकघरात पाणी प्यायला गेली. एक मोठा नि:श्वास टाकत ती एक खोल घोट घेतेय, तेवढ्यात सोहैल आत आला आणि त्यानं तिला घट्ट मिठी मारली. तो तिच्या खांद्यावर डोकं ठेवून रडतोय असं तिला वाटलं.

''अम्मू, माझीच चूक होती ती.'' तो पुटपुटला.

''काय झालं?''

''माझ्यामुळेच. त्या स्फोटकावरचा टायमर लावायचं काम माझं होतं, पण मी तिथे गेलो आणि मला हलताच येईना. मेजरनं मला बाजूला ढकललं आणि स्वत: टायमर लावला, पण त्याला फार उशीर झाला होता– तोच त्या स्फोटात सापडला. मी त्या जागी असायला हवं होतं. मी सगळा गोंधळ केला.''

काय बोलावं ते रेहानाला सुचलं नाही. ती त्याच्या माथ्यावरून हात फिरवत राहिली.

''मला कळत नाहीये – हे काम माझ्याच्यानं होईल की नाही ते मला कळत नाहीये – मला काहीही करता येत नाही – बंदूक मारणं, ट्रेनिंग – काहीच नाही, मी जायलाच नको होतं.''

''तुझी काही चूक नाहीये – जे काही झालं ते झालं, पण तुझी काहीही चूक नाहीये.''

''त्यानं माझा जीव वाचवला. तो नसता तर मी मरूनच गेलो असतो.'' सोहैल उद्गारला.

डॉक्टरनं काम आटपलं.

''मी जखमांना टाके घातलेयत, पण त्यात इन्फेक्शन होणार नाही याची मी खात्री देऊ शकत नाही. त्यांना औषधांची गरज आहे, ती मिळाली तरीही त्यांचा पाय जाण्याची शक्यता आहेच.''

''त्यांना आम्ही इथून हलवू शकतो का?'' जॉयनं विचारलं.

''थोड्या अंतरापर्यंत– पण फार दूर नाही.''

''अगरतालामध्ये आमचं हॉस्पिटल आहे, आमच्या छावणीजवळ.''

''सीमेपलीकडे? शक्यच नाही.''

''अम्मू.'' सोहैल म्हणाला, ''त्याला इथेच ठेवावं लागेल - तुझी परवानगी घेऊन–''

रेहाना थकली होती. सगळीकडे रक्त होतं. मिसेस सेनगुप्ताचा गालिचा पार खराब झाला होता. त्या माणसाबद्दल आपल्याला दया वाटायला हवी असं तिला कळत होतं, पण तसं वाटत मात्र नव्हतं. तो इतका कसातरी दिसत होता - त्या गालिचावर पडलेला, तोंड विचित्रपणे उघडं पडलेलं – पण त्यानं तिच्या मुलाचा जीव वाचवला होता.

तेवढ्यात मायाच बोलली, ''नाही, ते इथे नाही राहू शकत.'' मुलं आल्यापासून ती गप्प गप्पच होती. आजूबाजूनं फिरत राहिली होती. आता ती मुठी आवळत मेजरच्या समोरच उभी राहिली.

''माया, प्लीज.'' सोहैल म्हणाला, ''दुसरा काही मार्गच नाहीये.''

''मग तू राहा इथे आणि त्यांची काळजी घे. ती कामं आम्हाला करायला लावू नकोस.''

''आम्ही नाही इथे राहू शकत आमच्या मागे लष्कर लागलंय ना.''

''सगळी तुझीच चूक आहे.''

''हो. हो. माझीच चूक आहे.'' सोहैलचे डोळे मोठे झाले, लाल आणि रागावलेले –''माँ, तुला त्यांना ठेवून घ्यावंच लागेल. ठेवशील ना? हो म्हण गं.''

रेहानाचं मन द्विधा झालं... "दुसरीकडे कुठेच ठेवता येणार नाही का त्यांना? तुला खात्री आहे?"

"माँ?" माया आश्चर्यानं म्हणाली, "तुझ्या घरात आणखी एक माणूस मरावा असं वाटतंय का तुला?"

आणखी एक माणूस? ती तिच्या वडिलांबद्दल बोलतेय का?

"या माणसाला हलवता येणार नाही." डॉक्टर म्हणाला. त्यानं मायाकडे बघितलं; ती आपल्या आईवर रेलून धापा टाकत उभी होती, जणू काही खूप जोरात कुठून तरी धावत आली असावी, मग तो म्हणाला, "मी थांबतो इथे. मी थांबतो आणि तो मरणार नाही हे बघतो."

रेहानानं सुटकेचा निःश्वास टाकला. "तुमचं नाव काय?" तिनं डॉक्टरला विचारलं.

"राजेश"

"माया. माया -माझ्याकडे बघ बरं. डॉक्टर राजेश इथे थांबणार आहेत आणि मेजरची काळजी घेणार आहेत. कोणी मरणार नाहीये. ओ.के? कोणीसुद्धा मरणार नाहीये. तुला काहीतरी करायचं होतं ना? ही संधी आहे. आपण त्याची काळजी घेऊ, त्यानं तुझ्या भावाला वाचवलंय. पुरे पुरे आता – रडू नकोस." आणि तिनं तिच्या लेकीच्या माथ्यावरही हात फिरवला.

*

रेहानानं डोळे उघडले तेव्हा क्षणभर तिला आपण कुठे आहोत ते कळलंच नाही. फक्त नेहमीच्या जागी नाही आहोत हे मात्र तिच्या लक्षात आलं, पण मग चटकन तिला आठवलं आणि ती दचकून पूर्ण जागी झाली. सवयीनं वेणी नीट करत, कपाळावरचे केस मागे सारत तिनं समोर नजर टाकली. ती सोफ्यावर कशीबशी झोपली होती. गेल्या रात्रीचा सगळा पसारा तिच्या नजरेला पडला. रक्ताळलेल्या पट्ट्या, चिखलानं भरलेल्या पायांच्या खुणा, प्लास्टर आणि लाकडाचे बारीक बारीक तुकडे – आणि मग आपण एवढ्या का थकलो आहोत हेही तिला आठवलं.

मेजरला मिथुनच्या खोलीमध्ये हलवण्यात आलं होतं. रेहाना तिथे गेली तेव्हा खोलीचे लेसचे पडदे बंद केलेले दिसले. सकाळच्या उन्हाचे कवडसे त्या नक्षीची प्रतिबिंबं मेजरच्या चेहऱ्यावर रेखत होते. तिथे – त्याच्या कपाळावर एक ताऱ्याच्या आकाराचं फूल उमटलं होतं, तर मांडीवर हृदयांची एक रांगच्या रांग होती. तो कसलाही आवाज न करता, कसलीही हालचाल न करता झोपला होता. त्याच्या उथळ चाललेल्या श्वासोच्छ्वासागणिक त्याच्या चेहऱ्यावरच्या आणि शरीरावरच्या प्रतिबिंबाची तेवढी बारीकशी हालचाल होत होती.

झोपेतला मेजर प्रचंड दिसत होता. त्याचे पाय आणि हात पलंगाबाहेर लोंबकळत होते. पंजे कोळ्याच्या जाळ्यासारखे दिसत हाते. पहाट झाल्या झाल्या, 'आता मेजरची तब्येत ठीक आहे' असं सांगून आणि उद्या आणखी औषधं आणि पट्ट्या घेऊन पुन्हा येण्याचं वचन देऊन डॉक्टर निघून गेला होता. "पहिली रात्रच कठीण असते - तुम्ही थांबा इथेच." असं तिला त्यानं बजावलं होतं.

आणि अजून ती इथेच होती.

रात्रीच्या अनुभवानं तो काही अधिक देखणा झाला नव्हता. त्याच्या चेहऱ्यावर एक वेडावाकडा लालबुंद वण होता– तो वण फिरत फिरत त्याच्या डाव्या भिवयीच्या कोपऱ्यापासून वरच्या ओठापर्यंत आला होता. दुसऱ्या बाजूला एक निळसर डाग होता. नवलाची गोष्ट म्हणजे जखमी पायाखेरीज त्याचं बाकीचं सर्व शरीर अगदी ठीक होतं– निरोगीच म्हणायला हवं. गळ्या– हाताची त्वचा सकाळच्या उन्हात अगदी ताठर आणि चमकदार दिसत होती.

त्याच्याकडे बघताना रेहानाला एक वेगळाच अभिमान वाटला. त्याच्या तिथे असण्याचा अभिमान – जणू काही तो एखादा शापित देवदूत असावा – जखमी, कुरूप पण तरी अजून थोडं देवदूतत्व बाकी असणारा –

तिला एकदम खूप भूक लागली. आपण शेवटचं केव्हा खाल्लं होतं तेच तिला आठवेना. तिला अचानक लिची खाव्याशा वाटायला लागल्या – चीनमधून आयात केलेल्या सुकवलेल्या लिची नव्हेत तर अगदी इथे पिकवलेल्या तुळतुळीत चिवट सालाच्या ताज्या लिची. लिची आठवल्यावर तिला स्वत:चे इतरही अनेक आवडते पदार्थ आठवायला लागले. थोडे मांस विकत आणायला हवंय आणि थोडा भारीपैकी तांदूळही. न्यू मार्केटला जायला हवं. हे घर आणि गेल्या रात्रीचा सगळा पसारा बाजूला सारून बाहेर पडावं असं तिला फार वाटायला लागलं.

अगदी स्वच्छ दिवस होता. आकाशात एकही ढग नव्हता; जणू काही आकाशानं आपला श्वास रोखून धरला असावा आणि सारं कसं अगदी जसं हवं तसं असावं तसा दिवस. लढाईच्या सुरुवातीपासूनच मार्केट जसं चालत होतं तसंच होतं. दर आठवड्याला एक-दोन दुकानं बंद होत होती. भाज्या सुकलेल्या, धुळीनं माखलेल्या अशा येत होत्या. मासे अगदी लहानसे आणि मंद डोळ्यांचे झाले होते, पण विक्रेत्यांशी घासाघीस करण्याच्या किंवा एखादी अपरूप वस्तू - एखादं ताजं चिकन किंवा उशिरा पिकणारी पपई - हाती लागण्याच्या कल्पनेनंच रेहानाला उत्साह आला होता.

मार्केटमध्ये पाऊल टाकताच रेहानाचा उत्साह विरून गेला. दुकानांच्या मधल्या जागांमध्ये, पाटीवाल्यांशेजारी लष्करी गणवेषातली माणसं फिरत होती. खांद्यावर

सहजच टाकल्यासारख्या बंदुका टाकून ती माणसं फिरत होती. एका हलवायाच्या दुकानात प्लास्टिकच्या टेबलाभोवती बसून तोंडं उघडी टाकून मोठ्यानं हसत बसलेला एक गट तिला दिसला. त्यांची तोंडं इतकी उघडलेली होती की, इतक्या लांबूनही तिला त्यांच्या दातांची टोकंही दिसत होती. त्यांच्यापैकी एकानं मोठ्यानं शेजारच्या गटारात खाकरा टाकला.

कोणाचंही आपल्याकडे लक्ष जाऊ नये म्हणून ती खाली मान घालून पुढे जात होती, पण स्वतःच्या या भीतीबद्दल तिला स्वतःचाच रागही येत होता. गेली दहा वर्षं ती या जागेत येत होती. तिची सगळी धडपड या जागेला माहीत होती; इथेच तर तिनं मुलांच्या शाळेच्या गणवेषांचं कापड विकत घेतलं होतं. इथेच तिनं आठवड्याभराचं सामान मोजून मापून विकत घेतलं होतं आणि आठवड्याभराचे पदार्थही ठरवले होते. इथेच इक्बालनं तिच्या लग्नाची साडी विकत घेतली होती - फक्त बावीस रुपयांना - त्यानंच हे कबूल केलं होतं. ईदच्या भेटींची खरेदीही इथेच व्हायची. कुणाच्या लग्नाच्या भेटी, मुलांच्या वाढदिवसांचं सामान – रेहानाच्या दृष्टीनं न्यू मार्केट म्हणजे शहराचं केंद्रस्थान होतं. इथल्या लहान लहान गल्ल्या, वास हे सगळं तिच्या, स्वतःच्या धनमाँडीइतकंच ओळखीचं होतं, आणि आता अचानकपणे ही एक अनोळखी जागा झाली होती. इथल्या हवेत एक प्रकारची भीती होती. 'खाटीक लोकांकडे लक्ष दे हं!' सोहैलनं बजावलं होतं, 'ते उर्दू बोलणारे लोक आहेत.'

''का? मीसुद्धा उर्दू बोलणारीच आहे, म्हणून काय झालं?''

''ते लोक लष्कराला सामील आहेत.''

सोहैल उर्दू बोलणाऱ्या बिहारी लोकांबद्दल बोलत होता. ते लष्कराच्या बाजूचे आहेत अशी एक अफवा होती. शहराचं हे असं विभाजन - लष्कराला सामील असलेले लोक आणि बांगलादेशच्या चळवळीशी सहानुभूती असलेले लोक हे विभाजन रेहानाला फारसं आवडलं नव्हतं, पण सोहैलनं तिला सांगितलं होतं की, कोण आपल्या बाजूचे आहेत आणि कोण फितूर आहेत हे शोधून काढण्याचा काहीतरी मार्ग असलाच पाहिजे. स्वतःच्या भावनांवर विश्वास ठेवण्याचे दिवस गेले आहेत. - अगदी स्वतःच्या मित्रांवर सुद्धा नाहीच.

एका बारीकशा गल्लीतून रेहाना खाटकांच्या दुकानांकडे वळली. दुकानं कशीही थाटलेली होती. सर्व दुकानांमध्ये जनावरांचे अवयव ओल्या रत्नांसारखे लटकत होते. मांस विकत घेणं रेहानाला नेहमीच आवडायचं. हाडाचे पांढरे मोती, माणकासारखं रक्त, गडद गार्नेटसारखे स्नायू हे सगळं तपासताना ती भरपूर वेळ खर्च करायची.

आपण आपल्या नेहमीच्या खाटकाच्या दुकानासमोर उभ्या आहेत हे तिच्या लक्षात आलं.

"आज ताजं काय आहे?" तिनं विचारलं, पण तेही जमिनीकडे बघत आपण नेहमीचं गिऱ्हाईक आहोत हे त्याच्या लक्षात येऊ नये म्हणून.

"चॉपचं चांगलं मासा आहे, मेमसाहेब, मटणही ताजं आहे."

रेहानाला मेजरची, त्याच्या शिवलेल्या गालाची आठवण झाली. "मला हाडं हवीयेत - सूप करायला."

"तुम्हाला सूप आवडतं का? ठीक आहे."

किती गरम होत होतं! टांगलेल्या मासावर बसणाऱ्या, उडणाऱ्या आणि दुकानाच्या बुटक्या छतामुळे अधिक घुमणारा आवाज करणाऱ्या माशा रेहानाला दिसत होत्या. तिला पसंत पडेलसा एक मांसाचा तुकडा, खाटकानं हात लांब करून तिच्यासमोर केला, तोही तिला दिसला. तो तुकडा म्हणजे एका लहानशा गाईच्या शरीराचा एक सबंध भाग होता. वाकड्या दातांसारखी वर उचलली गेलेली हाडांची रांग, आतल्या जांभळट रेषा स्पष्ट दिसतील अशा कौशल्याने कापलेलं मास - त्यावर पडलेला प्रकाश - रक्ताचा धातूसारखा वास, त्यात मिसळलेला थोडा सडण्याचाही दुर्गंध, या सगळ्यांनी रेहानावर हल्लाच चढवला. शहारून तिनं मान फिरवली. खाटकानं तिला ताबडतोब ओळखलं.

ती नेहमी याच माणसाकडून मांस का विकत घ्यायची तेही रेहानाला आठवलं. तो नेहमी अतिशय व्यवस्थित कपडे घातलेला असायचा - कुठेही रक्ताचा डाग नसायचा - ना त्याच्या शर्टवर, ना त्याच्या हातांवर. अगदी पांढरा स्वच्छ असा कुडता आणि डोक्यावर टोपी; जणू काही तो प्रार्थनेसाठी चालला असावा असे त्याचे कपडे असायचे.

"तुम्ही कशा आहात, बाईसाहेब?" त्यानं उर्दूमध्ये विचारलं. ती एकदम दचकली; ते त्याच्या लक्षात आलं.

"ठीक आहे." तिनं हलकेच उत्तर दिलं आणि मग तसं बोलावं असं मनात नसतानाही ती बोलून गेली, "लढाई चालू आहे ना आपल्याकडे?"

"मला माहीत आहे." आणि मग जेव्हा ती गप्पच राहिली तेव्हा ती आपल्यावर काहीतरी आरोप करते आहे अशा भावनेनं त्याला बोलायला भाग पाडल्यासारखा तो म्हणाला, "मी जाणार तरी कुठे, मेमसाहेब?" पण हे शब्दही पोकळच होते आणि ती भाषाही आज किती वेगळी - किती आक्रमक, आरोप करणारी वाटते आहे हेही रेहानाला एकदम जाणवलं. आता ही भाषा आपल्या शत्रूची - आणि सोहैलच्या - मेजरच्या शत्रूची आहे हे तिला कळून चुकलं.

तिनं आणखी एखादी भावना मनात जागृत होते आहे का ते तपासून पाहण्याचा प्रयत्न केला. आपले आवडते कवी - आणि सामान्य माणसाबद्दल थोडी सहानुभूती – शेवटी एक साधा खाटीक –

"हे घ्या तुम्ही." त्यानं मांस धरलेला हात पुढे केला. तो आपल्याला घाबरतो आहे हे रेहानाच्या लक्षात आलं. तिला बरं वाटलं आणि मग या बरं वाटण्याची

शरमही वाटली. तिनं घाईघाईनं पाच रुपयांची एक नोट काढून त्याला दिली आणि डोक्याभोवती घोंगावणाऱ्या माशा मारत ती वळलीच.

ती परतली तेव्हा मेजर जागा झालेला होता. त्याला काहीतरी त्रास होतो आहे हे तिला लगेच कळलं. ती खोलीत आली तेव्हा त्यानं मान वळवून तिच्याकडे पाहिलं नाही, नुसती डोळ्यांची एकदोनदा उघडझाप तेवढी केली आणि तोंड हलवण्याचा प्रयत्नही केला. त्याचे डोळे काळ्या मोत्यांसारखे दिसत होते. तिनं छताचा पंखा सुरू केला आणि त्याच्या कपाळावर जमा झालेला घाम पुसून काढला. त्याला पाणी हवं होतं. मायाला शोधायला ती बाहेर गेली. माया कपाळावर आठ्या घालून एका पुस्तकात काहीतरी वाचत, समासात बारीक अक्षरांमध्ये काहीतरी लिहीत होती.

''काय करतेयस?''

''चे गेवारा स्पीक्स' वाचतेय'' पुस्तकाचं मुखपृष्ठ दाखवत माया उत्तरली.

''मी तुला मेजरकडे पाहायला सांगितलं होतं ना?''

''तो झोपलाय.''

''नाही, जागा आहे.''

''बरं मग आता तू बघ त्याच्याकडे'' आणि तिनं परत पुस्तक वाचायला सुरुवात केली.

''तुला तो आवडत नाही, ना?''

''का नाही आवडणार?'' पुस्तकातून मान वर न उचलताच माया म्हणाली, ''तो आपल्या देशासाठी लढतोय.''

रेहानानं आपल्या मुलीकडे निरखून पाहिलं – किती वेळा तिनं हेच केलं होतं. आपल्या नजरेतून काही सुटलं तर नाहीये? गेल्या रात्रीची घबराट, मायाला वाटलेली तिची गरज - काहीच नव्हतं आता तिथे.

पाऊस पडायला लागला.

एक उसासा टाकून रेहानानं मेजरसाठी एक ग्लासभर पाणी घेतलं. बाग ओलांडून दुसऱ्या घरात जाण्यासाठी तिनं डोक्यावर एक प्लास्टिकचा तुकडा घेतला. तो पाणी पीत असताना तिच्या लक्षात आलं, त्याचे ओठ त्याच्या बाकीच्या शरीराइतके अधाशी नव्हते. एक नि:श्वास टाकत त्यानं तिचे आभार मानले; जणू काही तो तिला पाहू शकत नसावा इतक्या उघडपणे तिनं त्याच्याकडे बघून घेतलं.

संध्याकाळी जॉय येऊन पोहोचला, ''काहीतरी बोलायचंय मला तुमच्याशी, आंटी.'' छातीवर हात चोळत तो म्हणाला, ''पाकिस्तानी लष्कराला वाटतंय की

मेजर मेलाय. ती सगळी इमारत त्याच्या आजूबाजूला कोसळताना बघितली ना त्यांनी. त्यातून तो वाचणं शक्यच नव्हतं.'' खोलीभर नजर फिरवत, तिची नजर चुकवत तो म्हणाला.

''ही गोष्ट आम्ही आमच्या फायद्यासाठी वापरू शकू, असं आम्हाला वाटतंय.''

''काय करणार तुम्ही?''

''बरा होईपर्यंत तो इथेच राहील – तुमची परवानगी असेल तर.''

मेजरच्या पायाच्या जखमेचं स्वरूप तिच्या डोळ्यांसमोर आलं – त्याला बरं व्हायला कितीतरी दिवस– कदाचित महिनेही लागू शकतील. ''मला वाटलं होतं काही दिवसांसाठीच आहे हे.''

''आम्ही त्याला हलवू शकू.'' जॉय म्हणाला, ''पण आता तो भूमिगत आहे तर तो इथेच राहिलेला बरा.''

हे कशात फसलो आपण? ''किती दिवस?'' तिनं विचारलं.

''एखादा माहिनाभर– आणि तो त्याचे आदेश देऊ शकेल ना – माझ्या हाती – मी येतजात राहणारच आहे इथे.''

''सोहैलचं काय?''

जॉयनं पुन्हा छाती चोळली. त्याची नखं काळीभोर झाली होती. ''काय आहे सांगू का? सारखं त्यानं इथे येणं आता धोकादायक आहे. आम्ही जागा शोधू त्याच्यासाठी दुसरी.''

''तो तुमच्याबरोबर इथे राहू शकत नाही का?''

''त्यामुळे सर्वजणच संकटात पडतील. तुम्ही माया आणि मेजरसुद्धा आणि नाहीतरी तो जास्त करून आगरतलाला असतो.''

हात उडवत रेहाना म्हणाली, ''काय तुला योग्य वाटेल तसं कर, बेटा.''

पण झालं असं की सोहैलला भेटायला रेहानाला फार दिवस वाट पाहावी लागली नाही. थोड्याच दिवसांनंतर दुपारची जेवणं आटपल्यावर तिला एक तार आली आणि सबंध दुपार सोफ्यावर हातावर डोकं टेकवून पडून राहून ती त्याची वाट पाहात राहिली. तो येणार हे तिला माहीतच होतं. तिला एकटीला हे 'पार' पाडावं लागू नये म्हणून. सबंध दुपारभर तिला मायाच्या टाईपरायटरचा खडखडाट ऐकू येत होता. तिचं टायपिंग आता अधिक वेगानं आणि अधिक आत्मविश्वासानं व्हायला लागलं होतं.

संध्याकाळच्या वेळेला तो दारात आला. रेहानाकडे सुन्न नजरेनं पाहात त्यानं तिचा हात दाबला. त्यानं एक पांढरा कुडता घातला होता- अगदी त्या खाटकासारखा, फक्त त्यानं धातूची लाल तार लावलेली एक हिरवी टोपी घातली होती.

दिवाणखान्यात आलेल्या मायाला आपला भाऊ बाहेर बागेकडे बघत असलेला दिसला.

"अरे, तू कधी आलास? इथे काय करतोयस?"

तिच्याजवळ जात त्यानं तिला जवळ घेतलं आणि म्हणाला, "शार्मीन ढाक्यात आहे."

"काय? तुला कसं कळलं?"

"मला माहीत आहे." मग एक क्षणभर थांबून तो म्हणाला, "ती छावणी आहे, माया, हॉस्पिटलमध्ये."

"चल मग आपण जाऊया."

कुणीच हललं नाही.

"तू बसून काय राहिलायस? चल ना जाऊ या." एकदम दचकून ती म्हणाली, "ती आजारी असणार. तिथे पोहोचली तरी कशी ती? पण ते सगळं नंतर सांग मला." ती हसली तेव्हा ढगांसारखी निळी छटा उमटलेले तिचे दात दिसले. आपल्या भावाची खाली गेलेली मान तिला दिसली असली तरी तिकडे तिनं दुर्लक्ष केलं. केस सारखे करत तिनं घरातल्या सपाता काढून बाहेर घालण्याच्या चपला चढवल्या.

"गो गो. चॉलो चॉलो." ती अस्वस्थ असली किंवा घाईत असली की ज्या इंग्रजी मिश्रित बंगाली भाषेत बोलायची तशी आताही बोलली.

"ती जिवंत नाहीये." अखेरीस सोहैल उद्गारला. आता काळ्या शालीसारख्या दाट झालेल्या त्याच्या दाढीवर त्याच्या दाट भिवया आणि फिकट वर्ण उठून दिसत होता.

माया धावतच बागेत गेली आणि तिथूनच त्यांच्याशी बोलायला लागली. "ती मरण पावली असेल तर मग ती हॉस्पिटलमध्ये कशाला असेल?" त्यांना ऐकू जावं म्हणून तिला ओरडून बोलावं लागत होतं.

"ती तिथेच होती. माया इतके दिवस ती तिथेच होती."

"काय? आणि हे तुला माहीत होतं?"

"हो, पण तुला सांगण्यात काही मतलब नव्हता. करण्यासारखं काहीही नव्हतं."

"का? का नाही सांगितलंस तू मला? मी स्वत: तिला तिथून बाहेर काढलं असतं." आणि मग तिला अचानक जाणवलं की सत्य याहून काहीतरी वेगळं आणि भयंकर आहे. उघड्या खिडकीतून आपल्या लेकीकडे पाहताना रेहानाला कळून चुकलं की आता जन्मभर हे सगळं मायाच्या पक्कं लक्षात राहणार आहे. आपल्या भावानं ही बातमी आपल्याला कुठे सांगितली, ती आंब्याच्या झाडाची सावली, पावसानंतरची ती हवा, रात्र झाल्यासारखं काळोखं आकाश आणि मोगऱ्याच्या फुलांचा सुगंध, भरपूर फुललेला बोगन वेल, शोनाच्या एका कोपऱ्यात गाढ झोपलेला किंवा मेलेला मेजर.

मग त्यानं तिला सगळंच सांगितलं.

"ती हॉस्पिटलमध्येच वारली." तिचं सांत्वन करण्यासाठी तो बाहेर बागेत गेला असता, पण खिडकीचे गज घट्ट पकडत भयंकर नजरेनं तिनं त्याला धरून ठेवलं.

"ती प्रेग्नंट होती."

"प्रेग्नंट?"

मान वळवत मायानं झाडाला एक लाथ हाणली. "तिला तिरस्कार वाटायचा पुरुषांचा. शी हेटेड देम. शी हेटेड सेक्स - तुला माहीत होतं हे? तिनं कधी सेक्स केलाच नव्हता. बाकी सगळ्यांनी केला होता पण तिनं नाही." रेहाना शहारली, मायाला गप्प बसायला सांगावं असंही तिला वाटलं, पण तिनं स्वत:ला आवरलं. नुसती मायाकडे बघत राहिली, एक आसू तिच्या डोळ्याच्या कोपऱ्यातून ओघळला.

"मला त्यांची नावं हवीयेत."

"कोणाची?"

"ज्यांनी तिच्यावर बलात्कार केला त्यांची. मला कळायलाच हवीत!"

"ते लष्करातले होते, माया टिक्का खानचे सैनिक."

"टिक्का खान" एखादी घोषणा करत असावी तशी माया किंचाळली. "द बुचर ऑफ बंगाल" आणि तिनं पुन्हा एकदा झाडाला एक लाथ हाणली. हात वर करत एका फांदीला कवटाळलं जणू काही ती त्या फांदीवर झुलणारच होती. झाडाच्या खोडावर चेहरा लपवत ती तशीच हात उभारून उभी राहिली.

त्या रात्री रेहानाच्या स्वप्नात इक्बाल आला. तो दार वाजवत होता. खरं तर तो कधीच दार वाजवायचा नाही.

रोज संध्याकाळी तो बरोबर सहा वाजता घरी यायचा. भिंतीवरच्या घड्याळ्यावर रेहाना नजर खिळवून बसलेली असायची. त्याला तरतरी आणणारं, त्याचं संध्याकाळचं पेय तिनं तयार ठेवलेलं असायचं – व्हिस्कीचा एक ग्लास, सुरुवातीला पाण्यासोबत, नंतर सोडा आणि जसजशी वर्षं गेली तसतसा नुसते दोन बर्फाचे खडे.

ती दिवसभर त्याची वाट पाहात असली आणि त्याला उशीर होणार नाही हे माहीत असूनही ती शांतपणे दाराकडे पाठ करून मांडीवर दोन्ही हात ठेवून बसून राहिलेली असायची. खिडकीतून बाहेर बघत नव्हे किंवा दाराची कडी काढूनही नव्हे किंवा तो फाटक उघडून आत आल्याबरोबर त्याला आपण दिसावं म्हणून व्हरांड्यामध्ये उभं राहूनही नव्हे. डोळे मिटून उमलत्या मोगऱ्याचा सुगंध घेत, तासागणिक मोठ्या होत जाणाऱ्या, पिकायला लागलेल्या हिरव्या लिंबांचा वास घेत ती बसून राहायची.

बसून वाट पाहात राहायची - अगदी त्यानं बागेच्या फाटकाची कडी काढल्याचा आवाज आला, फाटक उघडल्याचा आवाज आला तरी त्याच्या पावलांचा आवाज

जवळ जवळ येत अगदी दारापाशी येऊन थांबेपर्यंत – तिला अगदी तो क्षणही माहीत होता - तो खिशातून हात बाहेर काढून बोटं मिटत दारावर वाजवणार तेवढ्यात ती दाराशी पोहोचायची आणि दार उघडायची. सारं एका वाहत्या क्षणात.

रोज संध्याकाळी हे असंच घडायचं आणि तरीही दर संध्याकाळी एक श्वास रोखून धरायला लावणारी गोष्ट असायची ती. जाग आली तेव्हा ती रागावलेली होती. तो देणं लागतो तिचं - त्याला सांगावंसं वाटत होतं तिला, या सगळ्या गोंधळाला तोंड द्यायला. शेवटाला पोहोचण्यासाठी - जो कधीच येत नसतो - हे सारं संपवल्याबद्दल - निदान या कष्टांना तोंड दिल्याबद्दल तरी – तिला मागे ठेवल्याबद्दल तो देणं लागतोच.

आठवणींनी तिचे गाल लाल झाले. ती घरभर फिरत राहिली. मायाचा बिछाना रिकामा होता. रेहानानं सबंध संध्याकाळ तिला भात भरवण्यात आणि तिच्या माथ्यायवरून हात फिरवण्यात घालवली होती. मधून मधून ती मेजरची हालहवाल बघायला जात होती खरी, पण एकंदरीत ती दोन्ही घरं शांतच होती. आवाज होत होता तो फक्त पानांच्या सळसळीचा आणि मध्येच एक सर येऊन गेली तिचा. मायाचं काय करायचं ते ठरेपर्यंत शोनाच्या आसपास थोडे दिवस तरी शांतता ठेवण्याचं सोहैलनं कबूल केलं होतं; आता तिनं घरी राहणं धोक्याचं होतं. शार्मीनबद्दल कळल्यावर आता ती काय करेल ते सांगता येणं कठीण होतं आणि मग ती सारीजणं गाढ झोपूनच गेली होती. रेहानाच्या मनात नसूनही तिला गाढ झोप लागली होती आणि आता हे मायाचा बिछाना रिकामा – तिनं हलक्या पावलांनी सारं घर धुंडाळलं. स्नानगृहाच्या दाराशी उभं राहून आतला कानोसा घेतला, स्वयंपाकघरात भांडी घासण्याच्या घमेल्याची तपासणी केली, जेवणाच्या टेबलावर काही माग लागतो आहे का ते पाहिलं, अखेरीस तिनं बागेमध्ये डोकावून पाहिलं तेव्हा तिला शोनामध्ये एक बारीकशी प्रकाशाची तिरीप दिसली, त्या तिरिपीनं तिला जणू स्वत:कडे खेचूनच घेतलं. ती अंधारातच बाग ओलांडून अडखळत शोनाकडे गेली आणि खिडकीबाहेरच उभी राहिली. कंदिलाच्या हलत्या उजेडामध्ये तिला खोलीतल्या आकृती अंधुकशा दिसत होत्या. ती माया होती, मेजरच्या खोलीत होती.

ती त्याच्या भोवती फिरत होती. एकदम ती बिछान्याच्या टोकाशी बसली आणि तिनं त्याच्या पायांवरचं पांघरूण दूर केलं. त्याचे काळेभोर तळपाय उघडे पडले. रेहाना मुकाट्याने बघत उभी होती. तिला मध्ये पडणं शक्य होत नव्हतं. मायानं बिछान्याखाली हात सरकवला आणि एक बादली बाहेर ओढली. बादलीतून तिनं एक फडकं काढलं आणि पिळलं. फडक्यातून बादलीत पडणारं पाणी सिमेंटच्या थंडगार फरशीवर अनवाणी पावलं वाजावी तसा आवाज करत होतं. ते ओलं फडकं तिनं मेजरच्या तळपायावर दाबलं. प्रथम डाव्या मग उजव्या– आणि मग दोन्ही. एकदम मेजरनं एक नि:श्वास टाकला असा रेहानाला भास झाला, पण तो अगदी

स्तब्ध होता आणि अचानकच रेहानाला दिसलं, माया मेजरच्या पायाशी वाकली होती. तिच्या डोळ्यातले अश्रू मेजरच्या दुमडलेल्या लष्करी पँटवर पडत होते.

वर पाहिल्यावर मायाला खिडकीशी उभी असलेली आई दिसली. त्याक्षणी ती बादली टाकून पळाली. बादलीतलं काळं पाणी हिंदकळत एखाद्या काळ्या डोळ्यासारखं चमकत राहिलं.

रेहानाच्या मनातला पहिला विचार होता की तिला बाहेर कुठेतरी पाठवून द्यायला हवं. हे असं वाटल्याबद्दल तिला अपराधीही वाटलं. तिला आपली लेक आपल्या जवळच असावीसं वाटायला हवं होतं, किंवा जिथे कुठे जायचं असेल तिथे तिनंही तिच्याबरोबर जायला हवं, पण सोहैलला, शोनाला, मेजरला, जॉयला सोडून जाणं तिला शक्य नव्हतं. हे सगळं म्हणजे एक अपघात असावा असं वाटलं तरी खरं म्हणजे दुसरा काही पर्यायच नव्हता. ती आता पुरती अडकली होती, त्यातून बाहेर पडणं तिला आता शक्य नव्हतं, पण मायाला मात्र जायलाच पाहिजे. तिला तिच्या मावशांकडे कराचीला पाठवण्याचा रेहानानं विचार केला आणि तो रद्दही केला. मायाला रागच आला असता आणि शिवाय तिच्या बहिणींनी ही लढाईची बातमी कशा रीतीनं स्वीकारली आहे हेही रेहानाला माहीत नव्हतं. लढाई सुरू झाल्यापासून तिच्या बहिणींचं एकही पत्र आलं नव्हतं. वरवर ती टपालखात्याला दोष देऊन स्वत:चं समाधान करून घेत असली, तरी मनोमन तिला माहीत होतं की त्या तिला दोषीच मानत असणार. तिला गद्दार -फितूर ठरवत असणार.

अखेरीस मायानंच सगळं सोपं करून टाकलं. दुसऱ्या दिवशी दुपारी ती आईजवळ आली. तिचे डोळे सुजलेले आणि लाललाल झाले होते.

"मी कलकत्त्याला जातेय. भैय्याबरोबर सगळं ठरवलंय मी."

काय बोलावं ते रेहानाला सुचेनासंच झालं. मायासाठी जेवढं काही जमवलं होतं तिनं – कोवळे शब्द, माफी मागणं, तिच्यावर पुरेसं प्रेम करता न आल्याची जाणीव झाल्यावर वाटलेली खंत, सारं सारं तिच्या मनामध्ये दाटून आलं.

रेहानाच्या गप्प राहण्याचा अर्थ मायानं निराळाच घेतला. "प्लीज रागावू नकोस," ती म्हणाली, "तुला राग येईल असं काही मला करायचं नाहीये."

"नाही गं नाही, मी रागावले नाहीये – मला वाईट वाटतंय."

"तुला एकटीला सोडून जाववत नाहीये मला."

"काही हरकत नाही." ती तिच्या लेकीकडे बघून किंचित हसली, "माझी काळजी करू नकोस."

"माझं तिच्यावर इतकं प्रेम होतं." रडू कसंबसं आवरत माया म्हणाली. तिची हनुवटी थरथरत होती. आवंढे गिळत, ओठ घट्ट दाबून धरत ती रडू आवरण्याचा प्रयत्न करत होती. "मला काहीतरी केलंच पाहिजे. इट इज सो अनफेअर."

रेहानानं मान डोलावली.

दूरवर कुठे तरी बघत राहिलेली माया बराच वेळ काहीच बोलली नाही. ''त्यांना प्रेस स्टेटमेंट्स लिहिणाऱ्या लोकांची गरज आहे.'' अखेरीस ती जेव्हा बोलली तेव्हा तिच्या आवाजातलं दुःख, अस्वस्थता नाहीशी झाली होती. ''हेडक्वार्टर्समध्ये सोहैलच्या ओळखीचं कुणीतरी आहे. मी कदाचित स्वायत्त झालेल्या भागांमध्येही जाऊ शकेन.''

''काळजी घे हं - मी तुझी काळजी करतच राहणार – मला कायमच तुझी काळजी वाटत आलीये.''

''मलाही कायमच तुझीही काळजी वाटत आलीये.''

मायाचे शब्द ऐकून रेहाना चमकलीच, पण लगेच ते शब्द खरे आहेत हेही तिला समजून चुकलं. ही इथे ती शोधत असलेली गोष्ट होती – तिच्या लेकीच्या बंद हृदयामध्ये उघडणारी एक लहानशी खिडकी – ती संकोच करत होती असं नव्हतं, तर ती थकून गेली होती. प्रेमाच्या व्यक्तीने दिलेलं ओझं - नाहीशा झालेल्या व्यक्तीने दिलेलं ओझं. तिच्या स्वतःच्या आईनं दिलेलं ओझं. रेहानानं मायाला कुशीत घेतलं – अजूनही अगदी लुकडी आणि नाजूकशी असलेली माया – पण तिला स्वतःची काळजी घ्यायला सांगण्याऐवजी रेहानाच्या तोंडून शब्द उमटले, ''छान बातम्या दे हं.''

❖

जून

आय लव्ह यू, पॉर्जी

जूनचा संपूर्ण महिनाभर टिक्काखानाचे सैनिक बांगलादेशच्या उन्हाळी पठारांवरून पुढे सरकत होते, घरं लुटत होते आणि छतं जाळत होते, बलात्कार करत होते, खून पाडत होते, पुरुषांना एका रांगेत उभं करून त्यांना गोळ्या घालून प्रेतं तळ्यांमध्ये फेकत होते. छळवणुकीचे नवे आणि जुने दोन्ही प्रकार ते वापरत होते. ते म्हणजे जणू छळवणुकीच्या नव्या प्रकारांचे शोध लावणारे संशोधक होते, क्रूरतेचे नवे प्रांत शोधणारे धाडसी लोक होते. स्वत:च्या पाशवी वागण्याला दर दिवशी नव्या सीमा दाखवत होते आणि त्या ओलांडतही होते, दर दिवशी आपण देवत्वाच्या अधिक जवळ पोहोचलो आहोत असं समजत होते, कारण त्यांना सांगण्यात आलं होतं, की 'तुम्ही या पापी बंगाल्यांपासून पाकिस्तान वाचवत आहात. तुम्ही इस्लाम आहात. कदाचित त्या सर्वशक्तिमान परमेश्वरालाही वाचवत आहात...' या झपाटलेल्या, दैवी कार्यासाठीच्या प्रवासामध्ये त्यांच्या ठामपणाला तोडच नव्हती.

बंगाल्यांचा विरोध दुबळा, अनियमित होता. जनरल झियांचा त्याच्या तरुण सैनिकांवर पूर्ण भरवसा होता आणि त्यांना लहानसहान विजय मिळतही होते. कुठे एखादा पूल उडव, कुठे लष्कराच्या एखाद्या गटाला उडव, एखादं रेल्वे स्टेशन ताब्यात घे... ते हे विजय त्यांच्या रेडियोवर साजरे करायचे आणि मग शहरात लांबलचक गरम दुपारी सोसत आपापल्या रेडियो संचांना चिकटून बसलेले लोक आनंद व्यक्त करायचे.

मेजर राहायला आला आणि माया कलकत्त्याला निघून गेली तेव्हा रेहानाचं जग आणखीच आक्रसलं. तिला काही हवं असेल तर ते तिला आणून दिलं जाईल, पण तिनं सारखं घरातून बाहेर पडू नये असं तिला सुचवण्यात आलं होतं. मिसेस

चौधरीच्या मोटारीतून ती मार्केटमध्ये जाऊ शकते, पण तिनं फक्त स्वत:पुरतंच सामान खरेदी करायचं आहे. तिनं मधून मधून शेजाऱ्यांकडेही जावं, तिच्या चेहऱ्यावर चिंताही दिसावी, लढाईबद्दल तिनं थोडंसं बोलावंही, पण थोडंसंच. कुणी विचारलं तर तिनं सोहैल आणि मायाला आपल्या बहिणींकडे कराचीला पाठवून दिलं आहे, असं सांगावं असं ठरलं होतं.

एकंदरीत शेजारी सगळं शांत होतं असं म्हणायला हवं. ही तिघं फक्त तिथे होती. रेहाना आणि शेजारच्या घरातले दोघेजण. कंदील लावून ती रात्री काढायची. कसलाही आवाज आला तर तिच्या छातीत धडधड सुरू व्हायची. पावलांचे आवाज येताहेत, दारावर कुणीतरी हलकेच वाजवतंय असे तिला भास व्हायचे. झोपल्यावर कुणीतरी आपलं पाऊल ओढतंय असंही तिला कधीतरी वाटायचं. शेजारच्या घरात मेजर आहे हा विचार काही फारसा आधार देणारा नव्हता, उलट त्याच्यामुळे आपण उघडे पडलोय असं तिला वाटायचं.

एखाद्या दिवशी हा ताण तिला फारच असह्य वाटायला लागला की ती संथ, शांत, कधीच फारसं काही न घडणारा भूतकाळ आठवण्याचा प्रयत्न करायची. ऋतू बदलायचे, ईदची गडबड उडायची, ईदचा चंद्र बघण्यासाठी धडपड व्हायची. झाडावर पिकणाऱ्या आंब्यांचा सुगंध– सबंध वर्षातल्या याच तर सर्वांत महत्त्वाच्या घटना होत्या, तरी त्यांच्या आयुष्यात नियमितपणे घडणारं असं फारच थोडं होतं. जुन्या आठवणींमध्ये काही तरी शोधताना रेहानाला जे हवं होतं तशा प्रकारची नियमितता नव्हती. घडत काहीतरी असायचंच. काहीतरी गडबड, कसला तरी गोंधळ -शहरात, शहराबाहेर, इस्लामाबादमध्ये एखादा नवा जाचक कायदा झाला म्हणजे त्यानंतर - मग तसाच दुसरा कायदा – मग पुन्हा गडबड – आणि कधी त्याही पुढचे देश –चे गेवाराचा मृत्यू – सख्खा भाऊ मरण पावला असावा असा सोहैलनं केलेला शोक - राजकीय वातावरणातला लहानसा धक्काही त्यांच्या दाराशी येऊन पोहोचत होता आणि तिचा मुलगा मोठा झाल्यावर दरवाजातून सरळ आत यायला लागला होता. बंगल्याच्या आत, तिच्या मुलाच्या ओढलेल्या गंभीर चेहऱ्याच्या आत – दारावर, खोल्यांवर, व्हरांड्यात - सगळीकडे पसरलेल्या त्याच्या छाया - मग त्या छाया जेवणाच्या टेबलपर्यंत आणि मग मायामध्येही घुसल्या - तिला अधिक रागावलेली अधिक कर्कश्श बनवून सोडणाऱ्या त्या छाया - नाही दुसरा कोणताही काळ नव्हताच. त्यांच्या आयुष्यांमध्ये लेनिन आणि कॅस्ट्रो आणि मुजीब आणि अन्वर सादात यांची गर्दी होती. हेच तर आयुष्य होतं त्यांचं. हाच काळ त्यांच्या माहितीचा होता. हा गडबडीचा, संकटांचा, काळजीचा, गर्दीचा काळ – त्यांना याच्याशिवाय दुसरा पर्यायच नव्हता. काही कळत नसताना, काही माहीत नसताना फक्त त्यांच्या भावनांनी, प्रेमाने त्यांना या काळाशी बांधून ठेवलं होतं. तोच

त्यांना मार्ग दाखवणार होता, त्यांचा सांभाळही करणार होता. या साऱ्यामध्ये – इतर बाबींसारखीच रेहाना थोडं चालवून घेणं आणि थोडं रागावणं असं वागत होती. तिचं एक मन मुलांच्या मनासारखं त्यांना वागू द्यावं असं म्हणत होतं -कसलीही लहर, एखादी इच्छा, अगदी एखादं वाहावत जाणंदेखील – तर तिचं दुसरं मन म्हणायचं – त्यांनी कशातच पडायला नको - ती दोघं सुरक्षित असावीत – घरात असावीत एवढंच तिला हवं होतं – काहीही असलं तरी ती माया आणि सोहैल दोघांनाही ती कोणी जुने देणेकरी असावीत - न फेडलेलं कर्ज वसूल करायला आलेले - असंच वागवत होती - या आयुष्यात तरी कधीही पूर्ण होऊ न शकणारं एखादं जुनं वाचन - एक आ वासलेली, चक्रासारखी गरागरा फिरत राहणारी आणि कधीही न भागणारी एक गरज. ही गरज त्या दोघांची होती की तिची स्वत:ची हे काही तिला सांगता आलं नसतं.

अनेक वर्षानंतर रेहाना तिच्या बंगल्यात एकटी होती, पण आपला शिवणाचा ग्रुप पुन्हा सुरू करावा असं काही तिला वाटत नव्हतं. आपल्या मैत्रिणींबरोबर बसून हसावं, खिदळावं असं तिला वाटेनासं झालं होतं. त्या रिकाम्या घरातला उदासपणा, एक सखोल दु:ख आणि त्याबरोबरच निर्माण झालेली एक विलक्षण शांत स्तब्धता तिला घालवायची नव्हती.

तिला सुखासारखं काहीतरी मिळायला लागलं होतं. एखाद्या रुग्णालयासारखं ती घर चकचकीत करायला लागली, छतावरच्या लोणच्यावरून कावळे हाकत बसायला लागली. बादल्या भरभरून आरामात स्नान करायला लागली, बागेत मोठे मोठे वाफे खणून तिनं पुन्हा भोपळा, जास्वंद, मोगरा लावले.

रोज पाणी येण्याची वेळ फक्त दहा ते बारा अशी होती. रोज सकाळी तिला बिर्याणी बनवण्याचं भलं थोरलं पातेलं, तीन लोखंडी बादल्या भरून ठेवाव्या लागायच्या. त्याच वेळामध्ये कपडे धुणं, भाज्या, मासे साफ करणं ही कामंही उरकावी लागायची. इक्बालला मेजरविषयी सांगण्यासाठी ती कबरस्तानात गेली; तिथे पोहोचल्यावर तिला त्याची माफी मागावीशी वाटली, पण कशाबद्दल माफी मागायची ते मात्र कळत नव्हतं. खरं तर कशाबद्दल ते उघडच होतं की...!

तुम्हाला आवडलं नसतं हे!

मुंग्यांची एक रांग इक्बालच्या कबरीवरून चालत गेली.

मला माफ करा. जवळजवळ एका महिन्यात मी इथे आलेली नाहीये. तुमच्या कबरीजवळची फुलझाडं या उन्हानं सुकून सुकून गेलीयेत. तो बदमाश रखवालदार पाणी घालीन म्हणाला होता, पण अर्थातच तो विसरला असणार – तरी मागच्या खेपेला मी इथे आले तेव्हा त्याला या कामासाठी जास्तीचे पाच आणे दिले होते बरं.

मी एका अनोळखी व्यक्तीला आश्रय दिलाय. तो आम्हा सर्वांना मोठ्या अडचणीत आणू शकतो.

नाही. तुम्हाला हे आवडलं नसतंच.

तुम्हाला तक्रारच करायची असेल तरी ती तुम्ही तुमच्या मुलाकडे करा. त्यानं त्या माणसाला आणलं आणि त्याला ठेवून घेण्यासाठी माझ्या विनवण्या केल्या. मी त्याला 'नाही' कशी म्हणणार? नाही, मला 'नाही' म्हणताच आलं नाही.

मेजरच्या अपघातानंतर सुमारे पंधरा दिवसांनी जॉय बंगल्याच्या दाराशी आला. तो धावत आल्यासारखा दिसत होता. घामानं त्याचा शर्ट गळ्या-मानेशी आणि काखांमध्ये ओलाचिंब झाला होता. त्याचे गाल चमकत होते आणि कपाळावरून अश्रू वाहावेत तसं पाणी वाहात होतं.

"आंटी," तो हलकेच म्हणाला, "मी आत येऊ का?"

"हो तर."

थोडं घुटमळत तो म्हणाला, "मी तुम्हाला डिस्टर्ब करत नाहीये ना?"

रेहानानं मान हलवली. तिला आश्चर्य वाटत होतं. असं सभ्यपणे वागण्याबद्दल जॉय काही फारसा प्रसिद्ध नव्हता. तो सोफ्याच्या कडेशी बसून हात-बोटं मुडपत त्यांच्याकडे बघत राहिला. रेहानाचा स्वयंपाक नुकताच उरकला होता. "तुला भूक लागलीये का?" त्यानं मान हलवली. त्याच्या खांद्याची हाडं त्याच्या लाल-निळ्या चौकडीच्या शर्टामधूनही दिसत होती. त्याच्या शर्टाची कॉलर लांब होती आणि तिची टोकं त्याच्या बुटांकडे झुकलेली होती.

तो शर्ट तिच्या ओळखीचा होता. 'हा तुला कुठे मिळाला?' त्याला विचारावसं तिला वाटलं. एखादं सरळसोपं उत्तर असणार याचं. दोघांकडेही सारखाच असणार शर्ट सरळ आहे, पण घामाघूम होत जॉय गप्पच बसून राहिला. तिला भीती वाटायला लागली. "काय झालंय? काहीतरी झालंय का?"

"हो – मला जायला हवं."

"जायला – कुठं?"

त्याचं डोकं आणखीच त्याच्या हातांजवळ झुकलं. चेहरा घामानं डबडबला, पण त्यानं तो पुसला नाही.

"अगरतालाला - मला अगरतालाला जायला लागतंय." तो म्हणाला,

"पण थोड्याच दिवसांसाठी – परत येईन ना मी."

"काहीतरी घडलंय का? सोहैलला काही झालंय का?

"सोहैल?" तो म्हणाला, "नाही नाही आंटी - तो अगरतालामध्ये आहे, तो ठीक आहे- काल रात्री एक तार आलीये."

“तुला तार आलीये? मला आधी का नाही सांगितलंस?” ती तार, तो शर्ट, त्याला का जावं लागतंय तिला या साऱ्या प्रश्नांचा भडिमार करावासा वाटला. “हे काय चाललंय काय बेटा? मला का नाही सांगितलंस? घे हे पाणी पी बरं!” तिनं मोठ्या कष्टानं आपल्या आवाजात अधिक मऊपणा आणला. “बस बरं इथे आणि सांग बघू सगळं.”

“माझा भाऊ वारला.” त्याचा आवाज कचकड्याच्या तबकडीसारखा अगदी सपाट होता.

तिला खरं वाटलं नाही. “आरेफ?” आणि मग एकदम एक सुटकेची भावना चोरासारखी तिच्या मनभर पसरली. “तुला खात्री आहे?” “एक मोहीम होती” त्याच आवाजात तो पुढे बोलायला लागला, “आणि घातपात झाला. त्याच्या छातीत गोळी लागली. तो तात्काळच मेला.”

हा मुलगा आणि आपला मुलगा यांची तुलना रेहानाच्या मनात आली. याच्या चेहऱ्यात काहीतरी वेगळं, काहीतरी चुकीचं आहे. आत्ता घामानं चमकणारा जाड वरचा ओठ, कठोर, रागीट डोळे - बाल्याचा अंशही तिथे शिल्लक नव्हता.

जॉयनं लाल-निळ्या शर्टाची बाही कपाळावर घासली, ओलेगच्च केस जोरात मागे सारले. ते तसेच टोकांशी ओले आणि कडक राहिले होते. युद्धात अशा गोष्टी घडतातच. तो म्हणाला. “आमच्या विभागप्रमुखानं काय सांगितलं माहीत आहे? सोहैलनं सांगितलंय का तुम्हाला? ते म्हणाले, कोणालाही जिवंत गुरिला नको असतो.”

‘जिवंत गुरिला’ असं म्हणाला होता तो. काय अर्थ होता त्याचा? तिनं दिलेलं पाणी त्यानं एका घोटात संपवलं.

“आम्ही सगळे मेलेलेच आहोत.” त्याचा आवाज चढायला लागला होता. “एकटा आरेफच नाही – तेच तर सांगायचा प्रयत्न करतोय मी तुम्हाला.” त्याचा ओलाचिंब चेहरा तिच्याजवळ वाकला. आता मात्र तिला मनातला प्रश्न रोखता आला नाही, “तू सोहैलचा शर्ट का घातलायस?” त्यानं खाली स्वत:कडे पाहिलं. त्याच्या ओठांची हालचाल झालेली तिला दिसली. “आम्ही शर्टांची अदलाबदल केली. त्यानं आरेफचा शर्ट घातला, मी त्याचा घेतला. आरेफकडे माझा शर्ट होता.”

रेहानानं तिचे रबरी हातमोजे आणि मोठी कात्री उचलली. तिला कुणावर तरी, कशावर तरी हल्ला करावासं वाटत होतं. बाग काही फारशी सुंदर किंवा नीट मशागत केलेली नव्हती. वाफे वाटेल तसे वाढले होते, रंगही हवे तसेच पसरले होते. लाल आणि पांढरा रंगच जास्त झाला होता. अर्थात ही काही रेहानाची चूक नव्हती. ही खाडीची हवाच वाईट होती. नाजूक रंगाला ती हवा अजिबातच मदत करत नसे. जड, मजबूत रंग, तो दणकट पांढरा, उग्र लाल, पिवळे आणि जांभळे हेच चांगले

फोफावत राहायचे आणि मग पुन्हा पुन्हा मोगरा, रजनीगंधा आणि लिलीची रोपं लावत राहण्याशिवाय रेहानाला दुसरा पर्यायच उरत नव्हता. तिचे डेलिया आणि झेंडूदेखील बहुतेक पांढरेच होते. कार्नेशन्स आणि फ्लॉक्स हे अचानक होणाऱ्या हिंसक सूर्यास्तासारख्या लालभडक रंगाचे होते, म्हणूनच तर तिला तिचे पिवळे गुलाब फार प्रिय होते. तिच्या बागेतल्या सगळ्या भडक रंगांमध्ये ते गुलाबच तेवढे अगदी कोमल आणि गोड होते.

शोना आणि तिचा बंगला यांना दुभागणाऱ्या भिंतीच्या पूर्वेच्या कोपऱ्यामध्ये तिला गवताचा एक पुंजका सापडला. त्या पुंजक्यावर मध्ये मध्ये धीट जांभळी फुलं उमलली होती; जणू काही आपल्याला मिळालेला हा वेळ उसना आहे हे त्यांना माहीत असावं असा त्यांचा तो आविर्भाव होता. रेहानानं दोन्ही हातांनी तो पुंजका सगळ्या ताकदीनिशी खेचला, पण तो अजिबात हलला नाही. तिनं एक पाय भिंतीवर रोवला आणि मागे झुकून आपलं सगळं वजन पणाला लावलं. गवत स्वत:च्या मनगटाभोवती गुंडाळून घेत तिनं तो पुंजका पिळला, खेचला, अखेरीस तो जोरात जमिनीमधून बाहेर आला. त्याचं लांबलचक गाठीगाठींचं मूळ उघडं पडलं.

आणखी एक मुलगा मृत्युमुखी पडला होता. रोजच ती म्हणायची. तसं रेहानानं देवाला पुन्हा एकदा 'सोहैलला सुखरूप ठेव.' असं म्हटलं. एकाला वाचवावं आणि दुसऱ्याला न्यावं असं त्याला का वाटलं असेल? तिला माहीत नव्हतं. आगरतालामध्ये सोहैल आणि माझी माया कलकत्त्यामध्ये सुखरूप राहू दे रे देवा. इथून गेल्यानंतर काही दिवसांनी मायानं फोन केला होता. ती कुठून बोलते आहे किंवा कुठे राहते आहे याबद्दल तिनं काहीच सांगितलं नव्हतं. "मी ठीक आहे" ती म्हणाली होती. "काळजी करू नकोस, मी आनंदात आहे."

रेहानानं मेजरसाठी एक बंदिस्त वेळापत्रक तयार केलं. डॉक्टर एक दिवसाआड दुपारी यायचा, टाके तपासायचा, औषधं कमी-जास्त करायचा. रेहाना एका ट्रेमध्ये जेवण आणून द्यायची आणि मेजर एकटा जेवायचा, मग ती त्याला साबणाचा एक तुकडा द्यायची आणि त्याच्या उजव्या हातावर ग्लासभर पाण्याची धार धरायची. दुपारचं जेवण झालं की तो थोडा वेळ झोप काढायचा. तो जागा झाला की त्याच्यासाठी ती चहा घेऊन यायची आणि त्याला त्याच्या संध्याकाळच्या गोळ्या द्यायची. मेजरला फारसं बोलता येतच नव्हतं. तो काहीच बोलायचा नाही. नुसती मान हलवून तिचे आभार मानायचा. तिनं रात्री त्याला 'गुड नाईट' म्हणून त्याचा निरोप घेतला तरी हसायचा, पण तिच्याकडे बघून हात मात्र कधीच हलवायचा नाही. त्याला तिचा स्वयंपाक आवडायचा. त्याची थाळी नेहमी चाटून पूसून साफ केलेली असायची – फक्त तिनं त्याला मासे वाढले की मात्र तो माशाचा तुकडा भाताच्या

ढिगाखाली लपवून ठेवायचा, किंवा मग लोणच्याच्या चोखून टाकलेल्या तुकड्यांमध्ये लपवायचा. हा कसला बंगाली? कोणत्या बंगाल्याला मासा आवडत नाही? मग ती माशाऐवजी एगकरी किंवा जास्त लोणची वाढायला लागली. बाजारात एखादं चिकन मिळालं तर ती त्याच्यासाठी ते घेणार होती.

तो बोलायला लागेल तेव्हा त्याचे पहिले शब्द 'तुमचा आभारी आहे' किंवा 'मी कृतज्ञता व्यक्त करतो' असे असतील असं तिला वाटलं होतं, पण त्याचे शब्द वेगळेच होते, 'आता फार दिवस लागणार नाहीत' शोना सोडून जाण्याइतका बरा व्हायला आता फार दिवस लागणार नाहीत असं तो म्हणत असावा अशी तिनं समजूत करून घेतली. लढाई संपायला आता फार दिवस लागणार नाहीत असं त्याला नक्कीच म्हणायचं नसणार... तो फारच आशावादी आहे, तिला वाटलं. त्याचा पाय अजून अगदी विचित्रपणे वाकडा होता.

त्याचं बोलणं ऐकण्यासाठी तिला पुढे वाकावं लागलं होतंच, शिवाय त्याच्या चेहऱ्यावर आपले केस पडू नयेत म्हणून केसही आवरून धरावे लागले होते. 'वेणीच घालायची आता' असं तिनं मनाशी ठरवूनच टाकलं. त्याच्या श्वासाचा वास तिला आला. कलिंगडाचा वास होता तो. असा एखाद्याचा श्वास कलिंगडाच्या वासाचा कसा असू शकतो – तिच्या मनात आलं - तो सिगरेट ओढत नाही म्हणून असेल.

दुसऱ्या दिवशी तो अचानक म्हणाला, "तुम्ही नेहमी पांढरी साडीच का नेसता?" खरं म्हणजे हा प्रश्न अगदी उद्धटपणाचा होता, त्यामुळे आपण त्याला उत्तर देतोय याचं तिला स्वत:लाच नवल वाटलं. "मी एक नर्स आहे, गरीब बिचारी विधवा नाहीये याची तुम्हाला खात्री पटावी म्हणून." तो हसला आणि रेहानाला थोडा रागच आला. आपण या माणसाशी हसतखेळत बोलतोय असा तो गैरसमज तर करून घेणार नाही ना? पण तिला काळजी करण्याचं कारण नव्हतं. त्यानंतर जवळजवळ एक आठवडाभर तो एक शब्दही बोलला नाही. तिनं दुपारी आणि रात्री जेवण आणलं की थोडा हसायचा बस. मग एके दिवशी तो म्हणाला, "आय ॲम सॉरी अबाऊट युअर हजबंड." रेहाना उत्तरली, "फार दिवस झाले त्या गोष्टीला." आणि मग तिनं विचारलं, "तुमचं लग्न झालंय?"

"होय" तो म्हणाला, "झालं होतं." हे काय उत्तर झालं? मेजरच्या चेहऱ्यावरून एक कसली तरी लहर सरकून गेली. ती रागाची असावी असं वाटत होतं. या माणसाला राग यावा इतकं त्याला लागलेलं काय असावं? रेहानाच्या मनात आलं. दुसऱ्या दिवशी त्यानं विचारलं, "तुमच्या नवऱ्याला काय झालं होतं?" खरं म्हणजे त्याचा काय संबंध या गोष्टीशी? असं मनात येऊनही तिला उत्तर द्यावसं वाटलं, "त्यांना हार्ट अटॅक आला."

"अचानक?"

"हो - अचानकच"

"तुम्ही पुन्हा लग्न का नाही केलं?"

त्याचा खरोखरच काहीही संबंध नव्हता, पण एकदा सुरुवात केल्यानंतर उद्धटपणा न करता थांबणं कठीणच होतं. "मुलं होती मला." रेहाना म्हणाली, "दुसरं लग्न न करण्याचं एक कारण."

"मला वाटलं, उलट हे चांगलं कारण आहे, दुसरं लग्न करायला."

"नाही." ती म्हणाली, "मुलांसाठी लग्न करणं तर सगळ्यात वाईट."

"त्यांची काळजी घ्यायला कुणीतरी असावं असं वाटलं नाही तुम्हाला?"

"ती माझ्याजवळ राहावीत एवढ्यासाठीसुद्धा मला किती लढा द्यावा लागलाय, तुम्हाला कल्पना नाहीये." तिनं त्याला न्यायालयाच्या खटल्याबद्दल सांगितलं, "मला मुलांना परत आणायचं होतं, त्यासाठी पैशाची जरुरी होती. खूप पैसा हवा होता. जजला लाच देण्यासाठी, लाहोरला जाण्यासाठी विमानाची तिकिटं काढण्यासाठी! मिसेस चौधरी म्हणाली, मागच्या प्लॉटवर घर बांध." माझ्या नवऱ्याच्या मनातही हे होतंच, म्हणून मग ती तेच करायचं ठरवलं, पण मला गरज होती ती..."

"पैशाची!"

"हो मला पैसा हवा होता आणि माझ्याजवळ तो अजिबातच नव्हता. माझे वडील वारले होते आणि बहिणी कराचीमध्ये होत्या. त्यांना इथे यायची इच्छा आहे, पण जमणार नाही असं त्यांनी सांगितलं होतं. त्यांचीही परिस्थिती काही फारशी चांगली नव्हती, धडपड चालूच होती त्यांचीही. मीच त्यांना नेहमी काहीबाही पाठवत असायची." पट्ट्यापट्ट्यांच्या एअरोग्राममधून पाठवलेले बँकेचे ड्राफ्ट्स तिला आठवले.

मेजरनं मिसेस सेनगुप्ताच्या शय्यागृहावरून एक नजर फिरवली. त्या जाड भिंती, नीटनेटका पांढरा शुभ्र गिलावा, बाहेरच्या प्रशस्त व्हरांड्याकडे जाणारं दुहेरी मजबूत दार. त्यानं नजरेनंच विचारलं, 'तुम्ही हे केलंत तरी कसं?'

आपण पैसे चोरले तेही मेजरला सांगावं का याचा रेहाना विचार करत होती. हा विचार खरं म्हणजे 'प्रॅक्टिकल' आहे असं ती स्वतःच्या मनाला पटवत होती. शेवटी कुणाला तरी कधीतरी हे सांगणं भागच होतं ना - किती दिवस ती हे स्वतःच्या मनात दडवूनच ठेवू शकणार होती? अशी एखादी गोष्ट कायमची मनात दाबून ठेवणं म्हणजे त्या व्यक्तीला नासवून, नष्ट करून टाकणारीच ठरणार! आणि हा माणूस तर चाललाच असता. इतरांपेक्षा पुष्कळच बरा खरं तर – कारण एकदा का इथून गेला की तिला पुन्हा भेटणारच नव्हता कधी. कदाचित मरेलही - तोबाह - अस - तक - फारुल्लाह. मेलाबिला तर... म्हणून तिनं आयतुल कुर्सी मनातल्या

मनात म्हणून टाकली आणि मग त्याच्या मरणाचा विचार मनात आल्याबद्दल दुःख वाटून आणखी एकदा म्हणून टाकली.

खूप वर्षांमध्ये तिच्या हातून घडलेलं पहिलंवहिलं स्वार्थी कृत्य म्हणून मेजरला सगळं सांगून टाकावं असं रेहानाच्या मनात आलं. फक्त तिच्यासाठीच. या कृत्यानं कोणालाही मदत होणार नव्हती, काहीही साध्य होणार नव्हतं, कुणाची भूक भागणार नव्हती की मुलांचं पालनपोषण होणार नव्हतं. तिच्या स्टीलच्या कपाटाच्या दाराच्या आतल्या बाजूला असलेल्या आरशासमोर ती सराव करत होती. हे रहस्य तिच्या आयुष्यातून नाहीसं होताना तिला दिसत होतं. लवकरच ते आपल्याजवळून जाणार आहे या कल्पनेनं स्वप्नामध्ये ती त्याच्यापाशी रेंगाळत राहात होती. तिला त्या रहस्याची उणीव भासेल का असंही तिच्या मनात आलं होते, पण रोज ती त्याला हे सांगणं लांबणीवर टाकत होती. त्याला भेटायला जात होती आणि दुसऱ्याच गोष्टी बोलत राहात होती. तो शांतपणे ऐकून घेत होता, मात्र मान डोलावत होता, कधी कधी त्याला कंटाळा आला आहे हे तिला जाणवण्याइतका स्तब्ध बसत होता. तो नेहमी तिच्या ओठांकडे बघायचा. तिच्या डोळ्यांकडे नाही. तिला ते आवडत होतं. नजरेला नजर देऊन टक लावून बघणं तिला कधीच आवडलं नव्हतं.

कधीही त्याला एखादा प्रश्न विचारावा असं तिनं ठरवलं असलं तरी आपण दुसऱ्याच विषयावर बोलतोय असं तिला जाणवायला लागलं. उदाहरणार्थ, एक दिवस ती त्याला सांगायला लागली, "माझा नवरा वारल्यानंतर माझं बोलणंच बंद झालं."

मान वाकडी करत मेजरनं विचारलं, "का?"

"कारण आपली दुःखं सांगायला मला कुणी उरलंच नाही."

मेजरनं मान डोलावली.

संभाषण संपल्यासारखं वाटलं; मग ते एकदम थाटात संपवावं म्हणून रेहाना म्हणाली, "इक्बाल माझा त्राता होता."

"बायका नेहमी हेच म्हणतात." मेजर म्हणाला. ओठ आवळल्यामुळे त्याचे शब्द अगदी कष्टानंच बाहेर पडले. आता तिला स्पष्टीकरण देणं भागच पडलं. "नाही, खरंच आहे हे. आम्हाला - माझ्या वडिलांना सगळं विकून टाकून कलकत्ता सोडावं लागलं. माझ्या बहिणी कराचीला होत्या, पण मला जायचं नव्हतं. मी कुणाशीही लग्न केलं नसतं?"

"तो वारला याचा तुम्हाला संताप नाही येत?"

"येतो ना - कधी कधी. तो इतक्या अचानक मला सोडून गेला..." रेहानाला सांगावसं वाटत होतं- नवऱ्याच्या कबरीला दिलेल्या भेटी, त्याच्याशी केलेली घासाघीस, विनंत्या, तो परत येईल आणि सगळं पुन्हा पूर्वीसारखंच होईल यावरचा

लाज वाटावी असा हट्टी विश्वास, हे सगळं नवीन होतं किंवा फार उशीर झाला होता, शिवाय हा माणूस अशा भावना समजून घेईल असा वाटतही नव्हता.

"माझी बायको वारली" तो एकदम म्हणाला.

"ओ – आय ॲम सॉरी."

"तसं आमचं खरं लग्न झालेलं नव्हतं. ती हिंदू होती, पण आमचं एकमेकांवर प्रेम होतं. याचा काही अर्थ होतो का?" "होतो तर – नक्कीच होतो." असं उत्तर देताना रेहानाच्या नजरेसमोर सिल्वीचं लग्न उभं राहिलं.

"माझे वडील खूप धार्मिक होते."

"माझे अजिबात नव्हते."

"हो का?"

स्वत:च्या वडिलांची रुबाबदार, आत्मविश्वासपूर्ण थाटात पायावर पाय टाकून बसलेली मूर्ती रेहानाच्या डोळ्यांसमोर तरळली.

"मला खरं त्यांची फारशी ओळख झालीच नाही कधी. मी खूपच लहान होते, पण त्यांना काय काय आवडायचं ते मात्र मला आठवतंय. पाईपचा तंबाखू, ठॅकरे – विल्यम मेकपीस ठॅकरे. ते मला हे नाव म्हणायला लावायचे. ते पियानोही वाजवत असत. आमच्याकडे एक भलाथोरला पियानो होता. आमच्या घरातली ती सर्वांत चमकदार वस्तू होती. प्रत्येकवेळी मोसम बदलला की कुणीतरी येऊन पियानो ट्यूनर करून जायचं."

"तुमच्याकडे पियानो ट्यूनर होता?"

"पियानो ट्यूनर, टेबलसेटर, एक सईस, तीन कवी" ही सगळी यादी तिला तोंडपाठच होती. अगदी पाढे पाठ असावेत तशी. "आठ स्वयंपाकी, दोन बटलर्स, बारा मोटारी." तिनं यापैकी काहीही पाहिलेलं नव्हतं. गरिबी-श्रीमंती मधला फरक कळण्याएवढी ती मोठी झाली तोपर्यंत ते लोक गरीब झालेले होते.

"आणि तुमची आई?"

"पैसे संपून गेले तेव्हा ती वारली. १९३६ साली- मी तीन वर्षांची होते तेव्हा."

न्यू मार्केटमध्ये रेहानाला एक चिकनं मिळालं होतं. मेजरच्या चेहऱ्यावरचे भाव म्हणजे तिनं त्याला एक पेटारा भरून सोनं दिलं असावं तसे होते. चोखून झाल्यावर त्यानं बशीच्या कडेला लागलेला रस्साही चाटूनपुसून खाल्ला. खाऊन झाल्यावर त्यानं तोंडावर हात धरून एक हलकशी ढेकर दिली. मग त्यानं तिला पुन्हा इक्बालबद्दल विचारलं आणि तिनं १९५७मध्ये त्यानं केलेल्या लंडनच्या ट्रिपविषयी सांगायला सुरुवातच केली. तेव्हाच तर त्यानं त्याच्या वॉक्झॉलची नोंदणी केली होती.

"त्यानं माझ्यासाठी लंडनहून काय काय आणलं, माहीतेय? हॅरॉइड्समधून

एक काळा लोकरी कोट, एक सोन्याचं लेडी रोलेक्स घड्याळ, क्वालिटी स्ट्रीट चॉकलेट्सचा एक गोल डबा. मी तो कोट डांबराच्या गोळ्या घालून एका डब्यात ठेवून दिला. चॉकलेट्स अर्धीअर्धी वाटून टाकली. मायानं तिच्या वाटणीची एक दिवसात संपवून टाकली आणि दुसरा दिवस पोट दुखतंय म्हणून विव्हळण्यात घालवला. तिसऱ्या दिवशी तिनं सोहैलकडे त्याच्या वाटणीची चॉकलेट्स मागितली आणि त्यानं देऊन टाकली – तो तिला कशालाच नाही म्हणू शकत नाही - पण एक त्यानं राखून ठेवलं हं – गोल कॅरॅमल – जांभळ्या चांदीत गुंडाळलेलं असतं ते – तुम्हाला माहीतेय ते?''

''त्यानं ते इतके दिवस ठेवून दिलं की शेवटी त्याला मुंग्या लागल्या, पण मला वाटतं त्याला चॉकलेट्स आवडतच नाहीत. सोन्याच्या रोलेक्सचं सांगायचं तर मग मला ते एकदा गहाण ठेवावं लागलं. पण ते फार सुंदर होतं – एक अगदी सुंदर भेट. अशी माझ्या नवऱ्याच्या लंडनभेटीची कथा. १९५७ मधली.'' रेहानानं जेवणाच्या बशा गोळा करून निघण्याची तयारी केली.

''तुम्हाला मागणी घालणारे कुणीच नव्हते? तुमचा नवरा वारल्यानंतर?'' त्याला वाटलं असेल की तो विषय बदलतो आहे, पण खरं तर शोनाच्या प्रकरणाच्या तो फारच जवळ जात होता. तिनं त्याच्या फाटलेल्या ओठावर नजर खिळवून ठेवली. त्या ओठाला स्पर्श करण्यासाठी असावा तसा तिनं हात पुढे केला - पण तो सरळ गादीकडे गेला. चादर सारखी करताना तिच्या मनात आलं चादर बदलायला हवीये.

दुसऱ्या दिवशी दरवाजावर तीन थापा पडल्या. रेहाना धावतच दिवाणखान्याकडे गेली. तिची छाती धडधडत होती. काहीही असू शकेल असे हे दिवस होते. सोहैल, सोहैलची काही बातमी, मायाचं एखादं पत्र, दोन्ही मुलं ठार झाल्याची किंवा पकडली गेल्याची तार - किंवा लष्करही असू शकेल– एखादा गुप्तहेर - गुप्तहेर असल्याचं सोंग करणारा कुणीतरी -गुप्तहेर नसल्याचं सोंग करणारा कुणीतरी – कुणीही असू शकेल.

त्या स्त्रीच्या हातात एक चांदीचं तबक होतं. त्या तबकामध्ये एक निळ्या चिनी मातीचा वाडगा होता. त्याच्यावर एक पांढरा रुमाल घातलेला होता. त्या रुमालाच्या किनारीला सोनेरी ट्युलिपची फुलं विणलेली होती. काहीतरी गरम आणि सुगंधी पदार्थ होता त्यात. दरवाजात उभ्या असलेल्या त्या स्त्रीनं 'हेलो' म्हटलं तेव्हा रेहानाला बेदाण्याचा सुगंध आला.

''मी जॉयची आई'' ती थोड्या ओशाळगत आवाजात म्हणाली.. ''जॉय आणि आरेफ'' तिचा चेहरा गुबगुबीत आणि खळ्या असलेला होता.

''मिसेस बशीर, हो- हो- ऑफ कोर्स, प्लीज - या ना आत.'' ती आरेफबद्दल विचारायला आली होती की काय? तिच्याकडे रोखून बघण्याचं टाळत रेहानानं तिला सोफ्यावर बसवलं. *कितीही रोखून पाहिलं तरी ती खरं सांगतेय की खोटं ते तुला कळू शकणारच नाही* - तिनं स्वत:ला बजावलं.

''चहा घेणार का?''

''नको नको प्लीज - मी फक्त द्यायला आलेय.'' तिनं मांडीवर ठेवलेल्या तबकाकडे हात केला. बेदाण्यांचा वास खोलीभर दरवळत होता. मिसेस बशीर क्षणभर थांबली आणि मग तिनं आपला हात त्या नक्षीदार रुमालावर ठेवला. तिचे पंजे मोठे होते आणि नखं कुरतडलेली.

''हे तुम्ही प्लीज जॉयला देऊ शकाल का?'' आपलं हे गोळा केलेलं धैर्य एकदम विरून जाईल की काय अशा भीतीनं बोलावं तशी ती घाईनं म्हणाली.

आरेफ मरण पावला आहे हे तिला माहीत असेल का? तिला जर ते माहीत नसेल तर ती खरं बोलतेय असा अर्थ होईल - की ती खोटं बोलतेय असं होईल? ''आय ॲम सॉरी - मी नाही हे करू शकणार.''

''काही विशेष नाहीये - साधा मुरग पुलाव आहे.''

''तुमचा मुलगा कुठे आहे हे मला माहीत नाहीये -'' *तुमचा मुलगा मरण पावलाय. तुमचा दुसरा मुलगा ज्यानं माझ्या मुलाचा शर्ट घातलाय तो त्याला दफन करायला गेलाय.*

''हो. हो. मला माहीत आहे तुम्हाला माहीत नाहीय -'' ती क्षणभर थांबली आणि मग म्हणाली, ''सोहैल देऊ शकेल का हे त्याला?'' मिसेस बशीर आता दरवाज्याकडे बघत होती. रेहानाला तिच्या चेहऱ्यावर थोडं कुतूहल, एक सावध उत्कंठा आणि आपल्यासारख्याच मुलं लढाईवर गेलेल्या एका आईबद्दल थोडा मत्सरसुद्धा– आपल्याला माहीत नाही असं काही हिला ठाऊक आहे का? अशी काहीतरी भावना – एवढं सगळं दिसत होतं.

''सोहैल कराचीमध्ये आहे.'' रेहानानं काळजीपूर्वक उत्तर दिलं. ''त्याच्या मावशांकडे.'' सोहैलनं आरेफचा शर्ट घातला होता. आरेफनं जॉयचा शर्ट घातला होता. जॉयनं सोहैलचा शर्ट घातला होता.

''हे त्याला नेऊन देणारं कुणी तुमच्या ओळखीचं आहे का? हा पुलाव त्याचा फार आवडता आहे.''

''नाही, माझ्या कुणीही ओळखीचं नाही.'' हे वाक्य आजवर तिनं हजार वेळा तरी उच्चारलं असावं अशा थोटात रेहाना म्हणाली. –''प्लीज मिसेस हक... तुम्हीही एक आई आहात.''

तू एक आई आहेस, हे वाक्य आजवर तिनं किती वेळा स्वत:लाच ऐकवलं

होतं. मी एक आई आहे. इतर कोणत्याही गोष्टीपेक्षा अधिक महत्त्वाची गोष्ट - एक विधवा नव्हे - एक पत्नी तर नाहीच नाही - चोरही नाहीये. एक आई! पण आता ती आणखीही काही होती. – आई होतीच पण फक्त मुलांची नव्हे – एक वेगळ्या प्रकारची आई. या आईला मुलांची वाट पाहताना कळवळून जाणं म्हणजे काय ते माहीत होतं आणि या कळवळून जाण्यातला धोकाही माहीत होता.

''आय ॲम सॉरी. मला कल्पना आहे, तुमच्या मुलांची तुम्हाला खूप आठवण येत असणार.''

''तुम्हाला भेटले होते का ते? कसे आहेत? जॉय कसा आहे आणि माझा आरेफ?''

तिचा मुलगा मेलाय हे तिला अजून कळलेलं नाहीये. कुठेतरी एखाद्या कबरीमध्ये अस्वस्थपणे पडलेला आरेफ रेहानाच्या डोळ्यासमोर आला. त्याच्या मृत्यूचा शोक कुणीही करत नसलेला. त्या स्त्रीच्या खरबरीत हाताला स्पर्श करावा असं तिला वाटलं, पण ती मला फसवत असली तर? कदाचित हा तिचा मुलगा नसेलच. आपल्याला यातलं काही माहीत नाहीये असं ती दाखवत असली तर? तिची स्वत:चीच परीक्षा पाहण्यासाठी रेहानानं अगदी सरळ तिच्या नजरेला नजर भिडवून म्हटलं, ''मला माहीत नाही. लढाई सुरू झाल्यापासून मी त्यांना बघितलेलंच नाहीये.'' हे बोलत असतानाच आजच सकाळी जॉय आगरतालाला जायला निघाला तेव्हा त्याच्या कपाळावर एक आशीर्वादाची फुंकर घातल्याची तिला आठवण होत होती. त्यावेळची त्याची भावुक नजर, ज्या कोवळेपणाने तिचे आभार मानून त्यानं तिच्या पावलांना स्पर्श केला होता तो कोवळेपणा तिला आठवला. ''मिसेस बशीर प्लीज, तुमचा मुरग पुलाव परत घेऊन जा.''

सहजगत्या वाटावं अशी रेहाना उठून उभी राहिली आणि तिनं पुढचं दार उघडलं.

''तुम्ही ठेवून घ्या मग.'' मिसेस बशीर हातातला चांदीचा ट्रे तिच्यासमोर करत म्हणाली. ''प्लीज - असं समजा की मी तो तुमच्यासाठीच बनवलाय.''

''आय ॲम सॉरी - मिसेस बशीर, या तुम्ही आता.''

''तो इथेच आहे - मला माहीतेय. तुम्ही खोटारड्या आहात.'' ती हलकेच पुटपुटली. काजळाने माखलेले तिचे अश्रु तिच्या गालांवर टपटपत होते. तिनं दरवाजाकडे एक पाऊल टाकलं. ती ते गरम भाताचं भांडे तिच्या तोंडावर फेकते की काय अशी रेहानाला क्षणभर भीती वाटली, पण तिनं तसं केलं नाही. तिनं ट्युलिपचा रुमाल सारखा केला आणि ती बाहेर पडली. रेहाना तशीच दरवाजात उभी राहून मुरग पुलावची कृती स्वत:शीच म्हणत होती. जॉय परत आला की त्याच्यासाठी हा पुलाव बनवायला पुरेसं चिकन मिळेल का याचा विचार करत होती.

जॉयच्या आईचं ते येणं फार अस्वस्थ करणारं होतं. माग्रिबची प्रार्थना झाल्याबरोबर रेहाना मेजरकडे गेली. हातात जेवणाचा ट्रे नाही, बदलण्यासाठी चादर नाही किंवा डॉ. राजेशनं दिलेलं एखादं औषधही नाही म्हणून तिला फार उघडं वाटत होतं.

''जॉयची आई आली होती.'' तिनं सांगितलं, ''मी तिला परत पाठवून दिलं.''

तो एका लहानशा आरशामध्ये चेहऱ्यावरचा वण निरखत होता. ''बरोबर केलंत तुम्ही.'' आरसा उशीखाली ठेवत तो उद्गारला.

''पण तिचा मुलगा वारलाय.''

स्वत:चा मोडलेला पाय सांभाळत तो मोठ्या कष्टानं कोपरांवर सरकत उठून बसला. तिच्याकडे बघत तो म्हणाला, ''कधीतरी या अशा गोष्टी कराव्याच लागतात – कठीण गोष्टी.''

''मी नॅशनलिस्ट आहे की नाही हे काही मला माहीत नाही.'' ती म्हणाली. तिच्या पुस्तकांमध्ये कुराणाच्या अगदी शेजारीच ठेवलेला उर्दू काव्यसंग्रह तिला आठवत होता.

''वेल, मग तुम्ही अजून इथे का आहात – ढाक्यामध्ये?''

''तुमची काळजी घेण्यासाठी अर्थातच-'' तिनं हे म्हणायला नको होतं. क्षणभर थांबून, स्वत:वर ताबा मिळवत ती पुढे म्हणाली, ''मला आवडतं इथे. हे माझं घर आहे आणि माझ्या मुलांचंही. मी ते कुणासाठीही सोडणार नाही. माझी पुष्कळ परीक्षा घेतली गेलीये, विश्वास ठेवा.''

''म्हणजे तुम्ही खऱ्याखुऱ्या नॅशनलिस्ट आहात.''

''तुम्ही हे चांगुलपणानं म्हणताय. आणि तुम्ही?''

''माझ्या आयुष्यातली ही सर्वांत मोठे गोष्ट केलीय मी. या बिछान्यावर उठलो कधीकाळी तर ...''

त्याच्या जाण्याच्या विचारानं तिचं मन किंचितसं खट्टू झालं.

''याआधी माझं आयुष्य नुसतं फुकट चाललेलं होतं.''

''तुम्ही सैन्यात होता?''

''खूप वर्षांपूर्वी मी सैन्यात गेलो, कारण मला माझ्या खेड्यापासून दूर जायचं होतं – सगळ्यापासूनच दूर जायचं होतं. खूपच आठवणी होत्या.''

तो काय म्हणतोय ते तिला समजतंय ना हे बघण्यासाठी त्यानं तिच्याकडे नजर टाकली आणि ती उद्गारली, ''मी तर अगदी तेवढ्यामुळेच इथे थांबले.''

*

जूनच्या अखेरीस तीन गोष्टी घडल्या. जॉय अगरतालाहून परतला. डॉ. राजेश

वाईट बातमी घेऊन आला आणि रेहानानं मेजरला तिचा ग्रामोफोन दिला. ही तिचीच कल्पना होती, डॉक्टरनं त्याचा पाय तपासून त्याला आणखी किमान तीन आठवड्यांच्या विश्रांतीची गरज आहे असे सांगितलं तेव्हा तो अगदी उदास झाला होता. रेहानानं ग्रामोफोनवरची धूळ झटकली आणि उरापोटावर वाहून तो शोनामध्ये नेला, मग सोहैलच्या खोलीमध्ये शोधाशोध केल्यावर तिला काही ध्वनिमुद्रिका सापडल्या. एक होती, 'हेल!' दुसऱ्या एका ध्वनिमुद्रिकेवर एल्विस प्रेस्ली ध्वनिवर्धकाला कुरवाळत असल्याचं काळ्यापांढऱ्या रंगातलं चित्र होतं. ग्रामोफोनच्या सुईवर धुळीचा थर बसला होता. रेहानानं थुंक लावून ती घासली तेव्हा कुठे ती स्वच्छ झाली. हाताची कोपरं स्वच्छ करण्यासाठी ती कधीकधी थोडं ऑलिव्ह ऑईल लावायची, त्यातलं थोडंसं एका फडक्यावर घेऊन तिनं सगळा लाकडी भाग चकचकीत केला.

त्याला एक आख्खा महिनाभर तिनं चिकनचा रस्सा वाढला असावा असा त्याचा चेहरा झाला होता. त्याच्या चेहऱ्यावरचा व्रण पार त्याच्या कानापासच्या केसांच्या झुबक्यापाशी ताणला जाईपर्यंत तो रुंद हसला.

"थँक यू" डोळे मिटून छताकडे मान टाकत तो पुटपुटला. "तुम्हाला कसं कळलं?"

पहिला आठवडाभर तो परत परत त्याच ध्वनिमुद्रिका लावत होता, मग एके दिवशी तिला काही वेगळंच संगीत ऐकू आलं. जॉयनं या नव्या ध्वनिमुद्रिका आणल्या असणार किंवा दुसऱ्या कुणीतरी - एखाद्या स्त्रीनं... अंधार पडल्यानंतर शोनामध्ये काय घडतं हे तिला कुठे माहीत होतं? नाही, तो असं करणार नाही. तो एखाद्या बाईला तिच्या घरात आणणार नाही.

सुरुवातीला ते संगीत ओळखीचं होते – थोडं टागोर, नॅशनलिस्ट घोषणांनी बदल केलेली काही बंगाली लोकगीतं आणि मग एके दिवशी तिनं आजवर कधीच न ऐकलेलं असं चमत्कारिक संगीत त्याच्या खोलीतून ऐकू यायला लागलं. ती त्याचा नाश्ता घेऊन आली होती- एक अंडं, पावाचे चार तुकडे, एक ग्लास दूध- ती त्याच्या खोलीच्या दाराशी उभी राहून ते संगीत ऐकत राहिली. तिला वाटलं, आपण अगदी मिनिटभरच उभ्या होतो पण तिच्या लक्षात आलं तेव्हा ते अंडं घट्ट आणि लालसर झालं होतं. हे कसलं संगीत आहे? तिनं आजपर्यंत असं कधीच ऐकलं नव्हतं. ती बंगल्याकडे पळत गेली आणि तिनं पुन्हा नव्यानं अंडी करून आणली. आपल्या उधळपट्टीबद्दल स्वत:ला दोष देतच ती पुन्हा शोनाकडे आली, पण पुन्हा एकवार ती दाराशीच खिळून उभी राहिली.

एक स्त्री गात होती. प्रत्येक अक्षरामध्ये रेहानाला तिनं घेतलेला हलकासा श्वास ऐकू येत होता. हलकेच टाळूला स्पर्श करणारी जीभ आणि पार्श्वभूमीला अगदी मंद असा पियानोचा गोड आवाज. जसंजसं गाणं पुढे जायला लागलं तसा

त्यातला उदास भाव तिला स्पष्ट जाणवायला लागला. आणि एक खर्ज - त्यातलं किंचितसं कण्हणं - ओढून उच्चारलेले शब्द - तिच्या आवाजात हजारो वर्षांचं दु:ख होतं. रेहानानं ते इंग्रजी शब्द ओळखण्याचा प्रयत्न केला - आय लव्ह यू पॉर्जी.

ही पॉर्जी कोण? ते गाणं हवेसारखं होतं- एकाच वेळी सगळीकडे आणि कुठेही नसणारं. पावसाचे थेंब एकमेकांवर कोसळावेत तसे एकमेकावर कोसळणारे शब्द - एक कोरडा दिवस आणि एक ओलाचिंब. वाऱ्याचा जोर वाढावा तसे चढत जाणारे सूर. कधी वाटायचं ही स्त्री आपला श्वास रोखून धरतेय आणि मग हलकेच सोडतेय, ती अगदी लहान असेल, अगदी तरुण असेल असं वाटायचं आणि एकदम तिचा आवाज गंभीर व्हायचा – छुप्या पौरुषाच्या आत्मविश्वासाचा. खोलीभर ही हवा भरून गेली आणि मग बाहेरच्या व्हरांड्यामध्ये येऊन हळू हळू रेहानावर चढली.

मेजरच्या खोलीमध्ये प्रवेश करण्याचं धैर्य गोळा करून रेहाना आत शिरली तेव्हा तिचा श्वास जोरात चालला होता. एवढा जड ट्रे हातात घेऊन दूध सांडू न देता आपण घाईघाईनं चालत आल्यामुळे असं झालंय असं ती स्वत:ला बजावत होती. तिनं मेजरविषयी थोडी चिडचीडही मनात जागवण्याचा प्रयत्न केला. मेजरच्या समोरच्या टेबलावर हातातला ट्रे ठेवताना तिनं तो जरुरीपेक्षा थोडा जास्तच जोरात ठेवला.

''तिचं नाव नीना सिमोन असं आहे.'' मेजर म्हणाला.

नीना. बंगाली नावासारखंच वाटतंय.

गुलाबी, थोडा जास्त पिकलेल्या पेरूचा तुकडा तोडला की तोंडात एक विरघळती चव येते तसं तिला वाटायला लागलं.

''तुम्हाला हे संगीत आवडलं का?'' ती ट्रे न्यायला आली तेव्हा त्यानं तिला विचारलं.

''त्यानं मला माझ्या वडिलांची आठवण होते.'' रेहाना उत्तरली.

''त्यांना जॅझ संगीत आवडायचं?''

''आमच्याकडे एकदा एक बँड आला होता. बॉलरूममध्ये पार्टी होती – डान्सिंगही होतं आणि शांपेन. कदाचित माझ्या वडिलांची ती शेवटचीच असेल.'' ही आठवण नव्यानंच मनात येत असल्यासारखी रेहाना म्हणाली.. ''हो शांपेन. वाटीच्या आकाराच्या नाजूक ग्लासमध्ये शांपेन – आणि केस कापलेल्या बायका. खूप वाद्यं होती... मोठ्या आवाजातलं आनंदी संगीत होतं ते. या संगीतासारखं नव्हतं ते.''

''नीना सिमोन दुसऱ्याकुणासारखं गातच नाही.'' मेजर म्हणाला. मेजरच्या बिछान्याशेजारी पसरलेल्या ध्वनिमुद्रिकांच्या वेष्टणांकडे रेहानानं निरखून पाहिलं. एक काळा माणूस ट्रंपेटवर ओठ चिकटवून टक लावून कुठेतरी बघत होता.

मग तिनं विचारलं, ''तुम्हाला या रेकॉर्ड्स कुठे मिळाल्या?''

"तुम्हाला आवडलं का हे संगीत?" "नाही, मला नाही आवडलं ते." तिनं खोटंच सांगितलं.

"ठीक आहे."

तो काहीतरी निषेधाचं का बोलत नाहीये? हे संगीत न आवडणारा कुणीतरी असू शकेल का?

"तुम्हाला काय आवडतं?" त्यानं विचारलं.

"हा काय प्रश्न आहे?"

"सोपं आहे. तुम्हाला हे आवडत नसेल तर मग काय आवडतं?"

"मला कोणत्या प्रकारचं संगीत आवडतं असं विचारताय का तुम्ही?"

"नाही, तुम्हाला काय आवडतं ते विचारतोय मी."

"काहीही"

"काहीही?"

आता याला काय उत्तर देणार ती? हा प्रश्न तिला आजवर कुणी विचारलाच नव्हता. का बरं तिला कुणी हा प्रश्न आजवर विचारला नव्हता? एखादं माणूस सबंध आयुष्य हा प्रश्न त्याला कुणीही न विचारता जगू शकतं या जाणिवेनं ती सुन्न झाली. क्षणभर विचार करून ती सावकाश म्हणाली. "मला फुलं आवडतात माझ्या बागेतली. पिवळे गुलाब माझे सर्वांत आवडते आहेत. दिमेर शिरा करायला मला खूप आवडतं. खूप अवघड असतो तो करायला, माहीतेय? लहानशी चूक झाली तरी सगळी अंडी गचका होऊन जातात." तिच्या मनातलं हलतं फिरतं गरगरतं वादळ पुन्हा वर सरकू लागलं - तिनं ते तसंच वर सरकू दिलं. "आणि सिनेमा. मला सिनेमा बघायला आवडतं. हे आणखी एक खोटं – तिला सिनेमा बघायला फारच आवडायचं.

जॉयच प्रोजेक्टर घेऊन आला होता. तो जूनचा शेवटचा दिवस होता. संध्याकाळी सूर्य लालबुंद होत क्षितिजाखाली बुडायच्या वेळेला रोज पाऊस यायला लागला होता.

सुरुवातीला हे काय आहे ते रेहानाला कळलंच नव्हतं. तो जाड, कडक, काळा खोका बघितल्यावर तिला वाटलं होतं हेही काहीतरी बागेत पुरून टाकण्यासाठी आणलेलं असणार - एखादं हत्यार वगैरे.... पण मग जॉयनं त्या खोक्याच्या दोन्ही बाजूंच्या खिट्ट्या उघडल्या होत्या आणि तिला आतलं भिंग आणि रीळ दिसलं होतं, तेव्हाही तिला हा एखादा कॅमेरा असावा असंच वाटलं होतं, कारण तिनं कॅमेराही इतक्या जवळून कधी पाहिला नव्हता. जॉयच्या हसण्यामुळे सगळं रहस्य उलगडलं होतं. खट्याळ आणि गर्वाचं हसणं – स्वतःचं दुःख लपवण्यासाठी त्यानं नव्यानं तयार करून घेतलेला एक मुखवटा.

"कुठे मिळालं तुला हे?"

"नाझ सिनेमा. मालक हिंदू आहे. त्याला मार्चमध्ये मारून टाकलं गेलं."

म्हणजे तो हे करत होता तर - लुटालूट, चोरी. "मग तू सरळ हा प्रोजेक्टर उचलून आणलास?" मेजर काहीच बोलला नव्हता आणि ही प्रोजेक्टर आणण्याची कल्पना कुणाची आहे हे रेहानाला माहीत नव्हतं. तिला वाटलं, हे कदाचित जॉयलाच सुचलं असावं, कारण अलीकडे तो अशा काहीशा गुन्हेगारी गोष्टी करायला लागला होता, जणू काही अजून जगामध्ये काहीतरी आनंद, खोडकरपणा शिल्लक आहे हेच त्याला सिद्ध करायचं असावं किंवा कदाचित आपल्या भावाचा मृत चेहरा विसरण्यासाठी तो हे करत असावा.

"तिथे पडून होता हा - धूळ खात –"

"पण अशा वस्तू उचलून आणू शकत नाहीस तू."

"बहुतेक हा चालत नसेल." जॉय म्हणाला. त्याच्या तोंडून हे शब्द बाहेर पडले, त्याच क्षणी रेहानाला कळून चुकलं की ते हा प्रोजेक्टर ठेवून घेणार आहेत.

"अर्थात हा चालतोय, का नाही चालणार? मी कमीतकमी एक डझनभर फिल्म्स तरी तिथे पाहिल्या असतील." तिनं मनाशी त्या फिल्म्सची यादी केली. रोमन हॉलिडे, हाय सोसायटी, शराड, द माल्टेज फाल्कन, द बिग स्लीप, कासाब्लान्क, तिला एकदम गरगरल्यासारखं झालं. "बघूया का सुरू करून?" तिनं खोक्याच्या आत पाहिलं – मुघल ए – आझम. "तुम्हाला कसं कळलं?"

"मी सहज एक उचलून आणली."

हा योगायोग नक्कीच नव्हता. सोहैलनं सांगितलं असणार.

"थँक यू, थँक यू, हे मात्र फारच झालं."

"गुरिलांकडून ही तुम्हाला भेट समजा." जॉयचा चेहरा हसण्यानं रुंदावला.

फिल्मची नावं सुरू होण्याआधीच तिच्या डोळ्यात अश्रू भरून आले. जॉयनं फोकस नीट लावून दिला आणि तो मागच्यामागे दाराकडे जायला लागला.

"तू निघालास?"

"मी नाही बघत ही फिल्म." जॉय म्हणाला, "मी एकदम शामळूच होऊन जाईन."

रेहाना केव्हाच त्याच्याकडे दुर्लक्ष करायला लागली होती. पडद्यावर अकबर आला - वारसासाठी देवाची प्रार्थना करत होता. 'मला बेवारस मरू देऊ नकोस' तो म्हणत होता.

"तुम्हाला कळणार नाही - हे उर्दू आहे," रेहाना हलक्या आवाजात म्हणाली.

"काही हरकत नाही." मेजरही हलक्याच आवाजात उत्तरला.

"तुम्हाला याची गोष्ट कळायला नको का?"

"चटकन सांगा," तो म्हणाला, "फिल्म सुरू व्हायच्या आधी."

"जरा गोंधळाची आहे," तिची नजर समोरच्या पडद्यावर होती, अकबर वाळवंटातून नादिर शहाकडे निघाला होता. "ही एक प्रेमकथा आहे. राजपुत्र सलीम - अकबराचा मुलगा - तो एका नोकर मुलीच्या प्रेमात पडतो - अनारकलीच्या आणि मग –" त्यानं हात पुढे करून एक बोट तिच्या हातावर टेकवलं. "समजलं मला."

पुतळ्याच्या रूपातली अनारकली आली. तिचं तिरपं हास्य हसली. बोलायला लागली, तिचा साखरी मधाळ खर्ज खोलीभर भरून गेला. रेहानाचं हृदय धडधडायला लागलं. कंबर लचकवत अनारकली नृत्य करायला लागली. राजपुत्र सलीम तिच्या प्रेमात पडला. संतापलेल्या अकबरानं दोघांनाही तुरुंगात टाकलं. "तुमचा हिंदुस्तान तुम्हालाच लखलाभ होवो." राजपुत्र सलीम म्हणाला. "मला माझी अनारकली हवी."

"तिनं त्याला धोका दिलाय असं तिला नाटक करावं लागतं." रेहाना पुटपुटली.

"शू –" मेजरनं ओठांवर बोट ठेवत म्हटलं, फिल्मच्या सावल्या त्याच्या चेहऱ्यावरून सरकत राहिल्या.

"बघितलंत ना-" रेहाना म्हणाली, "ही सर्वांत चांगली प्रेमकथा आहे."

"खरंच – तुम्ही म्हणता ते अगदी खरंय."

"जॉयनं खरं तर हा प्रोजेक्टर चोरायला नको होता." "तुम्हाला थोडी जरी संधी मिळाली असती तर तुम्हीच चोरला असतात तो." रेहानानं एक दीर्घ श्वास घेतला. याहून चांगली संधी मिळाली नसतीच. खोलीमध्ये अंधारलं होतं. प्रोजेक्टरचा फॅन अजून घरघरत होता. मेजरच्या बिछान्यासमोरची पांढरी खिडकी अधिकच उजळ दिसत होती.

रेहाना मेजरकडे वळली. प्रोजेक्टर बंद करण्यासाठी त्यानं हातही पुढे केला नाही. ती काहीतरी सांगणार आहे याची जणू त्याला कल्पना असावी. कदाचित त्यानं हे सगळं आधीच योजलं असावं - जॉयला प्रोजेक्टर आणायला सांगणं, त्याला काही कळणार नसलं तरी मुघल - ए - आझम बघणं, तसं असेल तर ती त्याच्या या सापळयात आपणहून अडकायला तयार होती. आपलं रहस्य त्याला सांगण्याची तिला जेवढी आतुरता होती तेवढीच आतुरता तिचं रहस्य कळून घेण्याची त्यालाही होती.

"मुलांना नेल्यानंतर मी मरून जाईन असं मला वाटायला लागलं. काय करावं ते मला कळेनासंच झालं होतं आणि सर्वांत वाईट गोष्ट म्हणजे मुलं त्या बाईकडे आहेत तेच चांगलं असं मला वाटायला लागलं होतं. त्यांना देण्यासाठी माझ्याजवळ

काहीही नव्हतं. - त्या न्यायाधीशाला लाच देण्याएवढे पैसेही नव्हते, आणि मी तर इतक भेकड होते. हे चाललंय ते योग्य आहे, फैझला घेऊन जाऊ दे मुलांना माझ्याजवळून - तेच चांगलं - असं मानायला लागले होते. मी स्वत:ला कधीच माफ करणार नाही त्याबद्दल.'' मेजरकडे पाहात तो काहीतरी बोलेल म्हणून रेहाना क्षणभर थांबली. 'तुम्ही तरी काय करणार? किंवा बिचाऱ्या तुम्ही –' असं काहीतरी ही अशी वाक्यं ऐकण्याची तिला सवयच होऊन गेली होती. हे शब्द सगळीकडे तिचा पाठलाग करत राहायचे, पण तो मात्र तिच्या पुढे बोलण्याची वाट पाहात गप्प बसून होता.

''मी दरवाजे बंद करून घेतले, कुणाला भेटायला नकार द्यायला लागले. नोकरांना काढून टाकलं. –शिवाय त्यांना ठेवण्याइतके पैसे कुठे होते? मिसेस चौधरीची मुलगी यायची कधीकधी. मला कधी ते आवडायचं पण मला मग माझ्या मुलांची आठवण व्हायची आणि मग मी तिला परत पाठवून द्यायची, दुष्टासारखीच वागायची मी तेव्हा. खरं म्हणजे ती अगदी गोड मुलगी आहे. ती विसरूनसुद्धा गेलीये हे सगळं.'' मेजरला सोहैल आणि सिल्वीविषयी सांगावं की नाही याचा विचार करत रेहाना थोडी थांबली. ''एक दिवस मिसेस चौधरी आली. भर दुपारी मी इक्बालचा कोट पांघरून गाढ झोपले होते. ती मागच्या बागेच्या दारानं आत आली. मी ते दार कधीच बंद करत नव्हते. ती म्हणाली, तिला एक कल्पना सुचलीये. मी बँकेकडून कर्ज घ्यावं आणि या प्लॉटवर आणखी एक घर बांधावं. त्यावेळी फक्त बंगलाच होता इथे आणि मागे एक मोठी पसरलेली वाडी - जंगल झालेली 'तिथे खेळू नका' असं मी सतत मुलांना सांगत असायची. त्या जागेमध्ये कधीतरी एक मोठं थोरलं घर बांधायचं असं माझं आणि इक्बालचं स्वप्न होतं, पण तो गेल्यानंतर ते माझ्या डोक्यातच आलं नाही कधी. 'हा प्लॉट गहाण ठेव!' मिसेस चौधरीनं सुचवलं, 'आणि बँकेकडू कर्ज घेऊन घर बांध.'

हा प्लॉट भाताचं शेत असावं तसा दिसायचा. उंच, केसाळ गवत आणि मध्यभागी एक आंब्याचं झाडं - आकाशाकडे बोट रोखून उभं असलेलं – पण मी तर बाईजात - पुरुष जामीनदार नसल्यानं सगळ्या बँकांनी मला धुडकावून लावलं. मग मिसेस चौधरी म्हणाली, तिच्या ओळखीचा एक माणूस आहे - कोणी मिस्टर कुरैशी नावाचा. तिच्या भावाचा जुना मित्र – तो मला भेटायला तयार आहे; मग मी त्या माणसाला भेटायला हबीब बँकेत गेले – तुम्हाला माहितेय ती? मोरिझीलमधली ती मोठी शाखा.''

''तो कुरेशी माणूस खोटा निघाला. ती मिसेस चौधरींची चूक नव्हती. मी तिला बरोबर घेऊन जायला हवं होतं - पण मी एकटीच गेले – भयंकर दिसले असणार मी - हरवलेली - त्या माणसानं माझा गैरफायदा घेण्याचा प्रयत्न केला.''

त्याच्या ओठांवर घासली जाणारी त्याची दाढीची खुंटं आणि तिच्या ब्लाऊझच्या हातावरचा त्याचा पंजा, त्यानं सकाळच्या नाश्त्याला खाल्लेल्या रश्शाचा वास - घाणेरडा शिळा साबणाचा वास आणि ती जनावरासारखी, रोगी लालसा.

तरीही मेजर काही बोलला नाही. आपल्या ओठाची न फाटलेली आतली बाजू चावत होता ते रेहानाला दिसलं. ''म्हणजे कर्ज मिळण्याची शक्यताच उरली नाही, मग मिसेस चौधरीनं ठरवून टाकलं की मी दुसरं लग्न करायलाच हवं! ती जे काही म्हणेल त्याला मी मान डोलावते की काय असं तम्हाला वाटलं असेल – ते खरंच आहे - त्या काळात मी झोपेत असल्यासारखीच वावरत होते. काय करायचं ते मला कुणीतरी सांगायलाच हवं होते. माझी ती निकडीची गरज होती. माझ्या सगळ्या आयुष्यात मी एकच निर्णय घेतला होता - इक्बालशी लग्न करण्याचा - आणि तो सुद्धा केवळ – पण मी ते सांगितलंय तुम्हाला-''

आता पुढचा भाग अधिक कठीण होता. ''बिचारा टी. अली! एक शांत, सौम्य आंधळा माणूस आणि त्याची अदृश्य बायको. मिसेस चौधरीनं टी. अलीचं नाव सुचवलं. तो नुकताच या भागात राहायला आला होता. माझ्यापेक्षा खूपच मोठा - म्हाताराच म्हणायला हवं खरं तर – आणि त्याची बायको वारली होती आणि तो आंधळा होता – हे मी सांगितलं होतं का तुम्हाला याच्याआधी? हो - तो आंधळा होता, पण खूप श्रीमंत होता. त्याच्या वडिलांचा चहाचा व्यापार होता. खूप संपत्ती मिळाली होती त्याला.'' तिच्या तोंडून हे शब्द घाईनं बाहेर पडत होते.

''अगदी शांत माणूस होता तो - पहिल्या वेळेला आम्ही भेटलो ते मिसेस चौधरीनं आम्हाला डिनरला बोलावलं होतं तेव्हा - एक शब्दही बोलला नाही तो माझ्याशी. जेवला, मिसेस चौधरीला 'गुड बाय' म्हणाला आणि निघूनही गेला. 'मला खात्री आहे त्याला तू आवडलीयेस,' ती म्हणाली.''

''मी केलंच होतं लग्न जवळजवळ – तो दुसऱ्या लग्नाचा विचार करायला तयार आहे असं टी. अलीनं सुचवलं होतं. त्याची एकच अट होती, त्याच्या पहिल्या बायकोचं पोर्ट्रेट दिवाणखान्यामध्ये तसंच ठेवायला मी आडकाठी करू नये. ते पोर्ट्रेट बघण्याची फार उत्सुकता वाटत होती, शिवाय मला वाटलं की हा खरोखरच बिचारा शांत असा म्हातारा माणूस असेल - थोडा विक्षिप्त आहे खरा, पण जर आमचं लग्न झालंच तर लगेचच मी सरळ त्याच्याकडे न्यायाधीशाला लाच देण्यासाठी आणि लाहोरला जाण्यासाठी लागणारे पैसे मागणार होते.''

टी. अलीचं घर जुन्या पद्धतीनं बांधलेलं होतं. – एक मजली इमारत - मध्ये मोठा थोरला चौक, त्याच्याभोवती रुंद व्हरांडा आणि त्यातून फुटणाऱ्या खोल्या. रस्त्यावरून पाहिलं तर तो एक किल्लाच वाटायचा. रेहाना आत गेली. तो माणूस एका अंधाऱ्या दिवाणखान्यामध्ये एका खुर्चीवर अंग चोरून बसलेला होता. त्यानं तपकिरी रंगाचा सूट घातला होता आणि गडद लाल रंगाचा बो टाय लावला होता. त्याचा हात छातीवर दाबलेला होता. प्रथम तर रेहानाला वाटलं होतं की त्याला

हृदयविचाराचा झटका येतो आहे. ती स्वत:च्या नशिबाला दोष द्यायला लागणार, तेवढ्यात त्यानं हात वर उचलला. त्याच्या हातामध्ये एक लहानशी लांबटगोल फ्रेम होती. एका हातात ती फ्रेम धरून दुसऱ्या हातानं तो ती कुरवाळत होता. ''माझी रोझ, माझी गोड रोझ–'' तो म्हणत होता. ती खोली – त्यातलं जाडजूड फर्निचर, जुने गालिचे, मधाच्या रंगाच्या भिंती, या सर्वावर वचक दाखवणारं ते पोर्ट्रेट, या साऱ्याला पोपडे पडणाऱ्या ओलसर गिलाव्याचा वास येत होता. सगळे रंग एकमेकांमध्ये मिसळत होते. रोझ ही तरुण मुलगी होती. तिचा चेहरा इतका फिकट होता की त्यावरूनच तिच्या अकाली येणाऱ्या मृत्यूची कल्पना येत होती. तिच्या नाजूक हातांची घडी मांडीवर ठेवलेली होती. तिनं उतरत्या हॅट्स आणि अतिशय गरम हवेतही हातमोजे घालणाऱ्या इंग्लिश स्त्रियांसारखा एक रूंद घेराचा झगा घातलेला होता. तिच्या घोट्यांपर्यंत पोहोचणारा तो झगा फिकट पिस्ता रंगाचा, उंच कॉलरपाशी लेस आणि हनुवटीपासून थेट कमरेपर्यंत बटणांचा होता.

ही धूसर अर्धमृत व्यक्ती सतत या चित्रामधून आपल्याकडे बघत राहणार तर आपल्याला कसं वाटेल याचा विचार करतच रेहानानं उंबरठ्यावरून आत पाऊल टाकलं.

''अलिसाब.'' तिनं हलकेच हाक मारली.

''तुझा आवाज फार प्रेमळ आहे - पोरी.'' शेजारच्या खुर्चीवर थोपटत तो म्हणाला, ''ये बस. चहा घेणार का? किंवा ज्यूस?''

''नको, थँक यू.'' रेहाना म्हणाली, ''तुमची पत्नी किती सुंदर आहे.''

''होय, ती फारच सुंदर होती. आम्हाला फार थोडी वर्षं एकत्र मिळाली.''

''आय ॲम व्हेरी सॉरी.''

काळा सूट आणि पायात चपला घातलेला एक माणूस हातात एक ट्रे घेऊन खोलीत आला. गालिचाच्या कडेशी आल्यावर त्यानं पायातल्या चपला काढल्या आणि अनवाणी पायांनी तो पुढे आला. त्यानं हातातला ट्रे रेहानाच्या समोर ठेवला. ट्रे मध्ये फेसाळ गुलाबी सरबतानं भरलेले दोन उंच ग्लासेस होते.

''गुलाबाचं सरबत.'' टी. अली थोड्याशा अभिमानानं म्हणाला. ''माझ्याकडे गुलाबाची झाडं आहेत.''

सरबत फार गोड होतं, तिचे दात झणझणायला लागले. ''छान आहे.'' त्याच्याकडच्या गुलाबाच्या रोपांच्या कल्पनेनं तिला थोडं हायसं झालं होतं. त्याच्या बगिच्यातून त्याची रोपं निरखत मानेवर सूर्यकिरण घेत आपण फिरतो आहोत असं चित्र तिच्या नजरेसमोर उभं राहिलं. करावं का याच्याशी लग्न? घर तर भरपूर मोठं होतं, मग या पोर्ट्रेटचं काय? ती बाई मेलेली तर होती.

''कशी वाटते तुला ती?'' हातातली काठी समोरच्या पोर्ट्रेटकडे उंचावत त्यानं विचारलं.

"सुंदरच आहे ती." रेहाना उत्तरली.

घसा खाकरत तो म्हणाला, "त्याचं असं आहे, मला टी.बी. झाला होता. फार आजारी होतो मी. डॉक्टरांनी मला स्पष्ट सांगितलं होते की माझं आयुष्य काही फारसं उरलेलं नाहीये; तेव्हा ती म्हणाली, "नाही मी त्यांना मरू देणार नाही." माझ्या बिछान्याशी बसून तिनं माझे हात हाती घेतले. मला नाही आठवत ते - नंतर मला सांगितलं लोकांनी, ती म्हणाली, "आपल्याला मुलं झालीच नाहीत कधी." ते मात्र मला आठवतंय. मुलं व्हायच्या आधी देवानं मला हिरावून घेऊ नये अशी प्रार्थना तिनं देवाकडे केली. सतत प्रार्थना करत असायची ती - रोज-"

टी. अलीच्या डोळ्यात पाणी आलं. त्यानं मान फिरवली. खिशातून एक रुमाल काढून चष्म्याखालून डोळे पुसले.

"देवाच्या कृपेनं मी वाचलो. १९४३ सालं होतं ते, आणि मग त्याच वर्षी ती वारली टी.बी.नं, मी नाही वाचवू शकलो तिला." त्याचा आवाज खोल खोल आणि ओला होत गेला. "विलक्षण बाई होती ती." मान हलवत तो जणू काही या आठवणी चघळत असल्यासारखा तोंड हलवत राहिला, त्यामुळे तो आणखीच म्हातारा दिसायला लागला. त्याचं खरं वय काय असाचं याचा विचार रेहानानं सोडूनच दिला. "चल दाखवतो मी तुला."

तो उभा राहिला आणि त्या ओळखीच्या खोलीतून काठी पुढे धरत तो निघाला. त्याची पावलं अगदी आत्मविश्वासानं पडत होती. त्याच्या पाठीमागून जाताना रेहाना किंचितशी सैलावली. त्यानं दार उघडून धरलं आणि तिला पुढे जाण्याची खूण केली. त्याच्याजवळून जाताना तिला डांबराच्या गोळ्यांचा धुळकट आणि गोडसर असा वास आला. फार काही वाईट वास नव्हता तो! उलट तिला त्या वासानं थोडं बरंच वाटलं.

एका अंधाऱ्या कॉरिडॉरमधून तो तिला नेत होता. एका ठिकाणी एक मूठ फिरवून त्यानं एका खोलीचं दार उघडलं. बघ, तो म्हणाला, "मी जशीच्या तशी ठेवलीये ही खोली."

त्या खोलीमध्ये तो अगदी आरामात फिरत होता. निरनिराळ्या वस्तूंकडे बोट दाखवत होता, जणू काही या घरामध्ये विशेषत: या खोलीमध्ये तो आंधळा नव्हताच. खोलीच्या एका कोपऱ्यात एक पियानो होता. मुरडलेल्या ओठासारखं त्याचं झाकण काढून ठेवलेलं होतं. त्याच्या शेजारी एक खुर्ची होती. एक गुलाबी रंगाचा तलम कुडता त्या खुर्चीवर ठेवलेला होता. त्या कुडत्याला स्पर्श करत टी. अलीनं सांगितलं की हा कुडता म्हणजे त्याच्या बायकोनं पेहरलेलं अखेरचं वस्त्र. खोलीत एक ड्रेसिंग टेबल आणि त्याच्या समोर एक रंग उडालेला मोडाही होता. त्याचे पोलादी खिळे गंजून गेले होते. ड्रेसिंग टेबलावर चांदीच्या मुठीचा एक केस

विंचरण्याचा ब्रश, एक दागिन्यांचा डबा आणि उलटं पफ ठेवलेली एक पावडरची बशीही होती – सुंदर रोझच्या चेहऱ्यावरून फिरायला अगदी तय्यार.

"तुम्ही पियानो वाजवता?" पियानोकडे जात रेहानानं विचारलं.

"मी? नाही," त्यानं उत्तर दिलं.

'द वेल -टेंपर्ड क्लाविएर' असं लिहिलेल्या सुरांच्या नोंदी तिथंच ठेवलेल्या होत्या.

"खूपच सुंदर आहे." दुसरं काय बोलायचं ते न कळून रेहाना म्हणाली. ती खोली आता खूप गरम आणि हवा न खेळणारी झाली होती! म्हणून तर तिला कुजबुजत बोलावंसं वाटत होतं. तिला आपले केस खसखसून विंचरावे आणि थोडं लिपस्टिकही लावावं असं वाटायला लागलं होतं.

आरशाकडे वळत तिनं स्वत:चा चेहरा निरखला. गरमीमुळे तिचे गाल तांबूस झाले हाते. स्वत:च्या रूपाचं सामान्यपण, तिच्या कपड्याचा पांढराशुभ्र कडकपणा हे तिनं टिपलं. रेशमी गाऊनमधली मिसेस टी. अली, तिचे फिकट ओठ, तिच्या नजरेसमोर उभी राहिली.

या धुळकट, गोठलेल्या जगामध्ये राहण्याची कल्पना तिच्या मनात आली. तिचा स्वत:चा बंगला, तिचं लिंबाचं झाड, मोगऱ्याभोवती फिरणारे भुंगे या सर्वांना तिनं मनातून दूर ढकललं. हे करायलाच हवं होतं. सहन करणं भागच होतं. हे काही प्रेमबीम नव्हतं, पण अगदी वाईटही नव्हतं.

रेहानानं केसांचा ब्रश उचलला. टेबलावरच्या धुळीत एक मोठा चकाकता गोल उमटला तो खाली ठेवायला ती पुढे झाली, तेवढ्यात तिचा धक्का त्या पावडरच्या बशीला लागला.

टी. अली एकदम रेहानाकडे वळला. "त्याला कशालाच हात लावू नकोस. प्लीज." आणि तो घाईनं रेहानाकडे तिच्या हातातली वस्तू घेण्यासाठी आला. तिच्या कोपराला धक्का देत त्यानं तिच्या हातातला ब्रश हाती लागेपर्यंत स्वत:चा हात तिच्या हातावर फिरवला. त्याची पकड घट्ट होती. रेहानानं अंग चोरून घेतलं. तिला त्याचा तो शोधक, जवळिकीचा स्पर्श अगदी नकोसा झाला. नकळतच तिनं ब्रशवरची स्वत:ची पकड आणखी घट्ट केली. काही सेकंद त्यांची दोघांची ओढाओढी झाली आणि रेहानाच्या हातातून ब्रश निसटला.

त्याच क्षणी टी. अली दुसऱ्या दिशेला ब्रश ओढत असल्यानं तो ब्रश जो निसटला तो सरळ आरशावर जाऊन आदळला. तो एकदम फुटला नाही. एखादा डोळा उघडावा तशा बारीक बारीक चिरा पडायला लागल्या आणि बाहेरच्या दिशेनं पसरत गेल्या आणि मग सबंध आरसाभर उभ्या आडव्या झाल्या - त्यानंतर मग त्याचे तुकडे पडायला लागले - सुरुवातीला हळूहळू आणि मग एकदम घाई झाल्यासारखे कोसळले.

टी. अलीनं आरशावर धाव घेतली.

"हे काय करताय तुम्ही?"

"मूर्ख मुली!" तिच्या अंगावर ओरडत असताना त्याच्या ओठांवर थुंकचा एक थेंब जमला. गुडघ्यांवर बसत त्यानं हातानं चाचपडत आरशाचे तुकडे गोळा करायला सुरुवात केली.

"आय ॲम सॉरी. मला तुम्हाला त्रास द्यायचा नव्हता."

"सगळा नाश केलायस तू." "प्लीज मिस्टर अली, उठा बघू तुम्ही."

"बाहेर हो, बाहेर हो आधी, ही माझ्या रोझची खोली आहे."

रेहानानं टी. अलीचा हात धरून त्याला ओढण्याचा प्रयत्न केला. तो रडायला लागला. "मी तुला बाहेर जायला सांगितलंय." आता त्याचं तिच्याकडे लक्ष नव्हतंच. तो स्वत:शीच काहीतरी पुटपुटत होता. फुटलेल्या आरशापासून त्याचे हात दूर करण्याचा रेहानानं पुन्हा एकदा प्रयत्न केला आणि अचानक तिचं लक्ष दागिन्यांच्या डब्याकडे गेलं. काचांच्या सड्यामध्ये तो उघडा झालेला डबा पडलेला होता. नकळतच तिनं तो उचलला. तिच्या पावलाखाली चुरडल्या जाणाऱ्या काचेच्या आवाजात त्या डब्याची खिटी बंद केल्याचा आवाज मिसळून गेला. तिनं डबा काखेत घेतला. तिची छाती जोरात धडधडत होती. तो तिच्याकडे बघतोय याची तिला खात्री वाटत होती. त्याच्या मनात ठसलेला त्या खोलीचा नकाशा तिला पकडून देणार आहे असं तिला वाटायला लागलं.

पण तो स्तब्ध होता. "अजून गेली नाहीयेस तू? आम्हाला शांततेत राहू दे जा - जा म्हणतोय ना! ओ , माझी रोझ माझी बिचारी रोझ –"

रेहाना दरवाजाकडे निघाली.

त्याला माहीत आहे. त्याला माहीत असलंच पाहिजे. हा डबा दारापाशी ठेवावा का - तिच्या मनात आलं. अजून उशीर झालेला नाहीये. या डब्यासह पकडलं जाण्यापेक्षा बरं - कोणत्याही क्षणी तो ड्रेसिंग टेबलाजवळून उठेल आणि तिच्यावर झडप घालेल. त्याला नीट दिसतंय - तिला खात्री वाटत होती – त्याला दिसतं आहेच, पण पुढच्याच क्षणी ती दरवाज्याबाहेर पडून मधल्या दालनातून धावत निघालेली होती. तो कॉरिडॉर, दिवाणखाना - त्यातले गुलाबाच्या सरबताचे ग्लासेस आता उचलले गेले होते, - सगळं पार करून पुढचं मोठं दार उघडून ती रस्त्यावर पोहोचलीसुद्धा होती. रस्त्यावरच्या अंधारानं तिला तात्काळ गिळून टाकलं. आणि मग घरी - बिछान्यात पडून ती रडत राहिली. आनंद मानत, रडत, आनंद मानत राहिली.

"तुम्ही चोरी केली." मेजर म्हणाला. खोलीत खूपच अंधार होता, त्यामुळे त्याचा चेहरा दिसत नव्हता.

"हो." ती उद्‌गारली, "मी चोरी केली."

"एका आंधळ्या माणसाच्या घरात?" त्याला तिचा तिरस्कार वाटायला लागणार होता हे नक्की, पण आता फार उशीर झाला होता. "होय, एका आंधळ्या माणसाच्या घरी."

तिच्या कानावर कसलातरी आवाज पडला - तो रडतोय की काय? आणि मग त्यानं स्वत:च्या गुडघ्यावर एकदा - दोनदा जोरात थाप मारली. घसा साफ केला आवंढा गिळला.

"आय ॲम सॉरी, मी–- फक्त–"

"काय?"

"इतकी वर्षं तुम्ही हे गुपित ठेवलंत?"

"हो, मी आजवर हे अगदी कुणालाच सांगितलं नव्हतं."

त्यानं पुन्हा स्वत:च्या गुडघ्यावर थाप मारली. आता त्याच्या श्वासाचा आवाज येत होता. तिला नीटसं दिसत नव्हतं, पण त्याचं तोंड उघडं आहे आणि मोठ्या कष्टानं तो काहीतरी बोलण्याचा प्रयत्न करतो आहे हे मात्र तिला जाणवत होतं. "मला वाटलं होतं, तुम्ही कमीत कमी कुणाचा तरी खून तरी केला असाल."

"हे काय बोलताय तुम्ही?"

आता त्यानं काही बोलण्याचा प्रयत्न सोडून दिला होता. तो नुसता हसत होता, – हे हे हे - अगदी वेड्यासारखं - हास्यास्पद हसणं – रेहानाच्या घशात काहीतरी अडकल्यासारखं झालं. तिनं खाकरून ते काढण्याचा प्रयत्न केला, पण ते परत आलं, मग तिनं त्याला रागावण्यात समाधान मानायचं ठरवलं. "हे गमतीचं वाटतंय तुम्हाला?"

"नाही नाही- अर्थातच हे काही गमतीचं नाहीच." मग पुन्हा एक उबळ दाबत तो म्हणाला, "एस्क्युज मी."

"छी! मी तुम्हाला ही घाणेरडी वाईट बाब सांगतेय आणि तुम्ही खुशाल हसताय." रागानं ती मागे वळली. खोलीतल्या अंधारामुळे त्याला आपल्या चेहऱ्यावरचे भाव दिसत नाहीयेत, याचं तिला बरं वाटलं. ते हसू असेल किंवा तोंड मुरडणंही असू शकेल आणि तिच्या घशातलं ते काहीतरी खुदकन हसणं असू शकेल किंवा आसूही असू शकतील. ते सगळं एकत्रित मिसळलेलं होतं. दु:खाचं, गमतीचं – तिला काही पर्वा नव्हती. ती त्याला तिथेच सोडून निघून गेली. चित्रपट संपल्यावरही तसाच घुमत राहिलेला तो प्रोजेक्टर आणि त्याच्या उजेडात दिसणारा तो मान मागे टाकून हसत सुटलेला...! जणू काही तिनं त्याला एखादं बक्षीसच दिलं असावं.

❖

जुलै

लाल नखांचा पक्षी

अजून जुलैच चालू होता. ऑगस्ट - विरोधाभासांचा ऑगस्ट सुरू झाला नव्हता. ऑगस्टमध्ये सकाळ नेहमीच बदलती असायची, हवा घट्ट कुंद असायची, डोकी फिरायला अजिबात वेळ लागायचा नाही. घरातल्या बायका, पराठा बनवणारे, जिलब्या तळणारे सकाळच्या नाश्त्यासाठी कष्ट करत असायचे, दमट पांघरुणांतून उठलेली मुलं ओलसर टॉवेलनी तोंडं पुसायची आणि मग दुपार आणि संध्याकाळ यांच्यामधल्या एका रहस्यमय क्षणी आकाश श्वास रोखून धरायचं, डोकी अधिकच फिरायची... हवा लोकांच्या घशात अडकायला लागायची, पानही हलेनासं व्हायचं, इमारतींसारखं सगळं जग स्तब्ध होऊन जायचं, आणि सगळीकडे एक विलक्षण शांतता पसरायची. शहरी लोकांच्या कुरकुरत जगण्याचे जेवढे आवाज असतील तेवढेच येत राहायचे... कुणी जेवत असायचे तर कुणी नुसतेच बिछान्यावर कूस पालटत पडलेले असायचे... शांत पडून राहणं अधिकच सुखाचं की हालचाल करणं याचा विचार करत राहायचे, चेहऱ्यावरची रंगरंगोटी पाहात असणाऱ्या स्त्रिया हातपंख्यानं वारा घेत असायच्या, भरदार छातीचे पुरुष माना पुसत असायचे, पण त्या स्तब्धतेनंतर, ढग जमल्यानंतर, अंधार पडल्यानंतर मग तो पाऊस यायचाच - आनंदी, विजयाच्या उत्साहानं कोसळणारा. ते गोड पाणी - धुंवाधार कोसळणारं - ढगांचं गडगडणं आणि विजांचा कडकडाट! जणू हवेची एक मिरवणूकच असायची ती. त्या उष्ण, थकलेल्या दिवसाला सुखवण्यासाठी भरलेली. रोजच कुणीतरी, एखादा लहान मुलगा किंवा एखादा अगदी म्हातारा माणूस, अगदीच कुणी नाही तर एखादा कुत्रा वर आकाशाकडे पाहात पावसाचा पहिला थेंब झेलून घेण्यासाठी जीभ बाहेर काढून उभा असलेला दिसायचाच. त्याच्या चेहऱ्यावर आशा दाटलेली असायची. साऱ्या सकाळचे हाल केव्हाच विसरून गेलेले असायचे.

पण हा ऑगस्ट नव्हता - अजून जुलैच चालू होता - एक भित्रा, गोंधळलेला महिना - पुढे काय होणार आहे याच्या भीतीनं गांगरलेला महिना. ही तर नुसती सुरुवात होती.

अशाच एका अधल्यामधल्या दिवशी १२ नंबरच्या बंगल्यामधून एका स्त्रीचं मोठ्यानं विव्हळणं, किंचाळणं ऐकू यायला लागलं. तिला स्वत:च्या डोक्यावर ठेवण्यासाठी बर्फाचं पाणी हवं होतं. रेहाना तिच्या बिछान्याशी पोहोचली तेव्हा ती उद्गारली. ''माझी लेक, माझी गरीब बिचारी लेक...'' बाहेरच्या बगीच्यात ज्युलिएट नावाचा कुत्रा आकाशाकडे बघत भुंकत होता.

मिसेस चौधरीपर्यंत अखेरीस लढाई पोहोचली होती...

तिच्या भल्या थोरल्या पलंगावर कपाळावर थंड पाण्याची घडी ठेवून मिसेस चौधरी पसरली होती. छताचा पंखा पूर्ण वेगानं फिरत खोलीतली हवा कापत होता. वेताच्या पंख्यानं सिल्वी तिच्या आईला वारा घालत होती. छताचा पंखा आणि सिल्वीच्या हातातला पंखा या दोहोंमध्ये मिसेस चौधरीचा चेहरा चापट झाला होता, केस कपाळावर चिकटले होते.

''आणखी जोरात, आणखी जोरात... मला भयंकर गरम होतंय. सिल्वी, माझा थर्मामीटर घे, माझं अंग भाजतंय नुसतं.'' निर्विकारपणे हातातला पंखा रेहानाच्या हातात देत सिल्वी थर्मामीटर आणायला गेली. पंख्याच्या किनारीला कोणीतरी लाल किनार शिवली होती, त्यामुळे पंखा लाल रंगात बुडवून काढलेल्या शिंपल्यासारखा दिसत होता.

''एका मिनिटाला गरम होतं तर दुसऱ्याला थंड.'' मिसेस चौधरी कण्हत म्हणाली. रेहाना पंखा पुढे-मागे, पुढे-मागे करत, तिचे विस्कटलेले केस पुढे-मागे हलताना निरखत बसून राहिली. मिसेस चौधरीची झोपण्याची खोली कुटुंबामध्ये चालत आलेल्या अनेक पुरातन वस्तूंनी भरून गेली होती. तो अतिप्रचंड पलंग तर होताच... त्याच्यावर चढायला एक लहानशी शिडीच लागत असे. लांबट गोल आकाराचा एक मोठा आरसा असलेलं एक ड्रेसिंग टेबल आणि एका भिंतीला पूर्णपणे झाकून टाकणारी मजबूत टीकच्या लाकडाची, एखाद्या लहान बाळाच्या मुठीएवढी किल्लीची छिद्रं असलेली प्रचंड कपाटं... मिसेस चौधरीच्या साडीला किल्ल्यांचा एक सोनेरी गुच्छ, ती सगळी कपाटं आणि घरातल्या इतर महत्त्वाच्या कुलपांच्या किल्ल्या त्या गुच्छात अडकवलेल्या होत्या. म्हणजे - साखरेचं आणि तेलाचं कपाट, पुढचं दार, मागचं दार, काही महत्त्वाच्या प्रसंगीच उघडला जाणारा आणि इतर वेळी चादरींनी झाकलेला दिवाणखाना, बर्फाची खोली आणि सर्वांत महत्त्वाचं म्हणजे मिसेस चौधरीच्या सर्वांत मजबूत लोखंडी कपाटामध्ये बसवलेली दागिन्यांची तिजोरी.

मिसेस चौधरीचं बाकीचं घर म्हणजे जुन्या संपन्न परिस्थितीची खूण दाखवणारं

एक संग्रहालयच होतं. वारसा हक्कानं चालत आलेल्या आणि कशाही मांडून ठेवलेल्या गोष्टींनी खोलीमागून खोल्या भरून वाहात होत्या. काही खोल्या तर फर्निचर, डागाळलेले चांदीचे मेणबत्त्यांचे स्टँड्स, व्हीनस डि मेलो आणि तिच्याशेजारीच गर्दी करून ठेवलेली नटराजाची मूर्ती अशा वस्तूंनी इतक्या भरलेल्या होत्या की वाट काढत इकडेतिकडे जाणंही अवघड होतं. बाकीच्या खोल्या बहुतेक सगळ्या रिकाम्या होत्या. एका खोलीत एक उभं घड्याळ मनात येईल तसं टिकटिकत उभं होतं, तर दुसऱ्या खोलीत फक्त एक पक्ष्यांचा पिंजरा उघड्या खिडकीतून येणाऱ्या चुकार झुळकीसरसा हेलकावे खात होता. खिडकीच्या झडपा दमट, ओलसर, पोपडे पडायला लागलेल्या भिंतींवर आपटून अशक्तसा आवाज काढत राहायच्या. मिसेस चौधरींचं सारं घर कोणत्या तरी अपघाताच्या प्रतीक्षेमध्ये असल्यासारखं वाटायचं. काहीतरी घडेल, कोणीतरी येईल आणि या घरातली दुःखी, छुपी हवा ढवळून काढेल अशी अपेक्षा या घराला असावी असं वाटायचं. फारच थोड्या लोकांना 'हे घर असं का आहे' हे माहीत होतं आणि रेहाना त्या थोड्या लोकांपैकी एक होती. मिसेस चौधरी अनेक वर्षांपूर्वी परागंदा झालेल्या आपल्या नवऱ्याची अजून वाट पाहात होती.

सिल्वी थर्मामीटर घेऊन परतली आणि तिनं तो आपल्या आईच्या उघड्या तोंडामध्ये सरकवला. रेहानाकडे वळत ती कुजबुजली, 'साबीरला पकडलंय.' तिचा आवाज अगदी सपाट आणि निर्विकार होता.

मिटल्या ओठांमधून काहीतरी बोलण्याचा प्रयत्न मिसेस चौधरी करत होती, "एक मिनिटभर थांब." सिल्वीनं तिला सांगितलं, आणि मग, "अम्मू, ताप नाहीये."

"रेहाना," मिसेस चौधरी म्हणाली, "हे बघ, माझ्या गरीब बिचाऱ्या मुलीचं नशीब. तिनं त्या माणसाशी लग्नच करायला नको होतं, मला माहीतेय."

"काय झालं तरी काय?"

"त्याची तुकडी मैमनसिंगजवळ पाक लष्कराशी लढत होती." सिल्वीनं सांगायला सुरुवात केली.

"आपण या भानगडीत अडकायलाच नको होतं," तिची आई मध्येच बोलायला लागली. "तुझीच चूक आहे, सिल्वी, तूच हट्ट धरलास त्याच्याशी लग्न करण्याचा! कारण काय तर तो लष्करी अधिकारी आहे. इतकी भारून गेली होतीस ना - जोरात वारा घाल, रेहाना, नुसतं भाजतंय अंग माझं - पण मी लष्करी माणसांवर कधीच विश्वास ठेवत नाही, कध्धीच नाही. तुम्हाला ते कोणत्या संकटात ओढतील ते सांगताच येणार नाही. ताप किती आहे, म्हणालीस तू पोरी? ९८? शक्यच नाही. पुन्हा एकदा बघ बरं - नाही, नाही तसं नाही - तो धुवायला हवा आधी स्वच्छ - जा जा, धू तो नीट आणि मग घेऊन ये."

सिल्वी जायला वळली तेव्हा रेहानाच्या लक्षात आलं, की तिनं डोक्यावरून

पदर घेतलाय. प्रथम तिला वाटलं की ती झोहरच्या प्रार्थनेसाठी तयार होत असेल, पण मिसेस चौधरीच्या बिछान्यावरच्या घड्याळ्याकडे बघते तर जेमतेम माध्यान्ह होत होती - अझानला अजून तासभर तरी अवकाश होता.

"देवाची इच्छा." परत येत सिल्वी म्हणाली. तिनं हातातला थर्मामीटर त्याच्या कातडी पिशवीत घातला.

"देवाचा काही संबंध नाही इथे." मिसेस चौधरी म्हणाली, "काय झालंय तिचं बघितलंस ना, रेहाना? डोक्यावरून पदर काय? सतत ते पवित्र ग्रंथ वाचणं काय? मूर्खपणाच आहे, दुसरं काय? साबीरनं देश सोडून पळून जायला हवं होतं, सोहैलसारखं - तुझ्या मुलांना थोडी तरी अक्कल आहे. त्या फालतू सैन्यामध्ये सामील व्हायचं कारणच काय होतं त्याला? तुझा नवरा ना मूर्ख आहे गं पोरी - मूर्ख आणि मेलेला..."

"कदाचित ते सोडूनही देतील त्याला -" रेहानानं बोलण्याचा प्रयत्न केला, पण मिसेस चौधरी ऐकण्याच्या मन:स्थितीत नव्हतीच.

"माझी भूकच मेलीये." ती म्हणाली, "मी खात नाहीये, झोपत नाहीये, आणि इतकं अंग तापतंय माझं..."

रेहानानं तिच्या कपाळावरची थंड पाण्याची घडी नीट करायला सुरुवात केली.

"प्लीज, आपा, तुम्ही आजारी पडू नका."

"तो कुठे आहे, काय झालं तेही कळलं नाहीये आपल्याला - त्याला पकडण्यात आलंय हेही आपल्याला कळलं नसतं, पण त्याच्या एका मित्रानं सिल्वीला पत्र लिहिलं. तिला पत्र दाखव गं सिल्वी ते."

सिल्वीनं मान डोलावली, पण पत्र आणण्यासाठी ती जागची उठली मात्र नाही. ती तिच्या आईचं पाऊल चोळत होती, अंगठा तिच्या टाचेवर गोल गोल फिरवत होती.

त्या पुराण्या पलंगावर मिसेस चौधरीचा देह फुगलेल्या पिठासारखा उठला.

"आता काही करण्यासारखं राहिलंच नाही गं रेहाना. तुला मी का बोलावून घेतलं तेच मला कळत नाहीये. काही नाही आणि मला वाटलं होतं तो आमचं रक्षण करेल." मिसेस चौधरीनं डोळे मिटून घेत रेहानाला जाण्याची खूण केली. एक मोठा श्वास सोडत ती कुशीवर वळली आणि काही मिनिटांतच तिच्या हलक्याशा घोरण्याचा आवाज यायला लागला. रेहानाकडे बघत सिल्वी कुजबुजली,

"थँक यू फॉर कमिंग, खालामोनी."

"संध्याकाळी मी काहीतरी खायला घेऊन येईन." रेहनाला एवढंच बोलता आलं. साबीर कसा पकडला गेला होता? त्यांना कसं कळलं? आणि सिल्वी इतकी शांत कशी? दुसऱ्या कोणत्याही पत्नीसारखं छाती पिटून रडण्याभेकण्या ऐवजी,

आईचे पाय चेपत कशी बसू शकतेय? दिवसभरात काहीही खाल्लं नसावं तसं रेहानाच्या पोटात किंचितसं ढवळलं.

दुपारचं जेवण झाल्यावर सिल्वी हातात एक लहानशी कापडी पिशवी घेऊन दाराशी आली. ती खूप अस्वस्थ होती, धापा टाकत होती; जणू काही ती रस्त्याच्या पलीकडून एक उडी मारूनच इकडे आली असावी. तिच्या अंगाला उन्हाळ्यात शरीरांना येतो तसा वास येत होता.. घामावर थापलेल्या सुगंधी पावडरीचा. तिनं एक सैलसर, पायघोळ, लांब बाह्यांचा सलवार-कुडता घातला होता आणि डोक्यावरून दुपट्टा घट्ट लपेटून घेतला होता.

"अम्मू झोपलीये." डोक्यावरचा दुपट्टा काढत ती म्हणाली.

तिचे केस मोकळे होताना रेहाना बघत राहिली. तिच्या हातात पाण्याचा ग्लास देत ती म्हणाली, "हे पी." "सुभान अल्ला" असं जोरात म्हणत सिल्वीनं एका घोटात पाणी संपवलं - मग जणू काही खूप वेळ त्यांचं बोलणं चालू असावं असं ती म्हणाली, "देवानं मला शोधून काढलं किंवा मला देव सापडला असं म्हणणं फार गर्वाचं ठरेल - त्याला - त्या परम पवित्र अस्तित्वाला शोधून काढणारे आपण कोण? कारण तो तर सगळीकडेच आहे. प्रत्येक श्वासात, प्रत्येक हृदयात, आपल्याला फक्त बघावं लागतं." तिचे डोळे निरामयतेनं चमकत होते. "ही सगळी माया आहे - दिसतंय ना तुम्हाला हे खालामोनी? हे शरीर - त्याचं दुःख?" तिची बोटं दुपट्ट्याशी चाळा करत होती, कुडत्याच्या बाह्या नीट करत होती, स्थिर राहू शकत नव्हती. "तुम्हीच तर मला प्रार्थना शिकवल्यात. आठवतंय? अम्मूला एवढा पेशन्सच नव्हता. तुम्हीच शिकवल्यात. या पवित्र कामाबद्दल तुम्हाला कायमच आशीर्वाद मिळतील." रेहानानं आश्चर्यचकित होतच सिल्वीकडे पाहात आभाराची मान डोलावली. या मुलीचे लुकडेसे हात प्रार्थना करताना एकदा, दोनदा, तीनदा कपाळाशी वर उचलले जायचे ते तिला आठवलं.

"देव सगळ्याला क्षमा करतो, पण आपल्याला पश्चात्ताप झाला तरच! मी रोज क्षमायाचना करते."

"कशाचा पश्चात्ताप करावा लागतो पण तुला?"

सिल्वीचा चेहरा स्वच्छ धुतलेला, घासलेला होता. ती आता अगदी पारदर्शक आणि तुळतुळीत दिसत होती. सगळे रंग एकत्र मिसळून गेलेले, एकच फिकट गुलाबी रंग पोतलेला चेहरा - फक्त गाल तेवढे उष्ण, लाल आणि जिवंत दिसणारे. तिनं एक अस्वस्थसा श्वास घेतला आणि रेहानाला या मुलीचं सारं आयुष्य एका क्षणात स्पष्ट दिसून गेलं. गुदमरून टाकणारं आणि तरीही तटस्थ असं तिच्या आईचं प्रेम, ती प्रचंड गर्दीची हवेली, वडील गमावल्याचं दुःख, आपण मुलगा असतो तर

कदाचित ते राहिले असते या सत्याची जाणीव, आपण सिल्वीच्या आत आत बघू शकतो हे रेहानाला यापूर्वीच जाणवलेलं होतं. जी एक अपराधाची भावना ही मुलगी स्वत:च्या खांद्यावर घेऊन जगत होती तीच अपराधाची भावना रेहानानंही अनुभवली होती, तिच्या स्वत:च्या ओझ्याची जाणीव तिला करून देणारी होती, पण आत्ता मात्र स्वत:च्या साधेपणामध्ये सिल्वी हिंसक दिसत होती, आक्रमक वाटत होती.

हातातली पिशवी घट्ट धरत सिल्वी काहीतरी सांगण्याचा प्रयत्न करत होती. जेव्हा तिनं एकदाचं तोंड उघडलं तेव्हा तिचं बोलणं अगदी औपचारिक असं होतं! जणू काही ती काहीतरी पाठ केलेलंच बोलत असावी. ''मला हे तुम्हाला द्यायचं होतं. मी ती जाळूनही टाकली असती, पण ही मी तुम्हाला दिली आहेत, त्यांचा त्याग केला आहे याची साक्षीदार तुम्ही असावंत असं मला वाटलं; म्हणजे तुम्हाला कळलं असतं, कुणालातरी - तुम्हाला हे माहीत असावं असं मला वाटत होतं - तुम्हालाच.'' आता तिच्या तोंडातून शब्द भराभर कोसळत होते. ''देव तर सगळं बघतच असतो, म्हणजे तेवढंही मला पुरेसं वाटायला हवं होतं, पण मला ते पुरेसं वाटलं नाही हे सांगायची मला शरम वाटते.'' हात वर करत सिल्वीनं तिचा भांग सारखा केला.

''साबीरचं मला वाईट वाटतं, बेटी.'' अखेरीस रेहाना म्हणाली. ''ही नुसती अफवा नाहीये याची खात्री केलीयेस ना?''

''ही अफवा नाहीये.''

''तुला कसं माहीत?''

''सोहैल.'' सिल्वी म्हणाली; जणू काही हा सोहैलचाच गुन्हा होता किंवा रेहानाचा! पण तिनं त्यांना माफ केलं होतं असा तिचा स्वर होता.

रेहानाचं हृदय क्षणभर थांबलंच. ''तू भेटलीस त्याला?'' आवाज चढू न देण्याचा प्रयत्न करत ती म्हणाली. ''कुठे आहे तो?''

''नाही, मी भेटले नाहीये त्याला - मी पडद्यात आहे. अनोळखी माणसांच्यासमोर जात नाही मी.''

अनोळखी? सिल्वीला झालंय तरी काय? कोणत्या धर्माचं भूत शिरलंय तिच्या अंगात? नेहमीचं ओळखीचं तर नक्कीच नाही. रेहानाही काही अधर्मी नव्हती. दिवसातून निदान एकदा तरी – माग्रेबची - दिवसाची सर्वांत महत्त्वाची प्रार्थना ती करायचीच. इक्बाल वारल्यानंतर ती त्या प्रार्थनेचा उपयोग काहीतरी करायचं म्हणून करण्याची गोष्ट असा करायला लागली होती. तिच्या दुर्दैवाची आठवण थोडा वेळ तरी तिच्या मनातून दूर करू शकेल अशी एक गोष्ट... आणि त्या प्रार्थनेनं तिला मिळणारी शांतताही तिला अजिबात लाजिरवाणी वाटत नव्हती. आयुष्यानं तिला पुरेशी शिक्षा दिलेली होती. ज्या देवाची ती पूजा करत होती तो काही असा शिक्षा करणारा, सूड घेणारा दुष्ट देव नव्हता,

तो तर प्रेमळ, सांत्वन करणारा होता. तिनं त्यानं दिलेली ही सांत्वनाची देणगी हक्कानं स्वीकारली होती, आत्मविश्वासानं स्वीकारली होती आणि या बदल्यात तिनं त्याच्याकडे आणखी काही फारसं मागितलं नव्हतं– ना मुक्ती ना वेगळं चांगलं नशीब! हे मिळणं शक्य नाही हे तिला अनुभवानं शिकवलं होतं. आता सिल्वीनं तिच्या पिशवीमध्ये थोडं शोधलं आणि एक चौकोनी जुडगा काढून तिच्या हातात ठेवला... त्या पाकिटाभोवती एक लालचुटुक रंगाचं रेशीम गुंडाळलेलं होतं. सिल्वीनं रेशमी धाग्याची गाठ सोडल्याबरोबर चपट्या झालेल्या, कडा तपकिरी झालेल्या काही पाकळ्या खाली पडल्या. तिनं तो जुडगा उघडला - त्यात घड्या केलेले, वेगवेगळ्या आकारांचे काही कागद होते. काही शाळेतल्या वहीचे असतात तसे रेषांचे होते तर काही कोरे होते. त्यांवर नीट, बारीक पण आत्मविश्वासाने लिहिलेली अक्षरं होती. रेहानाला त्यातली काही अक्षरं इंग्लिश आहेत तर काही बंगाली आणि काही उर्दू आहेत हे दिसलं आणि तिला हे काय आहे ते समजलं.

"सोहैलनं पाठवलेली," सिल्वी म्हणाली. रेहाना काहीच बोलली नाही, तेव्हा ती पुढे म्हणाली, "मला ती जाळून टाकायची होती, पण मग मला वाटलं की तुम्हाला ती ठेवावीशी वाटतील.. जर..."

"जर काय?"

"जर त्याला काही झालं तर..." एक उसासा टाकत सिल्वी म्हणाली, "मी नाही ठेवू शकत आता ती."

आपल्याला सोहैलसाठी राग यायला हवा का असा विचार रेहानाच्या मनाला चाटून गेला. "पण ती तुझी आहेत."

"सुरुवातीला मला काळजी वाटायची - साबीरला सापडली तर... पण आता मलाच ती ठेवावीशी वाटत नाहीयेत. ते योग्य नाहीये."

तिच्या चेहऱ्यावर तिच्या मनातली खळबळ दिसत नव्हती, पण तिनं तो पत्रांचा गठ्ठा मात्र अजून घट्ट धरून ठेवलेला होता.

"नक्की? तुझी खात्री आहे?"

"हो हो नक्की - मला खात्री आहे. तुम्ही वाचू शकता ती. काही विशेष नाहीये त्याच्यात... थोडी कविता... खूप कविता-मला वाटतं तुम्हाला हवी असतील ती."

"ठीक आहे, दे ती माझ्याकडे- - मी ठेवीन ती."

अजून तिनं ती पत्रं घट्ट धरून ठेवली होती. "किंवा जाळून टाका- - मी जाळणारच होते."

काही क्षण गेले, मग सिल्वीनं त्या पाकळ्या काळजीपूर्वक उचलल्या आणि तो जुडगा पुन्हा नीट बांधला. तिची बोटं त्या जुडग्याचं वेष्टण नीट करत त्या पत्रांवरून फिरत होती.

शेवटी तिनं जेव्हा तो जुडगा रेहानाच्या पुढे केला, तेव्हा रेहानाला एकदम वाटलं - जणू काही तिचा मुलगा मेलाय आणि ही पत्रं म्हणजे एक देणगी आहे - एका आयुष्याच्या बदल्यात हा पत्रांचा जुडगा - ही मी उघडणार नाहीये - तिनं स्वत:लाच वचन दिलं. ''मला साबीरचं फार वाईट वाटतंय,'' विषय बदलावा म्हणून रेहाना पुन्हा म्हणाली. 'देवाचे आभारच मानले पाहिजेत - माझा मुलगा जिवंत आहे,' रेहानाच्या मनात येत होतं. ''मग? सोहैलनं तुला सांगितलं - साबीरबद्दल?'' पुन्हा एकदा तिच्या मनात घुमलं, माझा मुलगा जिवंत आहे - त्याच्याबद्दल विचारता येणं हेसुद्धा केवढं मोठं सुख होतं. ''तू बोललीस त्याच्याशी?''

''तो घरी आला होता. मी पडद्यात आहे असं मी त्याला सांगितलं, पण त्यानं आग्रहच धरला, मग मी खिडकी उघडली, पण उभी मात्र पडद्याच्या मागेच राहिले. तो म्हणाला, 'साबीर पकडला गेलाय. त्याला कुठे ठेवलंय ते माहीत नाहीये, पण मी शोधून काढणार आहे ते.''

मूर्ख - - मूर्ख मुलगा.

या मुलीला किती माहीतेय? रेहानानं पत्रांचा जुडगा घट्ट धरला.

तिचा मूर्ख- - मूर्ख मुलगा.

ती सरळ मेजरकडे गेली. ''मला सोहैलला भेटायचंय.'' ती म्हणाली. तिची नजर त्याच्या मोडक्या पायावर खिळली होती. ''तो इथे ढाक्यामध्ये आहे हे तुम्हाला माहीत होतं?'' तिला या प्रश्नाचं उत्तर माहीत होतं, ''हे तुम्हाला माहिती होतं तरी तुम्ही मला काही बोलला नाहीत?''

नेहमीप्रमाणेच त्यानं कसलंही स्पष्टीकरण दिलं नाही, ''ते फार धोकादायक आहे.''

''मला ते काही माहीत नाही. मला सोहैलला भेटवण्याची व्यवस्था करा. मी आजवर तुमच्याकडे काहीही मागितलेलं नाही. तुमची सगळी काळजी घेतलीये मी. आता तुम्ही माझ्यासाठी हे एवढं करायलाच हवं.''

तो थोडा विचारात पडल्यासारखा दिसला. त्याची त्वचा आजारी माणसासारखी तांबूस आणि चमकदार दिसत होती. त्याची बोटं इकडेतिकडे करता करता त्याच्या हिरवट राखाडी गणवेशाच्या बटणांवर येऊन थांबली. तिनं केलेल्या उपकारांची आठवण करून देताना तिच्या मनात आलेली अपराधाची भावना तिनं तशीच दडपली.

तीन दिवसांनंतर तिला काही सूचना देण्यात आल्या.

नेहमीसारखंच तिनं सकाळी मिसेस चौधरीच्या ड्रायव्हरबरोबर खरेदीसाठी बाहेर पडायचं होतं. तिला न्यू मार्केटमध्ये घेऊन जायच्या सूचना तिनं त्याला द्यायच्या होत्या. तिथे जाताना तिनं तिला किती बाजारहाट करायचा आहे याबद्दल खूप कुरकुर करायची होती. शिंप्यानं तिच्या हिरव्या पेटिकोटला चुकीचा रंग वापरला आहे,

मिसेस चौधरीसाठी हलीम बनवण्यासाठी तिला मटणातली हाडं शोधायची आहेत आणि या अशा काळात ती हाडं तिला सापडणार तरी कुठं कुणास ठाऊक! अशा अनेक कुरकुरी तिनं त्याला सांगायच्या होत्या. न्यू मार्केटला पोहोचून गाडीतून उतरल्यावर तिनं ड्रायव्हरला सांगायचं होतं की त्यानं दोन तासांनी तिला घ्यायला परत यायचं आहे, मग तिनं सरळ मार्केटच्या कापड विभागातल्या मिस प्रेटी नावाच्या पेटिकोटच्या दुकानाकडे जाऊन हिरवा पेटिकोट मागायचा होता. -मोरपंखी रंगाचा - हे तिनं मुद्दाम सांगायचं होतं. दुकानातला माणूस तिला एक पुडकं देईल. त्या पुडक्यात एक हिरवा पेटिकोट आणि एक किलो मटणाची हाडं असतील. तोच माणूस दुकानातून बाहेर पडेल आणि तिला सोहैल ज्या ठिकाणी लपला आहे तिथे घेऊन जाईल.

पेटिकोटच्या दुकानातला माणूस तिला निलखेतमधल्या एका गचाळ वस्तीकडे घेऊन गेला. एका चार मजली इमारतीच्या चौथ्या मजल्यावर जायला सांगून तिला 'खुदा हाफीझ, जॉय बंगला' म्हणत तो निघून गेला.

कधीतरी पुरातन काळी त्या इमारतीचा रंग पिवळा असावा. आता ती इमारत म्हणजे दुर्दशेचं इंद्रधनुष्य बनली होती. बाहेरच्या भिंती काही ठिकाणी शेवाळानं एका विचित्र हिरव्या रंगाच्या झाल्या होत्या. काही ठिकाणचा रंग उडला असल्यानं आतला सिमेंटचा फिकट राखाडी रंग दिसत होता. काही ठिकाणचा मूळचा पिवळा रंग आता फिकटसा नारिंगी झाला होता आणि काही ठिकाणी फिकट तपकिरी झाला होता. गॅलऱ्यांमध्ये कपडे वाळत घातलेले होते. लुंग्या आणि पोलकी, ओलेगच्च जुने पायजमे, रेहानाला एक जुनी राखाडी झालेली पुरुषी चड्डीही दिसली, तिच्या शेजारीच तिच्याएवढीच थकलेली ब्रेसियर होती आणि तिच्या शेजारी एक झबलं. एका लहानशा कुटुंबाबद्दलची ओढ तिच्या मनात दाटून आली. पुरुष, बाई आणि मूल. हीच योग्य व्यवस्था होती - हाच सुखाचा मंत्र होता. बाकी सर्व पर्याय त्याच्यापुढे झाकळून जात होते.

त्या इमारतीजवळ पोहोचताच सुक्या मासळीचा वास तिच्या नाकात घुसला. काही लोकांना सुकी मासळी म्हणजे एक मेजवानीच वाटते, पण इतकी वर्षं ढाक्यामध्ये राहूनही रेहानाला मात्र ती कधीच आवडली नव्हती. तिला आणखी एक दोरी दिसली. तिच्यावर बारीक बारीक मासळी सुकायला घातलेली होती. ती जिना चढून वर एकदम वरच्या मजल्यावर पोहोचली तरी त्या वासानं तिची पाठ सोडली नव्हती. समोरच्याच खोलीत तिचा मुलगा असेल असं तिला सांगण्यात आलं होतं. तिनं घाईनं दार ठोठावलं.

आत पाऊल टाकताच तिचा मुलगा उद्गारला, "अम्मी." हा उर्दू शब्द म्हणजे त्यांची फार जुन्या काळातली गुप्त भाषा होती. त्याचा अर्थ होता - तो तिचाच मुलगा आहे. तिचा लहानगा बाळ... पुन्हा एकवार...!

"माझं पोर गं ते." ती म्हणाली, "माझा बिचारा सोहैल." त्याच्यासमोर उभं राहिल्यावर तिला एकदम सुटल्यासारखं वाटत होतं. बाकी सगळं - लढाई, मेजर, सिल्वी सगळं खूप दूरचं वाटत होतं. या क्षणापेक्षा अगदी क्षुल्लक वाटत होतं. तिनं त्याला थोडं दूर ढकललं आणि त्याचा चेहरा नीट निरखून पाहिला. त्याची तीक्ष्ण चमकती नजर आणि गंभीर कपाळ पुन्हा एकदा तिच्या नजरेत भरलं. "अम्मी" तो पुन्हा म्हणाला. त्याच्या आवाजाच्या घोगरेपणातूनही तिला तिच्या मुलाचा आवाज ऐकू आला. ज्याला कधीच सैनिक बनायचं नव्हतं असा तिचा मुलगा. तो तोच होता. तो बदलला नाहीये ना हे ती सतत तपासतच असायची. "तुला साबीरबद्दल कळलं ना?" त्यानं विचारलं. उत्तर देण्याआधी रेहानानं खोलीभर नजर फिरवली. त्या लहानशा जागेत एका माणसाचं संपूर्ण आयुष्य कोंबून भरल्यासारखं दिसत होतं. एखादी अचानक संपवलेली कादंबरी असावी तसं. खोलीच्या मध्यभागी साऱ्या खोलीवर छाप टाकणारा एक बिछाना होता, त्याची मच्छरदाणी एखाद्या भल्या थोरल्या हत्तीसारख्या भुतासारखी अजून तशीच लोंबत होती. खिडक्या बंद केलेल्या होत्या. खोलीच्या छताला टांगलेल्या एकुलत्या एका बल्बमधून येणारा थकलेला पिवळट प्रकाश तेवढा खोलीत होता. "सिल्वी मला भेटायला आली होती शनिवारी." ती थोड्या रागानं म्हणाली. सोहैलनं स्वत:ला केवढ्या मोठ्या संकटात टाकलं आहे याची तिला अचानक आठवण झाली होती. "का, बेटा? तू का सांगितलंस तिला?"

"मला वाटलं, तिला कळायला हवं."

"पण तिला आणखीही काही शोधता आलं असतं ना - तुझ्याबद्दल, गुरिलांबद्दल, शोनाबद्दल."

"तिला माहितीच आहे ते सगळं."

"तू सांगितलंस तिला? केव्हा?"

"तिला पहिल्यापासूनच माहीत आहे. आम्ही शोना ठीकठाक करत होतो, तेव्हा मी तिला भेटलो होतो. त्यानंतर आणखी एकदोनदा."

"तू तिला भेटायला जात होतास?"

"थोड्याच वेळा."

तिनं न राहवून पुन्हा विचारलं, "तू मिसेस चौधरीच्या घरी गेला होतास?"

"अम्मी, आय ॲम सॉरी. मला तिला भेटायचं होतं. तिचं लग्न झाल्यानंतर - मला एकदा खात्री करून घ्यायची होती."

रेहानाचे डोळे जळजळायला लागले, "तू असं काही करशील यावर माझा विश्वासच बसत नाहीये."

"मला वाटलं... पण तिच्यात काहीतरी बदल झालाय. तुझ्या लक्षात आलं का? थोडे दिवस मी तिला भेटलो नाही आणि जेव्हा भेटायला गेलो तेव्हा ती मला

म्हणाली की आता भेटायला येत जाऊ नकोस. ती म्हणाली, देव शिक्षा करेल आपल्याला – आपण पाप केलंय असंही म्हणाली ती.''

''तू तिला भेटायला गेला होतास? किती वेळा?'' तिला सगळे तपशील ऐकायचे होते - तारीखवार, किती वेळा– सगळं...

''फार वेळा नाही.''

''किती वेळा?''

''मला आठवत नाही.''

''मी इतकी रागावलेय सोहैल - की मला तुझ्याशी बोलायचंच नाहीये.'' एक क्षणभर तिला वाटलं त्याला तसंच त्याच्या त्या अंधाऱ्या जगात सोडून तिथून निघून जावं. त्या लहानशा खोलीत फेऱ्या मारायला तिनं सुरुवात केली. बिछान्याशेजारी तिला त्याच्या कपड्यांची रास दिसली. ती त्यांच्या घड्या घालायला लागली. दोन शर्ट्स, तीन बनियन्स, एक कुडता, एक पायजमा आणि दोन विजारी – ती मोजत होती.

''मला वाटलं – मी तिला हे सांगितलं तर ती पुन्हा माझ्यावर विश्वास ठेवायला लागेल.''

एक लुंगी, एक पायमोज्यांचे जोड!

''अम्मी.''

''तू पुन्हा असं करणार नाहीस, असं वचन दे मला.''

''मी तसं नाही करू शकत, थोडा वेळ दे मला.''

हातातली लुंगी खाली ठेवत रेहाना म्हणाली, ''तिला हे सगळं संपवायचंय.''

सोहैलनं मान हलवली. तो मागे वळला तेव्हा त्याच्या कपाळावरची कुरळी बट सपाट झालेली तिला दिसली. ''तसं असणं शक्यच नाही. ती म्हणते खरी तसं पण ते तिच्या मनात नसतं.''

''तिनं तुझी पत्रं परत दिलीयेत.''

''काय?'' कपड्यांच्या राशीजवळ येत सोहैल तिच्यासमोर उभा झाला.

''घरी आहेत ती.''

''मला नाही खरं वाटत.''

''मी सांगतेय ना तुला – माझ्याजवळच आहेत ती.'' क्षणभर थांबून रेहाना म्हणाली, ''तू रुमी, अमीर खुस्रोच्या ओळी लिहिल्यास त्यात.''

''तू वाचलीस ती?''

''अगदी थोडी-चाळली फक्त.'' हे खरं नव्हतं. स्वत:चा निश्चय मोडण्याचा धीर तिला झाला नव्हता, पण तिला जर कधी प्रेमपत्रं लिहिण्याची संधी मिळाली असती तर तिनं हेच कवी निवडले असते. तिला अचानक एक संधी दिसली आणि ती तिनं घेतली.

''सोहैल, ऐक माझं, मेजर म्हणाला, आता करण्यासारखं काही नाहीच आहे नाहीतरी. सिल्वीला हे सांगायलाच हवं असं नाही. आता यापुढे गप्प राहणं जास्त महत्त्वाचं आहे.''

''तू मेजरला सगळं सांगितलंस?''

''अर्थात मी त्याला सांगितलं. दुसऱ्या कुणाकडे जाणार मी मदत मागायला?'' कधी एकदा ही भेट संपतेय आणि आपण हे सगळं मेजरला जाऊन सांगतोय असं एकदम तिला वाटायला लागलं. –सगळं म्हणजे अगदी सगळं –आपलं आपल्या मुलावरचं दु:खदायक ठरणारं प्रेम, ही घाणेरडी खोली, आता एक शापच ठरलेली ती मुलगी आणि हे सगळं त्याला सांगून टाकेपर्यंत या दिवसाला काही अर्थच प्राप्त होणार नाहीये हेही तिला कळून चुकलं.

''आता करण्यासारखं काही नाहीये – सोहैल – जाऊ दे आता सगळं - देवाची इच्छा असेल तर साबीर सुखरूप राहील.'' साबीर पकडला गेला याचं तिला क्षणभर बरंच वाटलं. या सगळ्या मूर्खपणाची सुरुवातच मुळी तो मिसेस चौधरीबरोबर मोठ्या ऐटीत चालत तिच्या दिवाणखान्यात आला तेव्हापासून झाली होती.

''नाही मा, काहीतरी करता येईल. तुलाच करता येईल ते.''

''मी?'' आपल्याला नीट ऐकू आलंय ना असं रेहानाला वाटलं.

''म्हणूनच तर मी ढाक्याला परत आलोय. तूच. तू साबीरला वाचवू शकशील.''

''मला नाही कळलं.''

''त्याला इथे तुरुंगात आणलंय. तो इथेच कुठेतरी शहरात आहे एवढं आम्हाला कळलंय.''

बाहेर दिवस मावळत होता. सोहैल तिच्यासमोर गुडघे टेकून बसला होता. त्याचे हात तिच्या मांडीवर टेकले होते खरे, पण तिला ते जाणवत नव्हतं. त्याचा आवाज फार दुरून कुठूनतरी - पाण्याखालून यावा तसा येत होता. तिनं उत्तर दिलं तेव्हा तिचा आवाज मात्र नको तेवढा मोठा झाला होता, ''मी साबीरची जागा घेऊ म्हणतोयस? त्याच्याऐवजी माझा छळ करू देत का ते? हेच तुझ्या मनात आहे का?'' रेहानाला आता सोहैल अगदी अस्पष्टसा दिसत होता. त्याचं तोंड आणि केस एवढंच दिसत होतं.

''फैझचाचा त्याला बाहेर काढू शकतात.'' तो पाण्याखालून येणारा आवाज म्हणाला.

''फैझ? तुझा काका फैझ? नाही.''

''मी सांगतोय ना तुला.'' आता तो आवाज एक डरकाळी झाला होता.

''का?''

''त्याचा आणि लष्कराचा काहीतरी संबंध आहे – निश्चित काय संबंध आहे ते आम्हाला माहीत नाही, पण त्याचा प्रभाव खूप जोरदार आहे.'' लालवटलेले डोळे मोठे करत सोहैल म्हणाला.

त्याचे शब्द आत उतरले आणि ती खोली एकदम शांत झाली. ''मला त्याच्याकडे भीक मागायला पाठवतोयस तू?'' रेहाना अस्फुट स्वरात म्हणाली.

''सिल्वीनं माझ्यावर पुन्हा विश्वास ठेवायचा असेल तर हा एकच मार्ग आहे.''

''यू आर सिरियस.''

''यस.''

हे शब्द नीट आतवर पोहोचावेत म्हणून रेहाना थांबली. फैझकडे आणि परवीनकडे भीक मागायला जा. साबीरला वाचव. तिनं हे चित्र मनासमोर उभं केलं आणि तिला एक विलक्षण अशी सुटकेची भावना जाणवली. हे अगदी नकोसं असलेलं घाणेरडं असं काम होतं, पण ही एक संधीही होती. प्रायश्चित्त करण्याची आणखी एक संधी तिचा मुलगा तिला देत होता. इतक्या वर्षांचं गुलामासारखं केलेलं प्रेम, ते आईपण, ती चोरी – हे एवढं पुरेसं नाही हे तिला कधीचंच माहीत होतं. एका नव्या त्यागाच्या संधीचं ती स्वागतच करणार होती.

तरीही अन्याय होत असल्याची भावना शिल्लक होतीच. ''तू मला हे करायला सांगू शकतोस?''

''त्याला वाटेल तू हे मिसेस चौधरीसाठी करतेयस. तिनंच तुला त्याच्याकडे जाण्याची विनंती केली असं तू सांगू शकतेस. तुला तिच्या मुलीबद्दल किती प्रेम आहे ते तू त्याला पटवून देऊ शकतेस.''

''तू तर सगळं ठरवूनच ठेवलंयस.''

''अम्मी, प्लीज - एवढं माझ्यासाठी कर. ही एकच गोष्ट माझ्यासाठी खूप महत्त्वाची आहे.''

''ही एकच गोष्ट? ही लढाई, तुझा देश, ते रेफ्युजीज – ते सगळे? अचानकपणे त्या कशालाच काही महत्त्व राहिलं नाही? जर मी साबीरला परत आणलं तर काय होईल असं वाटतंय तुला? तुला काय वाटतं - सिल्वी तुझ्या मिठीत येऊन कोसळेल?'' त्यानं काही उत्तर देण्याआधीच तिला उत्तर मिळालं होतं.

''हो. मला तसंच वाटतं.''

''तिचं त्याच्याशी लग्न झालंय - तुझ्याशी नाही.''

''मी कुठवर जायला तयार आहे हे कळून येईल ना तिला.''

''इतके सगळे महिने तू करत तरी काय होताय? लढाई करत होतास की सिल्वीच्या खिडकीवर खडे मारत होतास?''

''अम्मी. मी तिथेच होतो – आरेफ मेला तेव्हा – त्यानं माझ्याकडे पाहिलं आणि तो म्हणाला, 'मला शंभर आयुष्यं असती तरी मी ती सगळी गमावली असती.' आपण केलेली एखादी गोष्ट एकाच वेळी सर्वांत श्रेष्ठ आणि त्याच वेळी अगदी वाईट कशी असू शकते? सगळं अगदी सगळं उलटंपालटं होऊन गेलंय. चूक बरोबर झालंय. माझं

मन अगदी घाणेरड्या - अगदी जनावरासारख्या गोष्टींनी लडबडून गेलंय – आणि मला तिची गरज आहे - बस.'' सोहैलचे डोळे पाण्यानं भरले होते. ''प्लीज मा, फक्त एकदाच - हे एवढं माझ्यासाठी कर – मग जन्मात मी तुझ्याकडे काही मागणार नाही. –प्लीज –जा आणि साबीरला सोडव, साबीरला तिथून बाहेर काढ. अम्मी, आमार जान – प्लीज.''

''बस-बस कर – बस कर हे भीक मागणं.''

आता सोहैल ओक्साबोक्षी रडत होता, त्याचा चेहरा वेडावाकडा झाला होता आणि त्यानं आपले पंजे डोळ्यांवर घट्ट दाबून धरले होते. 'सिल्वीच होती – कायमच – मला आठवतंय तेव्हापासून –'

''ठीक आहे.''

''तू करशील हे?''

''तू जेवढा तिचा गुलाम आहेस तेवढीच मीही तुझी गुलाम आहे.''

त्यानं मान उचलून वर तिच्याकडे पाहिलं आणि पुढे कधीतरी याची भरपाई करण्याचा विचार त्याच्या मनात आलेला तिला स्वच्छ समजला. म्हणजे पुन्हा माझ्यावर आणखी एक उपकार. थोडा वेळ कुणीच काही बोललं नाही. सोहैल अजूनही तिच्यासमोर गुडघे टेकून बसलेला होता. कपड्यांच्या राशीमधून तिनं त्याला एक फडकं दिलं. ते घेऊन त्यानं नाक पुसलं - मग तो हसला आणि म्हणाला, ''माझा राजवाडा कसा काय वाटला तुला?''

''किती घाण आहे सगळं - त्यांना तुझ्यासाठी दुसरी एखादी बरीशी जागा सापडली नाही का?''

''मी जॉयला चिडवत असतो. त्याला तुझ्यासारखा स्वयंपाक येतो आणि मला इथेच राहायला हवं.''

''मी काहीतरी आणू का तुझ्यासाठी?'' किती केविलवाणा प्रश्न होता हा - काय आणू शकणार होती ती त्याच्यासाठी?

''तुला इथे परत नाही येता यायचं.'' तो म्हणाला.

''कुणालातरी पाठवू शकेन मी - कपडे - खायला काहीतरी घेऊन –''

''नाही-ते फार डेंजरस आहे.''

रेहानाचा तोल गेलाच. ''डेंजरस? माझ्या गुलाबांच्या रोपांखाली सगळी धनमाँडी उडवून देता येईल एवढी एक्स्प्लोजिव्हस पुरलेली आहेत आणि तू मला संकटात टाकण्याच्या गोष्टी करतोयस?''

आपल्या लांबलचक बाहूंमध्ये तिला वेढून घेत सोहैल पुटपुटला, ''थँक यू, थँक यू अम्मी, तू मला वाचवलंस आज.''

'माझं आयुष्य तुझ्यासाठीच आहे रे –' तिच्या मनात आलं, ''तू इथे खूप दिवस राहणार आहेस का?''

“नाही, साबीरची सुटका झाली की मी लगेच सीमेच्यापलीकडे जाणार.”

“फैझ त्याला सोडवेल याची काही खात्री नाही. त्याला हे करता येईल याचीही नाही.”

“त्याला करता येईल - मला खात्री आहे त्याला हे करता येईल, तू फक्त त्याला पटवून दे.”

घरी पोहोचल्याबरोबर रेहानानं प्रथम काय केलं असेल तर तो माशांचा वास घालवण्यासाठी स्नान केलं. साडी बदलली आणि संध्याकाळच्या जेवणासाठी भात ठेवला. संध्याकाळ व्हायला लागली होती. तिचा जांभळट प्रकाश शोनावर आणि तिच्या बंगल्यावर पसरत होता.

त्यानंतर ती मेजरच्या खोलीकडे गेली.

रेकॉर्ड प्लेअर गप्प होता. तो मांडीवर हातांची घडी ठेवून बसला होता. दाढी केली असावी असं वाटत होतं, कारण त्याची हनुवटी आणि गाल चमकत होते. उठून बसला असला तरी तो करत मात्र काहीच नव्हता. नुसता समोरच्या भिंतीकडे बघत होता. त्या भिंतीवर मिसेस सेनगुप्ताच्या आई-वडिलांच्या, हार घातलेल्या एका तसबिरीखेरीज दुसरं काहीही नव्हतं.

“खूप लांब जायला लागलं का?” 'हलो'ही न म्हणता त्यानं विचारलं, “हरवलात का तुम्ही?”

“नाही.”

“आत्ताच परत आलात?”

“हो.”

“तुमचे केस ओले का आहेत?”

“मी स्नान केलं.”

“पण तुम्ही आत्ताच परत आलात म्हणालात ना?”

“तुम्हाला काळजी वाटतेय की नसत्या चौकशा करताय?”

त्यानंतर तो काहीच बोलला नाही. काय झालं ते जाणून घेण्याची त्याला इच्छा होती हे उघड होतं, पण का कोण जाणे ती थोडी चिडचिडलीच होती. शिवाय दुपारच्या घटना एकमेकींशी ताळमेळ जुळवतच नव्हत्या. आता एकदा सोहैलला भेटल्यानंतर ते त्याला एखाद्या खास, महत्त्वाच्या कामासाठी वापरत असावेत अशी तिची असलेली समजूत पार नाहीशी झाली होती. इतर साऱ्यांसारखाच तोही एक प्राणीच होता, त्याच्या शरीराचाच तेवढा त्यांना उपयोग होता. त्याचं शरीर, त्याची ताकद, इतर कोणत्याही शरीरासारखाच तो - तशीच त्याची ताकद. हे जर असं होतं तर मग त्यांना तोच कशासाठी हवा होता?

''त्याला वाटतंय - मी साबीरला सोडवू शकेन.'' अखेरीस रेहाना म्हणाली.

''तुम्ही? एका सैनिकाला तुरुंगातून सोडवणार? कसं काय?''

''माझ्या नवऱ्याचा भाऊ. त्याचा लष्कराशी काहीतरी संबंध आहे.''

मेजरचा चेहरा एकदम मिटून गेला.

''त्याचं काय आहे – सोहैल साबीरच्या बायकोच्या प्रेमात पडलाय.'' हे वाक्य चुकून बाहेर पडलं. या माणसासमोर असताना तिच्या तोंडून शब्द असे भराभरा बाहेर कसे पडतात? तरीही तो काहीच बोलला नाही आणि तिला पुन्हा एकदा कृतज्ञ वाटलं. –बहुतेक त्याला धक्का बसलाय असं कधीच वाटत नाही म्हणून असेल. आपल्याला आणखी बरं वाटावं म्हणून तिनं त्याला उठून बसायला सांगितलं - तिला चादर बदलायची होती.

जागचं न हलता त्यानं विचारलं, ''तुम्ही हे कराल असं सांगितलंत तुम्ही त्याला?''

''अर्थातच.''

''मी येतो तुमच्याबरोबर.''

या बोलण्यानं तिची आणखीच चिडचिड झाली. ''कसे?'' ती दुष्टपणे म्हणाली, ''तुम्हाला तर दारापर्यंतही चालता येत नाहाये.''

''तुम्ही पकडल्या जाल.''

''तो माझा दीर आहे, तो काही मला पकडून देणार नाही.'' तिला मनातून माहीत होतं की हे खरं नाहीये.

''मला फक्त माझ्या शेजारणीची काळजी वाटतेय - यात संशयास्पद वाटायचं काहीच कारण नाही.''

''आणि समजा - त्यानं तुम्हाला विचारलं – या लढाईबद्दल – तुम्ही बांगलादेशच्या बाजूनं आहात की पाकिस्तानच्या – वगैरे - तर तुम्ही काय सांगाल?'

''जे काही सांगावं लागेल ते.''

''तुम्ही करू नये हे काम.''

''तुम्हाला मुलं नाहीयेत.'' आपली मान गरम होतेय हे तिला जाणवलं, तिनं तिच्या चेहऱ्यावर चोळलेला व्हील साबण, केसांना लावलेलं जबाकुसुम तेल आणि तिच्या काखांमध्ये लावलेली चुरचुरीत टाल्कम पावडर या साऱ्यांचा वास तिला यायला लागला. मेजरच्या खोलीतला छताचा पंखा बंद केलेला होता. दुपारी नेहमीच गरम असायचं तरी त्याचा ताप वाढायचा. ब्लँकेट अंगावर घेऊन तो कुडकुडत असायचा, तो थेट सूर्य क्षितिजाच्या खाली उतरेपर्यंत.

ओठावरचा घाम पुसत रेहाना म्हणाली, ''तुम्ही एखादी रेकॉर्ड का लावली नाहीये?''

"ही अगदी वाईट, घाणेरडी कल्पना आहे."

"मी परवीनला निरोप पाठवला सुद्धा. शुक्रवारी दुपारी लंचला मला बोलावलंय त्यांनी."

त्या रात्री मच्छरदाणीमध्ये घुसण्याचा प्रयत्न करणाऱ्या एका डासाकडे बघत तिनं ठरवलं, मी हे इक्बालला सांगणार नाहीये. मी जर त्याला सांगितलं तर हे काम न करण्याबद्दल मी स्वत:लाच पटवेन. हे काम धोकादायक आहे आणि बहुतेक ते होणार नाही हे मला माहीत आहे. परवीनच्या चेहऱ्यावरच्या भावाची तर मला कल्पनाच करवत नाहीये. तिचे ते मूर्ख - वटारलेले डोळे - नाही बहुतेक हे काम होणारच नाही. शिवाय माझा आणि साबीरचा संबंधच काय? त्याला संधी मिळाली असती तर त्यानं माझ्या सोहैलला वाचवलं असतं? काही करणार नाही तो – फटाफट दुसऱ्या दिशेला पळ काढेल. मिसेस चौधरी? ती काय करेल हे आपल्याला माहीतच आहे आणि ती मुलगी – सिल्वी – तीच तर या सगळ्या गोंधळाचं कारण आहे...

शेवटी तिनं स्वत:ला पटवलंच असतं. नाही, ती हे काहीही इक्बालला सांगणार नाहीये.

*

रेहानाला न्यायला एक काळी मर्सेडीझ गाडी आली. गाडीच्या ड्रायव्हरनं पांढरा शर्ट आणि एक निरुंद टाय घातला होता. सिगरेटचा धूर खिडकीतून बाहेर सोडत हालचाल न करता तो त्याच्या जागेवर बसून होता... रेहाना गेटमधून बाहेर पडून मागे वळून गेटला कुलूप घालताना पाहिल्याबरोबर मात्र तो सटकन गाडीतून बाहेर आला आणि गाडीला टेकून निश्चल उभा राहिला. काळासावळा आणि अगदी बारीक असा होता तो. हातातली सिगरेट बुटाखाली विझवत तो ती जवळ येण्याची वाट बघत उभा राहिला.

गाडीपासून काही अंतरावर ती येताच त्याचा हात एक नीटशा सलामासाठी वर गेला.

"मिसेस रेहाना हक?" त्यानं विचारलं.

रेहानाची जीभ टाळ्याला चिकटल्यासारखी झाली होती. "जी." ती कसंबसं बोलली.

"कासेम ड्रायव्हर. तुम्हाला हर रेसिडेन्सकडे नेण्यासाठी आलो आहे."

"थँक यू." रेहाना उत्तरली.

तिच्यामागे गाडीचा दरवाजा खाडकन बंद झाला. गाडी आतून प्रचंड होती

आणि तिच्यात रॉकेलचा वास भरून राहिला होता. कासेमनं ॲक्सिलरेटरवर पाऊल दाबलं आणि गाडीनं वेग घेतला. गाडीच्या चामडी सीटवर रेहाना इकडेतिकडे घसरत होती आणि त्या हालचालीमुळे तिची साडी चुरगळून जात होती. परवनीला भेटायचं म्हणून ती काळजीपूर्वक तयार झाली होती. तिच्याजवळची तिला अजिबात न शोभणारी साडी ती नेसली होती - स्टार्च केलेली राखाडी रंगाची ऑर्गेन्झा - जी निऱ्यांमध्ये फुगून रेहानाला चांगली स्थूल बनवत होती अशी - तिनं साडीच्या सुरकुत्यांना इस्त्रीही केली नव्हती किंवा हातांनी त्या नुसत्या सारख्याही केल्या नव्हत्या. तिनं थोडासाही मेकअप केला नव्हता; एवढंच काय! केसांचाही एक घट्ट अंबाडा बांधून वर एक साधी काळी क्लिपही लावली होती. मीच जास्त सुंदर दिसलं पाहिजे असा परवीनचा नेहमीच आग्रह असायचा.

मिरपूर रोड ओलांडून गाडी कोलाबागानकडे वळली आणि सेकण्ड कॅपिटल शेजारच्या मोकळ्या शेतांवरून विमानतळाकडे निघाली. रेहाना गाडीमधल्या अंधारात अधिकच खाली घसरली आणि मनावर भीतीची पकड बसू नये याचा प्रयत्न करायला लागली.

गाडीनं एक वळण घेतलं आणि अचानक रेहानाला रस्त्याची ओळख पटेना. एखाद्या राजमार्गासारखा तो रस्ता रुंद होता आणि दूरवर धुक्यामध्ये कोणत्याशा क्षितिजाकडे चालला होता. सोहैलनं वर्णन केलेल्या 'टॉर्चर चेंबर्स'कडे तिचे विचार धावायला लागले. आजूबाजूच्या लहानशा इमारतींमध्ये घाणेरडी रहस्यं लपवून ठेवणारी एखादी इमारत दिसते आहे का ते ती माना वळवून वळवून पाहायला लागली.

''आपण कुठे चाललोय?''

''काळजी करू नका. मॅडम.'' रिअरव्ह्यू आरशामध्ये रेहानाकडे पाहात आणि एक हात हलवत कासेम म्हणाला, ''पोहोचूच आपण आता.'' काही मिनिटांनंतर आगगाडीचे रूळ ओलांडून थोडं पुढे जाऊन गाडी एका लहानशा टपरीपाशी थांबली. लष्करी गणवेशातल्या एका माणसानं गाडीच्या काळ्या काचांमधून आत निरखून पाहिलं.

''काचा खाली.'' काचेवर थुंकचा फवारा उडवत त्यानं दरडावलं.

रेहाना खिडकीची काच खाली करण्यासाठी धडपडत होती, तेवढ्यात कासेम मध्ये पडला, ''भोसडीची नंबर प्लेट दिसत नाही का रे?'' तो त्याच्या बाजूनं तोंड बाहेर काढत खेकसला.

तो सैनिक गाडीच्या समोर गेला आणि त्यानं गाडीची नंबर प्लेट निरखून पाहिली, मग रेहानाच्या बाजूला येऊन आत डोकावून पाहात त्यानं विारलं, ''पॅसेंजर कोण आहे?''

''बॅरिस्टर हकसाहेबांची बहीण.''

''कोण? मला रजिस्टर तपासायला हवं.''

"आपली माणसं देखील ओळखता येत नाहीत होय रे तुला भेनचोद? दररोज आम्ही या नाक्यावरून जातो आणि आजच तुला गाडी ओळखता येईनाशी झालीये? उतरू का खाली– चांगला धडा शिकवतो मग–"

सैनिकानं क्षणभर विचार केला, मग जणू काही त्याला काही फरक पडत नव्हताच कधी अशा अर्थानं खांदे उडवत तो म्हणाला,

"ओ. के. जा, पण आम्हाला रिपोर्ट करावाच लागेल." आणि त्याच्या हातातल्या बंदुकीच्या लाकडी दस्त्यानं त्यानं गाडीच्या काळ्या विंडशील्डवर ठोकलं.

गाडी वेगानं पुढे नेत कासेम म्हणाला, "काळजी करू नका, मॅडम. काही प्रॉब्लेम नाहीये."

फैझ आणि परवीन गुलशनमध्ये राहात होती - तो भाग शहराच्या पार दुसऱ्या टोकाला होता... शहराच्या उत्तरेच्या सीमेला पार करत विमानतळाच्या आणि लष्कराच्या तळाच्याही पुढे. धनमाँडीपेक्षाही नवा आणि कमी वस्तीचा असा तो भाग होता. तिथले प्लॉट्स अधिक मोठे होते आणि दोन प्लॉट्सच्या मधली शेतंही खूप विस्तृत आणि पाण्यानं भरलेली अशी होती - त्यात एक तळंही होतं. फैझचं घर मुख्य रस्त्यापासून थोडं आतल्या बाजूला गर्द झाडांच्या एका रस्त्यावर होतं. उंच दरवाजा आणि मजबूत भिंतीचं कुंपण यांच्यामुळे बाहेरून घर दिसतही नव्हतं. एका दारवानानं दरवाजा उघडला आणि गाडी अर्धवर्तुळाकार ड्राईव्ह वेमध्ये शिरली. घराचं प्रवेशद्वार जुन्या गडद जांभळ्या रंगाच्या सागवानी लाकडाचं, प्रशस्त असं होतं. काळ्यापांढऱ्या चौकटीच्या व्हरांड्याच्या पार्श्वभूमीवर ते उठून दिसत होतं.

रेहानानं दारावरची घंटा वाजवली. संबंध घरामध्ये एका यांत्रिक पक्ष्याचा खोटा, किरटा आवाज घुमला, मग किमती जमिनीवर पावलांचे आवाज आले. काही सेकंदांनंतर दार उघडलं गेलं आणि मोठा जबडा उघडून आनंदी हसू दाखवत परवीन सामोरी आली.

"अस-सलाम-आलैकुम." ती गुणगुणली. तिनं एक तलम झिरझिरीत पिवळ्याधमक रंगाचं शिफॉन पेहरलं होतं. तिच्या गळ्यात जाडजूड हलत्याडुलत्या मोत्यांचा सर होता. ओठ लिपस्टिकनं चमकदार दिसत होते. तिनं डोक्यावरून पदर घेतला आहे हे रेहानाच्या लक्षात आलं, तेव्हा ती चमकलीच. डोक्यावरच्या उंच अंबाड्यावरच्या त्या शिफॉनच्या पदरामुळे ती ग्रेस केली सारखी दिसत होती. असा काही फतवा निघालाय की काय – ढाक्यामध्ये स्त्रियांनी उघड्या डोक्यानं फिरायचं नाही असा काहीतरी – रेहानाच्या मनात आलं.

"वालैकुम अस- सलाम." ती उत्तरली.

"प्लीज." परवीन जरा जास्तच अगत्य दाखवत म्हणाली, "ये आत ये – इतका आनंद झालाय मला तुला बघून -" त्या दोघी एका चमकदार पांढऱ्या शुभ्र कॉरिडॉरमधून पुढे जायला लागल्या. "फारच बिझी आहे गं मी - कितीतरी वेळा

ठरवलं तुला भेटायला यायचं - जेव्हा तुझा फोन आला तेव्हा मी तुझाच विचार करत होते – तू मुलांना कराचीला का पाठवलंस याचा विचार करत होते - ती अगदी सुरक्षित होती गं! फैझचा तेवढा दबदबा आहे - त्यांना धक्कासुद्धा लागला नसता - शिवाय हे सगळं संपणारच आहे लवकरच - चहा? अब्दुल - अब्दुल '' डागाळलेले पांढरे हातमोजे आणि कुणीतरी दिलेला सूट घालून अब्दुल नावाचा म्हातारा नोकर पुढे आला. विजारीचे पाय त्यानं थोडे वर दुमडून घेतले होते, त्यामुळे त्याचे अगदी काड्यांसारखे घोटे आणि अनवाणी पावलं उघडी पडली होती.

''माझी भाभी आलीये.'' अब्दुल आल्यावर परवीननं जाहीर केलं. जमिनीवर खिळलेली नजर तशीच ठेवून त्यानं मान डोलावली.

''चहा घेऊन ये– इंग्लिश चहा - आणि त्या गोल डब्यातली बिस्किटं – क्रॅकर्स नाहीत - बिस्किटं – तो नेहमी त्यांच्यात घोटाळे करतो!'' रेहानाला एका स्वच्छ उजेडाच्या खोलीत नेऊन तिनं रेहानाला एका मऊ, गुलगुलीत आरामखुर्चीवर बसवलं... रेहाना त्या खुर्चीत बुडूनच गेली. खोलीच्या मागच्या बाजूला काचेच्या खिडक्यांची एक भिंतच्या भिंत होती - त्यातून दूरपर्यंत पसरलेली बाग, झाडांची गर्दी आणि अनेक प्रकारची झुडपं दिसत होती. शहराचा काहीही भाग दिसत नव्हता.

''मला माहीत होतं तुला हे दृश्य बघायला आवडेल.'' स्वत:च्या दूरदृष्टीवर खूश होऊन परवीन म्हणाली.

''सुंदर आहे बाग.'' रेहाना म्हणाली.

''त्यात माझं काही श्रेय नाही - ही झाडं ब्रिटिशांच्या कालापासूनच असावीत, शहरापासून इतक्या दूर राहायला मला कधी आवडेल असं वाटलं नव्हतं, पण इथे फार शांत आहे, आणि खूप नवी घरंही होताहेत. हेसुद्धा नवीनच झालंय.''

भिंतीवरची निळसर छटा आणि एक सुरसुरीत वास रेहानाला जाणवला होताच. ती बसलेली आरामखुर्ची आणि तिच्या जोडीचा सोफा याखेरीज त्या खोलीत फक्त एक गोल पितळी टेबल तेवढं होतं.

''अजून आम्ही शिफ्ट होतोय.'' रेहानाची खोलीभर फिरणारी नजर बघून परवीननं सागितलं. ''अजून बघ ना कसा पसारा आहे.''

''छानच आहे घर – खूपच प्रशस्त आहे.''

रिकाम्या भिंतींवर अब्दुलच्या लटपटत्या पावलांचा आवाज घुमला.

''सोहैलची काही बातमी कळली का?''

''हो - ठीक आहे तो - माशाल्ला.''

''तुझ्या एखाद्या बहिणीकडे राहतोय का तो?''

''नाही.'' रेहानानं या प्रश्नाला उत्तर देण्याची तयारी करूनच ठेवली होती. ''नाही, तो त्याच्या शाळेतल्या एका मित्राकडे राहतोय.''

"तुला माहितीच आहे - मुलं म्हणजे काय असतात ते – त्यांना नेहमी त्यांचे मित्रच जवळचे वाटतात. त्याचा जुना मित्र – शाहीन स्कूलमधला. कितीतरी वर्षांत एकमेकांना भेटलेले नाहीयेत, पण पत्र मात्र लिहीत असतात सारखी–"

"हो ना - खरंय." परवीन म्हणाली, "हा सोहैल म्हणजे - मित्रांमध्ये अगदी प्रिय - कायम अवतीभोवती लोकांचा गराडा - लहानपणी कित्ती शांत होता नाही."

त्यांच्या त्या एकत्रित घालवलेल्या भूतकाळाविषयी बोलणं धोक्याचंच होतं, पण रेहानाला परवीनशी गोड वागत राहणं गरजेचं होतं. "हो ना - खरंच आहे तुझं - अगदी शांत होता तो - पण आता बदललाय - पुस्तकांचा शोध लागला ना त्याला तेव्हापासून आता बोलणं थांबतच नाही बघ त्याचं."

"त्यानं युनिव्हर्सिटीमध्ये जोरदार भाषणं ठोकली असं ऐकलंय मी."

तिच्या चाचपण्याला बळी पडायचं नाही असं रेहानानं ठरवलंच होतं. सोहैलच्या भाषणांचे विषय होते, 'पेकिंग की मॉस्को?', 'थर्ड वर्ल्ड सोशलिझम', आणि 'जिना-राजकारणी की साम्राज्यशाहीचा लोकप्रिय नेता?"

"आणि त्याचं कविता लिहिणं गं?" परवीन खूपच उत्सुकता दाखवत होती.

"हो." ती म्हणाली, "आहे खरं त्याला हे कविता वाचण्याचं कौशल्य."

"त्यानं एकदा आपल्यासाठी गालिबच्या ओळी म्हटल्या होत्या बघ - काय गं होत्या त्या? *न था कुछ तो खुदा था...*"

मोडक्यातोडक्या उर्दूमध्ये उच्चार करत तिनं कशीबशी ती संपूर्ण कविता म्हटली.

"एक्सलंट. किती छान आवाज आहे गं तुझा."

परवीनची नजर दूरवर खिळली होती, ती मागे येऊन रेहानावर स्थिर झाली. "थँक यू. लोक सांगतात मला नेहमी हे - इतकी वर्षं अभिनयाचा अभ्यास केला ना त्यामुळे..." जे लोक त्यांचं झालेलं कौतुक नम्रपणे नाकारण्याऐवजी ते दुपटीतिपटीनं वाढवू शकतात त्यांचं रेहानाला नेहमी नवलच वाटत आलेलं होतं.

"आणि माया काय म्हणतेय?" तिनं विचारलं आणि पुन्हा एकदा रेहानानं आपलं पाठ केलेलं भाषण पुढे केलं.

"माया कलकत्त्यात आहे." तिनं सुरुवात केली.

"अरे? का बरं?"

"माझे काही नातेवाईक आहेत ना अजून तिथे – माझ्या वडिलांचे – आणि त्यांना तिला बघायची फार इच्छा होती."

"मला वाटलं - तू तिला कराचीला पाठवलंयस."

"नाही – जवळ आहे ना –" पैशाचाही प्रश्न होताच, हे दाखवायला रेहानानं ओठ मुडपले. परवीननं लगेच त्या मुद्द्यावर झडप घातली.

"पण आम्हाला सांगायचंस ना..."

"तुमच्यावर किती भार..."

"आम्ही आहोत ना इथे मदतीला–"

"खरं म्हणजे – काय आहे..."

"अब्दुल – चहा – का एवढा वेळ लागतोय?"

अब्दुल हलकेच आत आला आणि त्यानं चहाचा ट्रे अजिबात आवाज न करता पितळी टेबलावर ठेवला. याबद्दल परवीननं मान डोलावून त्याला शाबासकी दिली.

"ओत." ती म्हणाली आणि रेहानासमोर तिनं बिस्किटाचा डबा धरला... रेहानानं त्यातलं एक निवडलं आणि मऊ ओठांनी त्या बिस्किटाच्या कुरकुरीतपणाची स्तुती केली.

"आता तुझे भाऊ अशा... स्थानावर आहेत की आम्हाला अशा लहानमोठ्या गोष्टी घेण्याची परवानगी आहे. आणि ते बरोबरच आहे– तुला नाही वाटत? या अशा दिवसांमध्ये?"

रेहानाला कळून चुकलं की या घरामध्ये लढाईचा उल्लेख या अशा दिवसांमध्ये, 'या त्रासदायक दिवसांमध्ये' असाच होणार आहे; जणू काही देवानं हे दिवस त्यांना कसलीही पूर्वसूचना न देता आणि त्यांची कसलीही चूक नसताना त्यांच्याकडे पाठवले असावेत.

"हो ना - कठीण दिवस आलेत खरे."

पावलांचा आवाज... हात हलवत फैझ खोलीत आला आणि रेहानाच्या पोटात एक गोळा आला. त्याच्या चेहऱ्यावर एक मोठं थोरलं समाधानी हसू पसरलेलं होतं. त्या हसण्यानं त्याच्या चेहऱ्याचा खालचा भाग उजळला होता. वरच्या भागावर एक भला मोठा काळा चष्मा होता.

"ताई." तो आनंदी स्वरात तिचं स्वागत करत म्हणाला. "बरं वाटलं तुला बघून." त्याच्या आलिंगनाचा स्वीकार करण्यासाठी रेहाना उठून उभी राहिली. त्यानं एक कडक पांढरा कुडता आणि त्याला जुळणारी टोपी घातली होती. त्याला मशिदीतल्यासारखा एक अस्पष्टसा गुलाबपाण्याचा आणि घाणेरड्या पायांचा वास होता.

"काय सुंदर दृश्य आहे हे!" आपल्या जागेवरून न उठताच परवीन उद्गारली, "तुला माहीत नाहीये, भाभी, आज किती दिवसांनी तुझा भाऊ दुपारच्या जेवणासाठी घरी आलाय ते. अगदी शुक्रवारी सुद्धा त्याला पकडणं कठीणच असतं."

"माझा सन्मानच आहे हा." रेहाना पुटपुटली. मोठा नि:श्वास टाकत फैझ एका खुर्चीत विसावला. "माझ्या वहिनीसोबतचं जेवण मी कसं चुकवीन?" त्यानं डोळ्यावरचा काळा चष्मा काढून हातात घेतला आणि तो रेहानावर रोखत तो म्हणाला, "माशाल्ला, तू छानच दिसतेयस." चष्म्यामुळे त्याच्या नाकावर झालेल्या खुणा त्यानं बोटानं चोळल्या.

आता या कौतुकाचं काय करावं ते न कळल्यानं रेहानानं परवीनकडे पाहिलं. ती सोफ्याच्या हातावर ऐटबाजपणे बसली होती.

"छान दिसतेय की नाही ती?" फैझ बोलतच होता.

"हो ना - छानच दिसतेय." परवीन उत्तरली.

"तुझं मला काय आवडतं, माहीतेय भाभी? एवढ्या सगळ्या संकटांमध्ये देखील तू आपली आनंदी असतेस. विधवा असणं - बाईच्या जातीला याहून मोठा शाप नाही दुसरा - आणि तरी तुझ्याकडे बघा - दोन मुलं – मोठीच झाली की आता-"

"हो ना-" परवीन मध्येच म्हणाली, "प्रत्येकाला आपली आपली दु:खं असतातच. आता माझंच बघ ना - मला काही मुलाचं सुख मिळालं नाही, पण मी केलीये कधी तक्रार?"

रेहानाला एकदम तो दिवस आठवला. तिनं मुलं परवीनकडून काढून आणली होती. परवीन खूप रडली होती, छाती पिटून ओक्साबोक्षी रडली होती. रेहानाच्या पाया पडून मुलांना तिच्याजवळच राहू देण्याची भीक मागितली होती तिनं. "एक." ती म्हणाली होती, "प्लीज, एक तरी राहू दे माझ्याजवळ, सोहैल– सोहैलला ठेव - मला मुलगा हवाय. 'मला हा मुलगा हवाय.' त्या गुलाबी संगमरवरी फरशीवर आग विझवत असल्यासरखी इकडून तिकडे लोळण घेणाऱ्या परवीनला तसंच सोडून रेहाना निघून आली होती. तेव्हा तिच्या मनात एवढंच आलं होतं - 'बिचारी-नक्क सर्दी होणारेय हिला.' अब्दुल होताच तिथे. त्यानं तिच्यासाठी दरवाजा उघडून धरला होता आणि दोन्ही हातांत एकेक मूल धरून रेहाना जीव मुठीत धरून बाहेर पडली होती.

रेहानानं स्वत:ची राखाडी ऑर्गेन्झा साडी घट्ट लपेटून धरली. फैझनं अंगठा आणि पहिल्या बोटानं मिशी विंचरायला सुरुवात केली.

"बरं." अखेरीस तो म्हणाला, "माझा पुतण्या आणि पुतणी कसे आहेत?"

रेहानानं पुन्हा एकदा त्या सगळ्या कथा सांगितल्या. वर आणखी काही तपशील जोडायला ती विसरली नाही. शाहीन सेकंडरी शाळेतला मित्र. चांगला मुलगा. कराचीमध्ये अकाउंटिंग शिकतोय.

"माशाल्ला" फैझ म्हणाला, "सगळ्या गडबडीपासून दूर राहायची अक्कल आहे त्या पोराला हे एक नशीबच म्हणायला हवं. तरुण माणसांना हा काळ चांगला नाहीये."

'कारण तुम्ही त्यांना पळवून नेता आणि त्यांचे हालहाल करता म्हणून–' रेहानाच्या मनात आलं. "हो ना, म्हणून तर मी आग्रह धरला."

फैझनं एक हात वर केला - पंजा बाहेर - "वाईट संगत." मग दुसरा हातही तसाच वर करत तो पुढे म्हणाला, "आणि वाहवत जाणारं तरुण वय. मग हे असं होतं."

सरसकट एका संपूर्ण वंशाची हत्या?

"गॉन्दोगोल!" कठीण दिवस. परवीनचा हात तिच्या नवऱ्याच्या कुडत्याच्या खिशामध्ये सरकला आणि तिनं एक चांदीची डबी बाहेर काढली. एक कळ दाबून फटकन आवाज करत तिनं ती डबी उघडली. फैझनं तिच्याकडे दुर्लक्ष केलं. परवीननं डबीतून एक सिगरेट बाहेर काढली. भडक रंगाचा रंग लावलेल्या नखांच्या दोन बोटांमध्ये ती धरली.

सिगरेट धरलेला तिचा हात तिच्या ओठांकडे जाताना बघून रेहानाचे डोळे आश्चर्यानं मोठे झाले.

"काय हे भाभी, एवढं आश्चर्य वाटायला नकोय काही."

परवीनकडे दुर्लक्ष करत फैझनं आपलं बोलणं चालूच ठेवलं. "पाकिस्तानची एकात्मता धोक्यात आलीये." रेहानाकडे वाकून तो म्हणाला. त्याचा गरम श्वास तिच्या चेहऱ्यावरून गेला.

"राष्ट्रीय एकात्मता, धार्मिक एकात्मता –यासाठी लढतोय आपण. आपणच खरे स्वातंत्र्यसैनिक आहोत."

"लंच, सर." अब्दुल मध्येच म्हणाला.

"आहा– लंच– चल रेहाना, आज बरोबर जेवू."

जेवणाच्या खोलीकडे जात असताना फैझनं परवीनचं कोपर घट्ट धरलं. "विझव ती आधी." तो पुटपुटला. रेहाना त्यांच्यामागूनच चालत होती, पण परवीनच्या कोपरावर फैझच्या हाताच्या लाल खुणा उठल्या त्या तिनं पाहून न पाहिल्यासारखं केलं.

"दुसरं काय करू मग मी?" ती गरजेपेक्षा थोड्या अधिकच मोठ्या आवाजात उत्तरली. तिच्या रिकाम्या गर्भाशयामध्ये तो आवाज घुमत राहिला.

जेवणाचं प्रचंड सागवानी टेबल तिघांसाठी मांडलेलं होतं.

टेबलावर मांडलेल्या अनेक पदार्थांच्या रांगेकडे बघत रेहाना म्हणाली, "तू एवढा कशाला त्रास घेतलास?"

"मी काहीसुद्धा केलेलं नाहीये. अगदी जेवायला काय बनवायचं तेसुद्धा मी पाहिलं नाहीये. ते सगळं कुकनं केलंय– या जागेबरोबर तोही मिळालाय आम्हाला. मला लठ्ठ करतोय." आपल्या अगदी सपाट पोटावर चापटी मारत परवीन उद्गारली.

"प्लीज, बस." आपल्या डाव्या हाताच्या जागेकडे हात दाखवत फैझ म्हणाला.

रेहानानं समोरच्या पदार्थांकडे पाहिलं. एक तेलकट ईलचा रस्सा होता. एक त्याहूनचही अधिक तेलकट रुईचा रस्सा होता.

चिकनचे दोन पदार्थ होते - मुस्सल्लम आणि कोर्मा. टेबलाच्या पार दुसऱ्या टोकापर्यंत गेलेला पुलाव, वाफाळणारी आमटी, अनेक प्रकारची भरितं, कोशिंबिरी आणि लोणचं.

''फिशपासून सुरुवात कर, रेहाना, अगदी ताजा आहे - आजच पकडलेला.'' फैझ म्हणाला.

गेले कित्येक महिने बाजारात मासे मिळतच नव्हते –ईल तर नाहीच. रेहानाच्या तोंडाला पाणी सुटलं.

अब्दुलनं भात वाढल्यावर फैझ म्हणाला, ''ही तरुण पोरं– तरुण तुर्क– कशासाठी लढताहेत? फुकटची लढाई– तुला काय वाटतं– मुजीबला त्यांच्याबद्दल काही वाटतं? इंडियाकडून मिळणाऱ्या पगारावर माजतोय नुसता तो. मुद्दा काय आहे - पाकिस्तानची फाळणी होता कामा नये; तुला काय वाटतं, ताई?''

रेहानानं घेतलेला ईलचा घास तिच्या घशात अडकला. मनातल्या मनात देवाकडे क्षमा मागत तिनं मान डोलावली. ''होय, तुमचं बरोबर आहे.''

''पाकिस्तान झिंदाबाद'' परवीननं घोषणा दिली. ग्रेस केलीसारखा तिचा पदर तिच्या खांद्यावर ओघळला.

फैझ त्याच्या ताटातल्या भातावर आमटी ओतून बोटांनी कालवत होता, तेव्हाच रेहानानं संधी साधायचं ठरवलं.

तिनं घसा खाकरला. आपलं खाऊन झाल्याचं दाखवत तिनं ताटातला भात आणि मासा बाजूला करत म्हटलं, ''फैझभैय्या, मी तुमच्याकडे एक मागणं मागायला आलेय.''

''ऑफ कोर्स.'' गळ्याशी अडकवलेला नॅपकिन काढत फैझ म्हणाला, ''माझ्याजवळ जे आहे ते तुझंच तर आहे.'' जणू काही तिच्या या भेटीचं दुसरं काही कारण असूच शकत नाही हे त्याला माहीत असावं अशा थाटात तो बोलत होता. ''आधी आपण हात धुवू या, मग थोडं काहीतरी गोड खाऊ, मग तुला काय हवं ते देतो ना.'' त्यानं हात स्वयंपाकघराच्या दिशेनं उडवला. अब्दुल हातात एक पाण्याचं भांडं आणि साबणाची वडी घेऊन पुढे आला.

ती सगळी दिवाणखान्यात पुन्हा येऊन बसली आणि रेहानानं पुन्हा बोलायला सुरुवात केली. ''काय आहे– माझी शेजारीण थोडी अडचणीत आलीये.''

फैझनं कपाळाला आठ्या घालत म्हटलं, ''तुझी शेजारीण? ते हिंदू लोक?''

''नाही नाही, सेनगुप्ता नाहीत. ते गेले इथून.''

''परवीननं मला सांगितलं होतं - तुझे भाडेकरू हिंदू आहेत म्हणून.'' फैझ म्हणाला, ''आता ते गेलेयत आणि तू काय करणार आहेस? या सगळ्या गोंधळात तुला दुसरे भाडेकरू मिळणं कठीणच आहे. त्यांनी भाडंही दिलं नसेल ना पुरतं?'

''ते खूप घाईत होते...''

''तेच तर मी नेहमी म्हणत असतो ना... बायको, मी आजवर हजारवेळा तरी

हे म्हटलंय की नाही? ते या देशाला स्वत:चा देश मानतच नाहीत. जरा काही खुट झालं की पळाले आपल्या देशाला - इंडियाला– ते लोक कध्धीच पाकिस्तानचा भाग बनू शकले नाहीत. बरं झालं नसती पीडा गेली - मी म्हणत असतो - जाऊ देत जिथून आले तिथे... हं तर तुला पैसे हवेयत, हो ना?''

''माझी शेजारीण मिसेस चौधरीबद्दल बोलत होते मी...''

''ओ- ती सुप्रसिद्ध मिसेस चौधरी.'' परवीन म्हणाली, ''जानू, तुला आठवत नाहीये का मिसेस चौधरी?'' त्याला आठवेपर्यंत न थांबताच ती म्हणाली, ''तुला माहीतेय ती–''

''हो.'' रेहाना म्हणाली.

''आणि कशा आहेत आपल्या मिसेस चौधरी?''

हे काही ठीक चाललं नव्हतं. ''मिसेस चौधरी माझ्याशी फारच चांगल्या वागत आल्या आहेत इतकी सगळी वर्षं.'' रेहाना म्हणाली.

''हो हो ते सगळं आम्हाला माहीतेय, हो की नाही जानू?''

फैझनं आपल्या बायकोच्या गुडघ्यावर थोपटल्यासारखं केलं. ''प्रॉब्लम काय आहे?'' कंटाळलेल्या सुरात त्यानं विचारलं.

''तिचा जावई...''

''त्या एवढ्याशा मुलीचं लग्नसुद्धा झालं?'' परवीननं विचारलं.

''एका लष्करी अधिकाऱ्याशी झालं तिचं लग्न.'' रेहानानं सांगायला सुरुवात केली.

हे ऐकून त्या दोघांचा कंटाळा थोडासा पळाल्यासारखा झाला. ''लष्करी अधिकारी? कोण? माझ्या माहितीचा आहे का तो?''

रेहानानं सगळी हकिकत एकदमच सांगून टाकायचं ठरवलं. ''तो पाकिस्तानी आर्मीमध्ये होता, भैय्या, पण इतर सगळ्या बंगाली रेजिमेंट्सच्याबरोबर तोही बंडखोरांना सामील झाला. लढतच होता तो... तेवढ्यात त्याला पकडण्यात आलंय. तो ढाक्यात आहे असं कळलंय त्यांना आणि मी त्याच्या सुटकेची विनंती करायला आलेय तुम्हाला.''

हे शब्द बोलून पुरे व्हायच्या आधीच परवीननं आपल्या नवऱ्याच्या खांद्याभोवती एक हात लपेटला. ''तू हे विचारायला नको होतंस, रेहाना. तुझे भैय्या तुझ्यासाठी करू शकतील असं हे काम नाहीये. तुझ्यासाठी, मुलांसाठी काहीही – पण हे – नाही.''

''तिचं बरोबर आहे.'' फैझ तुटकपणे म्हणाला, ''तू हे विचारायलाच नको होतंस.''

''याच्यासाठीच आलीयेस तू? इतक्या दिवसांनंतर आम्हाला भेटायला आलीयेस ते याच्यासाठी?'' नाकातून श्वास सोडत परवीन म्हणाली.

''मी-मला फक्त त्यांना मदत करायची होती.''

"ही बाई कायम चुकीच्या कल्पना तुझ्या डोक्यात भरवत राहिलीये आणि तरी तुला तिची बाजू घ्यावीशी वाटते?"

"ती बिचारी मुलगी-सिल्वी– ती अगदी कासावीस झालीये--"

"मग तिनं बंगाली बंडखोराशी लग्नच करायला नको होतं, नाही का?"

"त्याला भेटण्याच्या आधी तिला माहीतच नव्हतं, तो बंडखोरांना सामील होणाराय ते... मिसेस चौधरीला वाटलं, तिच्या मुलीचं लग्न एका आर्मी अधिकाऱ्याशी होतंय."

फैझच्या चेहऱ्यावरच्या भावामुळे रेहानाला आपलं घोडं पुढे दामटण्याचं धाडस झालं. "तो गुंतलाच गेला त्या वावटळीत - काय करणार बिचारा - त्याची सगळी रेजिमेंटच बंडखोर झाली. तो मुलगा तसा थोडा बावळटच आहे. तो आधी लष्करातच होता–" तिच्या तोंडून त्या कत्तलीपूर्वी हे शब्द अगदी बाहेर पडणारच होते, तेवढ्यात तिनं स्वत:ला आवरत म्हटलं, "मार्चपर्यंत – मग त्या वावटळीत ओढला गेला..."

"ओढला गेला?"

"हो. तुम्हाला माहीतच आहे. ही तरुण मुलं-- आपण काय करतोय हे त्यांचं त्यांनाही कळत नाहीये– तुम्हीच म्हणालात ना आत्ता तसं – बाक सगळे जे काही म्हणताहेत तेच तेही म्हणायला लागतात. तो काही कुणी नेता नाहीये – हा मुलगा – तो कुणाच्याही पाठीमागे जाणारा आहे आणि आता बघा - कसल्या संकटात अडकवून घेतलंय त्यानं स्वत:ला - खरं बोलायचं तर तुम्ही त्याला वाचवतच आहात– त्याला स्वत:पासून वाचवताय तुम्ही– तो यातून बाहेर पडेल- तो कायम तुमचा ऋणी राहील आणि त्याला हेही कळून येईल की तुम्ही - म्हणजे आर्मी इथे आलीये ते सगळं ठीकठाक करायला- पुन्हा कायद्याचं राज्य आणायला, कुणाला शिक्षा करायला नाही. तुम्ही आमची– तुमच्या देशाची खूप मोठी सेवाच करत असाल." रेहानाच्या तोंडून शब्द भराभर बाहेर घरंगळत होते. ती श्वास घ्यायला की विचार करायला थांबतच नव्हती. तिला फक्त फैझची वाढती उत्सुकता दिसत होती आणि ती पुढे पुढे घुसतच होती. "कदाचित तो मुलगा- त्याला वाचवता येईल..." धापा टाकत तिनं शेवटचं वाक्य उच्चारलं.

"वाचवता येईल?"

"तुम्ही त्याला वाचवू शकाल."

फैझनं या वाक्यावर थोडा विचार केला. परवीननं पुन्हा एकदा डोक्यावरचा पदर नीट घेऊन सात्त्विक दिसण्याचा प्रयत्न केला.

"तो परत मुक्तिबाहिनीमध्ये जाणार नाही याची खात्री काय? त्या मुलाला अटकेतच ठेवणं जास्त चांगलं नाही का?"

''हे तर खरंच आहे.'' परवीनचा आवाज आता चढला होता, ''माझ्या नवऱ्याचं ऐक, रेहाना, त्याला माणसांची पारख आहे.''

''गप्प रहा, बीबी, मला विचार करू दे.''

पुरेसा वेळ जाऊ देऊन रेहाना म्हणाली, ''माझ्यावर विश्वास ठेवा, भैय्या, तुम्ही या मुलाला सोडवलंत तर तो बदलेल. तुमच्या उदार वागण्यामुळे बदलेल. तुम्ही ती दारं उघडताना त्यानं पाहिलं की त्याला त्या घाणेरड्या बंडामध्ये पुन्हा जावंसं वाटणारच नाही.'' हे विश्वासघाताचे शब्द किती सहजगत्या तिच्या तोंडातून बाहेर पडत होते.

या वेळी तो शोनामधल्या दिवाणखान्यात तिची वाट बघत होता. दरवाजाकडे तोंड करून ठेवलेल्या सोफ्यावर तो आपला पाय एका उशीवर ठेवून बसला होता. त्यानं एक नवा शर्ट घातला होता.

''काय झालं?'' त्यानं विचारलं.

''तो 'हो' म्हणाला.''

त्यानं पायाची जागा बदलली. आता तो पाय तिच्यावर रोखला गेला होता. टाच अगदी स्वच्छ घासलेली, गुलाबीसर रंगाची, तुळतुळीत अशी होती. ''तो अजूनही त्याचं मन बदलू शकतो, हा एक सापळाही असू शकतो.''

''मी सांगतेय तुम्हाला - मी त्यांना फसवलंय.'' रेहाना म्हणाली, ''त्यांना कसलीच शंका नाहीये.''

''मला नाही वाटत यात काही धोका नाही असं.''

तो इक्बालसारखं बोलायला लागला होता... एवढी ती विजयी होऊन आलीये- फैझ आणि परवीनवर मिळवलेला विजय - गोड - आणि याला फक्त धोक्याबद्दलच बोलायचं सुचतंय. आपला चेहरा तापतोय याची तिला जाणीव झाली. ''तुम्ही म्हणाला होतात, या बंडामध्ये सामील होणं ही तुमच्या आयुष्यात तुम्ही केलेली सर्वांत मोठी गोष्ट होती. माझ्या आयुष्यातली ही सर्वांत मोठी गोष्ट आज मी केलीये. माझ्या मुलासाठी काहीतरी केलंय. तुम्ही हे समजू शकत नाही का?''

यावर तो थोडा विचारात पडल्यासारखा वाटला, मग म्हणाला, ''यातला धोका फारच मोठा आहे. तुम्ही करताय ते पुरेसं नाहीये का?'' शोना, तिनं आश्रय दिलेले गुरिला सैनिक, तो स्वतः या सर्वांकडे हात दाखवत असल्यासारखा त्यानं स्वतःचा हात हलवला.

''नाही.'' आता ती रागावली होती, ''मी करतेय ते पुरेसं नाहीये. मला माझ्या वाटणीचं काम करायचंय. कदाचित ते माझ्या मुलासाठी नसेल - काही दुसरंही असेल - तुम्हाला क़ाय वाटतं - मी माझ्या मुलांशिवाय दुसऱ्या कशावर प्रेम करू शकत नाही? करू शकते. मी दुसऱ्या गोष्टींवर प्रेम करू शकते.''

''पण तेवढं नाही.''

त्याच्या या शहाण्या बोलण्यानं ती चमकली. ती म्हणजे जणू काही एखादं पाण्याचं तळं असावं आणि तो त्यात वाकून बघत असावा. इतकं त्यानं तिला ओळखलं होतं. ''नाही, तेवढं नाही.''

*

'मी दहा वाजता येईन' असा निरोप फैझनं पाठवला होता. सकाळी सहा वाजल्यानंतर फज्रच्या प्रार्थनेनंतर लगेचच शोनाच्या पाठीमागून सूर्य अजून उगवत होता तेव्हाच मिसेस चौधरी आणि सिल्वी दाराशी येऊन पोहोचल्या. 'तुम्ही इतक्या लवकर का आलात' असं रेहानानं त्यांना विचारलं नाही आणि 'तू इतक्या लवकर तयार का झालीयेस' असं त्यांनी रेहानाला विचारलं नाही. रेहानाचे दोन्ही हात मिसेस चौधरीनं आपल्या हातामध्ये धरले आणि एक कृतज्ञतेचं हास्य केलं. तिच्या फिकट पिवळसर डोळ्यांभोवती तिनं मोठ्या धैर्यानं काजळाची रेषा ओढली होती.

''चला नाश्ता करूया.'' रेहाना म्हणाली.

''हो हो चांगली कल्पना आहे. सिल्वी, तुझ्या खालामोनीला मदत कर जा.''

''काय करू या खायला? अंड्याचे पराठे?''

पराठा न मोडता त्याच्या मध्यभागी अंडं कसं फोडायचं ते रेहानाला चांगलं येत होतं.

त्या सर्वजणी टेबलाभोवती बसतच होत्या, तेवढ्यात दारावर एक हलकीशी थाप पडली. मनाचा निश्चय होत नसल्यासारखी ती थाप होती. रेहानानं दार उघडलं तर बाहेर फिकट गुलाबी सुती साडी नेसलेली आणि हातात निशिगंधाच्या काही काड्या घेऊन मिसेस रहमान उभी होती. त्या फुलांचा वास अगदी निरागस असा होता. मिसेस रहमानच्या कपाळाच्या दोन्ही बाजूंना स्टीलच्या पंखांसारख्या पांढऱ्या शुभ्र बटा होत्या. अरे-इतके दिवस ती केस रंगवत होती वाटतं - मला माहीतच नव्हतं. या नव्या माहितीचं रेहानाला हसू आलं. ते सगळं किती जुन्या काळात घडल्यासारखं वाटत होतं!

''तू मला सांगितलं का नाहीस?'' मिसेस रहमाननं विचारलं. ती दुःखी दिसत होती, ''तू यात इतकी गुंतली आहेस हे मला माहीत नव्हतं.''

यावर काय बोलावं ते रेहानाला सुचलं नाही.

''मी मदत केली असती.''

''मी त्यांना फोन केले. तू आत बोलावणार नाहीयेस का त्यांना?'' पाठीमागून येत मिसेस चौधरी म्हणाली.

अजूनही दुःखी दिसणारी मिसेस रहमान दारातच घुटमळत म्हणाली, ''तुम्हाला त्राय द्यायचा नाहीये मला.''

''नाही नाही, प्लीज, आम्ही नाश्ताच करतोय.''

''ओ – ही 'घे', तुझ्यासाठीच आणलीयेत - माझ्या बागेतली आहेत, दुसरं काय आणावं ते मला सुचलंच नाही.''

दरवाजा बंद करत असतानाच रेहानाला मिसेस अक्रम येताना दिसली. ती आणखी एका बाईबरोबर रिक्षामधून उतरत होती. मिसेस चौधरीनं आणखी कुणाकुणाला सांगितलंय?

''रेहाना,'' मिसेस अक्रम बागेच्या रस्त्यानं आत येतायेता म्हणाली, ''मिसेस चौधरीनं आम्हाला सांगितलं की तू साबीरला सोडवून आणणार आहेस. या मिसेस इमाम. त्यांच्या नवऱ्यालाही अटक झालीये.''

तापलेल्या तेलात पराठा अलगद कसा सोडायचा, तो चांगला कुरकुरीत होईपर्यंत कशी वाट बघायची आणि मग अंडं त्याच्या मध्यभागी कसं हलकेच टाकायचं हे रेहाना सिल्वीला शिकवत होती. मिसेस इमाम तयार झालेले पराठे स्वयंकपाघरातून बाहेर आणत होती. सगळ्या पाहुण्या दिवाणखान्यात कोंडाळं करून बसल्या होत्या, पण बोलत मात्र कुणीच फारसं नव्हतं. सर्वांना चहा दिल्यानंतर रेहानाच्या लक्षात आलं की ती काहीतरी बोलेल म्हणून सगळ्याजणी वाट पाहताहेत. काहीतरी शूरपणाचं, धाडसाचं, विरोधाचं! त्यांच्या हृदयातल्या जिवंत असलेल्या भयानक आठवणी सौम्य करणारं काहीतरी - अनोळखी व्यक्तींचे मृत्यू, शहराच्या रस्त्यांवरून खडखडत जाणारे रणगाडे, दरवाजावर पडणारी ती थाप, बंदुकीतून सुटलेल्या गोळीचा आवाज आणि एक प्रियकर, एक लाडका मुलगा जमिनीवर कोसळल्याचा आवाज...

''मी फक्त आशा करू शकते,'' ती म्हणाली, ''की कधीकळी माझा मुलगा अशा संकटात सापडला तर कुणीतरी त्याला - कदाचित तुमच्यापैकी एक - त्याला मदत कराल.''

अंड्याचे पराठे संपले होते. रेहानानं सगळ्यांसमोर पानाची बशी केली. सगळ्याजणी सकाळच्या मधल्या काळातल्या धूसर काळाकडे झुकल्या होत्या. कुणीच बोलत नव्हतं. इथून पळ काढायला ही चांगली वेळ आहे.

''निघायची वेळ झाली, मला वाटतं.'' हे वाक्य ती खास असं कुणालाच उद्देशून बोलली नव्हती. पान खाल्ल्यामुळे मिसेस चौधरीचे ओठ लाल झाले होते आणि तिला हलक डुलकीही लागत होती. खरकट्या बशा आणि उष्टे रिकामे ग्लास खोलीभर पसरले होते.

रेहाना त्या सगळ्यांना निरोप देणार तेवढ्यात दूरवरून एक मोटार येत असल्याचा आवाज आला - तिनं भोंगाही वाजवला. मिसेस चौधरी एकदम जागी झाल्यासारखी झाली. ''आले - ते आले.'' ती ओरडली, ''आटप लवकर, तुझा भाऊ येऊन पोहोचलाय. आता तुला जायला हवं. जा, लवकर तयार हो आणि गेटपाशी उभी राहा. त्यांना तुझी वाट पाहायला लावू नकोस.'' सगळ्या बायका जागच्या उठून दरवाजाकडे निघाल्या. आता त्या आपला निरोप घेतील याची रेहाना वाट बघत होती, पण त्या सगळ्या बागेतल्या वाटेकडे जाऊन तिच्याकडे बघत उभ्या राहिल्या.

''प्लीज.'' ती खोट्या औपचारिकपणानं म्हणाली, ''थांबू नका माझ्यासाठी.''

''ते काही नाही.'' मिसेस चौधरी म्हणाली, ''तू जाईपर्यंत आम्ही थांबतो.'' बाकीच्या सगळ्यांनी माना डोलावल्या.

''थांबतो आम्ही.'' मिसेस रहमान म्हणाली, ''तेवढंच आम्ही करू शकतो.''

''पण– मी- प्लीज, कशाला उगाच त्रास करून घेता?''

''आम्ही थांबणार आहोत.'' स्वतःच्या चांगुलपणावर खूश होत मिसेस चौधरी म्हणाली, ''आता वाद घालत बसू नकोस पोरी.''

''ठीक आहे-मी-मला चपला बदलायच्या आहेत.''

''जा-जा-लवकर-घाई कर–''

रेहाना घुटमळत म्हणाली, ''मला–मला एक मिनिटभर लागेल.''

तिच्या झोपायच्या खोलीत ती वेड्यासारखी तिच्या चपलांच्या जोडांकडे बघत राहिली. अखेर तिनं चौकोनी टाचा असलेल्या तपकिरी चपला निवडल्या. ती गडद निळ्या रंगाची सुती साडी नेसली होती आणि अगदी अखेरच्या क्षणी तिला काहीतरी वाटलं म्हणून तिनं कानात सुन्याचे झुमके घातले होते.

''ठीक आहे.'' ती अगदी उत्साहानं म्हणाली, ''मी तयार आहे.''

''जा मग आता-'' तिच्या मनगटावर स्वतःचा हात जडपणे ठेवत मिसेस चौधरी म्हणाली, ''तुला उशीर व्हायला नकोय.''

रेहाना बागेच्या दारापर्यंत गेली. तिच्यामागून तिच्या पाहुण्या सावकाश येत होत्या. सिल्वीनं रेहानाचा हात धरला आणि ती तिच्या कानात पुटपुटायला लागली,

'ला ते हुझुहु सिनेतुन वाला नाऊमुन
लहु माफिस्समावती वा मा फिल आर्दी'
(त्याला काहीच अडवू शकत नाही-ना एखादी डुलकी ना गाढ झोप या चराचरातल्या सर्वच वस्तू त्याच्या आहेत.)

त्या सगळ्या दारापाशी पोहोचल्या होत्या. ''मी-मी काहीतरी विसरलेय...''

त्या सर्वांच्या आश्चर्यचकित नजरा टाळत रेहाना पुन्हा घरात धावली. ''बिचारी नर्व्हस झालीये'' मिसेस चौधरीचे शब्द तेवढ्यात तिच्या कानावर पडलेच. 'तिनं विचार बदलला की काय?' असा प्रश्न मिसेस अक्रमनं विचारल्यासारखाही तिला भास झाला, पण या प्रश्नाचं उत्तर ऐकण्याआधीच ती लांब गेली होती. ती धावत घरात शिरली, दिवाणखान्यातून मागच्या लहानशा व्हरांड्याच्या दाराचं कुलूप काढून, शरणागतीच्या झेंड्यासारख्या फडकणाऱ्या ओल्या चादरींच्या जंजाळातून वाट काढत ती शोनाकडे धावली. कमरेच्या किल्ल्यांच्या झुबक्यातून शोनाच्या मागच्या दाराची किल्ली काढताना ती चाचपडत होती, स्वत:च्या हळू बोटांना शिव्या देत तिनं कसंबसं ते कुलूप काढलं.

मेजर वाटच बघत होता. जो गणवेष त्यानं इथे येताना घातला होता तोच आत्ताही त्याच्या अंगावर होता. गडद हिरव्या रंगाच्या दोऱ्यानं तिनं त्याची विजार दुरुस्त केली होती. ती तिथे पोहोचण्यापूर्वीच जणू त्याची नजर तिच्यावर स्थिरावली असावी तशी त्याची नजर तिच्यावर स्थिरावली.

तिनं त्याला उभं राहिलेलं क्वचितच बघितलं होतं. ती नेहमी त्याच्याकडे वरूनच बघत आली होती. त्याच्या डोक्याचा वरचा भाग तिच्या नीट ओळखीचा झाला होता. त्याचे दाट केस, कुठेही भरकटत जाणारा त्याचा भांग. तिला त्याचा चेहराही माहीत होता - निदान त्याच्याकडे बघण्याची तिची जेवढी हिंमत झाली होती तेवढा तरी...

पण त्या पहिल्या दिवशी-जेव्हा त्यांची पहिली भेट झाली होती आणि त्यानं तिचा हात आपल्या भल्या थोरल्या हातात घेतला होता त्या दिवसानंतर ती अशी त्याच्या त्या भव्य व्यक्तिमत्त्वासमोर उभी झालीच नव्हती.

त्याच्या नजरेतल्या त्या राखाडी ठिणग्या...

त्याच्या छातीचं ते क्षितिज...

तो जर बसलेला असता तर तो अजून तिचा पेशंटच आहे, तिच्यावर त्याची जबाबदारी आहे अशी तिनं स्वत:ची समजूत करून घेतली असती. उभा असताना तो एक संपूर्ण अनोळखी माणूस होता.

तो अनोळखी माणूस म्हणाला, ''कोणाकडेही नजरेला नजर देऊन बघू नका.''

त्याच्या छातीवर ताणून बसलेल्या शर्टाकडे बघत तिनं मान डोलावली.

''खरं तर,'' थोडा आवाज वाढवून त्या दोघांमधलं अंतर वाढवत तो म्हणाला, ''काहीच बोलू नका, अजिबात काहीही बोलू नका.''

''ठीक आहे.'' रेहाना उत्तरली.

''डॉक्टरनं निरोप पाठवलाय.'' मेजरनं सुरुवात केली,

''काय?''

''मी बरा झालोय. पाय अगदी ठीक झालाय. माझी जायची वेळ झालीये.''

हवेची एक झुळूक तिला जाणवली. तिच्याकडे दुर्लक्ष करत ती म्हणाली, ''गुड बाय.''

नकारार्थी मान हलवत तो म्हणाला, ''तुम्ही परत येईपर्यंत थांबणार आहे मी.''

शूरपणाचा देखावा करत तिनं खांदे उडवले.

''तुम्ही तीन तासांमध्ये परत आलेल्या नसाल तर मी तुम्हाला घ्यायला येईन.''

''मला उशीर होतोय.'' ती म्हणाली, ''सगळेजण वाट बघत असतील.''

''खुदा हाफीझ.''

''खुदा हाफीझ.''

''फियामनुल्लाह. लवकर परत या.''

या वेळी कासेम मोटारीतून खाली उतरला नाही. फैझही नाही. त्या काळ्या मर्सीडीझनं रेहानाला गिळून टाकलं. ''गुड मॉर्निंग'' फैझ गंभीरपणे म्हणाला. त्यानं कोळशाच्या रंगाचा राखाडी सूट घातला होता आणि वरच्या खिशात एक चकचकीत रुमाल खोचला होता. त्याच्या सुटामधून लिंबाचा सुगंध येत होता. उलटे फिरवलेले तुळतुळीत केस, कानशिलावर पांढरे झालेले कल्ले बारीक फणीचा उपयोग झाल्याचं स्पष्ट करत होते.

''कुणाकडेही सरळ बघू नका.'' रेहानानं नजर वळवली. ती सरळ कासेमच्या चौकोनी आणि खोबरेल तेलानं माखलेल्या डोक्याच्या मागच्या बाजूला गेली.

फैझ गप्प होता. डोळ्यावर त्याचा काळा चष्मा चढवून हातात वृत्तपत्र घेऊन तो खिडकीला खेटून बसला होता. रेहानाला ते बरंच वाटलं. काही बोलण्याची तिचीही इच्छा नव्हतीच. पोलीस चौकीमध्ये आपल्याला कशाशी सामना करावा लागणार आहे यावरच तिनं लक्ष केंद्रित केलं. मिसेस इमाम म्हणाली होती, तिच्या नवऱ्याचं शव कधीच मिळालं नव्हतं. स्वतःच्या विचारांवर नियंत्रण आणण्याचा प्रयत्न करत ती बसून राहिली.

''मी तुम्हाला घ्यायला येईन.''

मिनिटांमागून मिनिटं गेली. सकाळच्या पावसानं न्हालेलं शहर मागे पडत होतं. फैझ इतका गप्प आणि शांत बसला होता की, रेहाना तो आहे हे विसरूनच गेली, त्याऐवजी ती लहानपणी तिच्या वडिलांबरोबर जुन्या चित्रपटातील गाणी म्हणायची ते आठवायला लागली, पण तिला एकही गाणं आठवेना. उलट का कोण जाणे तिच्या डोक्यात 'गॉड सेव्ह द किंग' हेच घुमायला लागलं. आणि ती पुढची ओळ - 'सेंड हिम व्हिक्टो-रिअस'

फैझ अजूनही वृत्तपत्रच वाचत होता. फारच सावकाश वाचत असावा, कारण अजून त्यानं एकदाही पान उलटलं नव्हतं.

'हॅपी अँड ग्लोरिअस...'

टॉन्गीच्या चौकातल्या वाहतूक दिव्याजवळ फैझ रेहानाकडे वळला आणि अगदी हलक्या आवाजात म्हणाला, "तू मला खोटं सांगितलंस." त्याच आवाज खरखरत, थरथरत होता. त्याच्या चष्म्यामागे त्यानं आठ्या घातल्या आहेत हे रेहानाला जाणवलं.

त्याच्या मनात कितीतरी गोष्टी असू शकतील.

"तू माझ्याशी खोटं बोललीस. तू खोटारडी आहेस."

"काहीतरी गैरसमज झालाय."

"तू खोटारडी आहेस आणि देशद्रोहीही आहेस."

रेहाना त्याच्याकडे तोंड फिरवत सरळ बसली. त्याला काहीतरी कळलं होतं. हे काहीतरी काय असण्याची शक्यता आहे याची यादी तिनं झराझर मनासमोरून फिरवली. सर्वांत वाईट काय असू शकेल (शोनाबद्दल कळणं) आणि त्यातल्यात्यात चांगलं काय असू शकेल (काहीच नाही - अगदी काहीही नाही.)

"तू देशद्रोही आहेस आणि तुझी मुलंही देशद्रोही आहेत. काय म्हणायचंय याबद्दल तुला? 'नाही' म्हणू शकतेस?"

रेहाना काहीच बोलली नाही.

"तू 'माझ्या' घरात येतेस..."

आता 'जे माझं ते तुझं' संपलं होतं.

"...मी पाकिस्तानबद्दल बोलतो तेव्हा तू माना डोलावतेस, पण तुझ्या देशाच्या पाठीत खंजीरच खुपसत असतेस तेव्हा."

त्याच्या ओठांच्या कोपऱ्यांमध्ये थुंकीचे दोन पांढरे ठिपके जमायला लागलेले होते...

"तुम्ही काय बोलताय मला कळतच नाहीये." रेहाना म्हणाली.

"तू हे नाकारणार आहेस? माझ्यासमोर?"

"मला असं म्हणायचंय की काहीतरी गैरसमज झालाय." ती पुन्हा म्हणाली.

"गैरसमज?" त्यानं तिच्या तोंडासमोर हात हलवला. त्याच्या हातातलं वृत्तपत्र फडफडलं. "मी हा आजचा पेपर वाचतोय."

"देशद्रोह्यांनी लिहिलेलं हे खोटं फालतू वाचतोय- मुक्तबाहिनीचे सैनिक कसे शूर आहेत, किती धाडसी आहेत आणि पाकिस्तानी आर्मी कशी भ्रष्टाचारी आहे - आणि तेवढ्यात मला या लेखाचं हेडिंग दिसतं. काय दिसतं मला? काय? माझी पुतणी– ती तुझी कार्टी- तिनं लिहिलंय हे– शेहेरजादे हक माया. ते मूर्खासारखं नाव- माझ्या भावानं ठेवलेलं. गोष्ट सांगणाऱ्याचं नाव आहे असं म्हणाली होतीस ना तू – छान गोष्ट रचलीये तिनं-साफ खोटी-साफ साफ खोटी..."

वृत्तपत्र हातात घेतलेला हात अजून हलतच होता.

रेहानानं पाठ सीटला चिकटून दाबून धरली. डोळे मिटून घेण्याची इच्छा ती मोठ्या कष्टानं दाबत होती.

"खोटारडी." त्यानं वृत्तपत्र फेकलं, ते तिच्या पायाशी पडलं.

तिला वाटलं त्याला ते फेकून द्यायचं आहे म्हणून तिनं ते तसंच पडू दिलं तेव्हा तो म्हणाला, "वाच."

तिनं वृत्तपत्र उचललं आणि ती वाचायला लागली. 'क्रॉनिकल्स ऑफ अ यंग वुमन इन वॉर टाईम. बाय शेहेरजादे हक माया.' 'ही ती नाहीये' असं म्हणायचं तिच्या मनात आलं होतं, पण न बोलताच एक हसू तिच्या ओठांवर उतरलं. तिनं पालथ्या हातानं ओठ झाकून घेतले.

"मी तुम्हाला खोटं सांगायला नको होतं." ती म्हणाली.

"तू काय काय करायला नको होतंस त्याची मोजदाद करतच नाहीये मी.– तुझ्या मुलीला ताब्यात ठेवायला हवं होतंस तू."

"ही तिची चूक नाहीये."

"म्हणजे? म्हणायचंय काय तुला? तू मायाला बंडात सामील व्हायची परवानगी दिलीस? निदान तुझ्या मुलाला तरी जास्त अक्कल आहे."

म्हणजे त्याला सोहेलबद्दल माहीत नव्हतं.

"माझ्या भावाच्या मुलांचं हे काय केलंयस तू? आम्ही तुला त्यांना घेऊन जाण्याची परवानगी द्यायला नको होती. नाश केलायस त्यांचा तू." तो आता तिच्याजवळ वाकला होता. तिला स्वत:च्या-मोठ्या कपाळाचं प्रतिबिंब त्याच्या काळ्या चष्म्यामध्ये दिसत होतं.

इक्बालच्या उल्लेखानं रेहानाला अपराधी वाटलं. गेल्या काही दिवसांत आपण त्याचा विचारच केलेला नाही हे तिला जाणवलं. गेल्या खूपच दिवसांत! किती गडबडीत होतो आपण आणि किती चमत्कारिक गोष्टीही घडत होत्या - तिनं स्वत:लाच स्पष्टीकरण दिलं आणि मग तिच्याच मनात आलं- याहून अधिक तर काही नाहीये ना - इक्बाल जिवंत असता तर ती या इथे असती का? इथे असती ती, साबीरला सोडवण्यासाठी फैझला गळ घालत? इतक धोकादायक गोष्ट करायची तिला परवानगी मिळाली असती का? की तिच्या नवऱ्याला जे हवं तेच मलाही हवं असं म्हणण्याची तिला सवयच होऊन गेली असती? हे समजून घ्यायची गरज नाहीय हे लक्षात आल्यावर तिला थोडं हायसं झालं. इक्बालला ढाक्यामध्येच राहण्याची ताकद असती का किंवा मुलांना त्याच्या लहानशा संकुचित चिंतातुर जगाचा वारसा मिळाला असता का हे समजून घेण्याची तिला गरज नाहीये. किती गोष्टी वेगळ्या झाल्या असत्या. या विचारानंच तिचं डोकं भणभणायला लागलं. आता तिला त्याच्या भीतीचा ढग, त्याच्या चिंतेची कक्षा आठवायला लागली.

तो भित्रा, कमजोर मनाचा माणूस, दैवाला आव्हान दिलं जाऊ नये याची सतत काळजी करणारा, कसल्याही धोक्याशिवाय जगता यावं याच्या प्रयत्नात असणारा,– - त्याच्याशिवायचं आयुष्य कसं असतं याचा तिनं कधी विचार केला होता का- आणि तो वारल्यावर तिला किंचितसा–अगदी किंचितसा आनंद झाला होता का? त्या हाडं वितळवणाऱ्या दुःखामध्ये थोडी सुटकेची भावनाही होती का?

हे खरं नाहीये असं ढोंग तिला करायचं होतं, पण ते खरंच होतं.

"आता बघ हे काय करून ठेवलंयस तू ते–" फैझ म्हणत होता. ही कोणती गोष्ट असेल की जिच्यावर तिचा गाढ विश्वास आहे? तिच्या अगदी विरुद्ध गोष्टीवर फैझचा विश्वास असावा? तिला जे स्वच्छ दिसतं आहे त्याच्या अगदी विरुद्ध बाजूला तो कसा असू शकतो? तिचा स्वतःचा दुसऱ्या बाजूवर विश्वास असण्याची ती कल्पनाही करू शकत नव्हती- देव जितका खरा आहे तेवढीच ही गोष्टही तिच्या दृष्टीने खरी होती.

तो काही वाईट माणूस नव्हता.

खरं काय ते त्याला सांगायची वेळ आली होती.

"मी पाठवलं तिला तिथे. कलकत्त्याला-मुक्तींना सामील व्हायला."

याच्या ओठांच्या कोपऱ्यातले थुंकचे ठिपके वाढायला लागले. "तू 'पाठवलंस' तिला तिथे?" त्यानं रागानं भरलेला एक निःश्वास सोडला. "सगळं काय ते सांग मला. आत्ताच्या आत्ता."

कासेमचे खांदे त्याच्या कानाशी गेले होते-जणू काही तो हे संभाषण न ऐकण्याचा प्रयत्न करत असावा तसे.

फैझची हनुवटी रागानं थरथरत असलेली रेहानाला दिसली. खरं सांगायची वेळ आलेलीच होती.

"मी खोटं बोलले याबद्दल माफ करा. मी खोटं बोलायला नको होतं..."

"लाज वाटायला हवी तुला स्वतःची..."

"पण मला कसलीही लाज वाटत नाहीये." स्वतःच्या भावनांवर नियंत्रण आणण्यासाठी रेहानानं एक-दोनदा आवंढे गिळले. "तिची एक मैत्रीण होती. शार्मीन नाव होतं तिचं - मार्चमध्ये लष्करानं तिला पकडलं."

"तिचा या सगळ्याशी काय संबंध?"

"ऐका मी काय सांगतेय ते आधी. तिचं नाव होतं शार्मीन. त्यांनी तिला पकडलं आणि कँटोनमेंटमध्ये ठेवलं. तुमच्या घरापासून मैलभर सुद्धा अंतर नसेल. ती मरेपर्यंत तिचा छळ केला गेला. त्यांनी तिला काय काय केलं– सांगता न येण्यासारख्या गोष्टी आहेत त्या– मायाच्याच वयाची होती ती–याचं काय स्पष्टीकरण आहे तुमच्याकडे?"

"कसल्याच गोष्टीचं स्पष्टीकरण तुला देणं लागत नाही मी."

"ते कसं काय? तुम्हाला काय वाटतं-मी माझ्या मुलीच्या नजरेला नजर देऊन 'सगळं ठीक आहे.' असे सांगू शकते?"

"म्हणून तू तिला मुक्तींना सामील व्हायला पाठवलंस?"

"मला लाज वाटायला नको-तुम्हाला लाज वाटायला पाहिजे."

"तुला काहीही माहीत नाहीये." त्यानं तोंड वळवलं. त्याची चौकोनी हनुवटी तिला दिसत होती. या हनुवटीमुळेच तर तो थोरला भाऊ, अधिक कर्तबगार भाऊ ठरला होता. "हा सगळा मूर्खपणा आहे." आणि मग "ती मुलगी लढाईतला एक बळी होता. जेव्हा तुम्ही एखाद्या गोष्टीवर विश्वास ठेवता तेव्हा काही गोष्टी सोडून द्याव्या लागतात."

"मुलं?"

"लढाईत अशा गोष्टी घडतच असतात."

"मला वाटलं होतं-लष्कराचं हे काय चाललंय ते कदाचित तुम्हाला माहीतच नसेल, पण आता मी तुम्हाला सांगतेय. तुम्ही यातून बाहेर पडा. या सगळ्याचं पाप डोक्यावर घेऊन नक्कीच जगायचं नाहीये तुम्हाला."

फैझनं पहिल्या बोटानं टायची गाठ थोडी सैल केली. त्याच्या डोळ्यात एक संदेह दिसतो आहे असं रेहानाला वाटलं.

मोटार हळू होत थांबली. "सर," कासेम म्हणाला, "मिरपुर ठाणं."

फैझ कसलातरी विचार करत असावा असं वाटलं. रेहाना तिची हँडबॅग उचलेपर्यंत तो थांबला आणि मग म्हणाला, "जा."

"कुठे?"

"पोलीस स्टेशन ते तिथे आहे." शेतापलीकडे असलेल्या एका बुटक्या इमारतीकडे बोट करत तो म्हणाला.

"तुम्ही माझ्याबरोबर येत नाही?"

"मी काही दुष्ट माणूस नाहीये, भाभी. तेवढं लक्षात ठेव. आता तू जा आणि त्या माणसाला सोडव. तुझ्याबरोबर कसलाही संबंध ठेवणं मला परवडणारं नाहीय. मी जर ती रिलीज ऑर्डर आधीच पाठवलेली नसती तर तुला सरळ घरी पाठवून दिलं असतं."

खिशात हात घालून त्यानं एक लिफाफा बाहेर काढून तिच्या हातात ठेवला आणि सांगितलं, "हे दाखव त्यांना."

"पण मी-मी एकटीनं जावं असं वाटतंय का तुम्हाला?"

"आता माझा याच्याशी काहीही संबंध उरलेला नाही." आणि त्यानं मान फिरवली. रेहानाच्या डोळ्यासमोर त्याचे विरळ होणारे केस तेवढे राहिले.

ती जायला वळली. अचानकपणे त्याला असलेल्या माहितीचे सगळे दुष्परिणाम तिच्यासमोर उभे राहिले. "तुम्ही कुणाला सांगणार आहात? मायाबद्दल?"

"ही घाण छापायला तू तिला परवानगी दिलीस त्याच्या आधी याचा विचार करायला हवा होतास." तिच्याकडे न बघता फैझ कठोर आवाजात म्हणाला.

त्यानं तिच्या प्रश्नाचं उत्तर दिलं नव्हतं. आता त्याला हे कळल्यानंतर तो काहीही करू शकणार होता. सोहैल कराचीमध्ये नाहीये हे शोधून काढणं काही फारसं अवघड नव्हतं आणि केव्हाही भर दुपारी तो शोनावर आला असता तर त्याला मेजर सापडलाच असता. "ती तुमची पुतणी आहे हे विसरू नका-तुमच्या रक्ताच्या नात्याची." रेहाना म्हणाली. त्यानं तिच्याकडं वळून बघावं असं तिला वाटत होतं म्हणजे तिला त्याच्या चेहऱ्यावरचे भाव वाचता आले असते, पण त्यानं तिला हाकललंच होतं.

रेहाना धडपडत मोटारीबाहेर आली. तिच्यामागे धाडकन दार लावलं गेलं. कासेमनं तिच्याकडे बघून एक ओशाळवाणं हास्य केलं आणि मोटार वेगानं गेलीच- मागे उडणाऱ्या धुळीच्या लोटात रेहानाला गुदमरवून टाकत.

रेहानानं लिफाफा एका हातात घट्ट पकडत साडी नीटनेटकी केली. एक रिक्षा बोलवावी आणि सरळ घरी निघून जावं असं तिच्या मनात चमकून गेलं.. मिसेस चौधरी समजून घेईल. तिनं धनमाँडीकडे जाणाऱ्या रस्त्याकडे पाहिलंसुद्धा, पण सोहैलचा याचना करणारा चेहरा तिच्या नजरेसमोरून हलत नव्हता, म्हणून मग ती शेतामध्ये पलीकडे निघाली, मधून मधून बुटाची पट्टी नीट करायला थांबत होती तेवढीच.

वर आकाश अधिक गडद झालं आणि हवा मंत्रमुग्ध झाल्यासारखी स्वत:भोवती गिरक्या घ्यायला लागली. माध्यान्हीच्या सरीच्या आधीचा एक किंवा दुसरा तास होता. पोलीस ठाण्याच्या दरवाजाशी तो पोहोचतच होती, तेवढ्यात तिच्या लक्षात आलं की तिथे जाऊन काय बोलायचं ते तिनं ठरवलंच नाहीये. ती दरवाजासमोर थबकली. दरवाजाच्या गंजलेल्या मुठीवर अनेक हातांचे ठसे उमटलेले होते. शेतातून आल्यामुळे तिचे बूट पार भिजून गेले होते. मिसेस चौधरीनं दिलेलं बंडल एकदा पाहून घ्यावं म्हणून तिनं हातातली बॅग उघडली, एका पायावरचा भार दुसऱ्यावर टाकत ती सरपटत वर वर चढणारी ओल झटकण्याचा रेहाना प्रयत्न करीत होती. रबर बँडनं बांधलेलं ते बंडल बॅगमध्ये सुरक्षित आहे हे बघून तिला थोडा धीर आला. एक मोठा श्वास घेऊन तिनं आत जाण्याची तयारी केली. दरवाजाच्या मुठीला ती हात घालणार तेवढ्यात तो उघडला गेला. लष्करी गणवेशातला एक उंचापुरा दाढीवाला माणूस दरवाजात उभा होता. त्यानं काहीशा आश्चर्यानं तिच्याकडे बघितलं आणि 'एक्सक्यूज मी' असं उर्दूमध्ये पुटपुटत तो तिच्या जवळून बाहेर पडला आणि तिला पुढे जाण्यासाठी जागा देत तो बाजूलाही झाला.

रेहानानं एक अंधारा कॉरिडॉर ओलांडला आणि ती एका मोठ्या खिडकी नसलेल्या खोलीत येऊन पोहोचली. खोलीच्या एका टोकाला वरचा भाग काचेचा

असलेल्या एका भल्यामोठ्या टेबलाशी एक टक्कल असलेला माणूस बसला होता. टेबलाच्या समोर लोखंडी खुर्च्या ओळीनं मांडलेल्या होत्या. अनेक लोक त्या खुर्च्यांवर चिंतामग्न मुद्रेनं गप्प बसून होते. काचेच्या टेबलाकडे जाताना ते सगळे लोक आपल्याकडेच बघताहेत असं तिला वाटायला लागलं. छताच्या पंख्याच्या आवाजाला मधून मधून त्या टकल्या माणसाच्या खुर्चीच्या करकरीची साथ मिळत होती. तो खुर्चीवरून थोडासा हलला की ती कुरकुरायची. ती जवळ आल्यावर त्यानं जाड भिवयांच्या खालून वर तिच्याकडे पाहिलं.

"मला कुणाशी तरी बोलायचं आहे." रेहाना म्हणाली. तिचा आवाज जरुरीपेक्षा थोडा मोठाच आला.

"तुमचा फॉर्म घ्या आणि तिथे बसा." कुठे बसायचं ते हनुवटीनं दाखवत तो माणूस म्हणाला.

"फॉर्म?"

"कैद्यांची भेट घेण्याचा फॉर्म. हा घ्या." त्यानं तिच्याकडे एक ओलसर कागद सरकवला.

"मी-मी इथे भेटायला नाही आलेली–"

त्यानं एकदम वर पाहिलं, "मग कशाला?" पान खाल्ल्यामुळे त्याचे ओठ पहाटेच्या आकाशासारखे शेंदरी झाले होते.

"मी एका कैद्याला सोडवायला आलेय."

"तुम्ही?" त्यानं एक शेंदरी लाळेरं हास्य केलं. "कैद्याला सोडवायला?" कैद्याला भेटण्याच्या फॉर्मवर शेंदरी ठिपके उमटले.

"कोण आहात तुम्ही? पोलीस कमिशनर? तुम्ही नाही सोडवायचं कैद्यांना- आम्ही सोडवायचं– समजलं?"

त्यानं गडद पोलिसी निळ्या रंगाचा गणवेश घातला होता. तो त्याच्या काखांमध्ये गळ्याशी घट्ट बसला होता. त्याच्या खुर्चीवर जिथे त्याचं डोकं टेकत असे तिथे एक गुलाबी आणि पांढऱ्या पट्टयांचा टॉवेल टाकलेला होता. त्या माणसानं मागे वळून आपले शेंदरी थुंकने भरलेले ओठ त्या टॉवेलला पुसले.

फैझनं दिलेला लिफाफा रेहानानं त्याच्या पुढे केला. "माझ्याकडे एक रिलीज ऑर्डर आहे." ती म्हणाली.

"द्या इकडे-बघू बरं-" त्यानं तो लिफाफा तिच्या हातून हिसकावूनच घेतला. "साब्बीर मुस्तफा" तो म्हणाला. एका भल्या थोरल्या वहीकडे वळून त्यानं वहीची खूप हाताळली गेलेली पानं उलटायला सुरुवात केली. तिचा जेवढा धीर झाला तेवढी रेहाना वाकून बघत होती. त्या वहीतून एक घामट वास येत होता. त्यानं एका यादीवरून बोट फिरवलं.

"तो इथे नाहीये."

"काय? तुम्हाला खात्री आहे?"

त्या माणसानं थोड्या रागानं ती वही तिच्याकडे फिरवली. "तुम्हाला दिसतंय त्याचं नाव?" आणि फटकन त्यानं ती वही बंद केली.

"प्लीज," रेहाना म्हणाली. "प्लीज, पुन्हा एकदा बघाना."

वही बंदच राहिली. "मी सांगितलं ना, तो इथे नाहीये. तुम्ही तुमचा वेळ फुकट घालवताय."

रेहानानं मिसेस चौधरीनं दिलेलं घरखर्चातून वाचवलेल्या पैशाचं बंडल बाहेर काढलं आणि त्या माणसाला त्या नोटा दिसताहेत याची खात्री करून घेत सावकाश ते उलगडलं. पन्नासची एक नोट वेगळी करत सगळा धीर गोळा करून ती म्हणाली, "बघा पुन्हा एकदा."

पाचही बोटांनी त्यानं त्या नोटेवर झडप घातली. वरच्या खिशात ती खुपसत त्यानं पुन्हा ती वही उघडली. थोड्या वेळानं तो उद्गारला. "हो-मुस्तफा. सुटला-नाही-इथून दुसरीकडे पाठवण्यात आलं आहे त्याला-" एक भिवई उंचावर तो वाचत होता, "मुस्लीम बझारला."

"मुस्लीम बझार? दुसरं ठाणं आहे का हे?"

शेंदरी हात दाखवत तो हसला. "नाही. ते पोलीस ठाणं नाहीये."

"मग काय आहे? कसं शोधू मी ते?"

"याहून जास्त मदत करू शकत नाही मी तुम्हाला." मान हलवत त्यानं हातानं तिला दूर जायला सांगितलं. रेहाना हलली नाही. मागच्या खुर्च्यांवर हालचाल सुरू झालेली तिला जाणवली. त्या माणसानं एक खण उघडला आणि एक हातरुमालाच्या गुंडाळीसारखं दिसणारं काहीतरी बाहेर काढलं. ते उघडल्यावर आतली विड्याची पानं दिसली. त्यानं त्या गठ्ठ्यातलं एक पान काढलं आणि मोठ्या प्रेमानं त्याचं देठ काढून टाकून ते टेबलाच्या काचेवर ठेवलं, मग चुन्याच्या गोल पत्र्याच्या डबीत त्यानं ते बुडवलं. बाहेर काढलं तेव्हा त्या पानावर एक चुन्याचा गोळा चिकटला होता. तो त्यानं काळजीपूर्वक पानावर पसरला, मग त्यानं कातरलेली सुपारी आणि थोडासा तंबाखू त्यावर घातला आणि त्या पानाची नीट त्रिकोनी घडी करून ती स्वत:च्या तोंडात सोडली.

ते पान नीट चावलं जाऊन त्याच्या एका गालात त्याचा एक गठ्ठा तयार होईपर्यंत रेहाना काहीच बोलली नाही, मग पुन्हा बॅगमध्ये हात घालत ती म्हणाली, "तुम्ही मुस्लीम बझारला टेलिफोन करून तिथल्या कुणाला तरी विचारू शकाल, नाही?"

रेहानाच्या मागे दार उघडलं गेलं. त्या माणसानं तोंडातलं पान घाईघाईनं गिळून

टाकलं आणि दोन्ही हातांच्या बोटांनी टेबलावर एक तंबू उभारला. घसा खाकरत तो म्हणाला, ''मी सांगत होतो की कैदी इथे नाहीये.''

''कुद्दुस.'' रेहानाच्या कानावर शब्द पडले. तिनं मागे वळून बघितलं. आत येताना तिच्या अंगावरून बाहेर गेलेला माणूस तिथे उभा होता. ''ए कुद्दुस.'' अशुद्ध बंगालीमध्ये तो म्हणाला,''चा दो.''

कुद्दुस काही मिनिटं नाहीसा झाला आणि मग परत येऊन आपल्या खुर्चीत घुसला.

''साहेबांना चिनी चहा आवडतो.'' थोडासा खजील होत, हात आपल्या पँटवर पुसत त्यानं स्पष्टीकरण दिलं.

रेहाना हातात आणखी एक पन्नासची नोट घेऊन तयारच होती. ती नोट टेबलाच्या काचेवर दाबत तिनं विचारलं,

''त्याला इथे घेऊन यायला कुणाला तरी सांगू शकाल का तुम्ही?''

चिनी चहामुळे आता त्यांच्यात मैत्री निर्माण झाली होती. ''बघतो.'' असं म्हणत त्यानं एक जडशी टेलिफोन डिरेक्टरी उघडली आणि टेलिफोन फिरवला. ''हल्लो, इन्स्पेक्टर कुद्दुस. मिरपुर ठाणा. इथे एक बाई आलीये. तिच्याजवळ एक ऑर्डर आहे म्हणतेय. साबीर मुस्तफा... इथे होता–त्याला तुमच्याकडे पाठवण्यात आलंय. होल्ड ऑन? ओ.के. कोण बोलतंय? ऑ यस सॉरी सर, सर ती बाई विचारतेय– हो हो ऑफ कोर्स सर-मी सांगतो तिला तसं-जी खुदा हाफीझ सर. पाकिस्तान झिंदाबाद.'' तो सावकाश रेहानाकडे वळला.

''तुम्हाला स्वत:लाच तिथे जावं लागेल.'' तो थोड्याशा दु:खानेच म्हणाला. ''त्यांना सगळं पेपरवर्क बघावं लागेल. मी निरोप पाठवतो. तुमची वाटच पाहात असतील ते. एक रिक्षा पकडा. त्याला सांगा मुस्लीम बझार-पंप हाऊस. त्यांना सगळ्यांना माहीत आहे ते.''

''थँक यू.'' रेहाना म्हणाली.

''नो प्रॉब्लेम. बेस्ट ऑफ लक.'' कुद्दुसनं एकदा तिच्याकडे पाहून घेतलं आणि मान डोलावली, मग तिच्या खांद्यावरुन मागे बघताना त्याचा चेहरा बदलला, ''सेन?'' तो म्हणाला, ''मिस्टर अँड मिसेस सेन?''

एक वयस्कर जोडपं टेबलाशी आलं. त्यांची डोकी एकमेकांकडे झुकलेली होती, बाईच्या हातात जेवणाचा डबा होता. त्या डब्याच्या एका कप्प्यात काहीतरी पातळ पदार्थ हिंदकळल्याचा आवाज रेहानाला ऐकू आला. त्या बाईचा मुलगा अतिशय कृतज्ञतेनं आपल्या आईने बनवलेल्या डाळीमध्ये हात बुडवत असल्याचं चित्र तिच्या नजरेसमोर उभं राहिलं.

''आता तुम्ही आत जाऊ शकता.'' कमरेच्या पट्ट्यातून किल्ल्यांचा एक जुडगा काढत कुद्दुस म्हणाला. ''चला माझ्याबरोबर.'' ती तिघं बरोबर चालायला

लागली. त्यानं त्याच्यामागे दाराला कुलूप घातलं, त्याचा झणकन झालेला आवाज रेहानाच्या कानावर पडला.

बाहेर पावसाला सुरुवात झाली होती. आकाशातून धबधब्यासारखं पाणी पडत होतं आणि त्याला आणखी जोर येत होता तो गोल गोल घुमत वाहणाऱ्या वाऱ्यामुळे. शेतातून परत मुख्य रस्त्याकडे जाताना रेहानाच्या बुटांचा चिखलात चालताना होणारा चपक चपक आवाज तिला सोबत करत होता. रस्त्याच्या कडेला कशाही विखुरलेल्या चहाच्या टपऱ्या होत्या आणि त्यांच्या भोवती रिक्षावाल्यांचा एक घोळका उभा होता. पदर डोक्यावर घेत रेहानानं पावसापासून स्वत:चा बचाव करण्याचा खूप प्रयत्न केला, पण त्याचा काहीच उपयोग नव्हता. वारा सर्वच बाजूंनी हल्ला करत होता, त्यामुळे तिचा पदर कुठल्याकुठे उडत होता आणि साडी सावरताना तिची त्रेधातिरपीट उडत होती.

सर्वांत जवळच्या टपरीखाली घुसत तिथे बसलेल्या एका घोळक्याला तिनं विचारलं, ''मुस्लीम बझार? कोणी येतंय?'' त्या सगळ्यांचे चेहरे समोर पेटवलेल्या कंदिलाच्या उजेडात लालसर दिसत होते. टपरीभर बिस्किटांचा आणि पेट्रोलचा वास भरून राहिला होता.

ते आपापसात काहीतरी बोलत होते. टपरीच्या पत्र्याच्या छतावर वाजणाऱ्या पावसामुळे रेहानाला ते काय म्हणताहेत ते ऐकू येत नव्हतं. त्यांच्यातला सर्वांत लहान आणि तरुण रिक्षावाला मांडी सोडत उठला. ''बोकुल नेईल तुम्हाला.'' त्याच्याकडे आपल्या जळत्या बिडीचं टोक करत पाठीमागे बसलेला एक माणूस म्हणाला. बोकुलनं लुंगीचा घट्ट काचा मारला, इतका की तो आता आतल्या चड्डीमध्ये असावा असं वाटत होतं, पण रेहाना लाजेच्या पलीकडे गेली होती. तिची साडी तिच्या शरीराला घट्ट चिकटून बसली होती आणि साडीच्या रंगाचं काय झालं आहे हे तिनं खाली वाकून बघितलंही नव्हतं. त्या रिक्षावाल्यांना तरी मर्यादेची जाणीव होती, कारण ते सगळे तिच्याकडे न बघता कंदिलाकडे टक लावून बघत होते.

''थांबा इथे.'' दुकानाबाहेर पळत जात तो मुलगा म्हणाला. रिक्षाच्या टपाशी झटापट करताना तो रेहानाला दिसत होता. एकदा ते टप नीट उघडून झाल्यावर त्यानं सीटच्या खालून एक प्लास्टिकचं कापड काढलं आणि तिला हाक मारली, ''या लवकर.'' बोकुल अगदी यांत्रिकपणे रिक्षाचे पेडल्स मारत पावसातून जात होता आणि रेहाना रिक्षाचं झालरदार टप घट्ट पकडून बसली होती. पाण्यानं भरलेल्या गटारात अडकलेलं रिक्षाचं चाक काढायला तो एकदा थांबला तेवढाच. तिला काहीच दिसत नव्हतं...जाणवत होता तो फक्त सतत पडणारा पाऊस, अंगाला घट्ट चिकटलेली साडी आणि तिला थरथर कापायला लावणारा तो वादळी वारा. कधी एकदा कपडे बदलते असं तिला होऊन गेलं होतं. रस्त्याच्या नावांकडे ती बघत

नव्हतीच आणि ओळखीच्या खाणाखुणा शोधणं तर तिनं केव्हाचं सोडून दिलं होतं. ओली झाडं चमकत होती.

बोकुल सिमेंटच्या एका चौकोनी इमारतीसमोर थांबला. त्या इमारतीचं उंच, त्रिकोनी छत लाटालाटांच्या पत्र्याचं बनवलेलं होतं. त्या पत्र्यावर रंगवलेली अक्षरं आता पुसट झाली होती-इंडिया जिम्नॅशियम. रिक्षातून खाली उतरताना बोकुलला वीस रुपये देत पावसाच्या आवाजापेक्षा मोठा आवाज काढत रेहानानं म्हटलं, ''मी बाहेर येईन तेव्हा तुला आणखी वीस रुपये देईन. इथे थांब माझ्यासाठी. इथेच थांब– कितीही वेळ लागला तरी थांब–एक तास-दोन तास-कितीही वेळ लागला तरी थांबायचंच–ऐकतोयस ना?''

मान डोलवत बोकुल म्हणाला, ''जी ताई.''

तिच्या त्या थांबण्याच्या तिसऱ्या तासाला रेहानाला खाण्याची चिंता वाटायला लागली. किती वाजले असावेत याची तिला काहीही कल्पना नव्हती. तिला भूक लागली होती, म्हणजे दुपारच्या जेवणाची वेळ होऊन गेली असणार. आपल्या बॅगमध्ये एखादं बिस्किटही न ठेवल्याबद्दल तिनं स्वत:ला खूप दोष दिला. तिला चक्करबिक्कर येऊन चालणार नव्हतं. पावसामुळे किती वाजले ते ठरवता येत नव्हतं, क्षितिजावर ओथंबून आलेल्या काळ्या-करड्या ढगांनी सूर्य झाकळून गेला होता. छताच्या अगदी जवळ असलेल्या, चौकटी मारलेल्या एका अरुंद खिडकीतून अजून पाऊस कोसळत असलेला रेहानाला दिसत होता. या वेळेपर्यंत तिची साडी सुकली होती, डोळे झोंबत होते आणि तिच्या सांध्यांमध्ये एक ठणका लागला होता. पाय वर उचलून घेत एक क्षणभरच डोळे मिटावे- फक्त त्यांची जळजळ थांबेपर्यंत असा विचार तिच्या मनात आला.

अखेरीस जेव्हा पहारेकऱ्यानं साबीरला बाहेर आणलं तेव्हा आपण स्वप्नात तर नाही ना? असं तिला वाटून गेलं. ती दचकून एकदम ताठ बसली. तिनं डोकं टेकवलं असल्यानं तिच्या हातांना मुंग्या आल्या होत्या. ती ताठ बसल्यानं ते एकदम दुखले, पण तिनं त्याकडे दुर्लक्ष केलं. ती ठाणं वगैरे विसरूनच गेली होती. तिला किती वेळ झोप लागली होती हेच कळत नव्हतं. पाऊस थांबला होता. ट्यूब लाईटची सरसर चालू होती. संध्याकाळचा वास येत होता.

त्याच्या डोक्यावर काहीतरी काळं होतं. मुखवटा–नाही-एक बुरखा होता. तो त्याच्या चेहऱ्यावर ताणून बसवलेला होता. त्याचं नाक, त्याची चौकोनी हनुवटी तिला दिसत होती. बुरख्याच्या कापडाच्या विणीतून तो मोठा आवाज करत श्‍वास घेत होता आणि डोकं पुढे-मागे हलवत होता.

त्याच्या पायात काही नव्हतं. त्याच्या अनवाणी पावलांनी धुळीत रेषा उमटत होत्या.

साबीरला बाहेर घेऊन आलेल्या माणसाकडे रेहाना वळली. तिला एक तुळतुळीत, काळीभोर दाढी दिसली. तिची नजर वरवर गेली. तो खूपच उंच होता. याला बघितलंय का याआधी कुठे? तिनं पटकन नजर वळवली. 'कुणाकडेही पाहू नका.' तिला आठवलं. तो किंचित हसला. घाबरू नकोस. हातांची थरथर थांबवण्यासाठी तिनं दोन्ही हात एकमेकांत घट्ट गुंतवून धरले.

"तुम्ही त्याला घेऊन जाऊ शकता." तो म्हणाला, "इथे सही करा." त्यानं तिला एक फॉर्म आणि पेन दिलं.

रेहानानं तो फॉर्म वाचला नाही. "तुम्ही–तो बुरखा काढून टाकू शकाल का? प्लीज?" फॉर्मवर सही खरडत तिनं विचारलं.

"आणि त्याचे हात सोडाल का?"

"ऑफ कोर्स." तो सभ्यपणे म्हणाला.

त्यानं साबीरच्या मनगटावरच्या गाठी सोडवल्या. साबीरच्या शर्टाची बाही त्याच्या हातावर फडफडली. त्या माणसानं एका फटक्यात साबीरचा बुरखा काढला.

रेहाना साबीरच्या चेहऱ्याकडे हा साबीरच आहे ना याची खात्री करून घेण्यासाठी बघत राहिली. तो साबीरच होता. तिला त्याचा मोठा कंठमणी ओळखता आला. त्याची रुंद मान-त्याच्या ओठांवर फोड आले होते. त्यांच्या भोवती एक पांढरी किनार तयार झाली होती.

"या बाईंनी तुझ्या सुटकेचे कागद आणले आहेत." तो पहारेकरी म्हणाला, "तू जाऊ शकतोस."

साबीर शून्य नजरेनं रेहानाकडे बघत राहिला. "मी रेहाना–मिसेस हक."

पावसामुळे पानं चमकत होती आणि हवेत गंजाचा वास भरून राहिला होता. रेहाना आणि साबीर एक शब्दही एकमेकांशी बोलत नव्हती. तिला त्याच्या श्वासाचा आवाज तेवढा ऐकू येत होता. आकाशात ढग होते, पण दिसत नव्हते, चांदण्या चमकायला सुरुवात होत होती आणि पायाखालची दलदल ढवळली जात होती.

"बोकुल." रेहानानं हाक मारली, "बोकुल." रस्ता रिकामा होता. तो रिक्षावाला मुलगा कुठेही दिसत नव्हता.

मुख्य रस्ता कुठे आहे ते तिला आठवतच नव्हतं. इथे दुकानंही नव्हती-नुसता मोकळा रस्ता-त्याच्या दोन्ही बाजूंना वाकलेल्या टेलिफोनच्या तारा.

"साबीर बेटा, थोडं चालवेल का तुला?"

एखाद्या भटक्या कुत्र्यासारखा साबीर रस्त्याच्या कडेला बसला होता. त्याचे दोन्ही हात खाली निर्जीवपणे लोंबकळत होते.

"आपल्याला चालावं लागणार आहे." ती थोड्या मोठ्यानं म्हणाली.

आता त्याचं डोकं त्याच्या गुडघ्यांमध्ये गेलं होतं.

"साबीर?"

त्याच्या वाकलेल्या डोक्यामधून सायरनसारखा आवाज येतो आहे असं रेहानाला वाटलं.

"साबीर?" तिनं पुन्हा हाक मारली. उत्तर नाही. तिनं त्याचा खांदा हलवला. त्याच्या रडण्याचा आवाज आणखी वाढला. अगदी अनोळखी आणि खूप उच्च स्वरातलं ते रडणं होतं–तोंड नसलेल्या माणसाचं असावं तसं.

काय करावं ते तिला कळेना. तो इतका लहानसा आणि सामान्य दिसत होता- जणू जमीन त्याला गिळून टाकणार आहे अशा अवस्थेत शरीर दुमडून बसलेला- आणि रडणारा-थरथरणारा एक ठिपका. ती काहीशी अवघडून त्याच्याशेजारी खाली उकिडवी बसली. त्याला आपलं बोलणं ऐकू येतंय की नाही, आपल्याला तो निदान ओळखतोय की नाही हे तिला कळेनासं झालं होतं. क्षणभर त्याला तसंच तिथे सोडून आपण निघून जावं अशी तिला प्रबळ इच्छा झाली.

दूरवरून संध्याकाळच्या कर्फ्यूच्या भोंग्याचा आवाज ऐकू यायला लागला.

"आपल्याला जायला हवं, साबीर, प्लीज प्रयत्न कर." ती म्हणाली. तो जागचा हलला नाही. त्याच्या कॉलरभोवती, थकलेल्या गळ्यावर बसलेला धूळमातीचा राखाडी थर तिला दिसला. कदाचित त्याला झोप लागली असावी.

"ओ.के. तू थांब इथेच." अखेरीस ती त्याला म्हणाली, "मी शोधते काहीतरी." जणू काही तो उत्तर देणारच आहे अशा थाटात ती त्याच्याशी बोलत होती, त्यामुळे तिचं एकाकी वाटणं थोडं कमी होत होतं. "तू इथेच बस. इथून हलू नकोस. ऐकतोयस ना? हलू नकोस. मी आलेच." ती उठून चिखलातून चालायला लागली तरी तो हललासुद्धा नाही.

रेहाना त्या जिम्नॅशियमपासून दूर जायला लागली. तिनं हातातल्या बॅगमध्ये मिसेस चौधरीच्या नोटा चाचपायला सुरुवात केली. समोर दिसलेल्या माणसाच्या अंगावर मी या नोटा फेकेन आणि मला इथून दूर नेण्यासाठी त्याची भीक मागेन. इथून-या जागेपासून दूर-कुठेही-नेण्यासाठी–

एक मोठा कोपरा ओलांडून तो जिम्नॅशियम नजरेआड होईपर्यंत ती चालतच होती. अंधार वाढायला लागला होता, रस्त्यावर दिवे नव्हते आणि चंद्रप्रकाशही नव्हता, त्यामुळे थोड्याच वेळात तिला पायाखालचा रस्ताही दिसणार नव्हता. 'मी परतायला हवं' तिच्या मनात आलं. 'साबीरच्या सोबत थांबायला हवं. निदान त्याची तरी सोबत असेल मला.' ती मागे वळणार, तेवढ्यात ती कशावर तरी जोरात आदळली.

"कोण आहे इथे?" अंधारातच तिनं ओरडून विचारलं. तिनं चाचपडून पाहण्यासाठी हात पुढे केला, तिच्या हाताला छातीच्या पिंजऱ्यासारखा पसरलेला रिक्षाचा टप लागला.

"ताई, मी आहे." कुणीतरी कुजबुजत बोललं. बोकुल होता तो.

"बोकुल!" देवा रे-रेहानाला खरंतर आनंदाची एक आरोळीच ठोकायची होती, पण ती रागानं म्हणाली, "तू गेला होतास तरी कुठे रे? मी थांबायला सांगितलं होतं ना तुला? मैलभर चालायला लागलं की मला आता!"

"ते थांबू देईनात मला तिथे. एक माणूस हातात काठी घेऊनच आला बाहेर." तिला आता त्याचा चेहरा दिसायला लागला. "मी इथेच थांबून राहिलोय-तुमची वाट बघत."

रेहाना रिक्षात चढली. "आपल्याला मागे जायला हवं."

तिनं जिथे साबीरला सोडलं होतं, तिथे तो नव्हताच.

"कर्फ्यूला अर्धाच तास उरलाय, आपा." बोकुल म्हणाला.

रेहानानं सगळीकडे नजर टाकली. अंधारात काहीच दिसत नव्हतं. "साबीर." तिनं हाक मारली, "साबीर" तेवढ्यात जिम्नॅशियमच्या दिशेनं तिला एक खणखणाट ऐकू आला. कुणीतरी दरवाजावर हात आपटत होतं.

रेहाना जिम्नॅशियमकडे धावली. त्याची आकृती तिला जेमतेम दिसत होती. तिनं त्याचे हात पकडण्याचा प्रयत्न केला. "साबीर. शांत हो. मी रिक्षा घेऊन आलेय. आपण घरी निघालोय."

तिनं त्याचा हात धरून ओढत त्याला रिक्षाकडे नेलं. अचानक त्यानं एक किंकाळी फोडली, "नको-नको–प्लीज."

रेहानानं त्याचा हात सोडला नाही, उलट ती त्याच्या मऊ बोटांवरून हात फिरवत त्याला शांत करण्याचा प्रयत्न करत राहिली. "बेटा, चल, जाऊ या– मी तुला घरी नेतेय." पण साबीर हात सोडवून घेण्याचा प्रयत्न करत किंचाळतच राहिला. त्याच्या शर्टाची बाही त्याच्या हातावरून सोलली गेली आणि तिच्या हातात असलेल्या त्याच्या हाताच्या बोटांची टोकं लालचुटूक आहेत असं तिला दिसलं. कुणीतरी त्याच्या नखांना नेलपॉलिश लावलं होतं. साबीरच्या तोंडून पुन्हा एकदा त्याचं ते जनावरासारखं कण्हणं उमटलं, "नको-नको–प्लीज नको. -मी नाही केलं ते." त्याचा आवाज जाड, घोगरट असा होता. अखेरीस रेहानानं त्याचा हात सोडताच तो गुडघ्यांवर कोसळत राहायला लागला. "नको, नको नको," रडतानाच दोन्ही हात छातीशी धरत तो पुटपुटत होता. "प्लीज" रेहानानं खाली वाकून नीट निरखून पाहिलं. त्याची नखं मऊ लगद्यासारखी दिसत होती. आणखी जवळून. नखं नव्हतीच ती-नुसती लाल टोकं असलेली बोटं, तिथे नखं नव्हतीच-नुसती लाल टोकांची बोटं.

"अरे देवा." रेहाना पुटपुटली. आता त्याला स्पर्श करण्याची तिला भीती

वाटत होती. त्याच्या कपड्यांच्या आत आणखी काय वेदना लपली असेल याची तिला कल्पनाच करवत नव्हती.

"आपा, मी त्यांना रिक्षापर्यंत उचलून नेऊ शकेन." बोकुल तिच्यामागून आला होता. तो साबीरच्या पुढ्यात उकिडवा बसला आणि त्याचं डोकं मांडीवर घेतलं. आपला दुसरा हात साबीरच्या गुडघ्यांखालून घालून एक हुंकार टाकत तो उभा राहिला. दिसत होता त्याहून तो बराच ताकदवान होता. साबीरचं डोकं मागे लटकलं. बोकुल रिक्षाकडे गेला. "तुम्ही त्याला धरून ठेवू शकाल ना?" रिक्षाच्या दुसऱ्या बाजूनं आत चढून रेहानानं साबीरची कॉलर ओढली. "उठून बस, बाळा, उठून बसायचा प्रयत्न कर." तिच्या डोळ्यातून आसवं वाहात असल्याचं तिला जाणवलं. साबीरचं शरीर किंचितसं ताठरलं. दोन्ही हातांची मिठी त्याच्याभोवती घालून तिनं त्याला सरळ बसवलं. "चल, चल, घाई कर." ती बोकुलला म्हणाली.

"तुम्ही कुठे राहाता?"

"धनमाँडी. रोड ५."

मला त्याच्याकडे पाहिलंच पाहिजे, फक्त एकदा, नुसतं पाहायचंय. तो काळा बुरखा नाहीसा होईल. साबीर मरणार नाहीये. साबीर म्हणजे लाल टोकांचं एक पाखरू आहे. अरे देवा, फक्त एकदा, तो एक शब्दही बोलला नाही तरी चालेल, एक शब्दही नाही-त्याला काही सांगावंच लागणार नाही मला, मी गेटमधून आत पाऊल टाकल्याबरोबर त्याला समजेलच सगळं. मी तोंड उघडायच्या आत त्याला सगळं कळून येईलच, मी त्याला त्या बुरख्याबद्दल काही सांगणार नाही, मी काहीच बोलणार नाही, तो अजून तिथे असेल अशी मी आशा करणार नाही. तो निघूनही गेला आहे असंच मी समजेन. मी घरी जाईन आणि माझं प्रार्थनेचं आसन पसरेन. मी देवालाच हे करण्याची विनंती करेन. देव करेल ते. त्यानंतर मी त्याच्याकडे काहीसुद्धा मागणार नाही. फक्त त्या माणसाला इथून घेऊन जा, त्या माणसाला घेऊन जा.

साबीर एक पाखरू आहे, लाल टोकाचं.

तो तिथे नव्हता. शोना रिकामा होता. तिची बहीण मार्झिया जेव्हा मलेरियानं आजारी होती तेव्हा तिच्या बिछान्याशी बसून तिची आई प्रार्थना करत राहिली होती, देवा, तिचं आजारपण दूर कर, ते मला दे- कृपा कर, पण माझ्या मुलीला दुःख देऊ नकोस. ते आजारपण मला दे. त्याच रितीनं कुणीतरी आपलीही काळजी घ्यावी असं रेहानाला वाटत होतं. हे माझ्याजवळून घे. त्याचे ते फुटलेले फोड आलेले ओठ घे, त्याची ती पांढुरकी मेलेली नजर घे, त्याचा दमलेला श्वास घे. देवा त्याचे रक्ताळलेले हात घे, त्याचे लाल टोकांचे पंख घे. मला हे काही नकोय. मला नकोय. माझा सुटकेचा निःश्वास घे– त्या ठिकाणी सोहैल नव्हता म्हणून मी सोडलेला

सुटकेचा नि:श्वास घे. माझी आस घे. माझी सगळी आस घे. तो तिथे नव्हता तेव्हा चुकलेला एक हृदयाचा ठोका घे.

ती त्याच्या गंधानं भरलेल्या उशीवर आडवी झाली.

देवा, ही माझी इच्छा घे. तिच्या डोळ्यांतून अखंडपणे अश्रू वाहात होते.

खोली गर्रकन फिरली. मिसेस सेनगुप्ताचे आईवडील भिंतीवरून खाली तिच्याकडे रोखून बघत होते. तिनं डोळे मिटून घेतले आणि एका पुरुषाचे घट्टे पडलेले हात तिच्या खांद्यांना मसाज करताहेत असं स्वप्न बघायला लागली. त्याचा हात तिच्या मानेशी आला, तिचा श्वास रोखला जाईपर्यंत मानेचे स्नायू दाबत राहिला, मग तो हात पुन्हा तिच्या खांद्यांशी आला. तिच्या संबंध बाहूवर फिरला. कोपर आणि तिची कंबर यांच्यामधल्या पोकळीत शिरला.

''रेहाना.'' तिचं नाव ऐकून ती दचकली. तिला तिचं स्वत:चं नाव अनोळखी वाटत होतं. ''तुला स्वप्न पडत होतं.''

''नाही–ते सगळं होतं तिथे–साबीर–''

''मला माहीत आहे. *मला माहीत होतं तुला कळेल ते हे.*''

मेजरचा श्वास तिच्या केसांमध्ये होता. त्याच्या पोटाची ऊब तिला तिच्या पाठीशी जाणवत होती. तिला त्याचा हात दिसला, त्यावरच्या जाड, ताणलेल्या शिरांसह त्यानं तिच्या पोटावर हात दाबून धरला, जणू काही ते वजन नसेल तर ती उडूनच जाणार होती.

जळक्या रबराचा वास तिच्या नाकात शिरला.

तिनं स्वत:चे ओले डोळे उशीवर दाबले. तोंड उघडून तिनं हुंदका गिळला. त्याला सगळं काही माहीतच आहे हे तिला जाणवलं. हेच तर त्याचं वैशिष्ट्य होते-बोलणं कमी आणि जाणणं खूप.

त्याचा हात घट्ट झाला. ती मागे रेलली. तिला त्याच्या दणकट छातीचं वजन जाणवत होतं. त्याचा श्वास तिची कानशिलं जाळत होता.

तिची मूठ उशीभोवती घट्ट मिटली गेली.

''झोप.'' तो म्हणाला, ''तू झोप बघू आता.''

आश्चर्य म्हणजे तिचे डोळे मिटले गेले. तिचं शरीर सैलावलं. श्वास अजून जोरातच होता, तरीही ती गाढ, स्वप्नविरहित अशा झोपेत विरून गेली.

❖

ऑगस्ट, सप्टेंबर, ऑक्टोबर

सॉल्ट लेक

बंगालवरचं आकाश अगदी रिकामं आहे. एखादा पर्वत नाहीये त्याला आड यायला, की एखादी दरी, की एखादी लहानशी टेकडीसुद्धा नाही. त्या साऱ्या प्रदेशात एक छोटी खळीही नाही पडत. हा सगळा भूभाग सपाट आहे – एखाद्या दलदलीसारखा किंवा जायला कुठेच जागा नसलेल्या एखाद्या नदीसारखा. क्षितिजावर एखादा तरी ठिपका दिसावा, अंतराचा अंदाज यावा म्हणून डोळे नुसते आसावतात, पण काहीच दिसत नाही. कधी कधी ढग असतात, पुष्कळ वेळा पाऊसही पडतो, पण ते फक्त रंग असतात. ढगांचे भट्टीतल्यासारखे पांढरे धप्प पुंज, पावसाळ्याची काळी शाल.

शहराच्या पलीकडे एकही सुंदर अशी इमारत नाही जी उन्हापावसानं कोमेजून जाईल. या भूमीचं सौंदर्य शहरांमध्ये-त्यांच्या गगनचुंबी चकाकीमध्ये किंवा त्यांच्या दुर्दैवी नाशामध्ये नाही, तर ते या भूभागाच्या विशाल सपाट प्रदेशामध्ये आहे, या रिकाम्या आकाशामध्ये आहे. या दूरवर पसरलेल्या क्षितिजामध्ये आहे. दर वर्षी ही जमीन पावसाळ्यातल्या भयंकर वृष्टीमुळे पाण्याखाली नाहीशी होते आणि मग जादू केल्यासारखी पुन्हा एकवार जिवंत होते. हे चक्र, हे घोळाचं गाणं चालूच राहतं. हे गाणं म्हणजेच या देशाच्या प्राचीन पूरपरिस्थितीचा इतिहास आहे.

या साध्यासुध्या सुंदर प्रदेशामधून रेहानाची २.५५ची आगगाडी आगरतलाहून पश्चिमेकडे सूर्याचा पाठलाग करत कलकत्त्याला चालली होती. रेहाना एका रिकाम्या कंपार्टमेंटमध्ये होती. उघड्या खिडकतून येणाऱ्या वाऱ्यानं तिचे केस तिच्या चेहऱ्याभोवती एखाद्या तेजोवलयासारखे पसरले होते. झाडांच्या लांबचलांब सावल्या तिच्या अंगावर पडत होत्या आणि मागे होत होत्या-उजेड अंधार-पुढे मागे-पियानोच्या पट्ट्या असाव्यात तशा.

तिला ढाका सोडावं लागलं होतं. 'इथे सुरक्षित नाहीये.' फैझला मायाबद्दल कळलं होतं. तिचा पाठलाग झाला असावा अशी जॉय आणि मेजरला शंका होती. कदाचित घरावर नजर ठेवण्यात आली असेल. दुसरा काही पर्यायच नव्हता.

तू पुष्कळ दिवसांसाठी जाते आहेस असं चित्र निर्माण कर.

म्हणून मग तिनं दोन्ही घरांना कुलपं घातली होती, सगळ्या फर्निचरवर चादरी घातल्या होत्या–तिच्या वडिलांना असं करताना तिनं पाहिलं होतं-खूप दिवसांपूर्वी-वेलिंग्टन स्क्वेअरचं त्यांचं घर त्यांना सोडावं लागलं होतं तेव्हा... 'म्हणजे आता मी शरणार्थी-निर्वासित झाले असं म्हणायचं का?' तिच्या मनात आलं–ही गाडी-हे अंतर-फर्निचरवर घातलेल्या त्या चादरी...

तिला खूप फिरून जायला लागत होतं. प्रथम पूर्वेकडे मग सीमा पार करून भारतामध्ये आणि मग ही कलकत्त्याला जाणारी आगगाडी. गाडी उत्तरेकडे चालली होती-बंगालचा उरलेला भाग तुडवत-मोहरीची शेतं, भाताची खाचरं, मिरचीची शेतं,-मग रस्ता वळणावळणांनी पश्चिमेकडे जाऊन आसाममध्ये शिरला. पहाटे तिला जाग आली, ती पहाटेच्या सूर्यप्रकाशाने रंगलेल्या उंच-सखल प्रदेशामध्ये. हवेत तरतरी होती आणि सफरचंदाचा सुगंधही होता. पहाडी हवा.

ब्रिटिशांनी बांधलेल्या या वर्तुळाकार मार्गाला अलीकडे 'चिकन नेक' म्हणायला लागले होते. त्यांच्या मेमसाहेबांना हिवाळ्याच्या सुट्टीला सिल्चर, शिलिगुरी, शिलाँग अशा थंड हवेच्या ठिकाणी जाण्याची सोय व्हावी म्हणून तयार केलेला रेल्वेमार्ग. पानांच्या सळीसळीसारखी नावं असलेली ही ठिकाणं-जिथे हवेतल्या आर्द्रतेनं कपडे शिणून धडपडत राहात नाहीत. जिथे हवा कोरडी असते, पण ओठ कोरडे पडत नाहीत, हॅट्स घालणं शक्य असतं. जिथे घरचा वास असतो अशी ठिकाणं.

इथला प्रकाशही काही वेगळाच होता. त्याची धग कमी करण्यासाठी मध्ये ओल्या हवेचा अडथळा नसल्याने तो सरळ आकाशातून खाली जमिनीवर एखाद्या लखाखत्या धबधब्यासारखा डोळे दुखवत, खालच्या टेकड्या चमकवत, सगळीकडे पसरलेल्या हिरवाईवर आणि चमचमणाऱ्या दवावर कोसळत होता.

रेहानाच्या मनात शब्द घुमत होते-मी तुला घ्यायला येईन...

ती निर्वासित नव्हती. पुढच्या दाराला मजबूत कुलूप घातलेला तिचा बंगला तिची वाट पाहात होता. दिव्यांमध्ये रॉकेल भरलेलं होतं, पाण्याचा पंप तहानेला होता. खिडक्या बंद केलेल्या होत्या. पडदे ओढलेले होते. बिछाने आवरलेले होते. तिला शेजारी होते. उष्टी ताटं-थोडंसं मटण बर्फाच्या कपाटात होतं.

ती साबीरला घेऊन मिसेस चौधरीच्या घरी गेली होती. सिल्वी गेटमधून बाहेर आलेली तिनं पाहिली होती, तिचे भोकरासारखे डोळे तिच्या सबंध चेहऱ्यावर पसरले

होते आणि ओठांचे कोपरे खाली वळले होते. सिल्वीनं आपल्या नवऱ्याकडे पाहिलं होतं. तिच्या जिवणीभोवतीच्या रेषा आणखीच खाली लवल्या होत्या.

ती त्यांचा निरोप न घेताच परतली होती.

तिनं तिचं काम पार पाडलं होतं. तिनं मुस्लीम बझारमधून नक्की काय परत आणलं आहे हे त्यांना कळेपर्यंत ती तिथे थांबलीच नव्हती.

समोरच्या बाकावर पाय टेकवत रेहानानं पत्रांचा जुडगा बाहेर काढला. त्यांना डांबराच्या गोळ्यांचा वास येत होता. सिल्वीनं ही पत्रं कुठे ठेवली असतील-तिच्या मनात आलं. कदाचित तिच्या कपड्यांमध्ये घडी करून-एखाद्या चांगल्या सलवार कुडत्याच्या घडीत किंवा तिच्या दागिन्यांच्या डब्यात किंवा मग तिच्या शाळेच्या जुन्या पुस्तक-वह्यांमध्ये...! अगदी शेवटच्या घटकेला जेव्हा रेहानाला काय घ्यायचं आणि काय मागे ठेवायचं हे ठरवावं लागलं होतं तेव्हा तिला ही पत्रं मागे ठेववली नव्हती. एवढाच तर तिचा आठवणींचा खजिना होता. तिच्या बाकीच्या सामानात फक्त आवश्यक तेवढ्याच वस्तू होत्या. तीन साड्या, तीन ब्लाऊजेस, तीन परकर, एक रात्रीचा गाऊन, एक प्लास्टिकचा कंगवा, एक पातळसा टॉवेल, एक ब्लँकेट आणि एक बशी. एक बशी बरोबर घ्यायला तिला जॉयनं सांगितलं होतं.

तिचं आटोपल्यावर मेजरनं तिला सांगितलं होतं की तो तिच्याबरोबर येत नाहीये. तो आपला आपला आगरतालाला परत जाणार आहे. "ते तुझ्या दृष्टीनं सुरक्षिततेचं आहे. माया तुला कलकत्त्याला भेटेल. सगळं नीट ठरवण्यात आलेलं आहे." त्याच्या पापण्या किंचित फडफडताना तिला दिसल्या-भावनांशी लढताना-जिंकताना.

थर्मासचं झाकण काढून रेहानानं एक घोट घेतला. हे आजारपणाच्या किती जवळचं असतं. हल्लक झालेले सैलावलेले अवयव, तापलेले गाल, जळणारं हृदय, टोचणारा घाम. 'प्रेम.'

तिला गालिबची एक ओळ आठवली,

जिंदगी यूंही गुजर जाती

आयुष्य पुढे सरकलंच असतं. कसं का होईना पण संपून गेलंच असतं. कसलीही खळबळ न माजता, अगदी आखून दिल्यासारखं.–याच्याशिवाय. तिच्या मनातलं वादळ उचंबळून आलं.

रेल्वे दक्षिणेला कलकत्त्याच्या दिशेनं वळली आणि पावसाळी शेतं परत दिसायला लागली. रेहाना बाहेरच्या पाण्याने भरलेल्या प्रदेशाकडे बघत होती. भाताची चौकोनी शेतं आणि त्यांच्या बांधांवरची एका पावलापुरती पाऊलवाट. वेगवेगळ्या शेतांमध्ये भाताचं पीक पिकण्याच्या वेगवेगळ्या पायऱ्यांवर पोहोचलेलं.

-काही शेतांमध्ये अगदी फिकट असे लिंबू रंगाचे कोंब आलेले-कमरेएवढे मोठे झाले की ते उपटून दुसऱ्या जागी रोवले जाणार. त्यांच्यानंतर चांगली मोठी झालेली रोपं-अधिक दाट आणि अधिक गडद रंगाची आणि अखेरीस दुधी रंगाचं उभं भात कापणीला तयार असलेलं. खाचरं म्हणजे लहानशी तळीच होती. स्वत:मध्ये भरून घेतलेलं पाणी सांभाळत उभी असलेली-हिरव्या आणि सोनेरी रंगांच्या चौकटीच मांडल्यासारखी दिसणारी.

हवा बदलली आणि आकाश अचानक स्वच्छ धुतल्या दगडी पाटीच्या रंगाचं झालं. पावसाच्या तिरप्या धारा रेहानाच्या उघड्या खिडकीतून कोसळायला लागल्या. उभं राहून तिनं खिडकी बंद करण्याची थोडी धडपड केल्यावर खिडकी धाडकन बंद झाली, मग फक्त आगगाडीचाच आवाज तेवढा शिल्लक राहिला. लोखंडी रुळांवर गोल गोल वेटोळी घेत फिरत राहणारी चाकं. काचेवर बोटांनी कुणातरी टकटक करत असावं तसा खिडकीच्या काचेवर येणारा पावसाचा आवाज आणि सगळीकडे काळानिळा रंग-बाकाचं लाकूड, बाहेरचे खाली ओथंबून आलेले ढग. आपल्याच चौकटीत खडखड आवाज करणारी खिडकी.

एक हुंकार टाकत आगगाडी सियाल्दा स्थानकात शिरली. दारं उघडताच आपली बॅग घेऊन रेहाना बाहेर उतरली. हे बाहेर उतरणं म्हणजे जणू एखाद्या खवळलेल्या मानवी समुद्रामध्ये कुणीतरी फेकणं होतं. सगळीकडे माणसंच माणसं होती- एकमेकांपासून वेगळी काढताच येणार नाहीत अशा दाट गर्दीत घुसमटलेली माणसं. टाचा उंचावून गर्दीच्या डोक्यावरून सगळीकडे पाहात कशीबशी वाट काढत ती फलाटाच्या टोकाला पोहोचली. मायाला ती कशी सापडणार आहे? एका बाकासमोर तिला काही इंचांची लहानशी फट सापडली आणि ती तिथे आपल्या बॅगवर बसली. काही मिनिटांनंतर तिला प्रवाशांचे निरनिराळे प्रकार ओळखता यायला लागले. काही नुकतेच आलेले होते, पण अजून फलाटाजवळच रेंगाळत होते-कसलीतरी वाट बघत-कुणीतरी आपल्याला न्यायला येईल याची वाट बघत, किंवा मग आता कलकत्त्यापर्यंत पोहोचलो आहोत कसेबसे तर कुणीतरी येईल आणि पुढे काय करायचं ते तरी आपल्याला सांगेल याची वाट बघत आणि बरेचसे जे काही आठवड्यांपूर्वी-महिन्यांपूर्वी येऊन पोहोचलेले आहेत, ज्यांच्या लक्षात येऊन चुकलेलं आहे की या स्थानकाबाहेर आपल्याला दुसरं कोणतंही जग नाहीये, घराची शक्यता नाहीये आणि म्हणून इथेच राहिलेले असे बरेच-वेड्यावाकड्या रांगांमध्ये फलाटावर पसरलेले.

त्यांच्या ब्लँकेटांनी त्यांचे चेहरे झाकले गेलेले होते. त्यांना न्यायला कुणीतरी येईल आणि इथून दुसरीकडे कुठे घेऊन जाईल याची आशा सोडून दिलेले लोक-

दिवस असो रात्र असो, झोपायची वेळ असो की नसो ते तिथेच असे पडून राहात होते-मृत्यूचे मुखवटे चढवून त्या फलाटावर त्यांच्या कबरींची जागा कोरत–

"मिसेस हक?" एका तरुणानं रेहानाला हाक मारली. त्याच्या पुढच्या दातांमध्ये एक फट होती, त्यामुळे तो अगदी सुस्वभावी दिसत होता. तिच्याकडे चालत येत त्यानं पुन्हा विचारलं, "तुम्ही मिसेस हक?"

त्याला उत्तर द्यावं की नाही हे रेहानाला कळत नव्हतं. तिनं थोडं चाचरतच म्हटलं, "यस?"

"केवढं साम्य आहे! एवढ्या साऱ्या गर्दीमध्येही मी तुम्हाला ओळखलं बघा." त्या गर्दीमध्ये त्याचं हसणं अगदी विसंगत वाटत होतं.

"तुम्ही...?"

"मुकुल. आंटी. मी तुम्हाला घ्यायला आलोय. मायादीला नाही जमलं यायला-तिनं माफी मागितलीये तुमची, तिनंच पाठवलंय मला. तुम्हाला सरळ ऑफिसमध्येच घेऊन यायला सांगितलंय-ती वाट बघतेय तुमची."

त्या मुलाला आणखी प्रश्न विचारण्याचं रेहानाला त्राणच नव्हतं. तो तर सरळ तिच्या हातातून तिची बॅग हिसकावून घेऊन त्या गर्दीत वाट काढत आग ओकणाऱ्या उन्हात तिला स्थानकाच्या बाहेर घेऊन निघालासुद्धा होता.

मुकुलची मोटार होती पिवळी वोक्स वॅगन बीट्ल. कुणालातरी तिचा बंपरही त्याच रंगानं रंगवण्याची कल्पना सुचलेली होती. दार उघडणं, बॅग आत टाकणं हे सगळं करत असताना त्याची टकळी चालूच होती- ती थेट त्यानं ब्रेक सोडून गाडी सुरू करेपर्यंत... "प्लीज-मागच्या सीटवर आरामात बसा. पुढच्या सीटवर फार कचरा आहे– म्हणजे अगदी कचरा नाही म्हणता येणार-पॅम्प्लेट्स वगैरे–तुम्हाला घ्यायला यायच्या आधी ती पोहोचवायची होती खरं म्हणजे, पण रस्ते नुसते तुडुंब भरलेले होते आणि मला उशीर करायचा नव्हता."

"थँक यू- आल्याबद्दल." रेहाना म्हणाली.

"हा तर माझा सन्मान आहे, आंटी, मी मायाकडून तुमच्याविषयी सगळं ऐकलंय." समोरच्या आरशात रेहानाच्या नजरेला नजर देत तो म्हणाला.

"खरं की काय?" दुपारच्या उन्हापासून आपल्या डोळ्यांचा बचाव करण्याचा प्रयत्न करत रेहाना म्हणाली.

"हो तर." तो उत्तरला, "का नाही? तुम्ही तर आम्हा सगळ्यांसाठी आदर्श आहात. आमच्या हिरो." मोटार भरलेल्या रस्त्यामधून धावत होती. जाताना तिनं शाळकरी मुलांच्या एका जथ्यावर पाणी उडवलं.

"तुम्ही प्रथमच आलात कलकत्त्याला?" मागे वळून तिच्याकडे बघत मुकुलनं विचारलं.

"अं–नाही खरं तर– मी राहायची इथे.."

"खरं?" मुकुलनं विचारलं, "कुठे? कोणत्या भागात?"

त्याला खोटा पत्ता द्यावा हे रेहानाला सुचलंच नाही. "वेलिंग्टन स्क्वेअर."

"वेलिंग्टन स्क्वेअर? अरे बापरे-म्हणजे बडे लोक होतात तुम्ही."

ती वोक्स वॅगन शहराच्या अरुंद रस्त्यावरून धक्के खात जात होती. रेहानानं खिडकीची काच बंदच ठेवली होती, तरी त्या काचेतूनही तिला कलकत्त्याचा चिखल आणि सडक्या भाज्यांचा वास येत होता. टांग्यांचे आवाज, भाजल्या जाणाऱ्या शेंगांचा खडखडाट तिला ऐकू येत होता. स्वत:च्या मांडीवर नजर खिळवून ठेवत ती आपल्या जुन्या घराकडे बघण्याचा मोह टाळत होती.

'मी कलकत्त्याला आलेली नाहीये.' ती स्वत:ला बजावत होती, 'मी कलकत्त्याल आलेली नाहीये.'

तिचं लग्न इक्बालशी ठरलं तोवर ती इथून जाण्यासाठी फार आतुर झाली होती. एकापाठोपाठ तिच्या बहिणींची लग्नं उरकून त्यांना कराचीला पाठवण्यात आलेलं होतं. वेलिंग्टन स्क्वेअरमधलं घर केव्हाच गेलं होतं. आता ते कॉलेज स्ट्रीटवरच्या एका धुळीनं भरलेल्या पुस्तकांच्या दुकानाच्या वरच्या मजल्यावरच्या एका भाड्याच्या सदनिकेत राहात होते. रोज सकाळी तिचे वडील खाली पुस्तकाच्या दुकानात जायचे आणि त्यांच्याकडे कोणकोणती पुस्तकं होती हे सांगत राहायचे. 'ग्रेट एक्स्पेक्टेशन्स' ते ओरडायचे, 'अकबरनामा-टेल्स ऑफ द अल्हम्ब्रा'

मुकुलची मोटार धडधडत एका दुमजली इमारतीसमोर थांबली. 'वेलकम'च्या पायपुसण्यासारखी लहानशी हिरवळ इमारतीसमोर मांडलेली होती. दारावर पाटी होती, '८, थिएटर रोड.'

"आंटी, तुम्ही पुढे व्हा." मुकुल म्हणाला, "मी गाडी लावतो आणि तुमचं जीनीशपोत्रो घेऊन येतो."

"ठीक आहे-एक लहानशी बॅगच आहे-मीच नेते ती." सुटकेचा श्वास टाकत रेहाना गाडीतून उतरली.

कचेरीचा दरवाजा उघडा होता. आतून टाईपरायटरचा खडखडाट आणि रेडिओची खरखर ऐकू येत होती. उंबरा ओलांडून ती एका उंच छत असलेल्या खोलीत शिरली. खोलीत कोळिष्टकांचा आणि छपाईच्या शाईचा वास येत होता. ट्यूब लाईट्सच्या एका रांगेनं खोलीभर एक अधिकृत स्वच्छ धुवट प्रकाश पडलेला होता.

"मा" रेहानाचा श्वास अडवत माया तिच्या छातीत घुसलीच, मग तिचे खांदे धरून तिला थोड्या अंतरावर धरत मायानं तिचं नीट निरीक्षण करत हसतं म्हटलं, "अम्मू." आणि मग पुन्हा तिला आपल्या मिठीत ओढलं, रेहानाच्या साडीत चेहरा घुसळताना एक हुंदकाही कानावर पडल्याचा भास रेहानाला झाला. "मी स्टेशनवर

येऊ शकले नाही-मला फार वाईट वाटलं-सोविएट्सनी ट्रीटीवर सह्या केल्या, खरं वाटतंय? तू कशी आहेस मा? मला तुझी खूप आठवण यायची.–'' मग खोलीभर हात हलवत मी मोठ्यानं म्हणाली, ''ऐका सगळ्यांनी–माझी मा.'' कामातून वर नजर करुन कोणी नमस्कार तर कुणी सलाम केले. ''तुझी भेट होईलच सर्वांशी नंतर–ट्रेनचा प्रवास ठीक झाला ना?''

''हो हो अगदी ठीक झाला.'' आपल्या लेकीमध्ये झालेला बदल रेहानानं एका क्षणात टिपला. तिनं तिच्या पांढऱ्या साडीला सुटी दिली होती आणि ती एक लालभडक सुती साडी नेसली होती. तिचे ओठ फुटलेले, चावलेले होते आणि केसांचं टोपलं झालं होतं. अस्ताव्यस्त वाढलेल्या केसांची कशीबशी एक वेणी वळलेली होती. त्या वेणीचं टोकं म्हणजे पातळ केसांचा एक गुंतवळ एवढंच उरलं होतं आणि तरीही तिच्यामध्ये एक वेगळंच असं आरोग्यही दिसत होतं. तिच्या एका बोटामध्ये तिनं एक स्वस्तशी लालसर धातूची अंगठी घातली होती. ती सगळीच बदलली होती. तिचे डोळे चमकत होते आणि त्या दोघी एकमेकींना जोखत असताना रेहानाला त्या नजरेतला ओलावाही जाणवत होता. ''मला काळजी वाटत होती.'' माया म्हणत होती.

''नाही नाही. ते काही विशेष नव्हतं, थोडं दमायला झालंय एवढंच.''

''ठीक आहे. मी तयारी केलीये–तुला झोपायचंय थोडा वेळ?'' मायानं रेहानाच्या खांद्यावरून तिची बॅग ओढून घेत विचारलं. त्यांच्यामधल्या या बदललेल्या नात्याचा रेहाना अजून अंदाज घेत होती. ''मला थोडी भूकही लागलीये–आणि स्नान–चालेल ना? तू कामात आहेस का?''

''नाही, मा, आज फक्त तुझीच मी.'' तिनं सहजगत्या हसत रेहानाच्या खांद्याभोवती हात टाकत म्हटलं. ''कुठे जायचंय तुला? व्हिक्टोरिया पार्क? वेलिंग्टन स्क्वेअर? ओ ओ कॉलेज स्ट्रीट?''

''पहिल्यांदा आपण...''

''यस, सॉरी, घरी–यस, पहिल्यांदा घरी. एक-दोन मिनिटं हं -अम्मू–हं या इथे या टेबलाजवळ बस, मी एवढा परिच्छेद पूर्ण करते.''

रेहाना इतकी दमली होती की तिचे हात थंड पडायला लागले होते.

''पहिल्यांदा तुला थोडा चहा आणून देते.'' माया पळत गेली.

कचेरीचं आणखी बारीक निरीक्षण करण्याची संधी रेहानानं साधली. फारसं काही बघण्यासारखं नव्हतंच म्हणा! टेबलांवर कागदांच्या चळती रचलेल्या होत्या आणि जमिनीवरही जिथे जागा मिळेल तिथे कागदांच्या थप्प्या लागलेल्या होत्या. चष्मा लावलेले तरुण कपाळाला आठ्या घालून टाईपरायटर्सवर काम करत होते. भिंतीवर काही पोस्टर्स अडकवलेली होती. मागच्या खोलीकडे जाणाऱ्या दरवाजावर

काळा कोट घातलेल्या मुजीबचं चौकट घातलेलं छायाचित्र होतं. आत्ताच ते जुनं दिसायला लागलं होतं.

रेहानानं दमून खुर्चीच्या पाठीवर डोकं टेकलं. टाईपरायटरच्या क्लॅक-क्लॅकनं तिला भोवळ आल्यासारखं होत होतं.

मागच्या खोलीत रेडियोचा आवाज एकदम मोठा झाला.

''अम्मू,'' हातात एक चहाचा कप आणि दोन बिस्किटं घेऊन आलेली माया म्हणाली, ''बी.बी.सी.चा ब्रॉडकास्ट सुरू झालाय. त्यानंतर आपण जाऊ.''

रेहानाला मधूनच काही शब्द ऐकू येत होते, त्यातच कचेरीतल्या माणसांचे शेरे मिसळत होते. 'धिस इज द बी.बी.सी. वर्ल्ड सर्विस... अ हिस्टॉरिक इंडो-सोविएट ट्रीटी...इफ इंदिरा गांधी इंटरव्हीन्स, द वॉर विल शुअर्ली बी वन फॉर द पीपल ऑफ बांगलादेश...'

खोलीमध्ये एकच जल्लोष झाला. एकाच वेळेला तीन दूरध्वनी वाजायला लागले.

'जॉय बांगला. जॉय बांगलादेश.'

ही आरोळी खूप वेळा निनादली. त्यापाठोपाठ एकमेकांच्या पाटीवर थापाही दिल्या-घेतल्या गेल्या.

रेहानानं ती खारी जिऱ्याची बिस्किटं गपागप खाल्ली, आपले गुडघे आखडताहेत हे तिला जाणवलं.

''बेटा,'' ती मायाला म्हणाली, ''तू मला नुसतं सोडून ये ना फ्लॅटवर!''

''मा. आय ॲम सो सॉरी. चल जाऊ आपण.'' मग थोडं कुचंबत ती म्हणाली, ''तो फ्लॅट नाहीये-खरा–''

''काही हरकत नाही. मला फक्त थोडी विश्रांती घ्यायचीय.'' रेहानानं आपलं सामान गोळा केलं आणि ती समोरच्या दरवाजाकडे जायला लागली.

''नाही, अम्मू, इकडून.'' माया तिला इमारतीच्या मागच्या बाजूकडे घेऊन गेली. तिथं आणखी काही माणसं गंभीर चेहऱ्यानं काम करत होती. एका रेडियोभोवती जमलेल्या लहानशा जमावातून वाट काढत त्या पुढे गेल्या. पुरुषासारखी राखाडी रंगाची पँट घातलेल्या एका तरुण मुलीनं त्यांना हात केला.

''तुझी आई?''

''हो! अम्मू! ही सुलताना.''

मुलासारख्या दिसणाऱ्या त्या मुलीनं रेहानाकडे पाहून मोकळं हास्य केलं. तिचे डोळे काळेभोर आणि चमकदार होते. ''आम्ही तुमच्याबद्दल खूप ऐकलंय. आंटी, काही लागलं तर सरळ मला सांगा.''

एका निरुंदशा दरवाजातून त्या एका अंधाऱ्या जिन्याजवळ आल्या. ''इथेच वरच्या

मजल्यावर आहे.'' दोन दोन पायऱ्या चढत माया म्हणाली. रेहाना मायाच्या पाठोपाठ गेली. जिन्यात पान खाऊन थुंकल्याचे अनेक डाग होते, वृत्तपत्राचे कपडे होते, थुंकीचे गोळे होते, मातीचे डागही होते. या सर्वांना चुकवत रेहाना जिना चढत होती.

जिना संपला तेव्हा तिच्यासमोर एक मोठं थोरलं सपाट छत होतं. त्याच्याभोवती एक बुटकं कुंपण होतं. पलीकडे रेहानाला थिएटर रोडवरची अशी आणखी बरीच छतं दिसत होती. शेजारच्या इमारतीच्या छतावर एक लठ्ठ बाई एक पिवळी साडी वाळत घालत होती. ''इकडून ये.'' माया म्हणाली. त्या दोघी छत ओलांडून दुसऱ्या टोकाशी गेल्या. तिथे एक लहानसं पत्र्याचं खोपट होतं. अरुंद दरवाजांच्या जोडीला एका कुलपानं एकत्र बांधून ठेवलं होतं.

मायानं किल्लीनं कुलूप उघडलं. दरवाजे उघडले गेले. आत एक अगदी लहानशी खोली होती, एका भिंतीशी एक झोळणा झालेली खाट आणि दुसऱ्या भिंतीशी एक जडसं लाकडी टेबल. खाट आणि टेबलाच्या मध्ये लोखंडी सळ्या बसवलेली एक अगदी लहान खिडकी-झरोकाच. एक दमलाभागलेला गमछा तारेवर वाळत होता. त्याच्या लाल-हिरव्या चौकटीची नक्षीदार छाया सिमेंटच्या जमिनीवर ख्रिसमसच्या सावलीसारखी पडली होती.

''अम्मू, मला ही एवढीच जागा मिळालीये.''

मनातलं आश्चर्य रेहानानं दूर सारलं..

''मी साफ केलीये जागा.'' भिंतीशी एक जुनापुराणा झाडू उभा होता.

''ठीक आहे जान. कुठे फार दिवस राहायचंय आपल्याला इथे?''

''अगं ही तर बढती आहे. इतके दिवस मी खालीच झोपत होते.''

''ऑफीसमध्ये?''

''दुसरी जागाच नाहीये.'' खांदे उडवत माया म्हणाली. ''आणि मजाच होती गं ती.'' माया स्वत:ची साडी सोडत होती. खिडकीकडे पाठ करत रेहानानंही तसंच केलं. डोक्यातून तिचा नाईट गाऊन खाली ओढून घेऊन तिनं केसांतले आकडे काढायला सुरुवात केली.

माया एव्हाना खाटेवर पसरलीही होती. ''अम्मू, साबीरचं ऐकलं.'' तिला खरं म्हणजे साबीरबद्दल बोलायचं नव्हतं, पण तरी तिनं सगळं मायाला सांगितलं. सोहैल, निलखेतमधली ती सदनिका, सोहैलनं केलेली विनवणी..

''मिसेस चौधरी हिस्टेरिकल झाली होती.''

''आणि सिल्वी?''

''सोहैलला वाटत होतं... त्यानं हे सगळं सिल्वीसाठी केलं. त्याला वाटत होतं, त्यानं–मी जर साबीरला परत आणलं तर कदाचित ती पुन्हा त्याच्यावर प्रेम करायला लागेल.''

"मग?"

"जानी ना. साबीरची अवस्था फार वाईट होती."

"त्याला सोडावं म्हणून तू त्याचं मन वळवलंस?"

"मला तुझ्या फैझकाकाला विचारावं लागलं."

"तू केलंस तरी कसं हे?"

"मला खरंच माहीत नाही." हे ती अगदी खरं सांगतेय हे तिच्या लक्षात आलं. तो दिवस अगदी धूसर असा झाला होता, जणू काही ते सगळं दुसऱ्या कुणाच्यातरी आयुष्यात घडलेलं असावं आणि तिनं ती आठवण उसनी घेतलेली असावी तसा.

"तुला वाटतं त्यापेक्षा तू जास्त शूर आहेस."

"किंवा कदाचित मी मूर्ख आहे." रेहानानं आपल्या बॅगेत धुंडाळत म्हटलं. तिनं ब्लँकेट बाहेर काढलं आणि ते चेहऱ्यावर धरलं. तिच्या कपडे वाळत घालण्याच्या दोरीवरचा सूर्यप्रकाशाचा वास अजूनही त्याला येत होता.

"तू वेगळीच दिसायला लागलीयेस." माया म्हणाली, "काहीतरी... मला नाही सांगता येतेय."

रेहानानं ब्लँकेट स्वत:भोवती गुंडाळून घेतलं आणि ती भिंत आणि तिची लेक या दोघांच्यामध्ये घुसून बसली. तिनं वर खड्डे असलेल्या छताकडे पाहिलं. छताच्या पांढऱ्या चुन्यावर ढगांच्या आकाराची ओल होती. "मी तुझ्याबद्दलपण हाच विचार करत होते."

माया उताणी झाली. "मला जावंच लागलं, अम्मू, तू हे समजून घेशील असं मला वाटतं. तुला एकटीला सोडून येताना मला इतकं वाईट वाटत होतं..."

ती एकटी नव्हतीच पण. तिनं मुगल-ए-आझम पाहिला होता आणि ती एका अनोळखी माणसाच्या प्रेमात पडली होती-एका दशकापेक्षा अधिक काळ मनात दडपून ठेवलेले शब्दही तिनं उच्चारले होते.

माया अजून बोलतच होती "...आणि इथे इतकी गडबड चालू होती ना- मला विचार करायलासुद्धा वेळ मिळाला नाही." एकदम ती उठून बसली आणि डाव्या बाजूचे केस पुढे घेऊन तिनं त्यांची वेणी घालायला सुरुवात केली. खाटही एकदम डचमळली. रेहानानं एक उसासा दाबला. ही मुलगी किती अचपळ आहे हे तिला विसरायलाच झालं होतं.

"साबीर...त्याला...त्यांनी काय केलं त्याला?"

रेहानानं आपली दृष्टी छतावरून हलवली नाही. माया ताबडतोब नाकारणार नाही असं कोणतं सत्य किंवा सत्याचा भाग तिला सांगावा याचा ती विचार करायला लागली.

"आम्हाला कैद्यांबद्दलच्या बातम्या मिळत होत्या." माया म्हणाली, "मला ठाऊक आहे सगळं."

"मग मी काही सांगायलाच नको."

"नाही, मला कळून घ्यायचंय." आता ती दुसरी वेणी घालत होती आणि शाळकरी मुलीच्या आपल्या चेहऱ्याकडे परतत होती.

"त्याचे हालहाल झाले."

"कसे? काय केलं त्यांनी?"

"मला नाही माहीत."

"अर्थात तुला माहीत आहे."

"मला नाही बोलावसं वाटत--"

"अरे देवा–अम्मू, मी लहान नाहीये आता..."

हार मानत रेहानानं एक उसासा टाकला. "ठीक आहे." नजर छतावरच्या ढगांवरच ठेव, तिनं स्वत:ला बजावलं. "त्यांनी मारलं त्याला, त्याच्या बरगड्या तुटल्या."

"त्यांनी त्याला तासंतास-दिवसचे दिवस सूर्याकडे बघत उभं केलं."

"त्यांनी त्याच्या पाठीवर जळत्या सिगारेटनं भोकं पाडली."

"त्यांनी त्याला उलटं टांगलं."

"त्याचे ओठ तडकून जाईपर्यंत त्यांनी त्याला मिठाचं पाणी प्यायला लावलं."

"आणि त्यांनी त्याची नखं उपटून काढली."

तिच्या डोळ्यातून वाहणारं पाणी तिच्या कानाशी साठत होतं. तिनं डोळे मिटले. तिच्या पापण्यांमध्ये सळसळणारं रक्त तिला दिसत होतं. तिनं डोळे उघडले तेव्हा माया खिडकीशी उभी राहून त्या फाटक्या गमछाच्या घड्या घालत होती. मग मागे वळून हॉस्पिटलच्या आवाजात ती म्हणाली, "तू त्याला आणायला गेलीस हे त्याचं नशीब. त्यांनी त्याला स्वत:चीच कबर खोदायला लावली असती आणि मग त्यातच त्याला गाडून टाकलं असतं."

मागे वळत रेहानानं आपलं कपाळ भिंतीत दाबलं. भिंत खडबडीत होती आणि धुळीनं भरलेलीही होती.

"मा, तू किती शूर आहेस--" खाटेवर धाडकन कोसळून रेहानाच्या पाठीवर हात फिरवत माया म्हणाली, "किती शूर.-- आता झोपू या आपण ओ-के?" कुशीवर वळत ती आईच्या अंगाभोवती लगडली. आपल्या लेकची चुळबुळती ऊब रेहानाच्या पाठीला जाणवत होती. "उद्या आपण कँपवर जाऊ."

ती तशीच जागी पडून मेजरचा विचार करत राहिली. त्याचा निळ्या शिरांचा हात-त्याचा जड श्वास...हे प्रेम सगळं गिळून टाकणारं, भुकेलं प्रेम होतं. आत्ताच तिला ते आणखी आणखी हवंसं झालं होतं. अजून एकही दिवस पुरता गेला नव्हता आणि तिला आणखी हवं होतं. त्यात वेदना होती, पण ही वेदना तिला माहीत असलेली वेदना नव्हती.

आई, वडील, नवरा गमावल्याची ही वेदना नव्हती किंवा विमानतळाच्या धुरकट खिडकीतून निरोपाचा हात हलवताना होणारीही नव्हती.

*

"अम्मू. उठो. जागी हो." रेहानाच्या गालावर केसांची एक बट हुळहुळली. एक चिकट डोळा उघडून तिनं पाहिलं की तिची लेक एका हातात एक वाफाळतं चहाचं मग आणि दुसऱ्या हातात एक टूथ ब्रश घेऊन तिच्यावर वाकली होती. आपण कुठे आहोत हे आठवण्याचा तिनं थोडा प्रयत्न केला. "आपल्याला घाई करायला हवी." रेहानाच्या हातात टूथब्रश देत आणि स्वत: चहाचा एक घुटका घेत माया म्हणाली. कालची कोवळीक हरवली होती. त्या जागी एक कोरडी कार्यक्षमता आली होती.

अवघडलेली मान हळू सरळ करता करता रेहानानं विचारलं, "किती वाजलेयत? अजून अंधारच तर आहे."

"साडेपाच. आपल्याला तयार व्हायला पाहिजे." हातातलं मग दरवाजाकडे करत ती म्हणाली, "ती खाली थांबलीये."

"कुठे निघालो आहोत आपण?"

"मी सांगितलं ना तुला-आज माझी पाळी आहे कँपमध्ये जाण्याची."

रेहानाच्या पोटात गरम होत होतं आणि रिकामंही. "नाश्त्याचं काय?" "तिथे एक कँटीन आहे-ठीक असतं खाणं तिथलं. चल चल लवकर आवर–तर मग रस्त्यात कुठेतरी आलू पराठा खायला वेळ मिळेल."

खाटेच्या झोळातून बाहेर पडत रेहाना म्हणाली, "बरं. मी नुसते कपडे बदलते आणि तयार होते. तू जा खाली. मी आलेच."

अर्ध्या तासानंतर-रेहानानं खालच्या मजल्यावरच्या घामट वास येणाऱ्या एका स्नानगृहात दात घासले होते, साडी बदलली होती आणि तेलकट पराठ्यात गुंडाळलेले दोन बटाटे पोटात ढकलले होते आणि आता ती एका जुनाट ट्रकच्या पुढच्या सीटवर माया आणि सुलताना यांच्या मध्ये गच्च बसली होती. सुलताना गाडी चालवत होती. तिच्या अंगावर कालचीच राखाडी पँट आणि एक उघड्या गळ्याचा पांढरा कुडता होता. 'ती ट्रक चालवतेय' रेहानानं नुसत्या ओठांच्या हालचालीनं मायाला सांगितलं. 'ओरल रिहायड्रेशन थेरपी' असं लिहिलेला एक खोका मांडीवर घेऊन माया बसली होती. रेहानाकडे बघून ती गूढसं हसली. "लढाई चालू आहे. अम्मू. आम्हाला जे करावंसं वाटेल ते आम्ही करू शकतो."

गाडी एका जीर्णशा कॉफीच्या दुकानासमोर थांबली. उघड्या खिडकीतून डोकं बाहेर काढत मुकुल ओरडला, ''नोमोश्करा. गुड मॉर्निंग आंटी.'' त्याला अंडी आणि टूथपेस्टचा वास येत होता, मग ट्रकच्या मागच्या भागात उडी मारून तो तिथे ठेवलेली औषधांची खोकी आणि दुधाच्या पावडरीचे डबे यांच्यामध्ये आरामशीर बसला.

एका तासाभरानंतरही अजून आकाश पिवळटसुद्धा झालेलं नव्हतं, रात्रभरातलं भरपूर दव अजून झाडापेडांना आणि गाडीच्या समोरच्या काचेला बिलगलेच होतं. माया आणि सुलतानानं एक गाणं म्हणायला सुरुवात केली. सुलताना एक पाकिस्तानी सैनिक आणि फणस यांच्याविषयी काही तरी बोलली आणि माया पोट धरधरून हसत सुटली. हा प्रवास लवकर संपावा अशी रेहाना देवाजवळ प्रार्थना करतच होती.

''अर्धा रस्ता!'' माया उत्साहानं ओरडली आणि मग पावसाला सुरुवात झाली. उभ्या-आडव्या धारा समोरच्या काचेवर खुळखुळे वाजवत होत्या. समोर रस्ता दूरवर पसरला होता–अस्पष्ट आणि चिखलाचा.

एकदा त्यांनी हावरा ब्रिज ओलांडला आणि कलकत्त्याची सीमा पार केली आणि सगळं चित्रच पालटून गेलं. सगळं काही उजाड आणि सुकलेल्या गवताची शेतं! शेणागवताचा वास येणारा एक तागाचा कारखाना मागे गेला. त्यानंतर एक मासळीचा वास ओकणारा एक चामड्याचा कारखाना आणि मग उंच चिमण्यांमधून काळाभोर धूर ओकणारा आणि सतत कानठळ्या बसवणारा कडकड असा आवाज करणारा एक सिमेंटचा कारखाना लागला. अर्ध्या तासानं मुकुलनं खिडकीवर टकटक करत समोर बोट दाखवत ओरडून सांगितलं, ''पोहोचलोच आता.'' समोर एक पाटी, त्यावर लिहिलं होतं, 'सॉल्ट लेक २ किलोमीटर्स.' वाऱ्यानं त्याचे केस आणि कान चप्प बसले होते.

सुलतानानं गाडी उजव्या हाताला वळवली. आता ते एका अरुंद, खडबडीत रस्त्यावर आले होते. दूरवर रेहानाला एक अजस्र तंबू दिसला. त्याच्या शेजारी असंख्य झोपड्या आणि खोपटं होती. त्यांच्या पलीकडच्या शेतांमध्ये प्रचंड आकाराच्या सिमेंटच्या पाईपांच्या थप्प्या होत्या.

''हाच का?''

''जी, आंटी.'' सुलताना म्हणाली, ''हाच कँप.''

त्या मोठ्या थोरल्या तंबूकडे जाताना रेहानाला एक मोठा बॅनर दिसला. त्यावर रेड क्रॉसचं चिन्ह रंगवलेलं होतं.

''अम्मू,'' माया म्हणाली, ''हाच कँप–सॉल्ट लेक रेफ्यूजी कँप.''

''तो तंबू कसला आहे?''

''ते हॉस्पिटल आहे.''

गाडीपासून तंबूपर्यंत जायला लाकडाच्या फळ्या टाकून वाट बनवलेली होती. त्या मधल्या जागेमध्ये आपलं घरदार घाईनं सोडावं लागलेल्या लोकांचं किडूक मिडूक अस्ताव्यस्त पसरलेलं होतं. बूट, चपला, कंगवे, फुटकी भांडीकुंडी सगळं काही हळूहळू त्या दलदलीमध्ये बुडत होतं. माया आणि सुलताना त्या लाकडी फळ्यांवरून तेलाची थारोळी आणि पुसट पाऊलखुणा चुकवत भराभर जात होत्या. मायानं तिची लाल साडी किंचितशी वरच बांधली होती, त्यामुळे ती तिच्या घोट्यांपर्यंत पोहोचली होती. तिनं पायात मजबूत बंद असे बूट घातले होते. हे असं काही असेल याची कल्पना कोणीही रेहानाला दिली नव्हती. चिखल लागू नये म्हणून तिनं साडीचा घोळ उचलून धरला आणि दुसऱ्या हातानं कलकत्ता स्टेट्समनचा अंक वर धरत डोकं झाकून घेतलं. सूर्य आता ढगाआडून बाहेर येऊन हवा चांगलीच तापवत होता. मान खाली घालून त्या डगमगत्या फळ्यांवर चालण्यावर तिनं सर्व लक्ष केंद्रित केलं.

रेड क्रॉसच्या तंबूमध्ये सुलताना आणि माया यांचं स्वागत मोठ्या आरोळ्या आणि हस्तांदोलन यांनी करण्यात आलं. पांढरा कोट घातलेला एक उंचापुरा माणूस लांब ढांगा टाकत त्यांच्याजवळ येत मोठ्यानं म्हणाला, "आहा, माय ट्युसडे एंजल्स."

"डॉक्टर राव–माझी आई." माया म्हणाली.

त्याचे काळसर तपकिरी डोळे चमकत होते. "वेलकम टू कलकत्ता. नंतर मी राऊंडला जाईन तेव्हा तुम्ही चला ना माझ्याबरोबर."

त्यानं मायाचा हात कोपराशी धरला.

मायाचा चेहरा लालसर झाला, "हो नक्की. आम्ही सामान काढतो बाहेर."

"ओ के देन–सी यू लेटर." पुन्हा लांब ढांगा टाकत झपाझप जाताना तो म्हणाला.

सुलतानानं औषधं वगैरे काढायला सुरुवातही केली होती. तिच्याभोवती जमलेल्या सहा-सात स्वयंसेवकांना ती सूचना देत होती. ओळीने काम करण्यात आता मायाही तिला सामील झाली. एका ब्लेडने खोक्यावरची पट्टी फाडायची आणि कोणती औषधं कुठे ठेवायची आहेत हे त्या स्वयंसेवकांना खुणेनं दाखवायचं. एका कोपऱ्यात शिरून, स्वत:चा भार एका पायावरून दुसऱ्या पायावर घेत रेहाना हे सगळं बघत उभी होती. हे तर तिच्या बहिणींबरोबर व्हायचं तसंच होत होतं, त्या अनेक महत्त्वाची, मोठ्या माणसांची कामं उरकत असताना ती नाहीशीच होऊन जायची तसंच काहीसं.

"अम्मू," सिरिंजेसचं एक पाकीट उघडता उघडता माया म्हणाली, "तुला थोडं इकडे तिकडे बघायचंय का?"

सुटकेचा श्वास सोडत रेहाना म्हणाली, ''हो हो चालेल.''

''सुलताना, आम्ही येतोच एवढ्यात.''

''मी गाठते तुम्हाला नंतर'' एक खट्याळ भिवई उडवत सुलताना म्हणाली, ''मग आपण डॉक्टर रावनाही भेटू शकू.''

तंबूबाहेर पडताच रेहानाला अनेक कुटुंबं वेड्यावाकड्या रांगेत उभी असलेली दिसली.

''हे लोक कशासाठी थांबलेयत?''

''लसीकरणासाठी.'' माया म्हणाली. तिनं घड्याळात बघितलं. ''ते रोज सकाळी दहा वाजता यांना वॅक्सिनेशन करतात.'' रांगेच्या टोकाशी एका घडी घालता येणाऱ्या टेबलापाशी एक राखाडी रंगाचे केस असलेला कोट घातलेला माणूस बसला होता.

एकामागोमाग एका मुलाच्या लुकड्या दंडात तो सुई टोचत होता.

माया तिला खोपटांच्या रांगेकडे नेत होती. तिथे मधमाशांच्या पोळ्यासारखे एकावर एक असे दोनतीनच्या गठ्ठ्यात सिमेंटचे पाईप रचलेले होते.

''नव्या आलेल्या लोकांना ते इथे आणतात.'' पाईपांकडे बोट दाखवत मायानं सांगितलं.

''कुठे?''

''त्या तिथे.''

तिथे कोणतीच इमारत वगैरे काही नव्हतं, फक्त पाईप होते. ''मला तर काहीच दिसत नाहीये.''

''पाईपांच्या आत-आत बघ, मा''

कपाळावर आडवा हात धरत रेहानानं पाईपमध्ये वाकून बघितलं. आता तिला आतलं दृश्य स्पष्ट दिसायला लागलं.

खरंच होतं ते. ते पाईप एखाद्या मोठ्या माणसानं दोन्ही हात पसरले तर जी रुंदी होईल तेवढ्याच रुंदीचे होते. त्यांच्या आतमध्ये अनेक लोक अंगाची जुडी करून गर्दी गर्दी करून बसलेले होते. काही पाईपांच्या तोंडावर आडोशासाठी लुंग्या टांगलेल्या होत्या. वर साड्या वाळत होत्या. आत पाईपच्या तिरप्या आकाराला पाठ देत माणसं–पुरुष आणि बायका-पाठी वाकड्या करून बसल्या होत्या.

माया आणि रेहाना पाईपांच्या जवळ जात राहिल्या. जसजसे पाईप जवळ येत गेले तसतशी तिथली जमीन अधिक दलदलीची व्हायला लागली. त्यावर फळ्या टाकण्यात आलेल्या होत्या. माणसाच्या घाणीचा वास एकदम रेहानाच्या नाकात घुसला आणि ती तिथेच थांबली.

''माया.'' आपलं नाक-तोंड पदरानं झाकून घेत रेहानानं विचारलं, ''किती वेळ आपल्याला इथे राहावं लागेल-तुला काय वाटतंय?''

“इथे कँपमध्ये?”

“नाही, कलकत्त्यामध्ये.”

“का?”

“मला फक्त जाणून घ्यायचंय-आपण घरी कधी जाऊ शकू?”

“ढाका आता सुरक्षित राहिलेलं नाहीये. ते घराघरांवर छापे घालताहेत. एखाद्या कुणीतरी जर सांगितलं की तू स्वातंत्र्य सैनिकांना आश्रय देत होतीस तर आपण सगळेच तुरुंगात जाऊ-विशेषत: तू. सोहैलला फार काळजी वाटेतय.”

“पण मी जेव्हा हे करायचं ठरवलं तेव्हाच मला हे सगळं माहीत होतं.”

“आता सगळं बदलंय. लष्कर फार संशयी झालंय. सगळीकडे छापे मारताहेत.”

घराची आठवण काढण्यात रमणं अगदी बालिशपणाचं आहे हे रेहानला कळत होतं, पण तिचा काही इलाज चालत नव्हता, तरीही इतकं एकाकी, हरवलेपण वाटेल अशी मात्र तिला नक्कीच कल्पना नव्हती. तिनं इथं यायलाच नको होतं.

“काळजी करू नकोस, मा, लवकरच रुळशील तू.”

त्या पुढे निघाल्या.

जवळ गेल्यावरही पाईप काही आणखी मोठे दिसत नव्हते. त्यांच्या किनारीवरून मुलं लटकत होती, ओलसर पदरांनी चेहरे झाकून घेत बायका मागे मागे राहात होत्या.

त्यांना एक लहान मुलगा दिसला- सहा-सात वर्षांचा असेल. त्याच्या पाईपच्या शेजारी उकिडवा बसलेला होता. “तू आज आलास?” त्याच्या शेजारी खाली तशीच उकिडवी बसत त्याच्याकडे निरखून बघत मायानं विचारलं.

“तुला याआधी पाहिलं नाहीये मी.”

तो वाखाचे दोन पदर घेऊन त्याची दोरी वळत होता. त्यानं वर पाहिलं तेव्हा त्याची त्वचा त्याच्या चेहऱ्यावर ताणून बसवल्यासारखी रेहानाला दिसली. त्याच्या गळ्यावर जिथे त्याची धमनी उडत असायला हवी होती तिथे एक सुरवंटासारखा गुलाबी वण होता.

नजर स्वत:च्या हातावरच खिळवून ठेवत तो काहीतरी अस्पष्टसं पुटपुटला.

“मोठ्यानं बोल, पोरा.” धसमुसळेपणाने त्याची हनुवटी हातात घेत माया म्हणाली.

“होय, आपा.” त्यानं हातातली दोरी संपवून आता दुसरी वळायला घेतली.

“कुठून आलास तू?”

“पाबना.”

“कुठून?”

“पाबना.” पहिली दोरी तोंडात धरत तो आणखीच हळू आवाजात उत्तरला.

"खेडं कोणतं?"

"मला नाही माहीत."

"तुला तुझं खेडं कोणतं ते माहीत नाही?"

"दुलाल, चल लवकर आटप. ताडाताडी कोरो." एक बाई रांगतच तिच्या पाईपमधून बाहेर आली आणि कमरेवर मुठी ठेवून रेहानाकडे खालवर पाहायला लागली. "मला ती टोपली हवीये." तिच्या कोपराच्या घडीत काहीतरी-एक कोंबडी धरलेली होती. तिला उलटं करत तिनं तिला पंखानं पकडलं.

त्या मुलाकडे बघत आणि मायाकडे बोट दाखवत तिनं विचारलं, "या कोण?" कोंबडीनं आपला मोकळा पंख तिच्या पायाशी फडफडवायला सुरुवात केली.

माया उठून उभी राहात म्हणाली, "माझं नाव माया. मी इथे काम करते." तिनं रेहानाची ओळख करून दिली नाही.

"हा तुमचा मुलगा?"

"नाही. माझ्या खेड्यातला."

"त्याचे लोक कुठेयत?"

"मेले." त्या बाईनं कोरडं उत्तर दिलं.

तंबूकडे बोट दाखवत मायानं सांगितलं, "तिथे जा आणि नावं नोंदवा. त्याचंही नोंदवा. तुम्हाला जेवण, औषधं मिळतील. समजलं-बुजलें?"

त्या बाईनं मान डोलावली. दुलालनं त्याच्या दोऱ्यांचं एक सैलसं जाळं बनवलं होतं. तिनं स्वत:च्या हातातली कोंबडी त्याच्या हातात दिली. रेहानाला आणखी काही प्रश्न विचारायचे होते-ती किती वर्षांची आहे, इथे कॅंपमध्ये ती कशी येऊन पोहोचली-तिला आई-वडील आहेत का–नवरा-मुलं–पण माया पुढे चालायलाही लागली होती. लुंगी ढोपराशी वर घेऊन बसलेल्या एका म्हाताऱ्या माणसाकडे बघत त्याला हाताने खूण करत होती.

हातातल्या बॅगमध्ये थोडं ढांडोळत रेहानानं काही नोटा बाहेर काढत म्हटलं, "मी तुम्हाला थोडे पैसे देऊ शकते."

कोरड्या, रिकाम्या नजरेनं तिच्याकडे बघत ती बाई म्हणाली, "मला पैशाची गरज नाहीये."

तिला स्पर्श करण्यासाठी रेहानानं हात पुढे केला, पण ती थोडी सरकली आणि रेहानाला फक्त तिच्या साडीचा तेवढा स्पर्श झाला. मग मायाला गाठण्यासाठी ती वेगानं पुढे निघाली.

त्या कॅंपमध्ये आणखी आणखी आत आत जात राहिल्या. भयंकर गरम होत होतं आणि दुर्गंधी तर कमालीची असह्य झाली होती. सिमेंटच्या पाईपांच्या जागी

आता पलॅस्टिकचे कागद आणि लाकडाच्या तुकड्यांनी बनवलेली खोपटी-खुराडी आली होती. काही नशीबवान लोकांना पावसापासून बचाव करण्यासाठी काही पत्रे मिळाले होते. रेहाना एका हातानं साडी घोट्यांपर्यंत वर धरून दुसऱ्या हातानं तिच्या मागे लागलेल्या माशांच्या थव्याला मारण्याचा प्रयत्न करत होती. जिथे पाहावं तिथे तिला निर्वासितांचे भकास चेहरे दिसत होते. त्यांच्या पुढे पसरलेल्या हातांनी ते आपल्यालाही त्या चिखलात ओढून घेतील अशी तिला भीती वाटत होती. एका पाईपामध्ये ते आपल्याला खेचताहेत आणि दिवसरात्र आपल्याला वाखाच्या दोऱ्या वळायला लावताहेत असं चित्रही तिच्या नजरेसमोर उभं राहिलं. 'तू आमच्यातलीच आहेस, आमच्यापैकीच एक आहेस,' ते म्हणत होते. माया आपल्याला इथेच सोडून सुलताना आणि मुकुलबरोबर ट्रकमध्ये बसून थिएटर रोडला परत जातेय आणि वर मोठ्यानं हसते आहे असाही तिला भास झाला.

"माया." अखेरीस ती म्हणाली, "माया, माझ्याच्यानं नाही होणार हे."

"आता थोडंसंच जायचंय." समोर बोट रोखत माया म्हणाली, "तिथे कुणाला तरी भेटायचंय मला."

"खरंच" रेहाना म्हणाली. तिच्या पोटात ढवळायला लागलं होतं. "तू जा. मी इथेच थांबते-तुझी वाट बघते."

"कुठे थांबशील तू?"

रेहानानं आजूबाजूला पाहिलं. बसण्यासाठी जागा नव्हतीच कुठे. "मी तंबूकडे जाते."

"सापडेल तुला?" "हो-तू जा." ती कधी जाईल असं रेहानाला होऊन गेलं. त्यानंतरच ती आपल्याला या सगळ्यात रस आहे असं ढोंग करणं थांबवून तंबूकडे पळून जाऊ शकणार होती. तिला ट्रकचीही आठवण झाली. कदाचित ट्रककडे जाऊन एखादा ग्लासभर थंड पाणी पिऊन ती रेडियो ऐकत बसू शकेल किंवा मग स्वयंसेवकांच्या शेजारी त्यांच्या औषधांच्या खोक्यांजवळ बसू शकेल. कुठेही चालेल पण या दुर्गंधीपासून दूर...

ती वाट काढत तंबूजवळ पोहोचली. एक कनात बाजूला करून ती आत शिरली तर आपण रुग्णालयाच्या भागामध्ये आलो आहोत हे तिला जाणवलं. सगळ्या खाटा एकमेकींना चिकटून लावलेल्या होत्या, त्यामुळे शरीरांची एक अखंड रांगच असावी असं वाटत होतं. मधल्या वाटेतून लोकांमधून वाट काढत ती पुढे जायला लागली. इतरांपेक्षा तिथल्या बायकांना बघून तिचा घसा दाटून यायला लागला. प्रवासातल्या धुळीनं माखलेले केस तसेच घेऊन आपल्या मुलांशेजारी त्या बसलेल्या होत्या, आपले कोरडे, सुकलेले स्तन उचलून त्यांच्या तोंडात देत होत्या.

"मिसेस हक?" एक माणूस तिच्या दिशेनं येत होता–तो डॉक्टर राव होता.

तिच्याकडे बघत हात हलवत होता. त्याच्या पंजांवर पांढरे शुभ्र रबरी हातमोजे ताणून घातलेले होते. त्या हातमोज्यांच्या बोटांच्या टोकांशी रेहानाला लाल ठिपके दिसत होते. तो जसा जवळ आला तसे त्याच्या पांढऱ्या कोटाच्या खिशावरही लाल फराटे तिला दिसत होते. "चाची? तुम्ही इथे काय करताहात?" त्याला मिठीच मारायची तिला इच्छा झाली. "मी–मी इकडेतिकडे बघायला आलेय."

"ठीक आहे, हेच रुग्णालय आहे. शस्त्रक्रियेसाठी एक लहानशी खोली मागच्या बाजूला आहे आणि औषधं द्यायची खोली. तुम्हाला दाखवू का सगळं?"

"नको–ठीक आहे. मी–मला फक्त बघायचं होतं."

"खूप पेशंट्स आहेत." तिच्याकडे रोखून बघत डॉ. राव म्हणाला, "सगळ्या देशभरातून आलेले-सगळं सोडून आलेयत हे लोक–अनेक दिवस चालत आलेयत आणि एवढं करून पोहोचलेयत कुठे–तर इथे..."

त्याच्या हातमोज्यांवरच्या लाल डागांवरची नजर रेहानाला बाजूला करताच येईना.

"तिथे एक रजिस्टर आहे-चला तुम्हाला दाखवतो--"

थोडं पुढे जाऊन ती दोघं एका खोलीत आली. तिथे आणखी गर्दी होती. मुलं रडत होती. या सगळ्या आवाजांना झाकून टाकणारा एक यांत्रिक आवाज तिच्या कानात घुसला.

"हा कसला आवाज आहे?"

"जनरेटर." डॉक्टर उत्तरला. "आम्हाला शस्त्रक्रियेसाठी वीज मिळते आणि संध्याकाळी थोडा वेळ."

"तुम्ही इथेच राहता का?"

"हो." हसत एक सुस्कारा टाकत तो म्हणाला, "या शेताच्या दूरच्या टोकाला एक लहानसा तंबू आहे."

"तुम्ही कुठून आलाहात?"

"काश्मीर."

"तुम्ही कलकत्त्याला शिकायला आलात का?"

"नाही" तो म्हणाला, "नाही-मी याच्यासाठी आलोय."

"अम्मू," त्या रात्री माया म्हणाली, "तुला कँपमध्ये मदत करायला आवडेल का असं डॉ. रावनी विचारलंय."

मला माहीतच होतं हे. मला तिथे सोडून यायचा विचार आहे हिचा. "मी? मी काय मदत करणार तिथे?"

"त्यांना मदतीची फारच गरज आहे.– तू शोनामध्ये जे करत होतीस तेच करू शकतेस इथेही–निर्वासितांशी बोलायचं फक्त–"

रेहानाला निर्वासितांशी वगैरे बोलायचं नव्हतंच. नेहमी तिनंच का करायचं असतं हे सगळं? याला वाचव-त्याला सोडव. ''माझी अडचण होत असेल तर मी ढाक्याला परत जाऊ शकते.''

''अम्मू,'' माया म्हणाली, ''तुला माहीतेय–तुला तसं करता येणार नाही.''

''मी यायलाच नको होतं इथे.''

''अगं, तुला त्यांनी अटक केली असती.''

अनेक महिने इथे, या खोपटात किंवा त्याहून वाईट म्हणजे त्या कँपमध्ये राहण्याची कल्पना तिला एकदम असह्यच झाली. ''मग काय झालं? मला अटक व्हायलाच हवी.''

''वेड्यासारखं बोलू नकोस.''

''मला त्या कँपमध्ये परत जायचं नाहीये.''

''उत्तम. राहा इथेच.'' पाठ फिरवून हात गालाखाली घेऊन माया झोपली. अगदी तिचे वडील झोपायचे तशी. रेहानाच्या मनात आलं, जणू काही ती प्रार्थना करतेय.

त्या पत्र्याच्या शेडमधल्या भयानक गरमीनं रेहानाला जाग आली. बिछाना रिकामा होता. मायाचे कपडे खोलीभर पसरले होते. रेहानानं ते उचलून त्यांच्या घड्या घालायला सुरुवात केली. मायाच्या कुडत्याला वास येत होता. तो धुवायलाच हवा होता. बाकीच्या कपड्यांची स्थिती काही वेगळी नव्हती. तिच्या सगळ्या साड्यांच्या आणि परकरांच्या किनारी धुळीनं माखल्या होत्या. शेडमधून बाहेर येऊन कुठे नळ दिसतोय का ते रेहाना पाहायला लागली. उन्हापासून बचाव करण्यासाठी एक हात कपाळावर धरत छतावर एक चक्कर मारताना एका तांब्याच्या पाईपचा मागोवा घेतल्यावर एका कोपऱ्यात भिंतीवर बसवलेला एक नळ तिला दिसला. त्याच्याखाली पाणी जाण्यासाठी एक भोकही पाडलेलं होतं.

कपडे धुण्याचा साबण नव्हताच. तिनं स्वत:बरोबर आणलेला तोंड धुण्याचा मोतिया रंगाचा साबण काढला. नळ सोडल्यावर पाण्याची एक बारीकशी धार पडायला लागली. पाणी छानपैकी कोमटसर होतं. दुहेरी धबके घालत कपडे चुबकताना तिला सारा ताण जाऊन एकदम सैलावल्यासारखं वाटायला लागलं. क्लॅप-क्लॅप.क्लॅपक्लॅप.

तिनं ते कपडे गच्चीच्या कठड्यावर वाळत घातले. सूर्यप्रकाशात ते कपडे झळाळताना बघून तिला खूप बरं वाटलं. शेजारच्या छतावर त्या दिवशी दिसलेली जाडी बाई आजही छतावर तीच पिवळी साडी वाळत घालत होती. तिनं हात हलवला. रेहानानंही उलट हात हलवला.

खाली तोंडात पेन धरून माया टाईपरायटरवर हल्ला करत होती. ते पेन थोडं

गळलं होतं, त्यामुळे तिच्या ओठाच्या कोपऱ्यात शाईचा एक डाग पडला होता आणि तो हळूहळू मोठा होत चालला होता.

"मा, तू गेली होतीस तरी कुठे?"

"वर, थोडं आवरत होते." स्वत:च्या तोंडाकडे बोट करत रेहाना म्हणाली, "तुझ्या ओठाला बघ..."

पण माया आपल्या कामाकडे वळली सुद्धा होती. "वर गरम नाहीये का?" तिनं चौकशी केली.

"मी बाहेर जाऊन काही गरजेच्या वस्तू मिळताहेत का ते बघून येते." रेहाना म्हणाली, "आपल्याला साबण हवाय आणि जमलं तर काहीतरी खायला..."

"ठीक आहे." टाईपरायटरवर चालणाऱ्या आपल्या बोटांवर खिळलेली नजर तशीच ठेवत माया म्हणाली, "जा-जाऊन ये."

बाहेर पडतानाच रेहानाला भिंतीवर एक पोस्टर चिकटवत असलेला मुकुल दिसला. त्याचे डोळे झाकले जातील इतकी खाली ओढलेली एक निळ्या रंगाची टोपी त्यानं डोक्यावर चढवली होती.

ती दिसावी म्हणून हनुवटी उचलत तिच्याकडे पाहात तो म्हणाला, "हेलो आंटी. इतक्या उन्हाच्या बाहेर जाताय?"

"इथेच जवळच्या दुकानात."

"फार गरम होतंय."

"दहापंधरा मिनिटात येईनच मी परत."

"हं ही माझी टोपी घ्या" डोक्यावरची टोपी सोलून काढत तो म्हणाला. त्याचे केस त्याच्या कपाळावर घट्ट चिकटले होते. टोपीच्या कडेला घामाची रेषा उमटलेली तिला स्पष्ट दिसत होती.

"नाही नाही नको."

"नाही, घ्यायलाच पाहिजे."

"नको नको, काळजी करू नकोस, मी येतेच आत्ता परत."

बाहेर भयंकरच गरम होतं. काही सेकंदातच रेहानाचे गाल तापायला लागले. एकदा तिला वाटलं, परत फिरावं, पण आपली घामट टोपी घालून तिथेच उभ्या असलेल्या मुकुलची आठवण झाली आणि ती तशीच पुढे निघाली. ती थेट एका चौरस्त्याशी येऊन थांबली. ट्रॅमच्या रुळांनी रस्ता विभागला गेला होता आणि दोन्ही बाजूंना उघडी दुकानं होती. त्यांच्या पाट्या भडक आणि ठसठशीत होत्या. रेहानाला कलकत्त्याचा हा भाग आठवत नव्हता, पण तिला हे कोपरं वर आणि बाहेर करत अनवाणी पायांनी रहदारीतून वाट काढत धावणारे रिक्षावाले माहीत होते, इमारतींचे आकार ओळखीचे होते, दोन्ही बाजूंनी वृक्ष असलेले रुंद रस्ते ठाऊक होते आणि

त्यावरून धावणाऱ्या ट्रॅम्सही माहितीच्या होत्या. इतक वर्षं जाणीवपूर्वक विसरण्याचा प्रयत्न करूनही पक्क्या स्मरणात राहिलेल्या या साऱ्या गोष्टी...

आता सगळं भडक आणि अधिक गर्दीचं झालं होतं. माणसांनी रस्ते गुदमरत होते आणि ट्रॅमचे डबे कलत होते. पदपथाच्या किनारींवर त्यांचे थवेच्या थवे बसलेले होते त्यांच्यामधून कशीबशी वाट काढतच रेहानाला चालावं लागत होतं. ती जवळच्याच एका दुकानात शिरली. ते दुकान म्हणजे एक काळोखी अरुंद खोली होती. एका बाजूच्या भिंतीवर मांडण्या होत्या आणि त्यांवर अनेक प्रकारच्या वस्तू कशाही ठेवलेल्या होत्या-चॉकलेट्स-लहान मुलांच्या दुधाचे डबे, शांपू, पोमेड, लोणची–त्याखाली एक काऊंटर होता. त्यावर पंजे टेकवून एक माणूस उभा होता.

कपडे धुण्याच्या साबणाच्या एका निळ्या वडीकडे रेहानानं बोट दाखवलं. "ती वडी द्या प्लीज, किती पैसे?"

"सहा आणे." हिरड्या चाळवत तो माणूस उत्तरला.

"एक द्या मला. आणि एक पाव मोहरी. आणि–तुमच्याकडे कात्री आहे?"

"कात्री?"

"हो, मला हवीये एक."

एक खण उघडून त्या माणसानं रेहानाला बऱ्याच प्रकारच्या कात्र्या दाखवल्या. प्रत्येकीच्या धारेवरून हात फिरवून बघून तिच्या हँडलमधून आपला अंगठा जातोय ना हे तपासून मग रेहानानं सर्वांत लहान कात्री निवडली.

"एकूण तीन रुपये बारा आणे झाले."

रेहाना त्याला पैसे देणार एवढ्यात तो म्हणाला, "मी पाहिलंय का तुम्हाला या आधी?"

तिनं आता त्याच्याकडे निरखून पाहिलं. तो म्हातारा होता-तिच्या वडिलांच्या वयाचा असेल, तिच्या ओळखीचा असेल का तो? एवढ्या मोठ्या कलकत्त्यामध्ये मला ओळखणारा माणूस भेटावा म्हणजे माझं नशीबच म्हणायला हवं–पण नाही-तिनं त्याला यापूर्वी कधीच पाहिलेलं नव्हतं. "मला नाही वाटत तसं."

"नाही पण मला नक्क वाटतंय तसं..." तो आग्रहानं म्हणाला.

"पण मी इथे राहात नाही."

"कुठून आलाहात तुम्ही–तुम्ही जॉय बांगला आहात का?"

"सॉरी?"

"तुम्ही ढाक्याहून आलात का? बांगलादेश? जॉय बांगला?"

नाही. तिच्या मनात आलं, मी खरी कलकत्त्याची आहे पण ती म्हणाली, "हो-मी जॉय बांगला आहे."

"दहा टक्के सवलत." तो हसत म्हणाला, "दहा टक्के निर्वासित सवलत."

तिचं सामान भरलेली पिशवी पुढे करत तो म्हणाला, ''मीसुद्धा एक निर्वासितच होतो–सत्तेचाळीस साली. म्हणून तर मी ओळखू शकलो तुम्हाला.'' मग तिच्याकडे वडीलकीच्या मायेनं बघत तो म्हणाला, ''काही लागलं तर सरळ इथे यायचं-अगदी काहीही लागलं तरी.''

अचानक तो अस्पष्टच दिसायला लागला. तिच्याकडे बघत हात हलवत तो म्हणाला, ''रडू नका-प्लीज रडू नका. एक चॉकोबार हवाय का? मिलॉन, एक चॉकोबार दे या माझ्या मुलीला. रडू नको, मा रडू नको.''

ओल्या बोटांनी रेहानानं तो कागद काढला. तिचे दात चॉकोलेटमधून आत आईस्क्रीममध्ये घुसले.

''निघा आता, मा, निघा.''

तिनं पुन्हा माध्यान्हीच्या उन्हात पाऊल ठेवलं. तिच्या जिभेवर आईस्क्रीम वितळून त्याचं दूध होत होतं. सिगरेटचं एक दुकान आणि एक चायनीज उपाहारगृह मागे टाकत ती आणखी थोडी पुढे गेली. पुढच्या रस्त्याच्या कोपऱ्यावर तिला स्टेट बँक ऑफ इंडियाच्या तीन मजली इमारतीच्या सावलीतलं एक बाक दिसलं. त्या बाकावर आधीच दमून कोसळलेल्या दोन बायकांनी थोडं सरकून तिला जागा करून दिली. रस्त्यापलीकडे ट्रॅमचा स्टॉप होता. ट्रॅममध्ये शिरणाऱ्या आणि त्यातून उतरणाऱ्या लोकांकडे रेहाना बघत होती.

आगगाडीच्या स्थानकावरच्या लोकांसारखेच हे लोक आहेत हे तिला जाणवलं.- आणि शोनाच्या बगीच्यात आलेल्या लोकांसारखे आणि कॅंपमध्ये होते त्यांच्यासारखेच... रस्ते भरभरून वाहणारे निर्वासित.

काही जण इतके घायाकुतीला आलेले दिसत नव्हते, अगदी सामान्य माणसांसारखेच दिसत होते, पण सर्वांमध्ये मिसळून जाण्याचा कितीही प्रयत्न केला तरी ते जवळजवळ निर्वासितच आहेत हे तिला स्पष्टपणे कळून येत होतं. त्यांनी आपले हात खिशात घातलेले होते आणि त्यांच्या ओठांवर एक कृतज्ञ हास्य शिवलेलं होतं. त्यांचे केस आणि पादत्राणं मळलेली होती. अंगावरचे कपडे बऱ्यापैकी होते, पण निरखून पाहिलं तर त्यांच्या उसवलेल्या शिवणी नजरेतून सुटत नव्हत्या. कुठेही गेले तरी त्यांच्या आठवणी त्यांच्या मनाला घेऊन राहात होत्या, म्हणूनच तर रहदारीचा दिवा लाल झाला तरी रस्ता ओलांडायला ते विसरून जात होते किंवा चहात दूध ओततच राहात होते किंवा घराकडची बातमी वृत्तपत्रामध्ये शोधताना स्वत:शीच बोलत होते. त्यांच्याकडे बघणं रेहानाला अशक्य व्हायला लागलं, तिला भीती वाटायला लागली की स्वत:ही अशीच दिसेल-ती दिसणारच नाही, एकाच वेळी तिला या सर्वांहून वेगळं राहायचं होतं-आणि त्यांच्यासारखंही व्हायचं होतं, पण या दोन्ही पर्यायांमध्ये

सगळं हरवल्याच्या भावनेला आणि सगळं अस्तित्व गिळून टाकणाऱ्या प्रेमाला दूर करण्याचं सामर्थ्य नव्हतं.

"मी तुझे केस कापणारेय, माया." रेहाना म्हणाली. पुन्हा रात्र झाली होती. त्या झोपण्याची तयारी करत होत्या. रेहानानं शेड आवरून झाडून काढली होती. दुपारच्या उन्हाचा वास असलेले मायाचे कपडे नीट घड्या घालून टेबलावर ठेवलेले होते. खिडकी उघडलेली होती आणि एका लहानशा झुळकीची चाहूल लागत होती.

"माझ्या केसांना काहीही झालेलं नाहीये." माया म्हणाली. कोणत्याही गोष्टीला पहिल्यांदा 'नाही'च म्हणायची तिची पद्धत होती.

"काय वाईट आहे माझ्या केसात?"

"वाईट काहीच नाहीये गं. मी फक्त शेंडे नीट करणारेय, हे बघ बरं," रेहानानं मायाला तिच्या वेणीचे कुरतडल्यासारखे झालेले शेंडे दाखवत म्हटलं. "मी फक्त हे नीट सरळ करायचं म्हणतेय."

"तुला कसं येतं केस कापायला?"

"मला येतच होतं आधीपासून. माझ्या बहिणी मला त्यांचे केस कापायला लावायच्या." इथे–या इथेच कलकत्त्यामध्ये. शिवाय ते गरीब झाल्यावर तर न्हाव्याचे पैसे नसले की ती तिच्या वडिलांचे केसही कापत होती.

"खरं? मग तू माझे कसे कापले नाहीस आजवर."

"तू मला तुझ्या केसांच्या जवळसुद्धा येऊ देत नव्हतीस. सोहैलचे कापायची की मी."

जिवणी वाकडी करत हसत माया म्हणाली, "हो, मला आठवतंय-असं वाटतंय-पण मला नेहमीच वाटायचं की तो तुझा जास्त लाडका आहे म्हणून–तू त्याचे केस कापायचीस माझे नाही."

"नाही, तू हट्टी होतीस म्हणून."

"चल मग-बघू तरी तू काय करू शकतेस ते." एक पाण्यांचं भांडं आणि कात्री घेऊन रेहाना तयारच होती. तिनं मायाच्या केसांची वेडीवाकडी झालेली टोकं पाण्यात बुडवली आणि मग केस मोकळे करून ती ते विंचरायला लागली.

"किती गुंता झालाय." ती म्हणाली, "नुसता गुंताच."

"केस कापणाऱ्याकडून कोणताही शेरा नकोय."

मायाचं डोकं पुढे ढकलून रेहानानं तिच्या केसांचे शेंडे कापायला सुरुवात केली. "हलू नकोस हं, नाहीतर वेडेवाकडे कापले जातील."

कुरळ्या केसांचे अर्धचंद्र जमिनीवर पडायला लागले. "माया, डॉक्टर जे काही म्हणाला त्यावर मी विचार करत होते, तेच कदाचित चांगलं होईल."

''मा, तुला केलंच पाहिजे असं काही नाहीये हं.'' रेहानाकडे वळून बघत माया म्हणाली.

''सरळ बस,'' रेहानानं मायाचं डोकं पुन्हा मागे फिरवलं. ''इथे करण्यासारखं मला काहीच नाहीये.''

''आय ॲम सॉरी, मी फारच कामात होते ना.''

''तुला तुझी कामं आहेत. मलाही काहीतरी करण्यासारखं असेल तर बरं होईल ना. मी इथे आले त्यामागे काहीतरी कारण असलं पाहिजे ना?''

मायाची केसांची दोन टोकं एकत्र धरून ती सारखी आहेत ना हे पाहून, ''ठीक आहे.'' मायाच्या खांद्यावर थोपटत ती म्हणाली, ''झालं.''

''लढाई संपेल लवकरच.'' माया म्हणाली, ''आपण इथे काही कायमचे नसणार.''

*

रेहानाला तिचं कारण मिळायला सप्टेंबर उजाडावा लागला. ती डॉक्टर रावांच्या मागे वॉर्डमध्ये फिरत नव्या पेशंट्सच्या नोंदी करत होती. त्यांच्या तक्रारी, त्यांना दिली गेलेली औषधं असं सगळं लिहून घेत होती. ती दोघं खाटांच्या ओळीच्या शेवटाला आली तेव्हा शेवटच्या खाटेवर निजलेल्या बाईला रेहानानं यापूर्वी पाहिलेलं नव्हतं. एका ब्लँकेटनं तिचा जवळजवळ सारा चेहरा झाकला गेलेला होता, पण तिचं कपाळ आणि लांबसडक केस मात्र दिसत होते आणि एक हात-त्या हातात एक लाल आणि सोनेरी काचेची बांगडी होती.

''ही कोण आहे?'' रेहानानं विचारलं. त्या खाटेवर झोपलेल्या बाईमध्ये असं काहीतरी होतं की रेहानाला तिचा चेहरा बघायलाच हवा असं वाटायला लागलं.

''मला नीटसं माहीत नाही.'' डॉ. राव म्हणाला, ''तिला याआधी पाहिलेलं नाहीये असं वाटतं.''

रेहानानं पांघरूण बाजूला केलं तेव्हा तिला दोन घट्ट मिटलेले डोळे दिसले. लांब केसांच्या दोऱ्या चेहऱ्याभोवती विखुरल्या होत्या. तिनं आणखी निरखून पाहिलं. हो, तीच होती ती. हो, नक्कीच. या दिवसात काहीही घडू शकत होतं. ''ही माझी मैत्रीण आहे. मिसेस सेनगुप्ता.'' रेहाना म्हणाली, ''ढाक्याची.''

डॉ. रावनं तो बांगडी घातलेला हात अंगठा आणि पहिल्या बोटानं उचलला. त्याची नजर हातातल्या घड्याळावर होती. ''चाची, तुम्ही इथेच थांबत का नाही? तिला कोण उपचार करतंय ते मी शोधतो.''

''तिच्या नवऱ्यानं आणलं असणार तिला इथे. तो सापडतोय का ते बघा, मिस्टर सेनगुप्ता.''

रेहानानं पांघरूण काढलं. मिसेस सेनगुप्ताची साडी तिच्या गुडघ्यांशी गोळा झाली होती. तिच्या पोटऱ्या काळसर आणि शुष्क दिसत होत्या. रेहानानं तिची साडी खाली ओढून तिचे पाय झाकून घेतले. ती एखाद्या उन्मळून पडलेल्या झाडासारखी दिसत होती.

"काय झालं?" रेहानानं हलकेच विचारलं. मिसेस सेनगुप्ताचं डोकं वर उचलून तिनं तिचे विखुरलेले ओलसर केस मागे केले. आपल्या मैत्रिणीच्या पापण्या फडफडलेल्या तिला दिसल्या-जणू काही ती स्वप्न बघत असावी. मग तिनं सावकाश डोळे उघडले. प्रथम छताकडे पाहिलं आणि मग हलके हलके नजर रेहानाकडे वळवली.

"सुप्रिया?"

मिसेस सेनगुप्ता रिकाम्या नजरेनं रेहानाकडे बघत राहिली. तिनं तोंड उघडलं. तिचे ओठ काळे ठिक्कर पडले होते.

"काय झालं तुला? मिथुन कुठेय?" पण तिनं पाठ फिरवलीही होती. तिचा चेहरा मिटून गेला होता.

थोड्याच वेळात डॉक्टर परत आला. त्याच्या हातात रक्तदाब मोजण्याचं यंत्र आणि सलाईनची एक पिशवी होती. "ती एकटीच आहे इथे, मिसेस हक, तिच्या कुटुंबापैकी कुणालाच पाहिलेलं नाही इथल्या कुणी."

"हे शक्यच नाही. तिला नवरा आहे आणि एक मुलगाही आहे. ती त्यांच्याशिवाय येणारच नाही इथे."

दुसऱ्या दिवशी जेव्हा रेहाना वॉर्डमध्ये पोहोचली तेव्हा आदल्या दिवशी तिनं मिसेस सेनगुप्ताला ज्या स्थितीत पाहिलं होतं, त्याच स्थितीत ती पडलेली होती. खाटेवर पसरलेली आणि साडी पुन्हा गुडघ्यापाशी! पण आज ती जागी होती. रेहानानं तिच्या कपाळावरून हात फिरवला. त्या कपाळावर आगीच्या रंगाचं कुंकू नव्हतं की भांगात सिंदूर नव्हता.

रेहानानं रोज दुपारी मिसेस सेनगुप्ताच्या बिछान्याजवळ बसून घालवायला सुरुवात केली. तिच्या केसात खोबरेल तेल घालून तिनं ते स्वच्छ विंचरले, मग थिएटर रोडवरच्या त्या म्हाताऱ्या दुकानदाराकडून विकत आणलेल्या साबणाच्या एका लहानशा वडीनं ते केस धुवून काढले. तिनं मिसेस सेनगुप्ताची नखं कापली आणि तिच्या कोपरांना क्रमही लावलं. तिची मैत्रीण नजरेनं तिच्या पाठी पाठी फिरत होती खरी, पण तोंडानं एक शब्दही बोलत नव्हती. तिनं आपल्या उशीखाली ठेवलेल्या एका बांबूच्या पाईपखेरीज दुसरी कोणतीही वस्तू तिच्याजवळ नव्हती.

हे इक्बालच्या कबरीशी बसण्यासारखंच होतं. तिथेही कधी उत्तर मिळत नव्हतं, पण मिसेस सेनगुप्ताला तिचं बोलणं ऐकू येतंय असं मात्र तिला फार वाटत होतं.

''तुम्ही गेल्यावर इतरही बरीच माणसं गेली. क्लब बंद झाला आणि बाजारातही कुणी नसायचं. खूपशी मुलं लष्करात भरती होण्यासाठी पळून गेली. सोहैललाही जायचं होतं, पण मी नाही म्हटलं.''

कधीकधी इक्बालशी बोलताना करायची तशी इथेही अतिशयोक्ती करावी किंवा खोटं सांगावं असं तिला वाटायचं.

''पण तरी तो गेलाच. तो इतका बदललाय-तुला खरं वाटणार नाही आणि सिल्वी-ती तर आपल्याला माहिती असलेल्या सिल्वीसारखी राहिलेलीच नाहीये. आपण तिला त्या मुलाशी लग्न करूच द्यायला नको होतं. मला भेटला तो पुन्हा एकदा-माहितेय? पण फारच वेगळ्या परिस्थितीत--''

तिनं काही गोष्टी मिसेस सेनगुप्तापासून लपवून ठेवल्या. उदाहरणार्थ, साबीरला अटक झाली ही गोष्ट आणि तिचे तपशील. मिसेस सेनगुप्ता दु:खी व्हावी असं तिला वाटत नव्हतं आणि ती मेजरविषयीही काही बोलली नाही. हे कसं सांगावं हेच तिला कळत नव्हतं. ''मी एका अनोळखी पुरुषाच्या प्रेमात पडले.'' याचं स्पष्टीकरण द्यायचं म्हणजे त्याची कारणंही सांगावी लागली असती आणि त्याला काही कारण नव्हतंच. ही अगदी विनाकारण घडलेली गोष्ट होती. तिची आणि त्याची नीटशी ओळखही नव्हती. उदाहरणार्थ, त्याला भाऊ-बहिणी आहेत का किंवा ही लढाई संपल्यानंतर त्यानं काय करायचं ठरवलंय... की आपण पुन्हा कधी भेटणार आहोत किंवा भेटणार आहोत की नाही हेही तिनं त्याला विचारलं नव्हतं.

दुपारच्या वेळी, मिसेस सेनगुप्ता झोपली की रेहाना डॉक्टर रावबरोबर रुग्णालयात फिरायची. तिनं आणखीही काही बायकांशी मैत्री केली होती. त्यांच्या खाटांशेजारी बसून त्यांचे हात धरून बसायची आणि त्या तिथे कशा पोहोचल्या याच्या हकिकती ऐकायची. आता त्या तिला ओळखायला लागल्या होत्या. त्या तिला 'आपा' म्हणायला लागल्या होत्या. दररोज त्या तिला लढाईच्या नवनव्या गोष्टी सांगायच्या. ती सोहैलच्या पत्राची वाट पाहात होती. ती मेजरच्या पत्राचीही वाट पाहात होती. एकही पत्र आलं नाही.

आता रेहानाला मुकुलबरोबर ट्रकच्या प्रवासाची सवय झाली होती. ऑक्टोबरमध्ये छतही सुखदच झालं होतं. ती शेडचे दरवाजे उघडे ठेवायची आणि उंबरठ्यावर बसून संध्याकाळी उतरताना आणि शहर हळूहळू अंधारात मिसळून जाताना बघत राहायची. दर काही दिवसांनी ती जाडी बाई दिसायची-आपली पिवळी साडी झटकताना, वाळत घालताना....।

प्रत्येक दिवस कालच्यासारखाच असायचा. मिसेस सेनगुप्ता अजून एक अक्षरही बोललेली नव्हती. ''तू काहीच बोलणार नाहीयेस का, सुप्रिया? सांग मला काय झालं ते-मी मदत करू शकेन तुला काहीतरी.''

एका रात्री रेहाना छतावर तिच्या पांढऱ्या परकराची उसवलेली हेम शिवत बसली होती. इतके दिवस राहण्याच्या तयारीनं तिनं कपडे आणले नव्हते. तिनं आणलेले कपडे फाटायला लागले होते. ती सुईत दोरा ओवत होती तेव्हाच तिला जाणवलं की मिसेस सेनगुप्ताला बोलायचं नसलं तरी कदाचित ती लिहून द्यायला कबूल होईल. मिसेस सेनगुप्तानं 'सुलतानाज ड्रीम' विषयी विचारलेलंही तिला आठवलं. हातातला परकर खाली ठेवून ती खालच्या मजल्यावर मायाकडे एक वही किंवा थोडे कागद मागायला गेली. दुसऱ्या दिवशी कँपमध्ये गेल्यावर तिनं ती वही आणि एक टोक केलेली पेन्सिल मिसेस सेनगुप्ताला दिली. मिसेस सेनगुप्तानं मान वर उचलली आणि नकारार्थी हलवली.

रेहानानं वहीकडे बोट दाखवत म्हटलं, ''हे तुझ्यासाठी आणलंय.''

याआधी काही दिवसांपूर्वी रेहानानं तिला म्हटलं होतं, ''माझी मुलं मी गमावली ती हकिकत माहितीये का तुला?'' मग तिने मिसेस सेनगुप्ताला ते न्यायालय आणि ते न्यायाधीश यांच्याबद्दल सगळं सांगितलं होतं. तिच्या दुःखानं तिला कसं वागायला भाग पाडलं होतं तेही सांगितलं होतं. ''पण मी मिळवलं त्यांना परत. तुलाही मिथुन सापडेल-आणि मिस्टर सेनगुप्ताही.''

ते दोघे फक्त हरवले आहेत अशी रेहानाला खात्री वाटत होती. कदाचित ती सगळीजणं कुठेतरी घाईनं जात असतील आणि मिसेस सेनगुप्ता त्यांच्यापासून दूर गेली असेल. मिस्टर सेनगुप्ता आत्ताही तिला शोधतच असतील; म्हणूनच तर रेहाना रोज कँपमध्ये नव्यानं आलेल्यांच्या नोंदी तपासत होती. मिस्टर सेनगुप्ता त्यांच्या बायकोची काहीतरी खबर मिळावी म्हणून सगळे निर्वासितांचे कँप्स, सगळी रुग्णालयं, सगळी रेल्वे स्थानकं पालथी घालताहेत असं दृश्य रेहानाच्या नजरेसमोर असायचं. त्यांनी जर थोडा धीर धरला तर नक्कीच त्यांची एकमेकांशी भेट होईल.

दुसऱ्या दिवशी रेहाना परत गेली तेव्हा मिसेस सेनगुप्तानं वही वर धरली. तिनं त्यात काही ओळी लिहिल्या होत्या. 'मी वेतामध्ये पळून गेले.' तिनं लिहिलं होतं, 'तळ्यात.' तिच्या उशीखालचा बांबूचा पाईप काढून तिनं तो ओठात धरला. 'मी त्याला सोडून दिलं.' तिनं लिहिलं होतं.

''तुला काय म्हणायचंय ते काही मला कळत नाहीये, मिसेस सेनगुप्ता.'' रेहाना म्हणाली, न बोलावताच एक दृश्य तिच्या नजरेसमोर उभं राहिलं-काळसर तपकिरी गाळामध्ये मिसेस सेनगुप्ता रुतत चाललीये असं.

मिसेस सेनगुप्ताचा हात वहीच्या पानावर सावकाश फिरला. तिनं एक वाक्य लिहिलं आणि ते खोडलं, मग पुन्हा लिहिलं. खूप वेळ गेला असं वाटायला लागलं. तिनं वही रेहानाच्या हातात दिली, *'मी त्याला सोडून तळ्यामध्ये धावले.'*

...काहीतरी चुकत होतं हे असं घडलं असणं शक्यच नाही.

"तुमची ताटातूट झाली का?"

पुन्हा तिनं तिचं सावकाश लिहिणं सुरू केलं. तिची बोटं एकमेकांत गुंतत होती, *'मी त्याचा विचारच केला नाही. मी सरळ पळाले.'*

"मिस्टर सेनगुप्ता?" रेहानानं विचारलं. तिनं तेवढ्यात आणखीही काही ओळी लिहिल्या होत्या आणि ती त्यांच्याकडे बोट दाखवत होती. *'त्यांनी त्याला गोळी घातली.'*

तिला आणखी काही बघवेना. "सुप्रिया, आता तू थोडा आराम कर. मी जेवण घेऊन येते." मिसेस सेनगुप्तानं हातात वही गच्च धरली.

'खरं आहे, खरं आहे,' तिने लिहिलं होतं, 'खरं आहे खरं आहे खरं आहे' आता तिनं डोळे मिटून घेतले.

रेहानानं तिला तसंच सोडलं-काळे ओठ आणि डोकं मागेपुढे हलवत बसलेली.

काय बोलावं ते रेहानाला सुचतच नव्हतं. आपण काहीही म्हटलं, मी समजू शकते, सगळं ठीक आहे असं काहीही बोललो तरी काहीतरी आरोप केल्यासारखं होईल की काय अशी तिला भीती वाटत होती. कितीही विचार केला, कसंही चित्र डोळ्यासमोर आणलं तरी मिसेस सेनगुप्ता आपल्या मुलाला सोडून पळाली याबद्दल तिला मनातून घृणा वाटतच होती. दुसरा काहीतरी मार्ग सापडलाच असता तिला. दुसरा मार्ग असतोच नेहमी. त्याला ती स्वत:बरोबर घेऊन जाऊ शकली असती किंवा ते सैनिक आणि तो यांच्यामध्ये उभी राहू शकली असती आणि ती जिवंत तरी कशी राहू शकते–तो कुठे असेल हरवलेला-अनोळखी लोकांच्यात-घाबरलेला किंवा याहूनही एखाद्या वाईट परिस्थितीत-हे काहीही माहीत नसताना ती जिवंत तरी कशी राहू शकते?

दुसऱ्या दिवशी रेहानानं मिसेस सेनगुप्ताकडे जाणं टाळलंच. त्यानंतरच्या दिवशीही ती तिला भेटायला गेली नाही. असा एक आठवडा गेला. ही सारी हकिकत ती विसरण्याचा प्रयत्न करत होती तेव्हाच तिला ती तार सापडली. सकाळची वेळ होती. ती मायाच्या सामानामध्ये एक सेफ्टी पिन शोधत होती तेव्हा तिला ती तार सापडली. त्यावर तारीख होती, १६ ऑक्टोबर, १९७१. दोन दिवसांपूर्वीची.

'साबीर डेड. स्टॉप. ट्राईड आवर बेस्ट स्टॉप
कुडंट सेव्ह स्टॉप गॉड ब्लेस मिसेस सी.'

रेहानानं तारेची नीट घडी केली. कागदाच्या कडाही जुळवून घेतल्या. तिला एकदम थकल्यासारखं झालं, हात थरथरायला लागले. तरी ती घड्या घालतच होती. अगदी बारीकशी घडी झाल्यावर तिनं ती पोलक्यात खोचून ठेवली. -सुटे पैसे

ठेवतात तशी. सॉल्ट लेकला पोहोचेपर्यंत तिला स्वत:च्या हृदयाच्या धडधडीशी ती चडी जाणवत होती. तिला ती भयानक रात्र आठवत होती. त्या अंधाऱ्या प्रवासात तिनं स्वत:ला साबीरशी बांधून घेतलं होतं, त्याचे जखमी हात त्यानं छातीपाशी आवळून धरले होते-सगळं सगळं आठवत होतं. मग तिचे विचार सिल्वीकडे पोहोचले. मिसेस चौधरी, नारळाच्या झाडाखाली माती होत असलेला रोमिओ-आणि एकदम तिचं सारं शरीर घरच्या आठवणीनं तापून उठलं. तिचं घर, तिचे शेजारी तिचा बंगला आणि शोना–इथे परत जाण्यासाठी तिचं शरीर अधीर होऊन गेलं.

घरची आठवण झाल्यावर साहजिकच तिला मिसेस सेनगुप्ताची आठवण झाली. हे सगळं संपल्यावर सुप्रिया कुठे जाईल? रेहानानं आज तिच्याजवळ जायचं आणि तिला सगळं खरं खरं सांगायचं ठरवलं. एक आई आपला स्वत:चा जीव वाचवण्यासाठी आपल्या मुलाला टाकून कशी पळू शकते हे तिला अजूनही कळलं नव्हतं, पण अखेरीस ते कळून घ्यावं हे तिचं काम नव्हतंच. ही ती आणि तिचा निर्माता यांच्यामधली बाब होती. रेहाना तर फक्त तिची मैत्रीण होती.

वॉर्डमध्ये रेहाना डॉक्टर रावबरोबरच्या तिच्या रोजच्या भेटीची वाट पाहात होती.

तिच्या बोटांमधली थरथर आता तिच्या हातांपर्यंत पोहोचली होती–एक थंडगार वाहती थरथर....

आपल्या नेहमीच्या पद्धतीनं लांबलांब ढांगा टाकत डॉक्टर घाईघाईनं आला, अर्थात नेहमीप्रमाणेच तो अगदी वक्तशीर होता.

"आजची लिस्ट बघितलीत का तुम्ही?" रेहानानं विचारलं.

"हो, चाची. बघितली."

"मग?"

"काही नाही. आय ॲम सॉरी." त्यानं एक उसासा टाकला. हा त्यांचा रोजचाच कार्यक्रम झाला होता. "चाची, ती तुमची मैत्रीण आहे, मला माहिती आहे, पण याहून जास्त करण्यासारखं काही नाहीये आपल्याकडे."

"पण तिचा मुलगा हरवलाय-आता तो शेवटी नक्की कुठे होता हेही आपल्याला कळलंय-आपण शोधत राहायला हवं. मला वचन दे-तू लक्ष ठेवून राहशील." जाण्यासाठी उठून उभी राहिली आणि तिच्या पायाखालची जमीन वेडीवाकडीच व्हायला लागली. तिनं एकदम पुढे झुकत आधारासाठी डॉक्टरचा दंड पकडला.

"चाची? तुम्ही ठीक आहात ना?"

"नाही नाही-काही विशेष नाही. मी सकाळी थोडं खायला हवं होतं-काहीच खाल्लं नाहीये मी सकाळपासून–"

"कँटीनमध्ये मिळेल काहीतरी–मी घेऊन जाऊ का तुम्हाला तिथे?"

"नाही! नको, प्लीज काळजी करू नका-ती यादी–तुम्ही बघत राहाल ना? साबीर मुस्तफा–नाही नाही मिथुन-मिथुन सेनगुप्ता–नाव लक्षात राहील ना?"

"हो चाची."

कँटीनकडे जाताना रेहानाला गरगरतच होतं. रुग्णालयामधले आवाज आता तिच्या चांगल्याच ओळखीचे झाले होते आणि त्यांच्याकडे आणि घायकुतीला आलेल्या लोकांच्या लांबलचक रांगांकडेही दुर्लक्ष करायला आता ती शिकली होती, पण आत्ता मात्र तिच्या डोक्यात एखाद्या धबधब्यासारखा आवाज रोरावत होता. तोंडाशी हात नेला तेव्हा तिला स्वत:चा तापलेला श्वास जाणवला. 'मला खाली बसलं पाहिजे' तिनं स्वत:ला सांगितलं. अगदी क्षणभरच. खोलीभर नजर फिरवत ती एखादी रिकामी खुर्ची दिसते का ते बघत होती, तेवढ्यात तिला मायानं गाठलं.

"अम्मू, तू ठीक आहेस ना?"

"काही नाही गं, जान, थोडासा अशक्तपणा-बस." एक थरथर तिच्या शरीरातून गेली. "ती तार–तू सांगितलं का नाहीस मला?"

"अम्मू, चल बसूया आपण कुठेतरी."

"ठीक आहे." मायानं रेहानाचा हात पकडला. खाटांच्या रांगांमधून वाट काढत त्या बाहेर आल्या. काही बायकांनी रेहानाकडे बघत हात हलवला. "आपा" अशी हाकही मारली. दूरवरून कुठूनतरी एखादा पडसाद येत असावा असं रेहानाला हे ऐकू येत होतं.

"माया, जान, मला बरं नाही वाटतेय." ती पुटपुटली. माया आता तिच्या पुढे होती. "जाऊ द्या, जाऊ द्या प्लीज." असं म्हणत वाटेतल्या लोकांना दूर करत होती.

रेहानाचा हात मायाच्या हातातून निसटला. रुग्णालयामध्ये घाईघाईनं येणाऱ्या लोकांपुढे ती हरली आणि त्या गर्दीमध्येच खाली कोसळली. थंडगार, अनोळखी हातांनी तिचे खांदे धरले आणि तिला वर उचललं. तिचे हात तिच्या शरीराभोवती फडफडत राहिले आणि मग सगळा काळोख.

रेहाना जडावल्या डोळ्यांच्या झोपेमध्ये आत-बाहेर करत होती, तिचे सगळे प्रश्न तिच्या घशात गोळा झाले होते. तिला स्वप्नात साबीर दिसत होता, त्याच्या सुकलेल्या फाटलेल्या ओठांनी तो काहीतरी असंबद्ध बोलत होता आणि मिथुन-सोहैलच्या चेहऱ्याचा मिथुन पाण्याखाली आईसाठी रडत होता.

"मा." तिला सोहैलचा आवाज ऐकू आला, "मी आलोय, मा."

जागी झाल्यावर तिनं तोंड पुसलं, तिचा चेहरा अजून गरमच लागत होता, पण आता कुडकुडणं थांबलं होतं. फक्त तिच्या सगळ्या शरीरात एक विचित्र वेदना भरून राहिली होती आणि डोकं प्रचंड ठणकत होतं. तिनं आपली पावलं एकमेकांवर घासली. ती अगदी मऊ होती. टाचादेखील मऊ होत्या, कुणीतरी त्यांची काळजी घेत होतं. ती कुशीवर वळली तेव्हा तिला जबाकुसुमचा वास आला.

“माझे केस...”

“मिसेस सेनगुप्तानी धुतलेयत ते.” एका पुरुषाचा आवाज तिच्या कानावर पडला. “त्या बोलत नाहीत कुणाशीही-फक्त काम करत राहतात. आणि तुझी पावलं.” त्या आवाजात एक वेगळीच खरखर होती.

आपण स्वप्नात नाहीयोत ना असं तिच्या मनात आलं, “सोहैल?”

तिला तो नीट दिसावा म्हणून तो तिच्यावर वाकून उभा राहिला.

“तू कधी आलास?”

“मी येणारच होतो–तुला माझं पत्र मिळालं नाही-नुकताच आलोय–तूच आतबाहेर करतेयस.”

“काय झालं?”

“कावीळ. राव म्हणाला, तुला बहुतेक खूप दिवसांपासून कावीळ असावी. तुला कळलंच नाही. कावीळ फार लागीर असते. त्यांना सर्वांना तपासावं लागलं.”

“माया?”

“ती ठीक आहे.”

रेहानाच्या मनात खूपच प्रश्न होते, पण त्यासाठी शब्द शोधता येऊ नयेत इतकी ती थकली होती. “माझा हात धर.” एवढंच कसंबसं बोलून ती पुन्हा गुंगली. झोप लागण्याच्या आधी तिला सोहैलचा पिवळसर गोरा हात तिच्या बिछान्यावर सरकत असलेला मात्र दिसला.

दुसऱ्या दिवशी त्यानं तिला सांगितलं, “मला एक काम देण्यात आलंय, अम्मू.” त्यानं तिच्यासाठी एक हिरवं शहाळं आणलं होतं. त्याच्या डोक्यावर एक लहानसं त्रिकोनी भोक होतं-शहाळं वाकडं करून ती त्यातलं पाणी पीत होती. “आम्ही ग्रिड उडवतोय.”

शहाळ्याचं पाणी दुधाळ आणि गोड होतं. तिनं आत एक बोट घालून खोबऱ्याचा एक तुकडा बाहेर काढला. दाढीच्या ढगातून सोहैल हसला. किती देखणा आहे हा, तिच्या मनात आल्याखेरीज राहिलं नाही, ही बातमी सांगताना डोळे कसे चमकले त्याचे!

“सगळं शहर अंधारात बुडून जाईल. आम्ही बागेतला साठा खणून काढणार आहोत. अम्मू, मला ढाक्याला परत जायला हवं.”

“आमचं काय?”

“तुम्हीसुद्धा. मी तुला घरी न्यायलाच आलोय आणि मायाला.”

घरऽऽ हात हवेत फेकून एक आनंदाची आरोळी ठोकावी असं तिला वाटायला लागलं.

"सुरक्षित आहे का ते?"

"तू गेल्यापासून आता दोन महिने होत आले. आम्ही बारीक नजर ठेवलीये घरावर–त्यांना काही माहीत असेल असं दिसत नाहीये."

"साबीर वारला."

"मला माहीतेय." त्याच्या चेहऱ्यावर काहीच भाव नव्हते. सुटकेचा भाव नाही आणि शरमेचाही नाही.

"तो फुकाफकी मेला नाही माँ. आम्हाला काही मोठे विजय मिळालेत. गेल्याच आठवड्यात आम्ही कोमिल्लामधल्या पाक लष्कराच्या एका मोठ्या रसदीच्या मार्गाला उद्ध्वस्त केलं."

"आपण जिंकणार आहोत का?" हा प्रश्न ती त्याला पहिल्यांदाच विचारत होती.

सोहैल अगदी 'हो' म्हणणारच होता–हो तर-पण तिनं त्याच्या मनगटावर एक अशक्तसा दाब दिला तेव्हा त्याला कळून चुकलं की तिला सत्यच जाणून घ्यायचंय, मग एक क्षणभर थांबून तो उत्तरला, "ते अशक्य नाहीये." मग आणखी एक क्षणभर थांबून तो पुढे म्हणाला, "आमच्याकडे माणसं कमी आहेत, बंदुका कमी आहेत, पण कधी कधी आम्ही त्यांना अस्मान दाखवू शकतो." मग पुन्हा तो दाढीत हसला आणि म्हणाला, "मला वासच येतोय विजयाचा-मोधु-रोसोगोल्ला वास."

तिनं पुन्हा डोळे उघडले तेव्हा मिसेस सेनगुप्ता तिच्या खाटेच्या पायगती बसलेली होती. एखाद्या भुतासारखी दिसत होती. तिच्या चेहऱ्याचे उंचवटे निश्चल होते. तिची साडी मात्र स्वच्छ होती आणि पायात सँडल्सही होत्या. केसांना तेल लावून त्यांची एक चमकती वेणी घातलेली होती.

"आता मी बिछान्यावर आहे." रेहाना म्हणाली.

मिसेस सेनगुप्ताचे ओठ किंचितसेच विलगले.

रेहानाला विचारायचं होतं 'तुला काय झालं होतं?' त्याऐवजी तिनं विचारलं, "माझे केस तू धुतलेस?"

मिसेस सेनगुप्तानं मान खाली घातली, पण तोंडातून अवाक्षरही काढलं नाही. ती खाटेच्या पायगती तशीच बसून राहिली. काही वेळ असाच कसातरी गेला. "मी ढाक्याला परत जातेय." अखेरीस रेहाना म्हणाली. "तू पण का येत नाहीस? लढाई संपेल लवकरच. मग सगळं पूर्वीसारखं होईल. तू पुन्हा शोनामध्ये राहा. पुन्हा एकदा आपण शेजारणी होऊ किंवा माझ्या बंगल्यातच राहा ना माझ्याजवळ–रोड नंबर ५ आठवतोय ना? आपल्या पत्ते खेळणाऱ्या मैत्रिणी-मिसेस चौधरी–बाकीच्या? त्यांना सगळ्यांना तुला भेटावंसं वाटत असणार." रेहानाच्या गळ्यात खरखर व्हायला लागली, "तुझंही ते घर आहे. चल आमच्याबरोबर." आपल्याला काही कळतं आहे

असं कसलंही चिन्ह मिसेस सेनगुप्ताच्या चेहऱ्यावर नव्हतं. तिची नजर रेहानाच्या चेहऱ्यावर खिळलेली होती, हातानं आपल्या काचेच्या बांगडीशी चाळा चालू होता– वरखाली वरखाली–

मग ती उठली आणि खाटेच्या बाजूला आली. तिचा हात धरण्यासाठी रेहानानं हात पुढे केला. मिसेस सेनगुप्ताच्या हातातलं रक्त उसळ्या मारत असलेलं तिला जाणवलं. त्याच क्षणी तिला कळून चुकलं की ती काचेची बांगडीच तिच्या मैत्रिणीला जिवंत ठेवतेय.- तिच्या मनगटातल्या शिरेसारखी.

मिसेस सेनगुप्तानं चेहरा खाली आणला. रेहानाला वाटलं ती तिला काहीतरी सांगणार आहे म्हणून तिनंही डोकं उचलण्याचा प्रयत्न केला. एक अगदी पुसटसा स्पर्श रेहानाच्या गालाला झाला-मिसेस सेनगुप्ताच्या ओठांचा-मग ती उठली आणि जायला वळली.

एक शेवटचा प्रयत्न म्हणून रेहाना म्हणाली, ''प्लीज, सुप्रिया, माझ्याबरोबर घरी चल.''

पण तोवर ती निघून गेली सुद्धा. दोन्ही खांद्यांवर पदर ओढून घेत आपल्या त्या संथ, डौलदार चालीनं-ती प्रथम शोनामध्ये आली त्या दिवसापासूनच रेहानाला त्या चालीचा हेवा वाटत आला होता-उंच टाचांच्या बुटांवर हातात एक पुस्तक घेऊन तोल सांभाळत ती आली तेव्हापासून–त्या चालीनं–

❖

नोव्हेंबर

माझी पीडा घेऊन टाक

त्यांनी दूरच्या रस्त्यानं जायचं ठरवलं. राजशाहीमध्ये सीमा ओलांडायची मग पद्मा नदीच्या प्रवाहाबरोबर जात कुश्चिया, पाब्ना, फरीदपूर करत पुढे जायचं. या प्रवासाला दोन दिवस लागणार होते. फरीदपूरमध्ये आगगाडीत बसल्यावर बुधवारी रात्री ते पोहोचणार होते. सोहैल शोनामध्ये राहणार होता. गुरुवारी जॉय येणार होता आणि ते दोघे गुलाबाच्या रोपांजवळ पुरलेल्या बंदुका खणून काढणार होते. शुक्रवारी, सूर्यास्तानंतर ते पॉवर ग्रिड उडवणार होते.

सोहैल, माया आणि रेहाना हा सर्व प्रवासभर फेरीच्या डेकवरच होते. फेरीच्या डाव्या बाजूला असलेल्या बाकावर पसरून आराम करत होते. त्यांच्या कानाजवळून वारा भणाणत होता. इतका की एकमेकांशी बोलणं तर दूरच नुसता श्वास घेणंही अवघड होत होतं. ती काही बोलली की त्यांचे शब्द वर हवेत फेकले जायचे. वर आकाशात ढगांची गर्दी झालेली होती. तिथे किंवा मग खाली मजेत गिरक्या घेणाऱ्या पाण्यात. त्यांच्यासमोर पद्मा एखाद्या समुद्रासारखी पसरली होती, तिचे दोन्ही किनारे एकमेकांपासून इतक्या दूर अंतरावर होते की ते अगदी फिकट अशा राखाडी क्षितिजासारखेच वाटत होते. समुद्रपक्ष्यांचा थवा किंवा एखाद्या कोळ्याचं हात हलवणं एवढ्याच छटांनी तिथे कुठेतरी किनारा आहे याची नुसती जाणीव देत होते.

ती सारी शांतपणे डुलत राहिली होती. सूर्यप्रकाशामुळे डोळे किलकिले करत आणि वाऱ्याच्या कोमट सुयांपासून स्वत:चा बचाव करत.

फेरी पाब्नामध्ये थांबताच काहीतरी खायला आणायला माया काठावर धावली.

"ती काय करेल असं वाटतं तुला?"

सिल्वी. म्हणजे तो तिला विसरला नव्हता तर... "मला नाही माहीत, बेटा."

''कधी कधी ती व्यक्ती मेल्यावर तुम्ही तिच्यावर जास्तच प्रेम करायला लागता.'' पायातल्या सँडलनं फेरीच्या तिरप्या लोखंडी जमिनीवरच्या रेषा गिरवत तो म्हणाला.

''हो.''

''पण तुम्ही त्यांना विसरूही शकता.'' सिल्वीचं प्रेम कोणत्या दिशेला वळणार आहे हे ती निश्चितपणे सांगू शकेल अशा नजरेनं त्यानं तिच्याकडे पाहिलं.

''कधीकधी. कधीकधी त्या व्यक्ती प्रत्येक आठवणीबरोबर वाढत जातात. तुम्ही सांगू नाही शकत.''

पांढऱ्या फटक बोटांनी त्यानं फेरीचा काठ पकडला. ''ती इतकी विचित्र वागत होती–मी-मला वाटलं ती दूर जातेय माझ्यापासून.''

''तुला थोडा वेळ द्यावा लागेल तिला.''

''भैय्या.'' डेकवरून धावत येत मायानं हाक मारली. ''त्यांच्याकडे बेस्ट झालमूरी आहे बघ.'' वृत्तपत्राची एक सुरळी पुढे करत ती म्हणाली.

सोहैलनं एक मूठभर चिवडा तोंडात टाकला. ''अरे बापरे! तू इतकं तिखट खाऊ तरी कसं शकतेस-पाणी दे मला लवकर–मरतोय मी आता--'' त्यानं जीभ बाहेर काढत म्हटलं.

माया त्यांच्या केबिनमध्ये पाणी आणायला धावली. नदीच्या किनाऱ्यावरच्या झोपड्या आणि खोपटं नदीकडे कलली होती-जणू काही त्यांना त्यांचं भविष्य माहीतच होत, कारण दर पावसाळ्यात नदी किनाऱ्यांवर आक्रमण करायची, जमिनीचे मोठमोठे तुकडे गिळून टाकायची, घरंच्याघरं-त्यांची भांडीकुंडी आणि भोकं पडलेल्या मच्छरदाण्या, चुली आणि तीनतीन पिढ्यांपासून जपून ठेवलेले नवऱ्यामुलीचे कपडे– पुढच्या वर्षीसाठी ठेवलेला साठवणीचा तांदूळ, मिरच्या-तान्ही पोरं, दरवाजे-खिडक्या या सगळ्यासकट सारं सारं पोटात घालायची, पुढच्या वर्षी त्या झोपड्या आणि खोपटं पुन्हा उभारली जायची, नवे पत्रे जुन्या उरलेल्या पत्र्यांना जोडले जायचे, मातीच्या नव्या भिंती तयार व्हायच्या, त्या वर्षी जन्मलेलं मूल–सगळं सगळं पुन्हा मोठ्या आशेनं–आणि तरीही अटळपणे पुढे काय घडणार आहे हे माहीत असलेल्या त्या झोपड्या-वस्त्या–

माया पाणी घेऊन आली. धावत आल्यानं तिचा चेहरा लाल झाला होता. ''ईश.'' तिनं चिडवत म्हटलं, ''अजून थोडी जास्त मिरची खायची सवय नाही झाली तुला.'' एखाद्या जनावराच्या ओरडण्यासारखा वाटणारा फेरीचा भोंगा वाजला.

''तुझं पोट म्हणजे लोखंडी पेटाराच आहे.'' घटाघटा पाणी पीत सोहैल म्हणाला. डाव्या बाजूला एकदा उजव्या बाजूला एकदा असं डुलत फेरी किनारा सोडून निघाली. तिनं आपली स्वाक्षरी मागे ठेवावी तसा पांढरा तरंग तिच्यामागे उठत होता.

''तिथे काय खायचास तू?'' मायानं विचारलं.

''जे काही मिळायचं ते. काय काय असायचं सांगितलं तर तुला खरं वाटणार नाही, पण मी आमच्या मेसच्या आचाऱ्याला सांगून नेहमी काहीतरी बनवून घ्यायचोच.''

''अजून तुझं लाघव वापरणं सोडलं नाहीयेस म्हणायचं.'' माया म्हणाली.

तो एक पोरहसू हसला. तिनंही तसंच हसू त्याला परत केलं आणि रेहाना एकदम मागच्या काळात पोहोचली. त्यांचे दु:खाचे किंवा इतिहासाचे वण नसलेले त्यांचे स्वच्छ चेहरे तिच्या नजरेसमोर उभे राहिले.

फरीदपूरमध्ये ती फेरीतून उतरली तेव्हा सोहैलनं गुडघे टेकून जमिनीचं चुंबन घेतलं.

''तू बोलशील तिच्याशी?'' त्यानं रेहानाला विचारलं.

ढाक्याला जाणाऱ्या आगगाडीची वाट पाहात ती सगळी फरीदपूर स्थानकावर होती.

''मी उद्या भेटीन तिला जाऊन.''

तो ढांगा टाकत गेला आणि सॉंदेशचा एक डबा घेऊन परत आला. हलवाई एक अगदी लुकडा आणि अशक्य असं मोठं पोट असलेला माणूस होता. त्यानं डबा एका गुलाबी दोऱ्यानं बांधला होता. डब्यावर हलवायचं नाव होतं 'अलाउदिन स्वीटमार्ट.' ज्या रंगाचं होतं त्याच गुलाबी रंगाचा तो दोरा होता. इतर सर्वच ठिकाणांसारखे फरीदपूरमध्येही फक्त मुसलमान हलवाई तेवढे शिल्लक होते.

''तिला सॉंदेश आवडतात.'' सोहैल म्हणाला, ''खरं तर काकवीचे जास्त आवडतात, पण हिवाळ्याशिवाय ते मिळत नाहीत.''

*

गुरुवारी ती जागी झाली आणि तिला बदल जाणवलाच. तो बदल होताच सगळीकडे-सुदैवानं घर ओळखीचं होतं ते बरं-तिच्या लग्नातला तो जुना सागवानी पलंग, रात्रीच्या सावल्यांचे ओळखीचे आकार, कपाटांमधला डांबराच्या गोळ्यांचा वास-त्यातूनच तर तिनं काल रात्री चादरी, उशा, पांघरुणं बाहेर काढली होती-आगगाडीच्या त्या लांबलचक प्रवासानंतर ती यांवरच तर कोसळली होती. सोहैलच्या गालाचा एक मुका घेऊन तिनं त्याला शोनामध्ये पाठवून दिलं होतं. तिथे तो मेजरच्या बिछान्यावर अंगाचं मुटकुळं करून इतक्या चटकन झोपी गेला होता की त्याच्या पायातल्या चपलाही त्याच्या पावलांवर तशाच लटकत राहिल्या होत्या.

रेहानाला तिच्या शेजारी झोपलेल्या तिच्या लेकीचा दीर्घ श्वास ऐकू येत होता. केसांचा अंबाडा बांधत ती उठली आणि स्वयंपाकघरात जाऊन तिनं स्वत:साठी एक

ग्लासभर पाणी घेतलं. त्या पाण्याचे घोट घेता घेता ती स्वयंपाकघराच्या दरवाजातून बाहेरच्या लहानशा पोर्चकडे वाकली. रोज याच वेळी ती स्वत:ला एक स्वार्थी क्षण बहाल करायची. या क्षणामध्ये तिचं घर-सारं जग-फक्त तिचं असायचं. यावेळी प्रेम करायला हवं, वाचवायला हवं असं कुणी थांबलेलं नसायचं. हा वेळ काही मिनिटांपुरताच टिकायचा. तेवढाच वेळ तिनं दिलेला असायचा त्याला. हवेत अजून राखाडी रंगाची जड रात्र बाकी होती. स्नानगृहात जाऊन तिनं तोंडावर, डोळ्यांवर, कानामागे पाण्याचे हबके मारले. तिच्या प्रार्थनेच्या आसनावर ती गुडघे दुमडून बसली. रोज रोज ती एकच मागणं मागायची. माझ्या मुलांचं रक्षण कर, मला क्षमा कर. त्या माणसाचं रक्षण कर. तिच्याच्यानं त्याचं नाव उच्चारलं जायचं नाही. आज कदाचित तो भेटेल अशी आशा करण्याची हिंमत तिचं मन करत होतं.

न्याहारीचा विचार करत ती घाईघाईनं स्वयंपाकघरात गेली. आजची न्याहारी ही पुढच्या काही आठवड्यांमधली शेवटची न्याहारी होती. उद्यापासून रमझान सुरू होता. पुढचा महिनाभर ती सर्वजणं सूर्योदयापूर्वी काही खाणार होती आणि मग सूर्यास्तानंतर! तिनं पीठ मळलं आणि बोटांनी ते नीट तिंबलं. चटाचट पोळ्या लाटण्याची कृती करताना तिला छान वाटत होतं. पोळ्यांची चवड रचून त्यावर एक ओलसर फडकं घालेतोवर स्वयंपाकघरात शेंदरी प्रकाश शिरला होता.

मग ती पुन्हा बेडरूममध्ये जाऊन लेकीला उठवण्याचा प्रयत्न करायला लागली.

"अम्मू. घरी आलं की किती बरं वाटतं गं." पांघरूणात आणखीच घुसत माया पुटपुटली. बिछान्यावर थोपटत ती म्हणाली, "ये, मला कुशीत घे."

"मी उठलेय केव्हाची."

"ये गं–" तिनं पांघरुण बाजूला करत म्हटलं, "प्लीज."

उसासा टाकत बिछान्यावर बसत रेहाना म्हणाली, "ठिकाय." गादीला टाल्कम पावडर आणि झोपेचा वास येत होता.

"आज महत्त्वाचा दिवस आहे." माया म्हणाली.

"माहीतेय."

रेहानाच्या कपाळावरून हात फिरवत माया म्हणाली, "तू ठीक आहेस ना?"

"हो, तुझ्या डॉक्टरनं ठीक केलंय मला." मायाच्या चेहऱ्यावर कसलंही चिन्ह दिसतंय का ते बघत रेहाना म्हणाली. कलकत्त्यामध्ये दोन महिने राहूनही तिनं कसलाही थांगपत्ता लागू दिला नव्हता.

"अम्मू, मला तुला काहीतरी सांगायचंय." माया गंभीरपणे म्हणाली, "आम्ही लाहोरमध्ये होतो ते वर्ष–आपण कधीच त्याविषयी बोलत नाही."

रेहानाच्या डोळ्यातून पाणी वाहायलाच लागलं.

"मला तुला हे सांगायचं होतं-सगळं काही ठीक होतं."

"कसं असेल सगळं ठीक?"

"होतं."

"तुम्हाला माझी आठवण."

"अर्थात आम्हाला तुझी आठवण येत होती. आम्हाला सगळ्याचीच आठवण येत होती, पण आम्ही लहान होतो आणि ते एकच वर्ष तर होतं."

"मला तर ते सगळं आयुष्यच वाटलं."

"तू स्वत:ला माफ करायला हवंस अम्मू."

"मला वाटलं होतं-मला सारखं वाटत होतं तुम्ही तिकडे ठीक नसाल."

मान हलवत माया म्हणाली, "नाही, इतकं काही वाईट नव्हतं ते वर्ष."

"खूप चांगलं होतं का?" तिला काळजी वाटणारी ही दुसरी बाब होती.

"नाही गं-अजिबात नाही."

"सगळ्यात वाईट गोष्ट कोणती होती?"

"परवीन चाची मला फ्रिलचे ड्रेस घालायला लावायची.-कुठेही जायचं असलं तर मी केकसारखी दिसायची."

"नाही. खरं सागं-जे काही असेल ते सांग-मला कळून घ्यायचंय."

"काय बरं-" मायानं सावकाश बोलायला सुरुवात केली, "मला वाटतं-हो-आठवलं-मला तुझा चेहराच आठवत नव्हता-मी सारखी सोहैलला विचारायची आणि तो सांगायचा, अम्मूचे डोळे इतके सुंदर आहेत ना की मी तसे आणखी कुणाचेच पाहिले नाहीयेत. मी मान डोलवायची, पण मी विसरलेली असायचीच." मायानं नजर खाली वळवली, स्वत:च्या नखांकडे बघत ती पुटपुटली, "खूप दिवस झाले गं त्याला..."

"मी काहीही केलं असतं-प्राणसुद्धा दिले असते..."

"मला माहीत आहे, अम्मू, मला माहीत होतंच ते..."

अकरा वाजता-त्यांच्या दोघींच्या आंघोळी झाल्या होत्या, रेहानानं कपडे धुतले होते आणि समोरच्या लिंबाच्या झाडावर मायानं ते वाळतही घातले होते, शिवाय दुपारच्या भातासाठीचे तांदूळही रेहानानं निवडले होते. एवढं झाल्यावर मग त्या रस्त्याच्या पलीकडे मिसेस चौधरीच्या घराकडे गेल्या.

मिसेस चौधरी आणि सिल्वी त्यांना बागेच्या दाराशीच भेटल्या.

"तुम्ही परत आलात! मला वाटलंच काल रात्री तुमच्या घरात दिवे दिसताहेत असं... बेटी, मी म्हटलं नाही का तुला रेहाना आंटीच असणार-पण मला कळवल्याशिवाय ती परत येणार नाही असं वाटलं, म्हणून मला खात्री नव्हती वाटत-" हे ती

मुलीकडे वळून बोलत होती, तेवढ्यात सिल्वी वळून स्वयंपाकघरात दिसेनाशी झाली होती. ''रेहाना, अरे बापरे, तू किती बारीक झालीयेस? काय झालं?''

''मला बरं नव्हतं थोडं. मी तुझ्यासाठी हे आणलंय-थोडी मिठाई–''

मिसेस चौधरीनं डब्यात बघितलं. ''कशाला त्रास घेतलास हा?'' डब्याचं झाकण पूर्ण उघडून आतले सँदेश निरखत ती म्हणाली, ''सांग बरं आता मला, माझ्या गरीब बिचाऱ्या मैत्रिणीला काय झालंय? मी तर ओळखलंच नाही तिला प्रथम.''

''काळजी करण्यासारखं काही नाही गं. थोडीशी कावीळ झाली होती बसं.''

''कावीळ? या अल्ला! आणि ती कशी लागली तुला?''

''आम्ही रिफ्युजी कँपमध्ये होतो ना..'' रेहानानं बोलायला सुरुवात केली.

''काय? तुम्ही रेफ्युजी कँपमध्ये होता?''

''मिसेस सेनगुप्ता तिथे आहे.'' माया मध्येच बोलली.

''की बोलो! काय सांगतेस? मिसेस सेनगुप्ता? आपली सुप्रिया?''

''हो तीच.''

''आणि?'' मिसेस चौधरी आता खुर्चीच्या कडेला येऊन पोहोचली होती.

रेहानानं मान हलवली. ''बिचारी. सुरुवातीला तर तिनं मलाही ओळखलं नाही आणि मग इतके दिवस एकत्र होतो तरी ती बोलली मात्र काहीच नाही.'' ती चिठ्ठी, तो बांबूचा पाईप याच्याबद्दल ती मिसेस चौधरीला सांगणार नव्हतीच.

''तिच्या मियाचं काय?''

''काही माहीत नाही. काहीतरी भयंकर घडलं असं वाटतं.''

''आता कुठेय ती?''

''तिला माझ्याबरोबर परत आणण्याचा प्रयत्न केला मी, पण ती 'नाही' म्हणाली, शिवाय इथे तिला काय बघायला मिळेल हेही मला ठाऊक नव्हतं.''

''आह रे.'' एक दीर्घ श्वास टाकत मिसेस चौधरी म्हणाली, ''आपल्याला सगळ्यांनाच किती गमवावं लागलंय.''

हातात चहाचा ट्रे घेऊन सिल्वी आत आली. ट्रेमध्ये चहाबरोबर हॉर्लिक्सच्या एका डब्यात खारी बिस्किटंही होती. तिच्या डोक्याभोवती एक स्कार्फ घट्ट गुंडाळून त्याची टोकं तिच्या हनुवटीखाली बांधून टाकलेली होती. मोकळ्या चुकार बटांना शिस्त लावून घट्ट बंद केलं गेलं होतं. ती अगदी नेटकेपणानं काम करत होती, ट्रेमधल्या कपबशा नीट मांडणं, किटलीतला चहा ढवळणं.

''साबीर... आम्हाला तुझी तार मिळाली... आय ॲम सो सॉरी.''

''देवाची इच्छा.'' सिल्वी पुटपुटली. ती गुडघे टेकून ट्रेसमोर बसली होती. ''साखर?'' तिनं रेहानाला विचारलं.

पाणी उकळता यायला लागल्यापासून सिल्वी रेहानासाठी चहा बनवत आली होती. "हो, दोन आणि थोडं दूध." या नव्या औपचारिक वागण्यानं काहीशा हादरलेल्या रेहानानं उत्तर दिलं.

"माया?"

"एक साखर. दूध नको." "हाय अल्ला." खुर्चीत मागे सरकून घेत आणि पाय एका ओटोमनवर ठेवत मिसेस चौधरी सुस्कारली.

"आम्ही खूप प्रयत्न केले. सुरुवातीला तो मुलगा नुसता पडून असायचा. छताकडे पाहात असायचा. काहीच बोलायचा नाही आणि त्याची बोटं..." जीभ चावत ती पुढे म्हणाली, "त्याची बोटं निळी पडली, मग त्याचा सगळा हात-डॉक्टर म्हणाला-गँगरीन आहे–काढायलाच लागणार-दोन्ही हात-कल्पना कर-त्याच्यासारखा इतका तरुण मुलगा–" तिनं स्वत:ची जाडजूड बोटं वर धरली.

सिल्वी शांतपणे सर्वांना चहा देत होती.

"आणि मग एके दिवशी–एका रात्री-तो बिछान्यातून बाहेर आला आणि इथे बसला-इथे दिवाणखान्यात–आणि हसला–इतका गोड हसला–हो किनई, सिल्वी? जणू काही देवाच्या नजरेला नजर देतोय." माया बसली होती त्या सोफ्याकडे बोट दाखवत ती म्हणाली,"आणि तो गेलाच."

रेहानाच्या पोटात गोळा आल्यासारखं झालं. माया हातात कप घेऊन किंचित सरकत म्हणाली, "काय झालं ते शोधून काढलंत का तुम्ही? त्याला कसं पकडण्यात आलं?" हा प्रश्न तिनं सिल्वीला विचारला होता.

"सिल्वी, काय झालं ते तुला माहिती आहे का?" मायानं थोड्या मोठ्यानं पुन्हा विचारलं. एक शब्दही न बोलता सिल्वीनं बिस्किटांची बशी आपल्या आईकडे दिली. "तू काही प्रयत्न तरी केलास का?" मायानं विचारलं.

"अगदी न बोलण्यासारख्या गोष्टी आहेत या." मिसेस चौधरी म्हणाली.

"या गोष्टी कळून घ्यायलाच हव्यात." हातातला कप बशीत आपटत माया म्हणाली. बशीचा किणकिणता आवाज झाला. "सिल्वी तुझा नवरा एक हिरो होता."

"ते त्याचं काम होतं." अखेरीस सिल्वी म्हणाली, "माझा काहीही संबंध नाही त्याच्याशी."

"पण हा तुझा देश आहे."

"तुला वाटतं ते सर्वांना वाटेल असं नाही." सिल्वी अगदी सरळपणे म्हणाली.

"तुझा बांगलादेशावर विश्वास नाहीये?" तो नवा, अजून न रुळलेला शब्द-देशाचं नाव- मायाच्या ओठातून एखाद्या रत्नासारखा बाहेर पडला.

सिल्वी अजून चहाच्या ट्रेशेजारी गुडघे टेकून बसलेली होती. आता तिनं तो उचलला आणि ती खोलीबाहेर निघून गेली.

"काय झालंय तिला-मला कळतच नाही." मिसेस चौधरी सुस्कारली.

"तुम्ही काहीतरी करायला हवं" माया म्हणाली, "किती विचित्र वागतेय ती!"

कधी नव्हे ते रेहानाला मायाचं म्हणणं पटलं आणि माया आपल्या मनातलं किती स्पष्टपणे बोलू शकते ते बघून तिचा थोडा हेवाही वाटला.

"तुझा प्रॉब्लेम काय आहे माहीतेय का?" हातात सॉंदेशची बशी घेऊन खोलीत येता येता सिल्वी म्हणाली, "तुला दुसऱ्या कुणाचं वेगळं मत असू शकतं हे सहनच होत नाही. मला असं वाटतं की ही लढाई-ही सगळी मारामारी म्हणजे माणसांची आयुष्यं निरर्थक वाया घालवणं आहे."

"जेव्हा लष्कर इथे आलं आणि आपली कत्तल करायला लागलं तेव्हा आपण काय गप्प बसायला हवं होतं?"

हनुवटीखालची गाठ सैल करत सिल्वी म्हणाली, "ते शांतता प्रस्थापित करत होते. आपल्याला सुरक्षित करत होते."

"तू अलीकडे या दिवाणखान्याच्या बाहेर कुठे गेलीयेस का? लोकांची कत्तल चाललीये..." मायाचे हात वर उंचावले गेले होते, तोंडातून श्वास मोठ्यानं चालला होता.

"पाकिस्तान एकत्र राहायला हवा." पाठ केल्यासारखं सिल्वी म्हणाली. "म्हणून तर त्याची कल्पना करण्यात आली होती. उम्माला एक ठेवणं. देशाचे दोन भाग करणं तुझ्या धर्माविरुद्ध आहे."

"आणि आपल्याविरुद्ध जी पापं केली जाताहेत ती... तुझ्या खिडकीतून बाहेर बघ जरा."

"मला काही कळत नाही असं नाहीये माया. तुम्हाला कधी तरी त्याग करावे लागतात आणि मी काही एकटी नाहीये..."

"तू लष्कर–दोघांचे विचार अगदी सारखे...बरं झालं." मायाचा आवाज चिरका व्हायला लागला होता.

तिचा आवेग सिल्वीवर मात्र उलटा परिणाम करत असावा असं दिसत होतं. मिसेस चौधरीनं सगळ्याचीच आशा सोडली होती आणि ती खुर्चीच्या पाठीवर डोकं टेकून एखाद्या हुतात्म्यासारखी छताकडे बघत शांत बसली होती.

"मला माझ्यापेक्षा महत्त्वाच्या अशा एखाद्या गोष्टीवर विश्वास ठेवायचाय." सिल्वी शांतपणे म्हणाली.

"मलाही." माया तटकन म्हणाली, "अम्मू, चल, जाऊया, प्लीज." तिनं रेहानाचं कोपर पकडत म्हटलं.

दरवाजाकडे वळत रेहानानं सिल्वीला सांगितलं, "सिल्वी, आत्ता सगळ्यात महत्त्वाची गोष्ट म्हणजे तुझ्या आईकडे लक्ष दे. आपण सगळ्यांनी या लढाईतून सुखरूप बाहेर पडणं गरजेचं आहे."

"जी, खालामोनी. थँक यू." तिच्या कपाळावरच्या आठ्या पुसल्या गेल्या आणि तिचा पूर्वीसारखा शांत चेहरा सामोरा आला.

बंगल्यावर सोहैल त्यांची वाटच बघत होता.

भावाकडे साफ दुर्लक्ष करत माया भिंतीकडे बघत ओरडली, "मला खरंच वाटत नाहीये–जन्मभर ओळखतेय मी तिला–"

"तिला धक्का बसलाय गं–तिचा नवरा असा मरणं–"

"काय चाललंय काय हे?" बहिणीकडून आईकडे बघत सोहैलनं विचारलं.

"पण कसं?" मायाचे गाल ओले झाले होते. ती मोठमोठे आवंढे गिळत होती "हे घडूच कसं शकतं?"

"सर्वांना तुझ्यासारखंच वाटावं असं तुला फार मनापासून वाटतं."

"अर्थात मला तसं वाटतं." ब्लाऊजच्या बाहीवर जोरजोरानं नाक पुसत माया म्हणाली. मग सोहैलकडे एक रागाची नजर टाकत ती खोलीबाहेर निघून गेली.

"ती अस्वस्थ झालीये." रेहाना सावकाश म्हणाली, "कारण सिल्वी–"

"सिल्वी काय?"

"ती या लढाईला काही महत्त्व द्यायलाच तयार नाहीये, बेटा."

"म्हणजे? काय म्हणायचंय काय तुला?"

"आपण बरोबर करतोय असं तिला वाटत नाही."

"शक्यच नाही. तुमचा काहीतरी गैरसमज झाला असणार."

"ती म्हणतेय–हे पाप आहे–देशाची फाळणी करणं–" सोहैलच्या पाठीवर हात ठेवत रेहाना म्हणाली. त्याच्या पाठीचे स्नायू ताठरले होते.

"हे कुणीतरी तिच्या मनात भरवलं असणार. कुणीतरी वाईट माणसानं..."

"त्याला काही महत्त्व नाहीये. ती या सगळ्याच्या विरोधात गेलीये-कारण काहीही असो–"

"धर्म?"

"शक्य आहे" रेहाना म्हणाली खरी, पण तिला हा दोष देवाला द्यायची इच्छा नव्हती. "पण तिला हा दोष द्यायची इच्छा नव्हती. पण ती किती लहान आहे. कसं कळणार हे का झालं ते?"

माया खोलीत परत आली. तिनं स्वत:वर ताबा मिळवण्याचा प्रयत्न केला होता, पण तिला फारसं यश मिळालं नव्हतं. तिचा चेहरा अजून ओलाचिंब होता आणि ओठ रागानं काळेनिळे पडले होते.

"मग? कळलं ना तुला काय झालं ते?" तिनं सोहैलला विचारलं.

तिची नजर चुकवत त्यानं मूकपणे मान डोलावली.

“हे म्हणजे अगदी लाजिरवाणं आहे.” गालावरचं पाणी पालथ्या हातानं पुसत ती म्हणाली.

सोहैलनं दोन्ही हातांनी चेहरा झाकून घेतला.

“तू अजून तिच्या प्रेमात आहेस?”

“माया–” रेहानानं तिला धोक्याचा इशारा देण्याचा प्रयत्न केला.

“तू आहेस अजूनही तिच्या प्रेमात–यू आर ब्लडी स्टिल इन लव्ह विथ हर!”

“नाही.” हलकेच डोकं हलवत सोहैल म्हणाला. “अर्थातच नाही.”

“हे बघ-” माया जड, कडक आवाजात म्हणाली, “तुला सर्वांत महत्त्वाचं काय वाटतं ते ठरवण्याची हीच वेळ आहे, कळलं? हीच वेळ आहे–हाच क्षण-ती मुलगी तिथे बसलीये–तिच्या मूर्खासारख्या, राजकारणाच्या कल्पनांना कवटाळून–तुझा विचारसुद्धा नाहीये तिच्या मनात–आणि तू मात्र तिला मिळवण्यासाठी सगळं अगदी सगळं पणाला लावलं होतंस-आता सोड तिला भैय्या-जाऊ दे तिला-भैय्या-प्लीज–भीक मागते मी तुझ्याकडे आपल्या सर्वांसाठी–जाऊ दे तिला–”

“माझ्या निष्ठेवर शंका घेतच नाहीये. मी तुझ्या माणूस पारखण्यावर शंका घेतेय.” त्यानं चेहऱ्यावरचे हात दूर केले. क्षणभर तो तिच्याशी भांडायला लागणार असं वाटलं, तिच्या अंगावर ओरडत निष्ठेविषयी, देशप्रेमाविषयी बोलणार असं वाटलं, पण त्याऐवजी तो सरळ तिच्याजवळ गेला आणि तिच्याभोवती हात टाकत म्हणाला, “तुझं बरोबर आहे” त्याचे खांदे गदगदत होते. “तुझं बरोबर आहे.”

उशीर होत होता. सोहैल शोनावर जॉयची वाट बघत होता. ते बंदुका खणून काढणार होते. “आपल्याला सेहरी बनवायला हवी.” रेहाना मायाला म्हणाली, “तू काय खाणार आहेस?”

“माहीत नाही.” मायाचे अश्रू अजून वाहातच होते. “आपल्याला उपास करायलाच हवा का?”

“अर्थातच! आणि उद्या तर नक्कीच.”

कधी नव्हे ते मायानं काही उत्तर दिलं नाही. रेहानानं पुढे केलेला पाण्याचा ग्लास तिनं घेतला. “मला दालपुरी हवीये.” नाक ओढत ती म्हणाली.

“छान. मी डाळ शिजायला लावते.”

पाण्याचा ग्लास ओठाशी नेत पहिला घोट घेतानाच तिची आसवं दुप्पट वेगानं वाहायला लागली. “माया.” रेहाना तिला थोडं रागावत म्हणाली, “आज काळजी करायला जास्त महत्त्वाच्या गोष्टी आहेत हं आपल्याला.”

“मला माहीत आहे, आय ॲम सॉरी. मला थांबताच येत नाहीये.” तिनं जोरात नाक शिंकरलं. छातीवर बोट रोवत ती म्हणाली, “मला फार बोचतंय ते–इथे.”

दिवाणखान्याचा पडदा दूर सारून रेहाना बाहेर बघत होती.

जॉय आणि सोहैल मागच्या दारानं बाहेर पडले आणि गुलाबाच्या झाडाला वळसा घालून पुढे आले. चंद्र नसलेल्या काळोखात काहीही दिसणं अशक्यच होतं. तिला जॉयची स्थूल शरीरयष्टी आणि त्याच्या शेजारचा सोहैलचा सडपातळ आकार ओळखता आला. त्याच्या हातात एक फावडं आणि एक कंदील होता. तिनं क्षणभर निराश होण्याची परवानगी स्वत:ला बहाल केली. मेजर येईल अशी आशा करण्याचं काहीच कारण नव्हतं.

जॉयनं कंदील पेटवला आणि सोहैलनं खणायला सुरुवात केली. काही मिनिटांनंतर त्यांनी जागा बदलल्या. सोहैलनं क्षीण प्रकाशाचा कंदील धरला आणि जॉय उकिडवा बसून खणायला लागला. त्यांच्याशेजारी मातीचा ढीग वाढायला लागला. अखेरीस ते थांबले. जॉय त्यांनी खणलेल्या खड्ड्यावर वाकला, मग सरळ पोटावर पालथा पडून त्यानं काहीतरी ओढायला सुरुवात केली. त्या प्रयत्नानं त्याचा चेहरा इतका वेडावाकडा होत होता की रेहानाला तो ओळखेनासाच झाला.

जॉयनं ती वस्तू-एक लांबट चौकोनी लाकडी खोका ओढून बाहेर काढला आणि त्याचवेळी त्यांना एक आवाज ऐकू आला. थांबून थांबून होणारा गोळीबार. अचानक तो आवाज वाढला-त्यानं सारा आसमंत भरून गेला. मुलं तशीच डोकं खाली घालून जमिनीवर पडून राहिली. मग जॉयनं ते खोकं उचलून खांद्यावर घेतलं आणि तो तीरासारखा बागेतून बाहेर पडला. आंब्याच्या झाडामागे तो सोहैलसाठी थांबला, सोहैल कोपरांवर घसरत त्याच्याकडे जात होता, मग ते दोघे झाडांच्या सावल्यांमध्ये मिसळले आणि नाहीसेच झाले.

रेहानाला छातीमध्ये धडधडत असलेल्या हृदयाची जाणीव झाली. तिचा श्वास खिडकीच्या बंद काचेवर मोठी होत जाणारी वर्तुळं काढत होता.

गोळीबाराचा आवाज वाढायला लागला तशी रेहाना निश्चल झाली. तिची नजर अजूनही रिकाम्या बागेवर आणि मोठ्यानं ओरडून स्वत:चं अस्तित्व सिद्ध करणाऱ्या त्या खड्ड्यावर खिळली होती.

''अम्मू,'' पिठानं भरलेले हात घेऊन माया खोलीत आली, ''काय चाललंय?''

त्या दोघी खोलीच्या दुसऱ्या बाजूला गेल्या. इथल्या खिडक्या रस्त्याकडे तोंड करून उघडत होत्या. रेहानानं खिडकीचा पडदा किंचितसा दूर केला, तेव्हाच तिला रस्त्यावरून धडधडत जाणारी ट्रक्सची एक पलटण दिसली. हिरवे कपडे घातलेले सैनिक ट्रकच्या मागच्या भागात उभे होते. रस्त्यावरून जाताना हातातल्या बंदुका हवेत नाचवत ते ओरडत होते. ''पाकिस्तान झिंदाबाद! पाकिस्तान झिंदाबाद!'' शेवटचा ट्रक जात असताना त्यावर उभ्या असलेल्या काळ्याभोर केसांच्या एका

तरुण सैनिकानं बंगल्यावर बंदूक रोखली. 'मी आत्ता या क्षणी तुला ठार करू शकेन' असा भाव त्याच्या चेहऱ्यावर होता.

रेहानानं पटकन डोकं मागे घेत पडदा बंद केला.

''बघितलंस?''

रेहानाच्या खांद्याभोवती हात टाकत माया म्हणाली, ''नुस्ता देखावा आहे गं हा. काही अर्थ नाही त्याच्यात.''

''पण इथेच का? किती लहानसा रस्ता आहे हा-तो शिपाई सरळ आपल्यावरच बंदूक रोखत होता.''

''भारत आपल्या बाजूनं येणार आहे अशा सूचना मिळताहेत त्यांना. मग सगळं संपेलच.''

''लढाई संपल्यावर'' असं अलीकडे त्यांच्या बोलण्यात यायला लागलं होतं. रेहानाला वाटत होतं की हे फार लवकर होतंय, पण लोकांना विशेषत: तरुण माणसांना-मात्र खात्री वाटत होती की स्वातंत्र्यसैनिक त्यांना वाचवतीलच. जगच त्यांना वाचवणार आहे. हे लवकर संपायलाच हवं होतं. ''मला शेवट जाणवतोय.'' सोहैल म्हणाला होता. त्यावेळी रेहानाला वाटलं होतं की एखाद्या लहान मुलाला राहायचं नसेल, त्याची आई आता आई राहिली नसेल, आई आणि तो यांच्यातली सीमारेषा अस्पष्ट व्हायला लागली असेल त्यावेळी तो आपल्या आईशी असंच बोलेल. त्याच्या त्या वाक्यानं आणि तिच्या कपाळावर ठेवलेल्या त्याच्या थंड हातानं तिला थोडी सांत्वना मिळाली होती खरी, पण तिला ते खरं मात्र वाटलं नव्हतं.

*

जेवणाची कटकट नसल्याने शुक्रवार अगदी हळूहळू उलगडत गेला. काही गोष्टी अजून करायच्या राहिल्याच होत्या. हा नेहमीसारखाच आणखी एक दिवस आहे असं समजायचं-धुणं उरकायचं, सेहरीची, इफ्तारची तयारी करायची, घर साफ करायचं, पाणी भरायचं-पिण्यासाठी ते उकळायचं, जाळीजळमटं काढायची...

तिच्या मनातली थंडगार भीती ती दिवसभर मागे रेटत राहिली. दुपारी सोहैल निघून गेला. तिनं त्याच्या कपाळाचा मुका घेतला. 'आयातुल खुर्सी' म्हणून त्याच्या डोळ्यांवर आशीर्वादाची फुंकर मारली तरी त्याचा चेहरा निर्विकारच राहिला. ती भीती तिच्या मानेवर श्वास सोडत होती. तिचे मानेवरचे केस वीज शिरल्यासारखे ताठ उभे राहात होते. दुप्पट वेगानं धडधडणाऱ्या तिच्या हृदयामध्ये ती भीती घुसली होती, तिच्या कानशिलावरच्या उडणाऱ्या नसेमध्येही ती तिला जाणवत होती. इफ्तारचं जेवण बनवताना तिच्या हातांच्या थरथरीमध्येही ती होतीच. बेगुनी वांग्याचे

कुरकुरीत काप, चवळी आणि टोमॅटो. मायानं लाटून भरून ठेवलेली दालपुरी, संत्र्याचा रस, चिंचेचं सरबत, लस्सी. एखाद्या खास समारंभासाठी बनवावं तसं काही विशेष असं जेवण नव्हतं ते, पण गरिबी दिसेल असं साधंही नव्हतं. एका साध्या दिवसासाठी बनवलेलं साधं जेवण. लढाई नसलेल्या दिवसाचं जेवण. रेहानानं जेवण टेबलावर मांडलं. त्या दोघी गप्प गप्पशा जेवल्या. पुरीचा तुकडा तोडताना त्यांच्या बोटांचा ओशट आवाज येत होता.

नंतर मायानं बिछान्याखाली रांगत जाऊन कंदील बाहेर काढला.

''ठेवून दे तो.'' रेहाना म्हणाली.

''का? वीज गेली की मग–''

''वीज जाणार आहे हे आपल्याला माहीत नाहीये.''

''अर्थात जाणारेय.''

रेहानानं मायाकडे एक रागाची नजर टाकली. ''तो कंदील ठेवून दे आणि माझ्याबरोबर इशा म्हण.''

शोनाच्या लांबणाऱ्या सावल्या बंगल्याकडे यायला लागल्या, तेव्हा त्यांनी रेडियोचं प्रसारण मिळतंय का ते बघायला सुरुवात केली. माया बटण फिरवत होती, पण फक्त स्टॅटिकचा आवाज तेवढा येत होता.

''गाणं ऐकायचंय का तुला, माँ?''

मायाच्या विचारण्यानं रेहानाला आश्चर्यच वाटलं. ''खरंच? मला खूप आवडेल. 'आमार शोनार बांगला.' म्हण.''

नऊ वाजता केवळ संपूर्ण अंधार आणि नखाच्या आकाराची चंद्रकोर शिल्लक राहिली तेव्हा त्या दोघी श्वास रोखून वाट बघत राहिल्या.

दिवे गेल्यानंतर आपल्याला काय करायला आवडेल याचा विचार रेहाना करत होती. सोहैलच्या खोलीत जाऊन ती अजून वाटायच्या असलेल्या औषधाच्या बाटल्या आणि पांघरुणं मोजून ठेवू शकेल. आपल्या बहिणींना पत्र लिहू शकेल, पण ती लिहिणार काय? सगळंच खोटं खोटं लिहावं लागेल त्यात, शिवाय अखेरीस ती ते पत्र पाठवणार नाही ते नाहीच किंवा मग तिला असंच एखादं उत्तर मिळेल, त्यावर समाधान मानावं लागेल. *'अल्लाचे आभार-तू जिवंत आहेस त्याबद्दल. तुझ्या काळजीनं आम्हाला काही सुचत नव्हतं. तू तो घाणेरडा देश सोडून कराचीला का येत नाहीस? कितीतरी वर्षं आम्ही सांगतोय तुला हे–'* नाही ती पत्र नाही लिहिणार.

माया जेवणाच्या प्लेट्सशी चाळा करत होती, त्या एकावर एक रचत होती.

''ठेवून दे बरं त्या.''

''मला फक्त–'' मायानं जीभ चावली.

''ठेवून दे.''

“अरे देवा-मा.” पण तिनं प्लेट्स ठेवून दिल्या आणि ती सोफ्यावर रेहानाच्या शेजारी पसरली.

“आता काय करायचं?”

“आता वाट बघायची.”

वाट बघणं मायाला कधीच फारसं जमायचं नाही.

“पण करायचं तरी काय?”

“रमी खेळूया?”

तिचा चेहरा उजळला. “शोत्ती? किती दिवसात आपण रमी खेळलो नाहीयोत. कधी बरं?”

“सोहैलनं तुला मारलं म्हणून तू नाकारलंस खेळणं. तेव्हापासून...”

“नाही-नाही-तसं नाही झालं–त्यावर्षी त्याला कवितेचा शोध लागला आणि मग सगळं विसरलाच तो.”

“ते पुढच्या वर्षी झालं. या दोन्हीच्या मधला एक काळ होता-साधारण आठएक महिन्यांचा-तेव्हा तू त्याच्याबरोबर काहीच खेळायला तयार नसायचीस-पत्ते नाहीत, बुद्धिबळ नाही, बॅडमिंटन नाही.”

“बॅडमिंटनबद्दल मला दोष देऊ नकोस हं-तो केवढा उंच झाला होता-ते बरोबर नव्हतंच.”

“खरंय, पण बिचारी सिल्वी–ती मात्र खेळत राहिली.”

“कारण तो नेहमी तिला जिंकू द्यायचा.”

आपआपल्या आठवणी गोळा करत त्या दोघी गप्प झाल्या.

“ठीक आहे.” सोफ्याच्या हातावर थाप मारत माया म्हणाली, “मी पत्ते आणते.”

पण आता रेहानाचा बेत बदलला होता. “नाही खेळलो पत्ते तर चालेल का? मी वाचते थोडं.”

मान डोलावत माया म्हणाली, “ओ.के.”

“तू काय करतेयस?” रेहानानं विचारलं, पण माया पुस्तकांच्या मांडणीजवळ जाऊन पुस्तकं चाळायलाही लागली होती.

“चहा पिऊ या.” एक बारीकसं पुस्तक बाहेर काढत माया म्हणाली, “मी करते.” पुस्तक काखोटीला मारत ती म्हणाली. काही मिनिटात ती स्वयंपाकघरातून एक ट्रे घेऊन आली.

“मला वाटतं मी इक्बाल वाचते. खूप दिवस झाले इक्बाल वाचल्याला.” रेहाना म्हणाली.

“कुठलं पुस्तक?”

“बाल-ए-जिब्रील.”

मायानं स्वत:च्या आवडीचं पुस्तक बाहेर काढलं. ''गीतांजली.'' ती खोडकरपणे म्हणाली. टागोरांवर बंदी घालण्यात आलेली होती. खरं तर त्यांच्या सर्व कविता प्रेम, परमेश्वर आणि पावसाळा यांवरच लिहिलेल्या होत्या, तरीही बंदी असलेलं त्यांचं लेखन वाचण्यामध्ये एक प्रकारच्या बंडाचा आनंद होता. त्यांच्या पांढऱ्या शुभ्र दाढीचा त्रिकोन मुखपृष्ठावर घरंगळत होता. आपापला चहा आणि पुस्तकं घेऊन त्या दोघी बिछान्यात शिरल्या. रेहानानं बळजबरीने सुरुवातीपासून कविता वाचायला सुरुवात केली. कदाचित ती तिच्या आवडत्या कवितेपर्यंत पोहोचेल, 'चमक तेरी अयान' पर्यंत पोहोचेल तेव्हा घर अंधारात बुडलेलं असेल. काहीही न बोलताच दोघींनीही ठरवल्यासारखी डोक्यावरची ट्यूब आणि पूर्ण वेगानं पंखा फिरत ठेवला होता. पंख्याच्या वाऱ्यानं त्यांच्या पुस्तकांची पानं फडफडत होती.

'चमक तेरी अयान' आली आणि गेली. माया सावकाश तिच्या पुस्तकाची पानं उलटत होती. प्रत्येक कविता वाचायला सुरुवात करण्याआधी तिचं शीर्षक मोठ्यानं वाचत होती. 'अलो आमार अलो' पर्यंत पोहोचल्यावर ती 'आमार ए गान' वर रेंगाळली. ही तिची आवडती कविता आहे हे रेहानाला माहीत होतं.

रेहाना 'क्या कहूँ अपने चमन' वर होती-आता तीन कविता बाकी होत्या-तेव्हा त्यांना दूरवर काहीतरी ऐकू आलं. ढगांच्या गडगडण्यासारखं काहीतरी. ''झालं का ते?'' माया उडी मारून उठली आणि खिडकीशी गेली. पडदा दूर करून तिनं रस्त्याकडे पाहिलं. ''सगळे दिवे सुरू आहेत. कदाचित त्यांना जमलं नसेल ते-प्रयत्न केला असेल पण जमलं नसेल–''

रेहानानं तिच्याकडे दुर्लक्ष केलं. थोड्या वेळानं माया परत बिछान्यात आली आणि पांघरुणात शिरली. एक मोठा सुस्कारा टाकून तिनं पुन्हा आपलं पुस्तक उचललं. 'आपण एखादं जाडंजुडं पुस्तक का निवडलं नाही' असं तिला वाटतंय हे रेहानाला जाणवत होतं.

इक्बाल संपला तरी दिवे अजून जळतच होते. रेहानानं घड्याळात बघितलं-१२-२०. तिचे डोळे झोंबायला लागले होते. मायानं गीतांजली उशीखाली सरकवलं होतं आणि आता ती वेणी सोडत होती. निराश आवाजात ती म्हणाली, ''मी दात घासून येते.'' रिकामे चहाचे कप घेऊन ती खोलीबाहेर पडणार, तेव्हाच ते घडलं-एक कर्कश्श आवाज-सहज ओळखता येणारा-दिव्यांची उघडझाप-आणि त्या अंधारात बुडून गेल्या.

बिछान्याखाली चाचपडत रेहाना म्हणाली, ''मायाऽऽ? तो कंदील काढ.''

'केलं त्यांनी! केलं त्यांनी! केलं त्यांनी!'

कपडे न बदलताच दोघी झोपी गेल्या. माया तिच्या उशीत तोंड खुपसून खुदखुदत होती.

''रेहाना.''

''कोण आहे?''

''श्श्श''

तिच्या ओठांवर एक बोट. तिच्या ओठांवर एक ओठ- तिच्या अंगाखाली सरकलेले हात- तिला उचलून घेतलं गेलं- तिच्या खोलीतून बाहेर- तीन लांब ढांगात बागेचा दरवाजा. लाथेनं तो उघडणं आणि पायऱ्या चढणं. तिच्या नाकपुड्यांमध्ये राख- मोजका श्वास तिच्या कानात- त्याच्या मिठीत तिचं शरीर म्हणजे जणू एखादं पीस- कापसाची म्हातारी-वाऱ्याची एक झुळूक-बागेच्या दरवाजातून आत-शोनाच्या दारातून आत-तिची अनवाणी पावलं जमिनीवर सरसरत.

तो तोच आहे हे कळून येईपर्यंत तिला कसलीच काळजी वाटली नव्हती. पुरेसा प्रकाश नव्हताच. हात पुढे करून तिनं त्याच्या गालावरचा वण चाचपला. मग तिनं विचारलं. ''काय झालं? सगळं ठीक आहे ना? तू इथे काय करतोयस? सोहैल कुठेय?''

''केलं त्यांनी काम.''

त्यानं तिला मिथुनच्या खोलीतल्या बिछान्यावर ठेवलं. तिच्यापासून दूर होऊन तो जवळच्या वेताच्या खुर्चीवर बसला. तिच्या हातापासून दूर.

''तू जाणार होतास ना?'' तिनं विचारलं.

''मला माहीत आहे.'' अंधार कापत त्याची नजर तिच्याजवळ पोहोचली. ''का?'' उत्तर माहीत असूनही तिनं विचारलं. तिला पुन्हा एकदा ते ऐकायचं होतं.

''तुला भेटायचंच होतं मला. तू अचानकच निघून गेलीस--''

''तूही तसाच गेलास–आणि पत्रंही नव्हती काही–''

त्याच्या बॅगमध्ये तो काहीतरी शोधत असल्याचा तिला आवाज आला. मग एक सर्रकन आवाज झाला आणि एक काडी पेटली. तिला त्याचे डोळे दिसले, त्याच्या डोक्यावरचे घट्ट, कुरळे केसही दिसले. अगदी बोटाशी येईपर्यंत त्यानं ती पेटती काडी तशीच धरून ठेवली, मग ती खाली टाकून त्यानं दुसरी काडी पेटवली. तिची थोडीशी ऊब आणि गंधकाचा वास तिला जाणवला. मनगटाच्या फलकाऱ्यानं त्यानं तीही काडी विझवली आणि खाली टाकली.

''किती फिकटलीयेस!''

''मी-मला–कावीळ झाली होती.''

''मला माहीतेय.'' तो कुजबुजत होता. त्याचा श्वास तिच्या डोळ्यांवर पडत होता. मिठासारखा एक कठीण हुंदका तिच्या घशात दाटून आला. तिनं त्याला थांबवलं आणि मग आसवं मनसोक्त वाहायला लागली, पण तो तिच्या हनुवटीवरून खाली पडण्याआधीच तिच्या गालांवर पसरलेले त्याचे हात ती गोळा करत होती आणि तिच्या गालांवर लोण्यासारखे पसरून टाकत होते.

त्याची जीभ त्याच्या तोंडात फिरताना तिला स्पष्ट ऐकू आली, दातांवर, टाळूवर–जणू काही तिचं स्वत:चं तोंड-जीभ, दात, टाळू. त्यानं तिचा मुका घेतला. तिच्या कल्पनेपेक्षा त्याचे ओठ अधिक मऊ होते. तिला त्याची शोधक माहीतगार जीभ जाणवली. हातचलाखी करावी तशी त्यानं तिच्या ब्लाऊजची बटणं काढली. त्यानं मान खाली केली. त्याची जीभ तिच्या सबंध रुंदीवर फिरली. एका स्तनावरून वर-खाली. मधल्या हाडाला ओलांडून पलीकडे. पुन्हा वर. पाण्याच्या पाईपसारखं. त्याच्या जिभेचा मार्ग जळता होता.

त्यानं अंगठा तिच्या चेहऱ्यावर ठेवला. त्या अंगठ्यामध्ये एक ठोका होता. मान वळवून तिनं त्याच्या ओठांना प्रतिसाद दिला. तिला एक चावा घ्यावासा वाटला, पण तिनं तसं केलं नाही.

काही क्षण-एक युग संपलं. छतावर एक पाल चुकचुकली. चंद्राचा गरीबवाणा तुकडा अगदी अशक्तसा प्रकाश देत होता. त्या प्रकाशात तिला त्याचा चौकोनी चेहरा आणि दाट, कुरळे केस जेमतेम दिसत होते.

इथे येऊन त्यानं किती वेडेपणा केलाय हे तिला त्याला सांगावंस वाटलं, पण तिनं जर त्याला हे सांगितलं तर तिच्या प्रचंड इच्छाशक्तीनंच त्याला इथे खेचून आणलंय हे त्याला कळून येईल अशी भीती तिला वाटली.

*

''मला जायला हवं-सूर्योदयापूर्वी. सेहरीसाठी.''

त्यानं तिच्या गालावरची एक बट बाजूला केली.

''तू परत येणारेस असं मला सांगू नकोस.''

आता त्याचा अंगठा तिच्या गळ्याच्या हाडावर होता.

''नाहीतर मी श्वास रोखून तुझी वाट बघत बसेन.''

त्यानं मान हलकेच हलवली.

''माझ्या पोराची काळजी घे.''

मजेत हात हलवत रेहानानं बाग ओलांडली. आंब्याचं झाड, लिंबाचं झाड आणि आता काहीच रहस्य न उरलेलं गुलाबाचं झाड एवढ्या साऱ्यांना वळसा घालून ती निळ्या आणि पांढऱ्या फुलांनी डवरलेल्या चिनी आकाशासारख्या दिसणाऱ्या हायड्रॅन्जियावरून पुढे गेली. बंगल्यात माया अजून फुटलेल्या नावेसारखी बिछान्यामध्ये पसरलेलीच होती. रेहाना स्वयंपाकघराकडे जाताजाता थबकली. थोडा वेळ आडवं पडण्याचा विचार तिच्या मनात आला. सूर्योदयाला

अजून चांगला तासभर तरी होता. तिनं डोळे मिटले आणि तिला सारं आठवलं. फक्त एकदा. तिच्यावर छतावरचा पंखा सावकाश फिरत होता. व्हरांड्यातून येणाऱ्या नोव्हेंबरच्या झुळकीनं त्याला जोर मिळत होता. तिची त्वचा अनेक गंधांनी भरून गेली होती. त्याचा कलिंगडाचा श्वास, जळक्या रबरासारखा त्याच्या घामाचा वास....!

ते ट्रक्स तिच्या रस्त्याला वळण्याआधीच तिला ऐकू आले. तिच्या बंगल्याच्या समोर शेजाऱ्यांच्या दरवाजांपुढे रांगा लावत ते हळू होताहेत हे तिला जाणवलं. मायाला जागं करून तिला खेचत दिवाणखान्यात आणण्याएवढा वेळ मिळाला. 'लष्कर आलंय.' तेवढ्यात तिनं केस सारखे केले. ओठांवरून हात फिरवला आणि मग त्या सोफ्यावर ताठ बसलेल्या होत्या, जणू एखाद्या पाहुण्याची वाट बघत असाव्या तशा. फक्त अजून सगळीकडे रात्रीचा काळाभोर अंधार होता, एवढाच काय तो फरक! हिरव्या गणवेषातले तरुण त्या ट्रक्समधून बाहेर पडले. अनेक तरुण-सगळ्यांचे क्रूर डोळे आणि पायातले हातोड्यासारखे वाजणारे बूट सारखेच होते. त्यांना बायका दिसल्याच नाहीत. त्यांची नजर शोनावर होती, शोनामध्ये काय सापडणार आहे यावर होती. रेहानाच्या ओठातून प्रार्थना बाहेर पडायला लागली. देवा तो सुखरूप असूदे.

बंगल्यात सगळीकडे ते बूट धाडधाड करत फिरत होते. त्यांनी मांडण्यांवरची पुस्तकं खाली फेकली, जेवणाच्या बशा फोडल्या, पितळी दिवे पाडले, कपाटं उसकली. सोहैलच्या खोलीच्या भिंतीवरची पोस्टर्स त्यांनी फाडून काढली. लाल पार्श्वभूमीवरचा माओ, टोपी घातलेला आणि मजेत हसणाराचे, एका उशीवर संगीन चालवली गेली. झेंडूच्या फुलासारखा पिवळा कापूस खोलीभर उधळला.

त्यांना कोणीही अटक करत नव्हतं. शरदाच्या धुक्यातून सूर्य हळूहळू काळजीपूर्वक वर येत होता.

एक आरोळी उठली. 'ऑल क्लिअर.' मग सर्व सैनिक एक रांग करून सावधान प्रकारात उभे राहिले. कमरेवरच्या पिस्तुलावर हात ठेवून एक माणूस आत आला.

"मिसेस रेहाना हक." तो पाठ केलेल्या वाक्यासारखा इंग्लिश बोलत होता. त्याला मिशा होत्या, पण दाढी नव्हती. तिला तो काय वयाचा असेल हे कळेना. एकमेकांशी स्पर्धा करत असल्यासारखे त्याचं वय आणि अनुभव त्याच्या चेहऱ्यावर लढताना दिसत होते. "माझं नाव कर्नल जबीन. तुमच्या घराची झडती घेण्याची आणि तुमच्या मुलाला, सोहैल हक याला अटक करण्याची ऑर्डर माझ्याकडे आहे."

आता बंगल्याच्या छतावर हत्ती चालत असावेत तसे बूट वाजत होते. रेहानानं मायाचा गरम, ओला हात घट्ट पकडला. जबीनच्या शेजारी आणखी एक माणूस होता. खिडकीतून बाहेर तोंड काढून तो हायड्रॅन्जियामध्ये थुंकला. पुन्हा मागे वळून

घसा साफ करताना त्याची नजर मायावर खिळलेली होती. अजून त्याच्या ओठांवर थोडी थुंक होती. त्यानं ओठ चाटले. मायाकडे वरपासून खालपर्यंत बघत त्यानं पुन्हा ओठ चाटले. मायाही त्याच्याकडे बघत राहिली. तिचे हात ओलेचिंब झाले होते तरी ती बघत राहिलीच.

कर्नल जबीनला बंगाली येत नव्हतं. तो उर्दूमध्ये बोलत होता. थुंकणाऱ्या माणसाच्या कानात तो काहीतरी ओरडला आणि त्या थुंकणाऱ्या माणसानं त्याच्या बोलण्याचं भाषांतर करून सांगितलं.

''त्यांना सांग-दुसरा काहीही पर्याय नाहीये त्यांच्यापुढे, मुलाला हजर करा.''

''मिसेस हक,'' थुंकणारा माणूस बोलायला लागला, ''आपनार आर कोनो उपाय नाई.''

''कर्नल.'' रेहाना बंगालीत म्हणाली, ती बघत होती जबीनकडे पण बोलत होती त्या थुंकणाऱ्याकडे. ''काहीतरी गैरसमज झाला असला पाहिजे. माझा मुलगा कराचीमध्ये आहे-माझ्या बहिणीकडे-मार्झियाकडे. ते क्लिफ्टनमध्ये राहतात. कुणाला तरी पाठवून तुम्ही खात्री करून घेऊ शकता.''

''ती म्हणतेय, तिचा हरामी पोरगा कराचीमध्ये आहे.''

प्रथम कर्नल जबीननं काहीच उत्तर दिलं नाही, मग सरळ रेहानाकडे बघत तो म्हणाला, ''काहीही गैरसमज झालेला नाही. तुझा मुलगा पाकिस्तानचा शत्रू आहे.''

थुंकणारा म्हणाला,''आपनार गद्दार छेलेके आमरा छार्बो ना.''

सैनिक छतावरून खाली आले, बागेतून शोनामधून परत आले. त्यांनी कपड्यांची खोकी, पांघरूणं बनवण्यासाठी जमवलेल्या साड्या, पेनिसिलीन सगळं गोळा करून आणलं होतं. मेजर नव्हता. एकानं उलटी पडलेली खुर्ची सरळ केली आणि कर्नल जबीन धाडकन खाली बसला. तो कंटाळलेला दिसत होता. सगळी खोकी रेहानाच्या पायाशी ठेवली गेली. पुराव्याचं कबरस्तान. रेहाना म्हणाली, ''आम्ही निर्वासितांसाठी कपडे वगैरे जमवतोय.'' तिनं मायाचा हात आणखी घट्ट पकडला. सुदैवानं पहिल्यांदाच त्या मुलीनं तोंड बंद ठेवलं. ''तिला सांग आम्हाला त्या बंदुकांबद्दल माहिती आहे.''

रेहानाच्या हातांवर एक थंड झोत आला. तिनं आवंढा गिळला. ''तुझ्या गुलाबाच्या झाडाखाली पुरलेल्या बंदुकांबद्दल आम्हाला माहिती आहे.'' थुंकणारा माणूस म्हणाला.

रेहाना काही बोलण्यासाठी तोंड उघडत होती...

''काहीही बोलण्याची गरज नाहीये. आम्हाला सगळं माहीत आहे.''

आपल्याला काय माहिती आहे ते जबीन थुंकणाऱ्याला सांगतो का ते बघण्यासाठी रेहाना थांबली. ''माझा मुलगा कराचीमध्ये आहे.'' मायाला जवळ ओढत ती पुन्हा म्हणाली. जबीननं थुंकणाऱ्याच्या कानात काहीतरी सांगितलं, ते रेहानाला ऐकू आलं

नाही. थुंकणाऱ्यानं काहीतरी उत्तर दिलं. जबीन हसला. त्याला पाहिलं होतं का याआधी कुठे?

जबीन आणि थुंकणारा एकमेकांकडे नव्यानं प्रेमात पडलेल्या लोकांसारखे गंभीरपणे बघत होते. काही वेळानं थुंकणारा म्हणाला, ''तुला आणखी एक मूल आहे.''

रेहानाचे पाय हळूहळू न दुखता वितळत होते. ते पूर्णपणे विरघळून जाऊ नयेत म्हणून ती त्यांना त्यांच्यामधल्या हाडांची आठवण करून द्यायला लागली. तिला हाडं होतीच.. त्यांनी तिला धीर दिला.

''त्या मुलीला दुसऱ्या खोलीत न्या.'' थुंकणारा सावकाश वळला. त्याच्या चेहऱ्यावर एक हसू चिकटलं होतं.

''मा'' माया पुटपुटली, ''मला नाही जायचं दुसऱ्या खोलीत.''

रेहानाने-आपल्या लेकीला घट्ट मिठी मारली. थुंकणारा आता तिच्या कोपराशी होता. त्याच्या हातातल्या बेड्या खणखणत होत्या. 'थांब,' रेहानानं स्वतःला सांगितलं, 'एक मिनिटभरच थांब मला सुचेल काहीतरी-' तिनं जबीनकडे बघितलं. त्याच्या नजरेत काहीतरी होतं-कसलीतरी भूक. त्याला आणखी काहीतरी हवं होतं आणि हिंस्त्र. दोन स्त्रियांवरच्या विजयापेक्षा आणखी काहीतरी. तिनं लेकीची मिठी सोडवली आणि आपला अखेरचा पत्ता टाकला.

''कर्नल जबीन,'' ती तिच्या स्वच्छ मातृभाषेत-शुद्ध उर्दूमध्ये म्हणाली, ''तुम्हाला अशा रितीनं युद्ध करायचं नाहीये.''

जबीननं मान वाकडी करत तिच्याकडे पाहिलं. त्यानं जे ऐकलं ते बरोबर होतं ना? त्यानं घसा खाकरला. उलट्या हातानं कपाळ पुसलं. वीज नव्हती, त्यामुळे पंखा सुरू नव्हताच. सगळेचजण घामाघूम झालेले होते. विशेषतः जबीन. देशद्रोह्यांना शोधून अटक करण्यासारख्या महत्त्वाच्या प्रसंगाच्या वेळी आपला खास गणवेष घालणं त्याला आवडायचं.

''तू उर्दू बोलतेयस.'' तो उद्गारला. तो प्रश्न नव्हता. थुंकणारा अजून मायाच्या कोपराशी झटतच होता. ती हुंकार देत त्याच्या पकडीतून सुटण्याचा प्रयत्न करत होती, त्याच्या ओठांचे कोपरे ओले झाले होते.

''थांब.'' जबीन थुंकणाऱ्याला म्हणाला. तो हसला आणि थांबला. या उशिराची त्याला गंमतच वाटत होती.

''सार्जंट, पुन्हा एकदा बाग तपासा.'' जबीन म्हणाला, ''आणि शेजारसुद्धा. कोणी संशयास्पद दिसलं तर लगेच अटक करा.''

थुंकणारा थोडा घुटमळला.

''जा.'' जबीन म्हणाला, ''पोरांना घेऊन जा.''

थुंकणाऱ्यानं सॅल्युट मारला आणि सर्व सैनिकांना बाहेर काढलं. दुपारच्या

त्या गुदमरून टाकणाऱ्या गरमीमध्ये बंगल्यात रेहाना, माया आणि जबीन असे तिघेच राहिले.

जबीन रेहानाकडे वळला. "तुला माझा प्रॉब्लेम कळतोय ना?" तो म्हणाला, "मी माझ्या माणसाला वचन देऊन बसलोय."

"मग तुम्ही विचार बदललाय असं सांगा त्याला."

अंगठ्याच्या मागच्या बाजूनं त्यानं स्वत:ची मिशी सारखी केली. "प्लीज, आपण शहाणपणानं वागूया का, मिसेस हक?" एका खुर्चीकडे हात करत तो दुसऱ्या खुर्चीवर बसला आणि दोन्ही हातांची बोटं जुळवून विचार करायला लागला. "तुम्ही सुशिक्षित आहात हे दिसतंय. काल रात्री तीन मुलं या कामावर होती. एक म्हणजे तुमच्या मुलाचा मित्र जॉय, तो हिंदू मुलगा पार्थो आणि तिसरा म्हणजे सोहैल. त्यांनी सीमा पार करण्याचा प्रयत्न केला असणार हे आम्हाला माहीत आहे. आम्हाला त्यांचा मागही लागलेला आहे, पण मला आतून असं वाटतंय की त्यांनी घरी येण्याचा प्रयत्न केला असण्याचीही शक्यता आहे– विशेषत: तुमचा मुलगा." त्यानं पायांची अढी घातली आणि पाऊल हलवायला सुरुवात केली. "मला वाटतंय तो थोडा–थोडा भावनेच्या आहारी जाणारा असावा." एक उसासा सोडून त्यानं दोन्ही हात डोक्याच्या मागे गुंतवले.

होय, हे खरं होतं. तो भावनेच्या आहारी जाणारा होता. उदाहरणार्थ, अगदी या क्षणी हात स्फोटक दारूने जळजळत असताना तो काही फक्त देशासाठी किंवा स्वत:चा जीव वाचवण्यासाठी पळणारा माणूस नव्हता-तो प्रेमातून बाहेर येण्याचाही प्रयत्न करत होता. जबीनला ती म्हणाली, "तुम्ही काय म्हणताय ते काही मला कळत नाहीये." आणि मग तो पुन्हा एकदा हसला आणि तिला आठवलं त्याला याआधी कुठे पाहिलंय ते – "मी भेटलेय तुम्हाला यापूर्वी, पोलीस ठाण्यात"

"होय बरोबर आहे. मी खूपच वेळ घालवतो तिथे."

"तुम्ही चायनीज चहा मागवला होता."

प्रभावित होऊन त्यानं मान डोलावली. "मी काही हट्टी माणूस नाहीये, मिसेस हक. मला माझ्यावर एका स्त्रीला छळण्याचं पाप नकोय. या बाहेरच्या पोरांच्या डोक्यात गेलीये ही लढाई आणि त्यातलं बेसुमारपण. वाईटच आहे ते."

त्यानं सिगारेटचा धूर सोडत असावा तसा एक मोठा उसासा सोडला.

"तरीही मला एक काम दिलेलं आहे. त्या बंगाल्यांना परत आणायचं आहे. मला त्यांना अटक करायची आहे आणि मग त्यांना गोळ्या घालायच्या आहेत."

"मग तर मी तुम्हाला त्याचा ठावठिकाणा सांगण्याचं काही कारणच नाही." रेहाना आवंढा गिळत म्हणाली.

“तुम्ही नक्कीच याहून अधिक बुद्धिमान आहात, मिसेस हक.”

तिच्या पोटातली खळबळ आता वादळासारखी झाली होती.

“कारण मी त्याला एखाद्या छानशा कोठडीत ठेवू शकेन-लगेच गोळीही घालणार नाही, पण कदाचित तेही तुम्हाला आवडणार नाही, ना? तुम्ही त्याच्या मित्राला पाहिलंत ना-बिचारा.”

जबीनचे गाल चमकत होते, मग त्यानं आत्ताच सुचला असावा तसा प्रश्न विचारला, “तुमचे यजमान कुठे असतात, मिसेस हक?” एके काळी मला नवरा होता. त्याचा चेहरा गोल होता आणि बोटं अगदी गुलगुलीत होती. एक दिवस त्याचं हृदय धडधडायचं थांबलं. इथे आमच्या घरासमोर त्यानं गुडघे टेकले. ‘रेहाना,’ तो म्हणाला, ‘माफ कर दो.’

“वारलेत.” गटाराच्या पाईपमध्ये राहणाऱ्या त्या बाईसारखा कठोर आवाज काढण्याचा प्रयत्न करत ती म्हणाली.

“अरे, तुमच्या मुलांना केवढा धक्का बसला असेल.”

माझी मुलं नेहमी माझीच मुलं नव्हती. एके काळी माझी मुलं दुसऱ्या कुणाची तरी झाली होती.

दरवाजावर एक जोराची थाप पडली. थोडा पावलांचा आवाज, एक लहानसा धक्का. सार्जंट आला होता. “सर, सापडला आम्हाला तो.” त्यानं लाथेनं एका माणसाला खोलीत ढकललं. त्याचा चेहरा रक्तबंबाळ झाला होता. त्याच्या गालावर एक तिरपा वण होता. चेहऱ्याभोवती कुरळ्या केसांची चौकट होती. “सात मस्जिद रोडकडे पळून जात होता तेव्हा पकडला त्याला. मूर्ख, हरामी. आमच्या डोळ्यांदेखत...”

जबीननं कमरेचं पिस्तुल काढलं आणि रोखलं. मग विचार बदलून त्यानं पिस्तुल उलटं केलं आणि त्याच्या दस्त्यानं त्याला एक फटका मारला. तो सरळ त्या माणसाच्या हनुवटीवरच बसला. जबीनचा हात पुन्हा खाली आला आणि दुसऱ्या हातानं त्यानं त्या माणसाच्या पोटात एक गुद्दा मारला. त्यानं काहीही प्रतिकार करण्याचा प्रयत्नही केला नाही. गालावर रक्ताचा एक लहानसा त्रिकोन उमटत असताना तो जमिनीवर कोसळला. त्यानं हसण्याचा प्रयत्न करत असताना तो ओणवा झाला आणि जबीननं त्याच्या पाठीवर, हातांवर लाथा घालायला सुरुवात केली. “खरं म्हणजे मी तुला आत्ताच गोळ्या घालायला हव्यात, बंगाली कुत्र्या. तुला काय वाटलं तू लाईट घालवू शकशील?”

“थांबा. हा माझा मुलगा नाहीये.”

लाथ मारण्यासाठी उचललेला पाय तसाच ठेवत जबीन थबकला. “काय?”

“हा माझा मुलगा नाहीये.”

बूट खाली आपटला तो एका हातावर. एक किंचाळी लगेच दाबली गेलेली.

''बघा तरी त्याच्याकडे, केवढा मोठा आहे हा माणूस !''

''तू काय मला फसवायला बघतेयस, बाई?'' एवढ्या मारहाणीनंतर आता जबीन धापा टाकत होता. ''कोण आहे हा?'' त्याचा गरम श्वास तिच्या तोंडावर येत होता.

''मला माहीत नाही-तो कुणीही असू शकेल–तुम्ही त्याला रस्त्यावरून आणलात ना.''

''तुला काय वाटलं-मी मुक्तीला ओळखणार नाही? मी या हराम्यांना सर्वांना ओळखतो. त्यांची शिकार करणं हा तर माझा पोटापाण्याचा व्यवसाय आहे. मी त्यांचा वध करणाराच आहे. तू तर त्याची फक्त आई आहेस.'' जबीन हसला. त्याचं तोंड आतून राखाडी रंगाचं होतं. त्याला आणखी रानटी, आणखी क्रूर असं काहीतरी हवं होतं, ते त्याला मिळालं होतं.

''हा माझा मुलगा नाहीये. मी पुन्हा सांगतेय, हा माझा मुलगा नाहीये. मी देवाची शपथ घेऊन सांगते. पवित्र कुराणाची शपथ घेऊन सांगते. माझ्या आईच्या कबरीवर हात ठेवून सांगते – हा माझा मुलगा नाहीये. चुकीच्या माणसाला पकडून तुम्हाला काय मिळणार? यात काय मोठेपणा आहे?'' आणि जबीन थांबला, खिसे चाचपत त्यानं नाकावरचा घामाचा थेंब उडवला. ''डॅमिट.'' असं म्हणत त्यानं एक अखेरची लाथ त्या माणसाला मारली. ''सार्जंट.''

''यस, सर.''

''रेडियो लाव. नवी काही घटना आहे का ते बघ.''

''मी त्यांना याच्याबद्दल सांगू का?''

''मी काय करायला सांगितलंय? जा.''

रेहानाने डोकं हातात धरलं होतं. त्याच्याकडे बघायचंच नाही असं करता आलं तर –- कदाचित तो तो नसेलच. कदाचित ती म्हणाली तसंच असेल, तो एखादा अनोळखी माणूसही असेल. चुकीच्या वेळी रस्ता ओलांडत असलेला. सार्जंट परत आला. ''कर्नल, सर, रेडियोवर बातमी आहे, ते सगळे सापडलेयत.''

रेहानाचं हृदय थांबलं.

''सगळे - तिघेही?''

''नाही सर-सोहैल हक नाही सापडलेला. बाकीचे दोघे. कोमिल्लामध्ये सापडले.''

देवा तुझे किती आभार आभार आभार! पण मग सोहैल आहे कुठे? ते दौडखंडीच्या रस्त्याने भाताच्या शेतातला रस्ता पकडणार होते ना – खेडीपाडी पार करत लहानमोठ्या तलावांमधून पोहत, सर्वांनी आपापल्या पँट्स वर

दुमडलेल्या असतील आणि हातातल्या बंदुका वर धरून जाणार होते ना ते–

जबीन गुडघ्यांवर बसला, त्यानं त्या माणसाचे कुरळे केस पकडून त्याचं डोकं वर उचललं, यावेळी त्यानं मायाकडे वळून विचारलं, ''आपण आणखी एक प्रयत्न करू – हा तुझा भाऊ आहे का?''

ती काहीच बोलली नाही. फक्त रेहानाचा हात तिनं आणखी घट्ट पकडला.

''हा तुझा भाऊ आहे का?'' जबीननं परत एकदा विचारलं.

''सांग त्यांना.'' मेजरचा श्वास घुमत बाहेर पडत होता.

तिनं एकदा त्याला स्वत:चं गुपित सांगितलं होतं. ते गुपित टी. अलीबद्दल नव्हतं. तिच्या वडिलांच्या गेलेल्या संपत्तीबद्दलचं नव्हतं, किंवा तिनं चोरलेल्या दागिन्यांबद्दलचं नव्हतं किंवा तिच्या सिनेमाच्या आवडीविषयीही नव्हतं, ते होतं तिच्या मुलांबद्दलचं. ती मुलांसाठी काय करू शकेल? कोणत्या थराला जाऊ शकेल -- कोणत्याही -- हे ते गुपित होतं. ते निर्लज्ज, भुकेलं गुपित.

आणि त्याच्या या माहितीमुळे त्यानं तिला, तिच्या मुलांना ओंजळीत धरलं होतं, त्यांच्यावर जिवंत फुंकर घातली होती. हा तिचा निर्णय होता – त्याचा नव्हता. तिनं स्वत:च त्याला विचारलं होतं. *'माझी पीडा. माझं हे भय घेऊन टाक.'* पुढे जे होणार होतं तसंच होत होतं. एका प्रेमानं दुसरं प्रेम गिळून टाकलं होतं. उन्हाळ्याच्या आकाशात ढग एकमेकांवर रचले जावेत तशी ही प्रेमं. तिला ते गुपित परत हवं होतं. *मी तुला ते सांगायलाच नको होतं.*

'मी ऋणी आहे तुझा–' तो म्हणाला होता, *'तू हे मला सांगितलंस म्हणून मी ऋणी आहे तुझा.'*

सारं आयुष्य मी याच दिवसाची वाट बघत होतो.

आजवर केलेल्या सर्व गोष्टींमध्ये ही गोष्ट सर्वांत मोठी आहे. माझं सारं आयुष्य मी या दिवसाची वाट बघत होतो. बोल, आता बोल आणि संपव सगळं हे.

ती म्हणाली, ''देव तुझं रक्षण करो, माझ्या मुला.''

''आणि तुझंही-आई.''

माझ्या आयुष्याच्या बदली तुझं आयुष्य.

माझी पीडा घेऊन टाक. तिनं त्याला म्हटलं होतं आणि त्यानं उत्तर दिलं होतं.

सार्जंटनं त्याची कॉलर पकडून त्याला खेचतच बाहेर नेलं. बेड्या घातलेल्या माणसाच्या अडखळत्या चालीनं तो निघून गेला. माया रेहानाला खिडकीपासून दूर ओढण्याचा प्रयत्न करत होती, पण तिची जणू काही शिळा झाली होती. हे एवढं

बघणं ती त्याला देणं लागत होती. तिनं नजर स्थिर केली, त्याला स्वतःच्या दृष्टीमध्ये घट्ट पकडून घेतलं. त्याच्या डोक्यावर त्यांनी एक काळा बुरखा सरकवला होता. त्याच्या बदामी जाळीतून त्याला दिसत असणार याची तिला खात्री वाटत होती, त्या जाळीतून थेट बंगल्याच्या आत, तिच्या डोळ्यात, म्हणजे त्या क्षणी ती काय विचार करते आहे, ती काय आहे हे त्याला नीट कळणार होतं-ती त्याची होती हे त्या रात्रीमध्ये नाहीसं होताना त्याला कळणार होतं.

❖

१६ डिसेंबर, १९७१

प्रिय पती,

आज लढाई संपेल.

हिवाळा होता आणि बाग जिवंत झाली होती.

लढाई सुरू झाली त्यावेळी तिनं लावलेली झाडं आता हिरवी झाली होती. चंपा, बकुल, रजनीगंधा, पिवळे गुलाब, कडेला लावलेली जास्वंद...

क्षितिजावर नुकती पहाट पोहोचली होती. तिला माहीत होतं-टेलिफोन वाजायला लागेल, शेजारी घरात यायला लागतील त्या आधीचे हे काही तासच तेवढे तिला अगदी स्वत:चे असे मिळणार आहेत.–तिचं अभिनंदन करायला आणि लढाईच्या काळात आपण कसे जगलो याच्या स्वत:च्या हकिकती सांगायला लोक येणारच होते. खूप मोठा प्रवास करून आल्यासारखे ते एकमेकांना आलिंगनंही देणार होते.

पण या साऱ्याला अजून वेळ होता-अजून सारं शांत होतं. कावळे घराभोवती फिरत होते तेवढेच.

*

रेहानानं खांद्याभोवतीची शाल आणखी घट्ट गुंडाळून घेतली आणि सावकाश, काळजीपूर्वक बाग ओलांडली. त्या दिवसापासून तिनं हे केलं नव्हतं. लष्करानं मेजरला पकडून नेल्यापासून ती जवळजवळ घराबाहेर पडलीच नव्हती. तिच्या खिडकीबाहेरच्या शोनाकडे एक नजर टाकणंही तिला कठीण गेलं होतं.

उघड्या सिमेंटच्या जमिनीवर तिची पावलं वाजत होती. तिनं कपाटं उघडून पाहिली, खण तपासले. सगळं संपूर्ण रिकामं. मायानं उत्तम कामगिरी बजावली होती. फुटकी भांडी फेकून दिली होती. पुस्तकांच्या मांडण्यांवर हल्ला केला होता. सेनगुप्ताचं सामान विकून टाकलं होतं आणि आलेले पैसे सॉल्ट लेकला पाठवून दिले होते. गुलाबाच्या पाकळ्यांचा गालिचा गुंडाळून दिवाणखान्याच्या एका कोपऱ्यात ठेवलेला होता. रेहानानं गुलाबी रंगाची ती रिकानी खोली ओलांडली. त्या खोलीत आता फक्त मिसेस सेनगुप्ताच्या आई-वडिलांचे छायाचित्र तेवढं बाकी होतं, तेही एका कोपऱ्यात ठेवलेलं.

ती मिथुनच्या खोलीत गेली. बंद पडद्यांआडून तपकिरी रंगाचा प्रकाश खोलीत पसरलेला होता. तो प्रोजेक्टर, ग्रामोफोन आणि त्या तबकड्या-सगळं तिथून नाहीसं झालं होतं. मांडण्या स्वच्छ पुसलेल्या होत्या. त्याचा काही मागमूसही तिथे शिल्लक नव्हता. मिथुनचा बिछाना एका भिंतीशी ढकलून ठेवलेला होता. काय कारण असेल कुणास ठाऊक, पण मायानं तो बिछाना तसाच ठेवला होता. त्यावर एक रंगीबेरंगी चादर घातलेली होती. ती नीट करण्यासाठी रेहाना पुढे वाकली. तिला आठवलं-कितीतरी वेळा हेच करण्यासाठी ती अशीच वाकली होती, हात पुढे करून-बोटं फाकवून-त्याचा बिछाना नीट करण्यासाठी.

बिछान्याच्या शेजारी जमिनीवर एक काडेपेटी होती-ब्लू लायन. तिच्यावर लिहिलं होतं, ब्लू लायन सेफ्टी मॅचेस.

रेहानानं ती काडेपेटी उघडली... रिकामी. तिचा चेहरा निरखण्यासाठी त्यानं शेवटची काडी वापरली होती. तिला त्याचं बोट आठवलं. पेटीतून आतली पेटी बाहेर ढकलणारं-काडी पेटवणारं आणि त्या गंधक प्रकाशामध्ये उजळून येणारा तिचा चेहरा निरखणारा तो...

ती आल्या पावली मागे फिरली, पडदे उघडले-दिवाणखाना ओलांडला आणि दरवाजातून बाहेर पडली, कुलूप घातलं.

बंगल्यात गेल्यावर ती तिच्या प्रार्थनेच्या आसनावर बसली.

बिस्मिल्लाह इर-रहमान-इर-रहीम.

हे परमेश्वरा. माझ्या दयाळू, उदार देवा, मला क्षमा कर.

माया जागी होऊन केस विंचरत होती. ''इतक्या लवकर तयार झालीस? मला फक्त पाच मिनिटं दे. साडी नेसते.''

''नको, तू थांब. तुझा भाऊ आला की त्याच्याबरोबर जा.''

''ओ.के. पण फार उशीर करू नकोस. करारासाठी आपल्याला शहीद मिनारवर पोहोचायला हवं.''

रिक्षा गुलिस्तानमध्ये वळली. पुरानो पोल्टोनचा रेलमार्ग ओलांडून पुढे आली. लोक रस्त्यावर यायला लागले होते. रिक्षावाल्याला त्या गर्दीमधून मार्ग काढावा लागत होता. प्रत्येक वेळी एखादं विमान आकाशातून गेलं की लोक आनंदाच्या आरोळ्या देत होते.

प्रिय पती, ती सराव करत होती, आज लढाई संपेल.

त्याला माहिती नाही असं ती त्याला काय सांगणार होती? लढाईचे हे नऊ महिने म्हणजे नऊ पिढ्यांसारखे गेले होते-आयुष्यं आणि मृत्यू यांनी पुरेपूर भरलेले. सोहैल वाचला होता, पण त्याचे मित्र मेले होते आणि हे शहर–जळलेलं, उद्‌ध्वस्त झालेलं जिवंत शहर-त्या शहरामध्ये ती बघायला चालली होती-चेहऱ्यावर जखमेचा वण असलेल्या, तिच्या घरात शहाण्णव दिवस राहिलेल्या आणि तिच्या लहानशा आयुष्यात एक वादळ निर्माण करून गेलेल्या माणसाचं काय झालं ते बघायला चालली होती.

एक लहान मुलगा- जेमतेम चौदापंधरा वर्षांचा असेल- दार राखत होता. त्यानं एक भलामोठा शर्ट बाह्या दुमडून घातला होता, पट्टा लावून पँट सांभाळली होती. त्याच्या हातात एक प्रचंड रायफल होती.

''माझं नाव मिसेस हक.'' रेहानानं सांगितलं.

''सलाम आलेकुम.'' कपाळाशी पंजा नेत तो म्हणाला, शोनाची बातमी बाहेर पसरली होती-तिनं गुरिलांना कसा आसरा दिला आणि साबीरला कसं सोडवलं– ''तुम्ही येणार आहात हे त्यांनी मला सांगितलंय, या माझ्यामागे.''

आतल्या खोलीची साफ तोडमोड झालेली होती. खोलीभर पसरलेल्या तुटक्या खुर्च्या, फुटक्या काचा, कागदाचे कपटे यांच्यातून वाट काढत ती दोघं पुढे गेली.

कोठड्यांकडे जाणाऱ्या दरवाजावरही एक लहान मुलगा होता. पहिल्यापेक्षाही लहानच असावा. दोघे एकमेकांशी काहीतरी बोलले, मग दरवाजा उघडला गेला. रेहानाला दोन्ही बाजूंना दारं असलेल्या एका कॉरिडॉरमधून नेण्यात आलं. प्रत्येक दाराला पत्रपेटीसारखं एक लहानसं आडवं छिद्र होतं. आतल्या माणसांच्या हालचाली आपल्याला ऐकू येताहेत असं तिला वाटलं. तो मुलगा शेवटच्या दारापाशी घेऊन गेला, त्यानं दाराचं कुलूप काढलं आणि ते ढकलून उघडत तो म्हणाला, ''चाची, काळजी करू नका. मी इथेच तुमच्या पाठी आहे.''

अंधारात आतले आकार हलले...

इथेच त्यांनी त्याला आणलं असणार. घामाचा आणि लघवीचा वास सगळीकडे भरून राहिला होता. पलीकडच्या भिंतीमध्ये एक उभी खिडकी कोरून काढलेली होती, पण तिच्यातून उजेड आत येत नव्हता. भिंती ओल्या आणि डाग पडलेल्या होत्या. मागे न वळणं कठीण होतं.

ते त्यांच्या गणवेषांमध्ये उकिडवे बसलेले होते.

एक माणूस थरथरत उभा राहिला आणि तिच्याजवळ आला. श्वास घ्यायला त्याला होत असलेला त्रास जाणवला. ''रेहाना.'' तो म्हणाला.

''फैझ.'' काळा वर्ण, जाड भिवया. त्याच्या भावाशी किती साम्य होतं त्याचं! त्याचा डावा डोळा सुजून बंद झाला होता.

''रेहाना.'' तो परत म्हणाला. त्याच्या हातात बेड्या होत्या, त्याच्या पायात बेड्या होत्या. त्या बेड्यांचा खळखळ असा आवाज झाला. ''तू मला सोडवायला आलीयेस...'' त्यानं हात पुढे केला.

''मागे हो.'' तो मुलगा ओरडला.

''नाही नाही, ठीक आहे.'' रेहाना म्हणाली आणि थोडी पुढे गेली.

''मला इथून बाहेर काढ.'' फैझ म्हणाला. त्याची दाढी घाणेरडी झाली होती.

तिला काही बोलताच येईना. ती नुसती त्याच्याकडे बघत राहिली. याच माणसाला ती घाबरत होती आणि त्याचा तिरस्कारही करत होती.

''सोहैल–सोहैल-कुठेय तो?'' फैझनं विचारलं.

''तो ठीक आहे. थोड्याच दिवसात घरी येईल.'' तिच्याकडे प्रश्नांची एक यादीच होती, पण आत्ता तिला त्यातला एकही आठवत नव्हता. इथे, इथेच कुठेतरी-याच भिंतीमध्ये त्यांनी त्याला ठेवलं असणार. मी नीट बघितलं तर मला कुठेतरी एखादा धागा सापडेल.

फैझनं हात जोडले. हात जोडून तो भीक मागू लागला.

ती त्याला मेजरबद्दल विचारायला आली होती. त्यांनी त्याला कुठे नेलं होतं, काय केलं होतं–पण तिला आता कळून चुकलं होतं-या प्रश्नांना काहीच अर्थ राहिला नव्हता. त्या भिंती, ते बेड्यांचे आवाज–हीच तर उत्तरं होती तिच्या सर्व प्रश्नांची.

''रेहाना.'' तो बोलत होता, ''माझ्या भावासाठी. तुझा एक शब्द आणि ते मला सोडतील. तुझ्या मनातली दया जागवं.''

ती विचार करत होती. खरंच होतं ते–तिनं सांगितलं तर ते त्याला जाऊ देतील. मुलंच तर होती सगळी-लहान मुलं हातात बंदुका घेऊन इकडेतिकडे पळणारी, सूडानं पेटलेली. फैझला माफ करण्याचा विचार तिच्या मनात आला. तिच्या डोळ्यासमोर एक दृश्य आलं–त्याला पाकिस्तानला परत जायला सांगायचं, परत इथे कधीही येऊ नकोस असं बजावायचं, पुन्हा तुझं तोंड मला दाखवू नकोस असं सुनवायचं आणि वर म्हणायचं तुला शिक्षा मी नाही करणार, तो परमेश्वर आहे तोच तुला शिक्षा करेल. काही मिनिटं ती काहीच बोलली नाही. पुन्हा पुन्हा तेच बोलताना फैझचा श्वास अधिकाधिक लागत गेला. त्याच्या सुजलेल्या चेहऱ्याकडे बघण्याचा तिनं प्रयत्न केला. 'माझ्या नवऱ्यासाठी..' हे शब्द तिच्या ओठांवर अगदी आले होते, तेवढ्यात तिला सर्वांचे

चेहरे डोळ्यासमोर दिसायला लागले, आरेफ आणि जॉय आणि मिसेस सेनगुप्ता–तरीही तिनं त्याला माफ केलं असतं, पण तिला शार्मीनबद्दल कळल्यावर झालेला मायाचा चेहरा आठवला-ही लढाई सुरु झाल्यानंतरच्या काही दिवसांतच तिला कळून चुकलं होतं की आता तिचं जुनं जग तसंच राहणार नाही हेही तिला आठवलं, मी तुला नाही माफ करू शकत. भाई. माझ्या मुलीमुळे मी तुला माफी नाही करू शकत.

ती मागे वळली. तिच्यामागे दरवाजा बंद झाला, कुलूप लागलं. तिला त्या दारावर आपटलेली त्याची मूठ, ते बेड्यांचे आवाज आणि त्याचा दबलेला अस्फुट आवाज ऐकू येत राहिला.

कबरस्तानं थंड आणि धुळीनं भरलेलं होतं. तिनं आजूबाजूला दरवानाला शोधलं, पण तिथे ती एकटीच होती. थंडीमुळे ती थोडी चालत आणि थोडी धावतच इक्बालच्या कबरीजवळ पोहोचली.

कबरीवरची पानं तिनं दूर केली. या भेटीविषयी ती थोडी काळजीतच होती. काय सांगायचं, कसं सांगायचं हे तिला कळत नव्हतं, पण आता तिच्या तोंडून भराभर शब्द बाहेर पडायला लागले.

प्रिय पती,

तुम्हाला आमच्या लढाईबद्दल आणि आम्ही त्यातून कसे बाहेर पडलो ते सांगायला आले आहे.

लढाई आज संपेल. मी हजार वर्षांनी म्हातारी झाले आहे. मी वाईट दिसायला लागले आहे आणि फार थकलेय, पण तरीही मी जिवंत आहे.

आपल्या घरात एक माणूस शहाण्णव दिवस राहून गेला. सुरुवातीला तो तिथे आहे, तो सोहैलला गुरिला बनायला शिकवत होता याचा मला राग येत होता, शिवाय लढाईसाठी घरातून जाण्याच्या थोडंसंच आधी सोहैलच्या डोळ्यात मला जी एक देश वाचवण्याची हिंसक इच्छा दिसत होती तीच त्याच्याही डोळ्यात दिसत होती.

पण मग त्याला माझ्याजवळ राहावं लागलं–तो आणि तो बिचारा मुलगा–ज्याचा भाऊ गेला आणि आता तोही नाहीये–आता सगळं संपत आलंय आणि आपण आपल्या देशामध्ये लढाई न करता राहू शकतो का ते पाहावं लागणार आहे. तुमचा मुलगा सैनिक झाला आणि सगळे मित्र गमावून बसला. ते एकमेकांचे शर्ट्स घालायचे. त्या शर्टांमध्येच मेले.

या सगळ्या वेडेपणामध्ये खूप दिवसांनंतर मला मात्र जे चाललंय ते सगळं ठीकच आहे हे कळून आलं. हजारो वर्षांचं दुःख आवाजात असलेल्या

एका स्त्रीचं गाणं मी ऐकलं. आणि हो, मी त्याच्यावर प्रेम केलं. त्या शहाण्णव दिवसांपैकी एका अगदी लहानशा भागात मी त्याच्यावर प्रेम केलं.

तुमच्याबरोबर हे जसं होतं तसंच त्याच्याबरोबरही होतं. अगदी एक क्षण आणि मी त्याला सगळं सांगून टाकलं- ज्या दिवशी मी एक चोर झाले आणि ज्या दिवशी मी विधवा झाले आणि ज्या दिवशी मी आपली मुलं गमावली आणि मी त्याला असंही सांगितलं–मला आणखी एकच संधी मिळाली-अगदी एकच तरच मी यातून सुटू शकेन, म्हणून मला ठाऊक आहे, की मी फैझ आणि परवीनकडे धाव घेतली नाही याबद्दल तो मला दोष देणार नाही-किंवा त्याला सोडा म्हणून त्या पोलीस स्टेशनकडे धावले नाही–तो सोहैल आहे ही त्यांची समजूत मी तशीच राहू दिली. हीच माझी निवड होती. त्या माणसाला माझं कर्ज फेडू देणं. यासाठी माझ्या पती, तुम्ही मला माफ करा, अशी मी प्रार्थना करते आणि देवानंही मला क्षमा करावी अशी प्रार्थना करते.

आज लढाई संपेल. नियाझी करारावर सही करेल आणि मी रस्त्यावर चालू शकेन. तुमची मुलगी माझा हात धरेल. रस्त्यावर खूपच गर्दी असेल, पण माया लोकांना कोपरानं बाजूला करत मला पुढे घेऊन जाईल. एखादा मुलगा दोन टक्क्यांना झेंडे विकत असेल आणि लोक ते झेंडे फडकावत माना वाकवाकवून रस्त्याकडे बघत असतील. इमारतींवरून रंगीबेरंगी पताका डुलत असतील, मुठी हवेत नाचवल्या जात असतील, नाचगाणं चालू असेल, एखादा बासरी वाजवत असेल, एखादी बाई खांद्यावर ढोल घेऊन वाजवत असेल, कुणालातरी ध्वनिवर्धक रेडिओला जोडण्याची कल्पना सुचेल. रस्ते सपाट आणि धुळीनं भरलेले आहेत. आम्ही मंत्रमुग्ध झालो आहोत, प्रेममुग्ध झालो आहोत, घरी निघालो आहोत. गात गात निघालो आहोत, आमार शोनार बांगला देश.

आकाश फिकट आणि पारदर्शक दिसतं आहे आणि आज लढाई संपली आहे आणि आज मी माझा झेंडा घट्ट धरून श्वास रोखून माझ्या मुलाची वाट बघते आहे.

मी काय केलं आहे ते मला माहीत आहे.

ज्या लढाईनं अनेकींचे मुलगे हिरावून घेतले, तिनं माझ्या मुलाला सोडलं आहे. या ज्या लढाईनं अनेकींच्या मुलींना जाळून टाकलं आहे तिनं माझ्या लेकीला सोडलं आहे.

मी तिला तसं करू दिलेलं नाही.

❖

मयादा

इराकची कथा

लेखक
जीन सॅसन

अनुवाद
भारती पांडे

मयादा अल-अस्करीचा जन्म एका शक्तिवान इराकी घराण्यात झाला. तिचे एक आजोबा लॉरेन्स ऑफ अरेबियाच्या बरोबरीने लढले होते, तर दुसरे आजोबा पहिले अरब राष्ट्रवादी मानले जातात. सद्दाम हुसैन आणि त्याची बाथ पार्टी सत्तेवर आली तेव्हा आपल्या एकाकी आयुष्यात एवढे प्रचंड वादळ येईल अशी मयादाला अजिबात कल्पना नव्हती. मयादा— घटस्फोटित, दोन मुलांची आई, लहानमोठी छपाईची कामं करून कसाबसा चरितार्थ चालवणारी. तिला १९९९ मधील एका सकाळी सद्दामच्या गुप्त पोलिसांनी सरकारविरोधी पत्रकं छापण्याच्या आरोपाखाली अटक करुन अत्यंत कुप्रसिद्ध अशा बलदीयात तुरुंगामध्ये खेचत नेलं, तेव्हा तिला तिच्या एकटेपणाची खरीखुरी जाणीव झाली. आधीच सतरा 'सावल्या स्त्रिया' बंदिवान असलेल्या एका दुर्गंधिमय कोठडीमध्ये तिला फेकण्यात आलं. वेगवेगळ्या इराकी सामाजिक स्तरातील या स्त्रियांची नियती मात्र एकच होती – खटल्याविनाच कैद – छळ – आणि मृत्यूची भीती. या छळछावणीत वेळ काढण्यासाठी आधुनिक काळातल्या या शहरजाद्या – या सावल्या स्त्रिया एकमेकींना आपापल्या कहाण्या सांगत दिवस रेटत असत. मयादाच्या खानदानाचा अभिमानास्पद इतिहास, दुसरा राजा फैझलचा वध आणि त्यांच्या आजच्या छळाला कारणीभूत असलेल्या सद्दाम हुसैनशी तिच्या झालेल्या भेटी या तिच्या पूर्वायुष्याबद्दल तिच्या सहकैदी स्त्रियांना फार कुतूहल वाटत असे. अशा या मयादाची कथा आपल्याला इराकचा सुसंस्कृत आणि प्राचीन इतिहास आणि इराकी लोकांचे सुसंस्कृत वर्तन याकडे बघण्याची एक विशेष दृष्टी तर देतेच, परंतु सर्वसामान्य इराकी माणसांच्या आयुष्यामध्ये आणि हृदयामध्ये सद्दामनं जे भयानक भीतीचं वातावरण निर्माण केलं होतं, त्याचा भरपूर पुरावाही देते.